देहबोलीविषयी सर्वकाही

Why not use Allan Pease as guest speaker for your next conference or seminar?

PEASE INTERNATIONAL PTY LTD

PO Box 1260, Buderim 4556, Queensland, AUSTRALIA
Tel: +61 7 5445 5600

Email: info@peaseinternational.com
Website: www.peaseinternational.com

Allan and Barbara Pease are the most successful relationship authors in the business. They have written a total of 15 bestsellers - Including 9 number ones- and give seminars in up to 30 countries each year. Their books are available in over 100 countries, are translated into 51 languages and have sold over 25 million copies. They appear regularly in the media worldwide and their work has been the subject of 9 television series, a stage play and a number one box office movie which attracted a combined audience of over 100 million.

Their company, Pease International Ltd, produces videos, training courses and seminars for business and governments worldwide. Their monthly relationship column was read by over 20 million people in 25 countries. They have 6 children and 5 grandkids and are based in Australia and the UK.

Also by Allan Pease:

DVD Programs

Body Language Series
Silent Signals Series
How To Be A People Magnet - It's Easy Peasey
The Best Of Body Language
How To Develop Powerful Communication Skills - Managing the Differences Between Men & Women

Audio Programs

The Definitive Book Of Body Language
Why Men Don't Listen & Women Can't Read Maps
Why Men Don't Have A Clue & Women Always Need More Shoes
How To Make Appointments By Telephone
Questions Are The Answers
It's Not What You Say

Books

Body Language-How to Read others Thoughts by their Gestures
The Body Language of Love
Body Language in the Work Place
The Definitive Book Of Body Language
Why Men Don't Listen & Women Can't Read Maps
Why Men Lie & Women Cry
Why Men Want Sex & Women Need Love
You Can! People Skills For Life
Questions Are The Answers
Why He's So Last Minute & She's Got It All Wrapped Up
Why Men Can Only Do One Thing At A Time & Women Never Stop Talking
How Compatible Are You? Your Relationship Quiz Book
Talk Language
Get It Write

देहबोलीविषयी सर्वकाही

ॲलन + बार्बरा पीज

अनुवाद : रोहिणी पेठे

MANJUL
मंजुल पब्लिशिंग हाउस

This book is dedicated to all people who have good eyesight but who cannot see.

First published in India by

MANJUL

Manjul Publishing House

Pune Editorial Office

•Flat No. 1, 1st Floor, Samartha apartment, 1031, Tilak Road, Pune - 411 002

Corporate and Editorial Office

•2 Floor, Usha Preet Complex, 42 Malviya Nagar, Bhopal 462 003 - India

Sales and Marketing Office

•7/32, Ansari Road, Daryaganj, New Delhi 110 002 - India
Website: www.manjulindia.com

Distribution Centres

Ahmedabad, Bengaluru, Bhopal, Kolkata, Chennai, Hyderabad, Mumbai, New Delhi, Pune

This edition first published in 2013
Third impression 2020

ISBN : 978-81-8322-345-4

Translation by Rohini Pethe

Printed and bound in India by Thomson Press (India) Ltd.

Art direction by Santamaria www.santamaria.co.uk
Illustrations by Piero

अनुक्रमणिका

ऋणनिर्देश १

ओळख ३

दिसतं तसं नसतं : गोष्टी जशा दिसतात तशा त्या नसतात
तुम्हाला तुमच्या हाताची मागची बाजू किती माहीत आहे?
देहबोलीतील विरोधाभास तुम्हाला किती चांगल्या प्रकारे ओळखता येतो?
आम्ही हे पुस्तक कसं लिहिलं?
तुमचा देहबोली शब्दकोश

१. **मूलभूत तत्त्व समजून घेताना** ११

सुरुवातीला...
तुम्ही जे म्हणता ते, तेच का नसतं?
देहबोलीतून भावना आणि विचार यांचं दर्शन कसं घडतं?
स्त्रियांची आकलन क्षमता जास्त का असते?
मेंदूच्या तपासणीत काय आढळून आले?
ज्योतिष्यांना एवढं कसं माहीत असतं?
जन्मजात, आनुवंशिक की संस्कृतीतून आलेलं?
काही मूलभूत बाबींचा उद्भव
सार्वत्रिक हावभाव
अचूक आकलनाचे तीन नियम
चुकीचं आकलन सहज शक्य का असतं?
लहान मुलांना समजून घेणं सोपं का असतं?
तुम्ही फसवू शकता?
सत्य जीवनकथा : खोटारडा उमेदवार
उच्च दर्जाची आकलनशक्ती कशी मिळवाल?

२. तुमची शक्ती तुमच्या हातात ३९

खुलेपणा कसा ओळखाल?

फसवण्यासाठी तळहातांचा जाणूनबुजून वापर

कारण आणि परिणाम सिद्धांत

शक्ती तळहाताची

श्रोत्यांवर केलेला प्रयोग

हस्तांदोलन करण्याच्या पद्धतींचे विश्लेषण

हस्तांदोलनात पुढाकार कोणी घ्यावा?

वर्चस्व आणि नियंत्रण कसं सिद्ध कराल?

कमीपणा दर्शवणारं हस्तांदोलन

समानता कशी व्यक्त कराल?

उत्तम सलोखा कसा निर्माण कराल?

स्वत:चं वर्चस्व सिद्ध करू इच्छिणाऱ्याला निष्प्रभ कसं कराल?

थंड हस्तांदोलन

डाव्या बाजूचा फायदा घ्या

जेव्हा पुरुष आणि स्त्रिया हस्तांदोलन करतात

द डबल हॅन्डर (दोन्ही हातांचा वापर करून केलेले हस्तांदोलन)

स्वत:चा ताबा ठेवणारी हस्तांदोलनं

ब्लेअर–बुश सत्ता स्पर्धा

भेटीमध्ये तुमचंच वर्चस्व कसे ठेवाल

जगातील हस्तांदोलनाचे आठ वाईट प्रकार

अराफत–रेबीन हस्तांदोलन

सारांश

३. स्मित हास्य आणि हास्य यांची जादू ७८

शरणागतीचा संकेत देणारं हसू

हसणं संसर्गजन्य का असतं?

हसणं मेंदूबाबत कशी चलाखी करतं?

फसवं हसणं प्रत्यक्षात वापरताना

तस्कर कमी हसतात
सर्वत्र आढळणारे हसण्याचे पाच प्रकार
हसणे हेच सर्वोत्तम औषध का आहे?
मोठ्याने हसणे तुम्ही गंभीरपणे घेणे का आवश्यक आहे?
चिंपांझी आपल्यासारखे हसत-बोलत का नाहीत?
विनोदामुळे आजार कसा बरा होतो?
रडेपर्यंत हसणे
विनोदामुळं काय होतं?
हसण्याची खोली
नातेसंबंध दृढ करणारे स्मितहास्य आणि हास्य
विनोद विकला जातो
कायम तोंड पडलेली अवस्था
स्त्रियांसाठी स्मितहास्याबाबत सल्ला
प्रेमात पडल्यानंतरचं हास्य
सारांश

४. **हातांचे संकेत** १०५
हाताचा आधार बचावासाठी
हातांची घडी हानिकारक का असू शकते?
हो... पण मला असंच 'ठीक' वाटतं
स्त्री-पुरुषांतील भिन्नता
हातांची घडी घालून छातीवर ठेवणं
उपाय
हातांची मजबूत घडी
कोपराच्या वरील हात (बाहू) पकडणे
साहेब विरुद्ध कर्मचारी
अंगठा वर अवस्था
स्वत:लाच आलिंगन देणे
श्रीमंत आणि प्रसिद्ध व्यक्ती त्यांची असुरक्षितता कशी दाखवतात?

व्यावसायिक बोलणी यशस्वी होण्यासाठी अल्पोपाहाराचा
कसा उपयोग होतो?
स्पर्शाची ताकद
त्यांच्या हातालाही स्पर्श करा
सारांश

५. **सांस्कृतिक भिन्नता** १२५
आम्ही पिझ्झा खात असताना
सांस्कृतिक चाचणी
आपण सगळेच अमेरिकन का होत आहोत
बहुतेक सर्व ठिकाणी मूलभूत सांस्कृतिक गोष्टी सारख्याच असतात
अभिवादनाच्या पद्धतींमधील भिन्नता
एका संस्कृतीचा दुसऱ्या संस्कृतीशी सामना
वरचा ओठ घट्ट ठेवण्याची इंग्लिश लोकांची सवय
जपानी लोक
नाक शिंकरणं – 'श्शी घाणेरडा!'
विविध संस्कृतीत भिन्न अर्थ असणारे तीन महत्त्वाचे संकेत
स्पर्श करावा की करू नये?
दुसऱ्या संस्कृतीला अनावधानानं दुखावणं
सारांश

६. **हात आणि अंगठा यांच्या हालचाली** १४६
हातांच्या माध्यमातून भावना कशा व्यक्त होतात?
स्वत:चा मुद्दा पटवताना हातांचा वापर
हातांच्या हालचालींमुळे गोष्टी चांगल्या लक्षात राहतात
हातांचे तळवे चोळणे
अंगठा आणि बोट चोळणे
हात घट्ट आवळणे
चर्चच्या छपराच्या वर जाणारा मनोरा
बुद्धिबळात जिंकण्यासाठी हातांच्या मनोऱ्याचा वापर

सारांश
दोन्ही हातांवर चेहरा ठेवणं
हात पाठीमागे धरणे
अंगठे काय दर्शवतात?
कोटाच्या खिशातून अंगठे बाहेर येणं
सारांश

७. **मूल्यमापन आणि लबाडीचे संकेत** १६६
खोटे बोलणे - एक संशोधन
तीन शहाणी माकडं
चेहऱ्यावरून सत्य कसं उघड होतं?
स्त्रिया उत्कृष्ट खोटं बोलू शकतात आणि हे सत्य आहे
खोटं बोलणं कठीण का असतं
नेहमी आढळणाऱ्या खोटं बोलण्याच्या आठ पद्धती
मूल्यमापन आणि दिरंगाई दर्शवणारे हावभाव
खोटं बोलणारा उमेदवार
हनुवटी कुरवाळणं
स्वच्छ उत्तर देणं टाळण्यासाठी केलेल्या एकत्रित हालचाली
डोकं चोळणे किंवा हाताने स्वत:ला चापटी मारणे
बॉब बुद्धिबळात नेहमी का हरला
सकारात्मक आणि नकारात्मक विचार मनात येणे

८. **डोळ्यांचे संकेत** १९३
प्रसरण पावणाऱ्या बाहुल्या
बाहुल्यांची परीक्षा
नेहमीप्रमाणेच स्त्रियांची कामगिरी चांगली
मानवाच्या डोळ्यातील पांढऱ्या भागाचं महत्त्व
भुवया उंचावणे
डोळे मोठे करणे
डोकं खाली झुकवून वर बघणे

पुरुषांना चेतवणे
टक लावून पाहाणे
नग्न लोकांच्या वसाहतीत डोळ्यांनी संपर्क कसा साधायचा?
पुरुषाचं लक्ष कसं वेधून घ्यावं?
खोटं बोलणारे बहुतेकजण तुमच्या डोळ्यांत बघतात
दुसरा हल्ला करत असेल किंवा गैरवर्तन करत असेल
तर ते कसं टाळावं?
तिरक्या नजरेनं पाहाणं
जोरात डोळे फडफडवणं
नजर इकडून तिकडं फिरवणं
चेहऱ्याचा भूगोल
राजकारणी व्यक्तीची गोष्ट
माझ्या डोळ्यात खोलवर पाहा
मुलाखतीची पहिली २० सेकंदं
उत्तम मार्ग
कोणतं माध्यम तुम्हाला जवळचं वाटतं?
श्रोतृवर्गाच्या थेट डोळ्यात बघून कसं बोलावं
दृश्य माध्यमातून माहिती सादर करणे
द पॉवर लिफ्ट
सारांश

९. **प्रदेश आणि वैयक्तिक अवकाश यांच्यावर आक्रमण करणारे** २२६
वैयक्तिक अवकाश
क्षेत्रीय अंतर
क्षेत्रीय अंतरांचा व्यावहारिक वापर
कोण कोणाला कसे भेटतो
लिफ्टमधून जाताना अवघडल्यासारखं का होतं?
जमाव का संतापतात?

जागेची निवड – एक विचारपूर्वक केलेली कृती
जेवताना घेतलेली परीक्षा
अंतरावर परिणाम करणारे सांस्कृतिक घटक
जपानी लोक पुढाकार घेऊन वॉल्ट्झ करताहेत असं का वाटतं?
ग्रामीण विरुद्ध शहरी अवकाश क्षेत्र
प्रदेश आणि स्वामित्व
मोटार गाडीची मालकी
एक चाचणी
सारांश

१०. मनाचे कल पायांची स्थिती उघड करतात २४६
चालण्याच्या नव्या पद्धतीबद्दल सध्या खूप चर्चा आहे
पाय खरं काय ते बोलतात
पायांचे महत्त्व
उभे राहण्याच्या चार महत्त्वाच्या अवस्था
हातांची किंवा पायांची घडी का घातली जाते?
एक प्रवास मिटतेपणाकडून खुलेपणाकडे
पायांची घडी घालण्याची युरोपिअन पद्धत
इंग्रजी 'फोर'प्रमाणे बसण्याची अमेरिकन पद्धत
शरीर बंद झालं की मनही बंद होतं
फिगर फोर अवस्थेत पाय एका किंवा दोन्ही हातांनी घट्ट पकडणे
पायाचे घोटे एकमेकात अडकवणं
आखूड, तोकडे कपडे घालण्याची मानसिकता
एका पायानं दुसऱ्या पायाला विळखा घालणं
समांतर पाय
तुमचं उजवं पाऊल पुढे टाका, तुमचं उजवं पाऊल मागे घ्या
सारांश

११. दररोज आढळणाऱ्या १३ महत्त्वाच्या हालचाली २६८
मान डोलावणे
'मान डोलावणे' ही कृती तुम्ही शिकणं का आवश्यक आहे
सहमतीला प्रोत्साहन कसं द्याल
डोकं हलवणे
डोक्याच्या प्राथमिक अवस्था
खांदे उडविणे
कपडे झटकण्याचा आव आणणे
एखादी कृती करण्यासाठी सिद्ध आहोत हे आपण कसे दाखवतो
एकमेकांचा अंदाज घेणे
पाय पसरणे
खुर्चीच्या हातावर पाय ठेवणे
उलट्या बाजूनी खुर्चीवर बसणे
दोन्ही हात डोक्यामागे घेऊन आरामात बसणे
वाटाघाटींसाठी तयारी दर्शवणारी बसण्याची अवस्था
उठण्याची तयारी
सारांश

१२. अनुकरणातून भावबंध निर्माण करणे २९३
योग्य तारा जुळणे
पेशींच्या पातळीवरील अनुकरण
स्त्री-पुरुषांच्यातली अनुकरणाबाबतची भिन्नता
तुम्ही स्त्री असाल तर काय करायचं?
स्त्री आणि पुरुष केव्हा सारखे दिसू लागतात?
आपल्या पाळीव प्राण्यात आणि आपल्यात सारखेपणा दिसतो का?
मंकी सी, मंकी डू
एकमेकांशी आवाज जुळवणे
हेतुपुरस्सर संपर्क निर्माण करणे
कोण कोणाचे अनुकरण करते?
सारांश

१३. सिगारेट, चष्मा आणि मेकअप यांचे गुप्त संकेत **३११**
धूम्रपान करणाऱ्यांचे दोन प्रकार
स्त्री आणि पुरुषांमधले फरक
धूम्रपान – लैंगिकतेचं प्रदर्शन करण्याचा एक मार्ग
धूम्रपानातून सकारात्मक किंवा नकारात्मक निर्णय कसे ओळखायचे
सिगार ओढणारे
धूम्रपान करणारे सत्र कसे समाप्त करतात
चष्म्याचा वापर
वेळ काढण्यासाठी चष्म्याचा वापर
चष्मा नाकावरून जरा खाली घेऊन त्याच्यावरून पाहणे
चष्मा डोक्यावर ठेवणे
चष्मा आणि मेकअप
ओठ काय सांगतात?
ब्रीफकेसचे संकेत
सारांश

१४. मनाला जिकडे जायचे असते ती दिशा शरीर दर्शवते **३२९**
शरीराचे कोन काय सांगतात
आपण इतरांना कसे टाळतो
बसण्याच्या पद्धतीवरून दिले जाणारे संकेत
पावलांची दिशा
सारांश

१५. प्रियाराधन आणि आकर्षणाचे संकेत **३३८**
रंगीत, आकर्षक नराचा उदय
ग्रॅहमची गोष्ट
स्त्रियांचा नेम नेहमी कसा बरोबर येतो
स्त्री आणि पुरुषांमधील फरक
आकर्षणाची प्रक्रिया
स्त्रियांकडून प्रियाराधन करण्यासाठी वापरण्यात येणाऱ्या,

नेहमी आढळणाऱ्या १३ महत्त्वाच्या हालचाली आणि संकेत पुरुष
स्त्रियांच्या शरीरांमध्ये काय पाहतात
सुंदर लोकं वगळली का जातात
स्त्रीच्या शरीराचे कोणते अवयव पुरुषांना आवडतात
पुरुषांचे अनुनयाचे संकेत आणि हालचाली
एखाद्या नात्याची सुरुवात पुरुषांच्या बोलण्यानं का होते
पुरुषांच्या शरीराकडे स्त्रिया सर्वांत जास्त कशामुळे आकर्षित होतात
तिला पाय, छाती की पार्श्वभाग आवडतो?
सारांश

१६. स्वामित्व, प्रदेश आणि उंचीचे संकेत ३८०
शरीर खाली झुकवणं आणि स्थान
गावातील ती बडी हस्ती आहे
काही लोक टीव्हीवर उंच का दिसतात
जमिनीवरील प्रयोग
उंचीचे दुष्परिणाम
काही वेळा शरीर झुकवल्यानं स्वत:चं स्थान वाढतं
टीव्हीवरील राजकारणी मतं कशी मिळवू शकतात
रागावलेल्या माणसाला शांत कसं करावं
प्रेमाचा आणि उंचीचा काय संबंध असतो
उंच आहे असं दाखवण्याचे काही उपाय
सारांश

१७. बसण्याच्या पद्धती –कोठे बसावे आणि का ३९७
टेबलापाशी बसण्याची योग्य जागा निवडणे–
तुम्ही काय म्हणता यापेक्षा कोठे बसता हे महत्त्वाचे
किंग आर्थरची कल्पना
दोन्हीही व्यक्तींना बोलण्यात सहभागी करून घेणे
कंपनीतील महत्त्वाच्या लोकांच्या बैठकीसाठी असलेली बोर्ड टेबल
शिक्षकांचा आवडता विद्यार्थी डावीकडे का बसतो

घरातील शक्ती प्रदर्शन
श्रोत्यांना कसे रडवाल
लक्ष देण्याचे क्षेत्र
शिकण्याबाबत प्रयोग- (प्रभावी शिकवणं आणि शिकणं)
निर्णय आपल्या बाजूनं होण्यासाठी जेवण एक निमित्त
सारांश

१८. मुलाखती, सत्तेचे खेळ आणि कार्यालयीन राजकारण ४१९
जेम्स बॉन्ड शांत, स्थिरवृत्ती आणि अविचलित का वाटतो?
प्रथमदर्शनी छाप पाडण्याच्या नऊ महत्त्वाच्या बाबी
जेव्हा तुम्हाला कोणी तिष्ठत ठेवतं
तुम्ही यशस्वी होईपर्यंत तुमची भूमिका खरी वाटेल
अशी वठवत राहा
तुमच्या व्यक्तिमत्त्वाला विशेष धार येण्यासाठीचे सात साधे उपाय
सारांश
कार्यालयीन राजकारण
टेबलाच्या 'स्वामित्वाची' अदलाबदल
सीटेड बॉडी पॉईंटिंग
कार्यालयाची पुनर्मांडणी
सारांश

१९. सर्व एकत्रितपणे ४४३
प्रत्येक घटनेतला गर्भितार्थ तुम्हाला कळतो की नाही?
तुम्हाला किती गुण मिळाले?
सारांश
आकर्षक देहबोलीची सात गुपितं

ऋणनिर्देश

खालील निर्देशित लोक असे आहेत की ज्यांना कल्पना असेल किंवा नसेल पण त्यांचं या पुस्तकाप्रती प्रत्यक्ष किंवा अप्रत्यक्ष योगदान आहे.

यामध्ये डॉ. जॉन टिकेल, डॉ. डेनिस वेटली, डॉ. आंद्रे डॅव्हरील, प्रोफेसर फिलिप हन्सेकर, ट्रेव्हर डॉल्बी, अरमीन गॉन्टरमन, लॉथर मेने, रे आणि रूथ पीज, माल्कम एडवर्ड्स, इयान मार्शल, लॉरा मीहान, रॉन आणि टोबी हेल, डॅरिल व्हिटबाय, सुझान लॅम्ब, सदाकी हयाशसी, डेब मेहरटेन्स, डेब हिंकसमॅन, डॉरिन कॅरॉल, स्टीव्ह राईट, डेरिन हिंच, डॅना रिव्हज्, रॉनी कॉरबेट, वनेसा फेल्ट्स, एस्थर रॅन्टझेन, जोनाथन कोलमन, ट्रीश गोदार्द, केरी-ॲनी केनर्ली, बर्ट न्यूटन, रॉजर मूर, लेनी हेन्री, रे मार्टीन, माईक वॉल्श, डॉन लेन, इयान लेस्ली, ॲनी डायमन्ड, गेरी ॲन्ड शेरी मेडोज, स्टॅन झरमारनिक, डॅरेल सॉमर्स, अँड्रेस केपेस, लिऑन बायनर, बॉब गेल्डॉफ, व्लादिमीर पुतीन, ॲन्डी मॅकनॅब, जॉन हार्वर्ड, निक ॲन्ड कॅथरिन ग्रेनेर, ब्राइस कर्टनी, टोनी ॲन्ड चेरी ब्लेअर, ग्रेग ॲन्ड कॅथी ओवेन, लिंडी चेम्बरलेन, माईक स्टोलर, जेरी ॲन्ड कॅथी ब्रॅडबीर, टय ॲन्ड पॅटी बॉड, मार्क व्हिक्टर हॅन्सेन, ब्रायन ट्रेसी, केरी पॅकर, इयान बोथम, हेलेन रिचर्ड्स, टोनी ग्रेग, सायमन टाऊनसेन्ड, डायना स्पेन्सर, प्रिन्सेस विल्यम्स ॲन्ड हॅरी, प्रिन्स चार्लस्, डॉ. डेसमन्ड मॉरिस, प्रिन्सेस ॲन, डेव्हिड ॲन्ड जॅन गुडविन, इव्हेन फ्रँगी, व्हिक्टोरिया सिंगर, जॉन नेविन, रिचर्ड ऑटॅन, रॉल बॉइली, मॅथ्यू ब्रॉन्ड, डग कॉन्स्टेबल, जॉर्ज डेव्हेरॉक्स, रॉब एडमंड्स, गेरी हॅटन, जॉन हेपवर्थ, बॉब हेऊस्स्लेर, गे ह्यूबर, इयान मॅककिलॉप, डेलिया मिल्स, पामेला ॲन्डर्सन, वेन मगरिज, पीटर ओपी, डेव्हिड रोज, ॲलन व्हाइट, रॉब विन्च, रॉन टॅशी, बॅरी मॅरकॉफ, ख्रिस्तीन महेर, सॅली ॲन्ड जेफ बर्च, जॉन फेन्टन, नॉर्मन ॲन्ड ग्लेन्डा लिओनार्ड

आणि

डोरी सायमन्ड्स, जिच्या प्रोत्साहनामुळे आणि उत्साहामुळे
हे पुस्तक लिहिणं आम्हाला भाग पडलं.

ओळख

एखाद्या व्यक्तीची नखं, त्याच्या कोटाची बाही, त्याचे बूट,
त्याच्या पँटचे गुडघे, त्याच्या तर्जनीवरचे आणि अंगठ्यावरचे घट्टे,
त्याची मुद्रा, त्याच्या शर्टाची बाही, त्याच्या हालचाली –
यातली प्रत्येक गोष्ट त्या माणसाचा व्यवसाय उघड करून सांगत
असते. या सगळ्या गोष्टी एकत्रितपणे बघूनसुद्धा,
चौकशी करणाऱ्या कुशल माणसाला कशाचाही
बोध होत नाही हे जवळजवळ आकलनापलीकडचं आहे
शेरलॉक होम्स, १८९२

मी लहान असतानाच मला एक गोष्ट कळली होती की लोक जे बोलतात तेच त्यांना म्हणायचं असतं किंवा तेच त्यांच्या मनात असतं असंच काही नाही. त्यामुळेच त्यांच्या आंतरिक भावना जाणून घेऊन त्यांच्या गरजांना योग्य प्रतिसाद दिला तर मला अपेक्षित गोष्टी त्यांच्याकडून मी घडवून घेऊ शकतो. ११ वर्षांचा असतानाच रबर स्पंज दारोदारी जाऊन विकायचा व्यवसाय मी चालू केला. माझ्या किरकोळ खर्चासाठी पैसे मिळवण्यासाठी शाळेचे तास संपल्यानंतर मी हा व्यवसाय करीत असे. लवकरच समोरचा माणूस माझ्याकडून खरंच काही विकत घेणार आहे का, हे ओळखण्यात मी तरबेज झालो. दार उघडणाऱ्या व्यक्तीनं मला दारात बघून ओरडून 'चालता हो' म्हणून बाहेरचा रस्ता दाखवला तरी जर हाताचा तळवा दाखवत त्यांनी असं म्हटलं असेल तर मी समजायचो की इथे काहीतरी आशा आहे. कारण हाताचा तळवा दाखवणारा माणूस समोरच्या माणसाला नाकारत असला तरी आक्रमक नसतो. याउलट एखाद्याने सौम्य आवाजात आणि शब्दात निघून जायला सांगितलं आणि असं करताना एका बोटाचा उपयोग केला किंवा तळवे अजिबात न दाखवता बंद हाताचा निर्देश केला तर खरंच काढता पाय घेणं श्रेयस्कर

हे मला लगेच लक्षात यायचं. माझं हे विक्रेत्याचं काम मला उत्तमरीतीने जमत असे आणि अतिशय आवडतही असे. माझ्या किशोर वयातच मी संध्याकाळच्या वेळात भांडी वगैरे विकत असे आणि सवयीनं मला माणसांच्या वागण्या-बोलण्यातून त्यांच्या मनात काय आहे हे कळायचं. त्यामुळे मला इतकं यश मिळालं की मला माझ्या कमाईच्या पैशातून माझी पहिली स्थावर मालमत्ता खरेदी करता आली. या विक्रीच्या व्यवसायामुळे मला अनेक लोकांच्या जवळ जाऊन त्यांच्या देहबोलीवरून ते माझी वस्तू विकत घेतील की नाही याचा अंदाज घ्यायची संधी मिळाली. (या कौशल्याचा मला आणखी एक फायदा झाला - डिस्कोमध्ये मुलींना भेटण्यासाठी. देहबोलीच्या अभ्यासावरून कोणती मुलगी माझ्याबरोबर डान्स करायला 'हो' म्हणेल आणि कोण 'नाही' म्हणेल याविषयी मी आधीच अंदाज बांधायचो आणि तो बरोबर यायचा.)

वयाच्या विसाव्या वर्षी मी ऑस्ट्रेलियातल्या सगळ्यात मोठ्या जीवन विमा कंपनीचा प्रतिनिधी झालो. वयानं सगळ्यात लहान विमा प्रतिनिधी असण्याचा मान मला मिळाला आणि पहिल्या १० वर्षातच १० लाख डॉलर्सपेक्षा जास्त विमा पॉलिसी विकून मी अनेक नवीन विक्रम प्रस्थापित केले. या माझ्या यशामुळे मी अमेरिकेतील प्रतिष्ठेच्या समजल्या जाणाऱ्या 'मिलियन डॉलर राऊंड टेबल' या संस्थेचा सभासद होण्यास पात्र झालो. (आणि पुढे या संस्थेचा मानद सदस्य (फेलो) होऊ शकलो.) लहानपणी भांडी विकत असताना संभाव्य गिऱ्हाईकाच्या देहबोलीवरून अंदाज घेऊन विक्री करण्याची जी सवय मला लागली, विक्रीची जी तंत्रं मी आत्मसात केली होती त्याचा उपयोग मी इतर क्षेत्रातही करून घेतला. या कौशल्याच्या जोरावर मी ज्या क्षेत्रात गेलो तिथे मला यश मिळवता आलं. लोकांशी संबंध येणाऱ्या कोणत्याही क्षेत्रात मी यशस्वीपणे काम करायला लागलो.

दिसतं तसं नसतं : गोष्टी जशा दिसतात तशा त्या नसतात

एखाद्या व्यक्तीबाबत नेमकं काय घडतंय हे ओळखण्याची क्षमता साधी असली तरी सोपी नाही. तुम्ही जे पाहता, ऐकता आणि ज्या वातावरणात ते सगळं घडतं त्याचा मेळ घालून तुम्हाला संभाव्य निष्कर्ष काढायचे

असतात. पण बहुतेक वेळा लोक गोष्टी जशा पाहतात तशाच आणि तेवढ्याच त्या आहेत असं समजतात.

यासाठी आपण एका गोष्टीचं उदाहरण घेऊ –

दोघं जण जंगलातून फिरता फिरता एका खोल खड्ड्यापाशी आले.

''बापरे! खड्डा बराच खोल दिसतोय!'' त्यातला एक जण म्हणाला.

''चल आपण त्याच्यात काही छोटे दगड टाकू या म्हणजे आपल्याला कळेल तो खड्डा किती खोल आहे.''

त्यांनी थोडे दगड टाकले. ते थोडा वेळ थांबले पण काहीच आवाज आला नाही.

''अरेच्या, हा खड्डा बराच खोल दिसतोय बरं का. चल आपण मोठे मोठे दगड याच्यात टाकू. त्याचा काहीतरी आवाज तरी येईल.''

त्यांनी फुटबॉलच्या आकाराचे दोन दगड उचलले आणि टाकले. पण तरीही काही आवाज आला नाही.

''इथून जवळच त्या झाडाझुडपात रेल्वेचे स्लिपर म्हणजे रुळाखाली टाकतात ते लाकूड आहे. ते जर आपण यात टाकले तर नक्कीच आवाज येईल.'' त्यातला एक जण म्हणाला. त्यांनी मग तो ओंडका ओढत आणला आणि सर्व शक्तिनिशी तो खड्ड्यात टाकला. त्याचाही काही आवाज आला नाही.

अचानक एक बकरी जंगलातून वाऱ्यासारखी पळत आली आणि त्या दोघांच्या मधून वाट काढत तिनं हवेत उडी मारली आणि ती खड्ड्यात अदृश्य झाली. दोघंही जण आश्चर्यचकित होऊन पाहतच राहिले.

तेवढ्यात जंगलातून एक शेतकरी आला आणि त्यानं विचारलं, ''अहो, माझ्या बकरीला तुम्ही पाहिलंत का?''

''हो, हो पाहिलंय की, अहो अशी जंगलातून वाऱ्यासारखी पळत येऊन दाणकन तिनं खड्ड्यात उडी मारली. आपण तरी बाबा असली चक्रम बकरी पूर्वी कधी बघितली नव्हती.'' ते दोघे म्हणाले.

त्यावर शेतकरी उत्तरला, ''नाही, नाही. ती माझी बकरी असणं शक्य नाही. कारण माझ्या बकरीला मी रेल्वे स्लिपरच्या ओंडक्याला बांधून ठेवलं होतं.''

तुम्हाला तुमच्या हाताची मागची बाजू किती माहीत आहे?

कधी कधी आपण म्हणतो की, ''मला माझ्या हाताची मागची बाजू माहीत आहे.'' पण प्रयोगांद्वारे असं आढळून आलं आहे की ५ टक्क्यांपेक्षा कमी लोकांना त्यांच्या हाताची मागची बाजू छायाचित्रावरून ओळखता आली.

टेलिव्हिजनच्या कार्यक्रमासाठी आम्ही एक साधा प्रयोग केला. त्यावरून असं लक्षात आलं की, बहुतेक लोकांना देहबोलीच्या खाणाखुणा ओळखता येत नाहीत, समजत नाही.

एका हॉटेलमध्ये प्रवेश केल्या केल्या जे प्रतीक्षालय (लॉबी) होतं त्याच्या शेवटी आम्ही एक मोठ्ठा आरसा लावला. हॉटेलमध्ये लांबच लांब कॉरिडॉर होतं. मात्र ते प्रतिक्षालयाच्या मागच्या बाजूला बाहेर जात होतं. आम्ही छतावरून छोटी छोटी रोपटी अशा प्रकारे टांगली की ती जमिनीपासून पाच फुटांवर येतील. आरशाचा परिणाम असा झाला की कोणाही व्यक्तीनं हॉटेलच्या लॉबीत प्रवेश केला की दुसऱ्या बाजूनं आणखी एक व्यक्ती प्रवेश करते आहे असं वाटत होतं. 'दुसरी व्यक्ती कोण आहे' हे ओळखता येत नव्हतं कारण त्याच्या चेहऱ्याच्या पातळीदरम्यान ती टांगलेली रोपटी यायची. मात्र त्या व्यक्तीच्या शरीराचा इतर भाग आणि त्याच्या हालचाली मात्र दिसत होत्या. हॉटेलमध्ये आलेला प्रत्येक पाहुणा डावीकडे असणाऱ्या स्वागत टेबलाकडे जाण्यापूर्वी ५-६ सेकंद तरी त्या 'दुसऱ्या' पाहुण्याला पाहायचा. जेव्हा लोकांना विचारलं की तो पलीकडचा 'पाहुणा' कोण आहे? ओळखलं का? तर ८५% पुरुषांनी 'नाही' असं उत्तर दिलं. बहुतेक पुरुष स्वत:ला आरशात बघून ओळखू शकले नाहीत. एक जण तर म्हणाला, 'तुम्हाला तो जाड, कुरूप माणूस म्हणायचं आहे का?' मात्र आश्चर्यकारकरीत्या ५८% महिलांनी तो आरसा आहे हे ओळखलं तर ३०% महिलांनी पलीकडची पाहुणी 'परिचयाची' वाटते, असं सांगितलं.

बहुतेक पुरुषांना आणि निम्म्या तरी महिलांना त्या मानेपासूनखाली कशा दिसतात हे माहीत नसतं.

देहबोलीतील विरोधाभास तुम्हाला किती चांगल्या प्रकारे ओळखता येतो?

सगळीकडच्या लोकांना राजकारणी व्यक्तीच्या देहबोलीबद्दल आकर्षण असतं. कारण प्रत्येकालाच हे माहीत असतं की बऱ्याचदा राजकारणी लोक त्यांचा ज्याच्यावर विश्वास आहे असं दाखवतात तसा खरा तो नसतो. तसंच ते खरं तर जसे आहेत तसं मान्य न करता आपण कोणीतरी वेगळे आहोत असं भासवतात. राजकारण्यांचा बहुतेक वेळ झुकणं, टाळणं, लबाडी, ढोंग, खोटे बोलणं, खऱ्या भावभावना लपवणं यातच जातो. स्वत:भोवती ते धुराचे पडदे किंवा आरसे ठेवतात. गर्दीतल्या कुण्या काल्पनिक व्यक्तीकडे बघून ते कायम हात हलवत असतात. पण आपल्याला हेही माहीत असतंच की त्यांची देहबोली विरोधाभासाच्या खाणाखुणा दाखवत असते. त्यांना असं पकडणं आपल्याला आवडत असतं म्हणूनच आपण त्यांचं निरीक्षण करीत असतो.

राजकारणी व्यक्तीची अशी कोणती खूण आहे की ज्यामुळं ती खोटं बोलत आहे हे आपल्याला कळतं? तिच्या ओठांची हालचाल होत असते.

टेलिव्हिजनच्या कार्यक्रमासाठी स्थानिक पर्यटन कार्यालयाच्या सहकार्यानं आम्ही एक प्रयोग केला. स्थानिक प्रेक्षणीय स्थळांची आणि इतर काही महत्त्वाच्या ठिकाणांची चौकशी करण्यासाठी काही पर्यटक या कार्यालयात आले. आम्ही निर्देशित केलेल्या एका काऊंटरवर ते माहिती घेण्यासाठी गेले. तिथं ते एका पर्यटन अधिकाऱ्याशी बोलले. त्याचे केस फिकट तपकिरी होते आणि त्याला मिशा होत्या, त्यानं पांढरा शर्ट, टाय घातला होता. प्रवासाच्या कार्यक्रमाची आखणी झाल्यावर तो अधिकारी माहितीपत्रक घेण्यासाठी काऊंटरच्या खाली वाकला. त्यानंतर एक वेगळाच माणूस तिथून बाहेर आला. त्याचा चेहरा नीटनेटका, दाढी केलेला होता, केस काळे होते आणि त्यानं निळा शर्ट घातला होता. त्याच्या हातात माहितीपत्रकं होती. आधीच्या अधिकाऱ्यानं जिथं संभाषण थांबवलं होतं तिथून त्यानं बोलायला सुरुवात केली. आश्चर्य म्हणजे त्या

पर्यटकांपैकी जवळजवळ निम्म्या लोकांना हा बदल झाल्याचं लक्षातही आलं नाही. स्त्रियांपेक्षा जवळजवळ दुप्पट पुरुषांना हा बदल जाणवला देखील नाही. देहबोलीतलाच बदल नव्हे तर बोलणारी व्यक्तीच बदलली आहे हे त्यांच्या लक्षातच आलं नाही. जन्मापासूनच शरीराची भाषा तुम्हाला ओळखता येत नसेल किंवा त्याबद्दल काही शिकवलं नसेल तर देहबोलीबाबतच्या अशा अनेक गोष्टी तुमच्या लक्षातही न येण्याची शक्यता असते. म्हणूनच या पुस्तकात आपल्याला देहबोलीविषयी सर्व काही जाणून घ्यायचं आहे.

आम्ही हे पुस्तक कसं लिहिलं?

माझ्या *बॉडी लँग्वेज (देहबोली)* या मूळ पुस्तकाचा आधार घेऊन मी आणि बार्बरानं हे *द डेफिनिटव्ह बुक ऑफ बॉडी लँग्वेज (देहबोलीविषयी सर्व काही)* पुस्तक लिहिलं. आम्ही या पुस्तकात जास्त सविस्तरपणे, विस्तारानं लिहिलं आहे. नवीन वैज्ञानिक शाखांमधील संशोधन आम्ही इथं मांडलं आहे. यामध्ये उत्क्रांत जीवशास्त्र, उत्क्रांत मानसशास्त्र यांचा समावेश आहे. तर मेंदूमध्ये काय घडतं हे जाणून घेणाऱ्या मॅग्नेटिक रेझोनन्स इमेजिंग (एमआरआय) तंत्रज्ञानाची ओळख या पुस्तकात करून दिली आहे. हे पुस्तक लिहिताना आम्ही जी शैली वापरली आहे त्यामुळं तुम्ही कोणतंही पान उघडून स्वतंत्रपणे वाचू शकता. आम्ही या पुस्तकाचा आशय मुख्यत: शरीराच्या हालचाली, हावभाव, भावना यांच्याशी निगडित ठेवला आहे. कारण समोरासमोर बोलताना त्याचीच नितांत आवश्यकता असते. दोन व्यक्ती समोरासमोर ठाकल्या की देहबोलीविषयी हे सारं काही शिकणं गरजेचं ठरतं. आपल्या शरीराविषयी शब्दांविना इतर काही खाणाखूणा, सूचना, हालचाली असतात. त्याची जाणीव या पुस्तकात करून देण्यात आली आहे. याचा उपयोग कसा करायचा आणि प्रभावीपणे संवाद कसा साधायचा, तसंच आपल्याला हवा असलेला प्रतिसाद कसा मिळवायचा हेही यात सांगितलं आहे.

देहबोलीच्या प्रत्येक घटकाविषयी, हावभावांविषयी यात स्वतंत्रपणे लिहिलं आहे. साध्या, सोप्या संज्ञा वापरल्या आहेत, ज्या तुम्हाला सहज

कळतील. मात्र काही हावभावांविषयी स्वतंत्रपणे लिहिलं आहे. त्याच वेळी मुद्याचं अति सुलभीकरण करणं, गोष्टी अति सोप्या करून सांगणं टाळण्याचा प्रयत्न केला आहे.

काही जण अशी भीती व्यक्त करण्याची शक्यता आहे की देहबोलीचा अभ्यास करून, वैज्ञानिक ज्ञानाचा वापर करून आपण दुसऱ्याच्या मनातील सुप्त विचार ओळखून त्याचं शोषण करण्यासाठी, त्याच्यावर सत्ता गाजवण्यासाठी त्याचा उपयोग करू शकतो. मात्र, इतरांच्या अंतरंगाचं यथार्थ ज्ञान घेऊन त्यांच्याशी प्रभावी संवाद साधण्यासाठी या पुस्तकाचा उपयोग होईल, असं आम्हाला वाटतं. इतरांविषयीची आणि पर्यायानं स्वत:विषयीची समज वाढवण्यासाठी हे पुस्तक उपयोगी पडेल, असा विश्वास आम्हाला वाटतो. समज वाढल्यानं आपलं जगणं सुसह्य होतं, तर अज्ञानानं आणि दुसऱ्यांबद्दल नीट न कळल्यानं भीती आणि अंधश्रद्धा वाढत जातात. त्यामुळे आपण इतरांवर जास्त टीका करू लागतो. पक्ष्यांना मारता यावं आणि ते मृत पक्षी घरात अभिमानानं लटकवता यावेत यासाठी पक्षीनिरीक्षक पक्ष्यांचं निरीक्षण करत नाही. तद्वतच देहबोलीविषयीचं ज्ञान आणि कौशल्य जाणून घेतल्यानं दुसरी व्यक्ती अचानक समोर आली तरी ती भेट एक उत्साहवर्धक अनुभव ठरू शकते.

'तो' अथवा 'ती' असा जर विशेष उल्लेख केला नसेल तर त्या बाबी स्त्री आणि पुरुष दोघांनाही सारख्याच लागू पडतात, असं समजावं. लिखाणात सुलभता आणण्यासाठी असा प्रयत्न करण्यात आला आहे.

तुमचा देहबोली शब्दकोश

विक्री क्षेत्रात काम करणाऱ्यांना, व्यवस्थापकांना, वाटाघाटी करणाऱ्यांना, उच्चपदस्थ अधिकाऱ्यांना हे पुस्तक मार्गदर्शक ठरावं, हा या पुस्तक लेखनामागील मूळ उद्देश होता. पण आता मात्र हे पुस्तक तुम्ही घरी असा, कामाच्या ठिकाणी असा, प्रेमात पडला असा किंवा लग्नाचा विचार करत असा, तुमच्या आयुष्यातल्या कोणत्याही प्रसंगासाठी उपयुक्त ठरणार आहे. ३० वर्षांचं आमचं या क्षेत्रातलं वाढतं ज्ञान, गुंतवणूक, अनुभव

यांचा परिपाक म्हणजे *देहबोलीविषयी सर्व काही* हे पुस्तक. आम्ही तुम्हाला मूलभूत 'शब्द' दिले आहेत. पण तुमचा कल आणि भावना तुम्हीच जाणून घ्यायच्या आहेत. माणसं अशी का वागतात या तुम्हाला नेहमी गोंधळात टाकणाऱ्या प्रश्नाचं उत्तर या पुस्तकात मिळेल. त्याच वेळी तुमच्याही वागण्यात कायमस्वरूपी बदल घडून येईल. तुम्ही सदैव एखाद्या अंधाऱ्या खोलीत आहात, तिथं फर्निचर, सामानसुमान आहे, भिंतीवर काहीतरी टांगलेलं आहे, दार आहे पण तुम्ही ते प्रत्यक्ष कसं दिसतं हे कधी बघितलेलं नाही. या पुस्तकामुळे त्या अंधाऱ्या खोलीत प्रकाशाचं बटण दाबावं तसं होणार आहे. खोली प्रकाशानं उजळून निघणार आहे आणि नेहमी तिथंच असणाऱ्या वस्तू तुम्हाला लख्खपणे दिसू लागणार आहेत. आता तुम्हाला गोष्टी नेमक्या कशा आहेत, कोठे आहेत आणि त्यांच्याबाबत काय करायचं हे कळणार आहे.

ॲलन पीज

प्रकरण १

मूलभूत तत्त्व समजून घेताना

अशाप्रकारे अंगठा दाखवणं, याचा अर्थ भिन्न संस्कृतीत भिन्न असतो.
त्याचा पाश्चात्त्यांमधे 'छान', इटालियन्ससाठी 'एक',
जपान्यांमधे 'पाच' आणि ग्रीकांसाठी शिवीसदृश अर्थ असतो.

प्रत्येकाला असा कोणीतरी माहीत असतो जो लोकांनी भरलेल्या खोलीमध्ये प्रवेश करतो आणि काही मिनिटातच तिथं असलेल्या लोकांचं आणि त्यांच्या भावनांचं एकमेकांशी काय नातं आहे याचं अचूक वर्णन करतो. मानवी समाजात बोली भाषा उत्क्रांत होण्यापूर्वी माणसाच्या वर्तणुकीवरूनच त्याचा कल, विचार ओळखले जायचे आणि संवाद साधला जायचा.

रेडिओचा शोध लागण्यापूर्वी पुस्तकं, पत्रं, वृत्तपत्र यांतून लिखाण करूनच बहुतांश संवाद साधला जायचा. याचाच अर्थ अब्राहम लिंकनसारख्या कुरूप आणि सुमार वक्त्यानं सातत्यानं लिखाणावर भर ठेवल्यानं ते यशस्वी होऊ शकले. ज्यांचं बोलण्यावर प्रभुत्व आहे अशा लोकांसाठी रेडिओच्या कालखंडानं नवं दालन खुलं केलं. विन्स्टन चर्चिल हे त्याचं उत्तम उदाहरण. ते उत्तम वक्ते होते. दृश्य माध्यमाचा प्रभाव असणाऱ्या आजच्या कालखंडात मात्र त्यांना यशस्वी होण्यासाठी जरा झगडावं लागलं असतं.

राजकारणात तुमचं दिसणं, प्रतिमा याला खूप महत्त्व आहे, हे आजच्या राजकारणी व्यक्तींनी ओळखलं आहे. म्हणूनच बड्या राजकारणी लोकांकडे त्यांचे वैयक्तिक सल्लागार असतात. ते राजकारणी लोकांची तो सच्चा, प्रामाणिक, तळमळीचा, आस्था असलेला कार्यकर्ता आहे, अशी प्रतिमा निर्माण करण्यासाठी प्रयत्न करतात. प्रत्यक्षात राजकारणी लोक तसे नसतात हे सगळ्यांनाच माहीत आहे.

आश्चर्यकारक बाब म्हणजे आपल्या हजारो वर्षांच्या या उत्क्रांतीमध्ये देहबोलीचा कृतीशील अभ्यास १९६० पासून सुरू झाला आणि बहुसंख्य लोकांना या विषयाचं अस्तित्व १९७८ मध्ये जेव्हा आमचं *देहबोली* हे पुस्तक प्रकाशित झालं त्या वेळी जाणवलं. बोलणं हेच संवाद साधण्याचं मुख्य माध्यम आहे असं बहुसंख्य लोकांना आजही वाटतं. उत्क्रांतीचा विचार केला तर, बोलणं ही कला संवादासाठी आपण वापरायला लागलो ती अगदी अलीकडे; म्हणजे दोन दशकं ते चार-पाचशे हजार वर्षांपूर्वीच्या कालखंडात. त्या वेळी आपला मेंदू आत्ताच्या आपल्या मेंदूच्या आकारापेक्षा तिप्पट मोठा होता. पण त्याही पूर्वी देहबोली आणि घशातून केले जाणारे आवाज हेच आपल्या भावना-संवेदना पोहोचवण्याचं माध्यम होतं आणि आजही आपण तेच माध्यम वापरतो. पण बहुतेक वेळा आपण लोक जे बोलतात त्यावरच लक्ष केंद्रित करत असल्यानं देहबोलीविषयी जागरूक नसतो. त्याचं आपल्या आयुष्यातलं महत्त्व काय आहे हे आपल्याला जाणवत नाही.

मात्र आपल्या बोलीभाषेनं संवादात देहबोलीचं महत्त्व किती आहे हे बरोबर ओळखलं आहे. हे काही वाक्प्रचारच बघा ना!

छाती पुढं काढून उभे राहाणे, ओठ घट्ट मिटून घेणे, ताठ मानेनं जगणे, जबाबदारी खांद्यावर घेणे, कुणाच्या खांद्यावर कुणाचे ओझे, प्रसंगाला तोंड देणे, खांदे पाडणे इ.

यातले काही वाक्प्रचार आपल्या पचनी पडणं अवघड आहे. पण काही मात्र आपले **डोळे** खाडकन उघडायला लावणारे अहेत. आम्ही ते इथं निवडले याबद्दल तुम्ही आमची **पाठ** थोपटायला हवी. या पुस्तकात

पुढंही आम्ही वेळोवेळी असे वाक्प्रचार वापरले आहेत. एकतर तुम्हाला ते आवडून तुम्ही आमच्यापुढे **गुडघे** तरी टेकवाल किंवा न आवडून या सगळ्या कल्पनेकडे पाठ फिरवाल. वाक्प्रचारांचा आपण नीट विचार केला तर देहबोली या संकल्पनेचं आपल्या आयुष्यात किती महत्त्व आहे हे जाणून आपण **नतमस्तक** होतो.

सुरुवातीला...

चार्ली चॅप्लिनसारखे मूकचित्रपटातील अभिनेते देहबोली कौशल्याचे उद्गाते आहेत. कारण पडद्यावर संवादाचं तेवढं एकच माध्यम त्यांच्या हातात होतं. आपल्या हावभावांनी, शारीरिक हालचालींनी, खाणाखुणांनी प्रेक्षकांशी हे अभिनेते किती मर्यादेपर्यंत संवाद साधू शकत त्यावर त्यांच्या कौशल्याची चांगली-वाईट अशी वर्गवारी केली जायची. बोलपट जेव्हा लोकप्रिय होऊ लागले आणि शब्दांविना अभिनयाच्या इतर अंगांचं महत्त्व कमी होऊ लागलं, त्या वेळी मूकपटातील अनेक नट काळाच्या पडद्याआड गेले. ज्यांचं शब्दांवर प्रभुत्व होतं आणि इतरही कौशल्यं ज्यांच्याकडे होती, असेच अभिनेते टिकून राहू शकले.

विसाव्या शतकाच्या पूर्वी देहबोलीविषयक अत्यंत महत्त्वपूर्ण शैक्षणिक अभ्यास करण्याचे श्रेय चार्लस् डार्विनकडे जातं. १८७२ मध्ये त्याचं द *एक्सप्रेशन ऑफ द इमोशन्स इन मॅन अॅन्ड अॅनिमल्स* (माणूस आणि प्राणी याच्यामधील अभिव्यक्ती) या विषयावरचं पुस्तक प्रकाशित झालं. मात्र त्याचं हे पुस्तक मुख्यत: शैक्षणिक क्षेत्रात काम करण्यांकडूनच वाचलं गेलं. मात्र, चेहऱ्यावरील हावभावांचा आणि देहबोलीचा अभ्यास करण्यासाठी आधुनिक अभ्यासकांसाठी ते उपयुक्त ठरलं. जगभरातल्या संशोधकांनी डार्विनच्या अनेक कल्पना आणि निरीक्षणांना बळकटी दिली. त्या वेळेपासून संशोधकांनी सुमारे दहा लाख नि:शब्द सूचना आणि खाणाखुणांची नोंद केली. देहबोली संशोधनाचा उद्गाता अल्बर्ट मेहरॅबियन यानं १९५० मध्ये एक संशोधन केलं. त्यात असं आढळून आलं की, जेव्हा नुसतेच शब्द होते त्या वेळी संदेशाची परिणामकारकता ७% होती. या बोलण्यात जेव्हा आवाजाची ढब, चढ-उतार, इतर आवाज यांचा वापर केला तेव्हा त्याची परिणामकारकता ३८% इतकी

वाढली आणि जेव्हा हा संदेश शब्दांविना इतर माध्यमातून पोहोचवण्याचा प्रयत्न केला गेला तेव्हा त्याची परिणामकारकता ५५% इतकी वाढली.

थोडक्यात, तुम्ही काय म्हणालात यापेक्षा तुम्ही ते म्हणताना कसे दिसत होता हे महत्त्वाचे ठरते.

मानववंशशास्त्रज्ञ रे बर्ड व्हिस्टेल यांनी 'नि:शब्द संवाद' अभ्यासाला प्रथम सुरुवात केली. त्याला त्यांनी 'किनेसिक्स' असं नाव दिलं. माणसांचा नि:शब्द संवाद किती प्रमाणात होतो याबाबत काही समान आडाखे त्यांनी बांधले. त्यांच्या या अंदाजानुसार सर्वसाधारण व्यक्ती दिवसभरात १० ते ११ मिनिटं शब्द बोलते आणि सरासरी वाक्य अवघ्या अडीच सेकंदांचं असतं. आपण चेहऱ्यावरचे सुमारे २ लाख ५० हजार हावभाव करू शकतो किंवा ओळखू शकतो, असाही अंदाज बर्ड व्हिस्टेल यांनी व्यक्त केला आहे.

मेहरॅबियन यांच्याप्रमाणेच बर्ड व्हिस्टेल यांना असं आढळून आलं की, समोरासमोर होणाऱ्या संभाषणात बोलणं हा घटक ३५ टक्क्यांपेक्षा कमी असतो आणि ६५ टक्क्यांपेक्षा जास्त संभाषण शब्दांचा वापर न करता होतं. आम्ही एक अभ्यास केला – १९७० ते १९८० च्या दरम्यान झालेल्या हजारो विक्रीविषयक मुलाखती आणि वाटाघाटींची नोंद केली. त्यात असं आढळून आलं की, वाटाघाटींच्या टेबलवर व्यावसायिक बोलणी करताना, देहबोलीचा ६० ते ८०% परिणाम होतो. तर नव्या व्यक्तीबद्दलचं ६० ते ८० टक्के मत लोक पहिल्या चार मिनिटांपेक्षा कमी काळात बनवतात. अभ्यासावरून असंही दिसून आलं की फोनवरून होणाऱ्या वाटाघाटीत जो आपला मुद्दा प्रभावीपणे मांडतो, तोच सामान्यत: यशस्वी होतो. पण समोरासमोर वाटाघाटी होताना असं होईलच असं नाही, कारण एकूणच आपण काय ऐकतो यापेक्षा काय पाहातो यावर आपले अंतिम निर्णय घेतो.

तुम्ही जे म्हणता ते, तेच का नसतं?

राजकीयदृष्ट्या हे कबूल करायला जरा जड जातं, पण आपण जेव्हा लोकांना पहिल्यांदाच भेटतो, तेव्हा लगेचच त्यांच्याशी कितपत मैत्री

होईल, ते वर्चस्व गाजवतील का, आणि ते लैंगिक जोडीदार होण्याची किती शक्यता आहे असे अनेक आडाखे बांधतो. मात्र आपलं कधीच त्यांच्या डोळ्यांकडे पहिल्यांदा लक्ष जात नाही.

संशोधकांनी हे मान्य केलं आहे की, शब्द हे केवळ प्राथमिक माहिती देण्यासाठी वापरले जातात. तर परस्परांच्यातील कल, वृत्ती, आवडी-निवडीच्या आदान-प्रदानासाठी देहबोली वापरली जाते. काही वेळा तर ती शब्दांच्या माध्यमातून देण्याच्या संदेशाला पर्याय म्हणून वापरली जाते. उदाहरणार्थ, स्त्री पुरुषाकडं असा काही कटाक्ष टाकेल की नुसत्या नजरेनंच तो घायाळ होईल. त्यासाठी तिला एक शब्दही बोलावा लागणार नाही.

सांस्कृतिक संदर्भ कोणतेही असोत, शब्द आणि हालचाली एकत्र आल्यावर व्यक्ती कशी वागेल हे सांगता येतं. बर्ड व्हिस्टेल यानं याबाबत आपलं मत पहिल्यांदा मांडलं. तो म्हणतो - एखादी चांगली प्रशिक्षित व्यक्ती असेल तर ती केवळ आवाज ऐकून ती व्यक्ती कोणती हालचाल करीत असेल हे सांगू शकते. व्यक्तीच्या नुसत्या हावभावावरून ती कोणती भाषा बोलत आहे हे ओळखण्याची कला बर्ड व्हिस्टेल यांना अवगत होती.

माणूस हा अजूनही जीवशास्त्रीय प्राणी आहे, हे मान्य करणं बऱ्याच जणांना अवघड जातं. आपण त्या होमो सेपीयन्सचे, माकडांचेच वंशज आहोत. फरक एवढाच की आपल्याला केस नाहीत, आपण दोन पायांवर चालायला शिकलो आणि आपल्याला हुशार, प्रगत मेंदू आहे. पण अजूनही इतर जातींप्रमाणेच आपल्या क्रिया-प्रतिक्रिया, देहबोली, भाषणं, हावभाव जीवशास्त्रीय नियमांनुसारच नियंत्रित केले जातात. मात्र याबाबतची गमतीशीर गोष्ट अशी की, मानवी प्राण्याला क्वचितच माहीत असतं की त्याच्या शरीराची ढब, ठेवण, हालचाली, हावभाव यातून एक गोष्ट व्यक्त होत असते, तर त्याचा आवाज दुसरीच कहाणी सांगण्याची शक्यता असते.

देहबोलीतून भावना आणि विचार यांचं दर्शन कसं घडतं?

देहबोली हे व्यक्तीच्या भावनिक अंतरंगाचं बाह्य प्रतिबिंब. व्यक्तीची भावनिक अवस्था तिच्या देहबोलीतून व्यक्त होते. त्या त्या वेळी त्या व्यक्तीला काय वाटतं हे त्याच्या प्रत्येक कृती आणि हावभाव यांतून जाणून घेणं ही एक महत्त्वाची किल्ली आहे. उदाहरणार्थ, स्वत:चं वजन

वाढवण्याची ज्याला तीव्र इच्छा आहे तो हनुवटी मागची कातडी आत ओढून घेईल. (ज्या स्त्रीला आपल्या मांड्या जरा जास्तच जाड आहेत असं वाटतं ती तिथला तिचा ड्रेस वारंवार सारखा करत असते). ज्या व्यक्तीला भीती वाटतेय किंवा जो स्वत:चा बचाव करू पाहतो तो हाताची घडी घालण्याची किंवा पाय एकमेकांवर टाकण्याची किंवा दोन्हीही करण्याची शक्यता आहे. (भरगच्च छाती असलेल्या स्त्रीशी बोलताना, पुरुष तिच्या छातीकडे जाणीवपूर्वक बघणार नाही. मात्र नकळत तो हातानं काही चाचपडत असल्याची हालचाल करील.)

प्रिन्स चार्लस – गळाभेट घेण्याएवढी दोस्ती

व्यक्तीची भावनिक अवस्था जाणून घेण्याची देहबोली ही किल्ली आहे. व्यक्तीची भावनिक अवस्था जाणून घेण्यासाठी तिची देहबोली समजून घेणं महत्त्वाचं ठरतं. व्यक्ती एखाद्या भावनिक अवस्थेत काय बोलत आहे ते ऐकणं आणि कोणत्या परिस्थितीत ती बोलते हे लक्षात घेणं दोन्हीही महत्त्वाचं आहे. यामुळं तुम्हाला वस्तुस्थिती आणि कथा; आणि वास्तव आणि अद्‌भुतता यातला फरक कळेल. (सध्याच्या काळात आपल्या बोलल्या जाणाऱ्या शब्दांबाबत आणि संभाषणाच्या आपल्या क्षमतेबाबत आपण जरा जास्तच जागरूक झालो आहोत) मात्र समोरासमोर आल्यावर आपल्या शारीरिक खाणाखुणांतूनच एकमेकांना बहुतेक संदेश जात असतात. हे माहीत असूनसुद्धा बहुसंख्य लोक देहबोलीतून व्यक्त होणाऱ्या हालचाली आणि त्याच्या परिणामांबाबत जागरूक नसतात.

फ्रान्सचे अध्यक्ष जॅक शिराक प्रश्नाचा आवाका मोजत आहेत की खाजगी आयुष्याबद्दल बढाया मारत आहेत?

उदाहरणार्थ – फ्रान्सचे अध्यक्ष जॅक शिराक, अमेरिकेचे अध्यक्ष रोनाल्ड रेगन आणि ऑस्ट्रेलियाचे पंतप्रधान बॉब हॉक यांनी आपले प्रश्न मांडताना हातांचा वापर केला. त्यांच्या मनात त्या त्या प्रश्नाचा जो आकार होता त्यानुसार तो त्यांच्या हातांच्या हालचालीतून व्यक्त होत होता. बॉब हॉक यांनी एकदा राजकारणी लोकांचा पगार वाढवण्याच्या मुद्याला पाठिंबा दिला. त्यांच्या पगारांची तुलना त्यांनी कंपन्यांच्या कार्यकारी अधिकाऱ्यांना मिळणाऱ्या वेतनाशी केली. ते म्हणाले, कंपन्यांच्या अधिकाऱ्यांच्या (एक्झिक्युटिव्हज) पगारात जबरदस्त वाढ झाली आहे, त्या तुलनेत राजकारणी लोकांच्या वेतनातील नियोजित वाढ ही खूपच कमी आहे. प्रत्येक वेळी राजकारणी लोकांच्या वेतनाचा उल्लेख करताना त्यांच्या हातातील अंतर एक मीटर एवढे होते. तर एक्झिक्युटिव्हजच्या वेतनाचा उल्लेख करताना त्यांच्या हातातील अंतर ३० सेंटीमीटर म्हणजे एक फूट इतके होते. याचाच अर्थ त्यांच्या मते राजकारण्यांना फार जास्त वाढ मिळत होती, पण ते तसं स्पष्टपणे व्यक्त करत नव्हते. पण त्यांच्या हातांच्या हालचालीतून ते व्यक्त होत होतं.

स्त्रियांची आकलन क्षमता जास्त का असते?

जेव्हा आपण एखाद्याची आकलनशक्ती चांगली आहे किंवा त्याचं अंतर्ज्ञान चांगलं आहे असं म्हणतो, तेव्हा नकळत आपण शाब्दिक खाणाखुणांच्या तुलनेत त्याचा दुसऱ्या व्यक्तीच्या देहबोलीचा अभ्यास

चांगला आहे असंच म्हणत असतो. 'एखादी व्यक्ती खोटं बोलली आहे असं माझी अंत:प्रेरणा मला सांगते आहे, किंवा मला मनाच्या आत कोठेतरी असं वाटतंय की, ती व्यक्ती खोटं बोलते आहे.' असं जेव्हा आपण म्हणतो तेव्हा त्या व्यक्तीची देहबोली आणि तो जे बोलला यात साधर्म्य नव्हतं असंच आपल्याला म्हणायचं असतं. वक्ते यालाच श्रोत्यांची जागरूकता किंवा एखाद्या गटाशी नातं जोडणं, असंही म्हणतात. उदाहरणार्थ – मागच्या बाजूला बसलेल्या श्रोत्याची हनुवटी खाली असेल आणि त्यानं छातीवर एकावर एक हात ठेवले असतील तर सूज्ञ वक्ता अंत:प्रेरणेनं ओळखतो की त्याचं बोलणं तितकसं प्रभावी ठरत नाही आहे. श्रोत्यांचं लक्ष पुन्हा भाषणाकडं वळवण्यासाठी, ते भाषणात समरस होण्यासाठी आपल्या बोलण्यात काही बदल केला पाहिजे हे त्याला लगेच जाणवतं. पण अशी जाणीव नसलेला वक्ता तसंच बोलत राहण्याची घोडचूक करतो.

ज्याला दुसऱ्या व्यक्तीचे शब्द आणि देहबोली यातला विरोधाभास ओळखता येतो त्याची आकलन शक्ती चांगली आहे, असं मानलं जातं.

एकूणच स्त्रियांची आकलनशक्ती पुरुषांपेक्षा फारच चांगली असते. यातूनच 'स्त्रियांची अंत:प्रेरणा' हा शब्द उदयाला आला. बोलण्याव्यतिरिक्त इतर खाणाखुणा, संकेत ओळखण्याची आणि त्यांचा अर्थ लावण्याची क्षमता स्त्रियांच्यात जन्मजातच असते. अगदी छोट्या छोट्या गोष्टींकडे त्यांचं बारीक लक्ष असतं. म्हणूनच फार थोडे नवरे बायकांशी खोटं बोलू शकतात आणि ते निभावून नेऊ शकतात. याउलट बहुतेक स्त्रिया पुरुषांच्या डोळ्यांत सहजी धूळ फेकतात आणि त्यांना ते कळतदेखील नाही.

हॉर्वर्ड विद्यापीठाच्या मनोवैज्ञानिकांनी केलेल्या संशोधनातून असं आढळून आलं आहे की देहबोलीबाबत स्त्रिया पुरुषांपेक्षा अतिशय सावध असतात. स्त्रिया आणि पुरुषांना एक चित्रपट दाखवण्यात आला. त्यांनी त्याचा आवाज बंद केला होता. चित्रपटात स्त्री आणि पुरुष एकमेकांशी बोलत होते. या प्रयोगात सहभागी झालेल्यांना, त्या जोडप्यांच्या

चेहऱ्यांवरील भावभावना जाणून घेऊन त्यांच्यात काय चाललं आहे हे लिहायला सांगितलं. संशोधनातील निष्कर्षातून असं आढळून आलं की महिलांनी त्या प्रसंगाचा ८७% अचूक अर्थ लावला तर पुरुषांच्यात हे प्रमाण केवळ ४२% होतं. शिक्षण, पालनपोषण यासारख्या व्यवसायात काम करणारे म्हणजे कला, अभिनय, रुग्णसेवा यासारख्या क्षेत्रात काम करणाऱ्या पुरुषांनी स्त्रियांप्रमाणेच प्रतिसाद नोंदवला, असं आढळून आलं. समलिंगी संबंध ठेवणाऱ्या पुरुषांनीही चांगले गुण मिळवले. ज्या स्त्रियांनी मुलांचं संगोपन केलं आहे अशा स्त्रियांच्यात स्त्रीत्वाची भावना जास्त प्रकर्षानं जाणवते. मुलाला वाढवताना पहिली काही वर्षं आई शब्दांशिवाय इतर माध्यमातून त्याच्याशी संवाद साधते म्हणूनच बहुतेक वेळा स्त्रियांची आकलनशक्ती पुरुषांपेक्षा जास्त चांगली असते. कारण त्यांना ती जास्त सवयीची असते.

मेंदूच्या तपासणीत काय आढळून आले?

या ग्रहावरच्या कोणत्याही पुरुषाला संवादामध्ये नामोहरम करण्याइतका बहुतेक महिलांचा मेंदू सुसंघटित असतो. मॅग्नेटिक रेझोनन्स इमेजिंगमध्ये मेंदूची तपासणी केल्यानंतर स्त्रियांची, लोकांबरोबर संवाद साधण्याची, त्यांचं मूल्यमापन करण्याची क्षमता पुरुषांपेक्षा जास्त का असते, हे स्पष्ट झालं. स्त्रियांच्या मेंदूत इतरांच्या वागण्याचं मूल्यमापन करणारी १४ ते १६ क्षेत्रं असतात, तर पुरुषांच्या मेंदूत ही संख्या केवळ ४ ते ६ एवढीच असते. म्हणूनच स्त्रिया डिनर पार्टीला जाऊन आल्या आल्या लगेचच पार्टीतल्या इतर जोडप्यांचे संबंध कसे आहेत हे ओळखतात. कोणत्या जोडप्यांचं एकमेकांशी पटत नाही, कोण कोणास आवडतं वगैरे वगैरे. पुरुष फार बोलत नाहीत असं स्त्रियांचं मत; तर स्त्रिया कधीच गप्प बसत नाहीत, असं पुरुषांचं मत का असतं त्याची कारणंही यातून स्पष्ट होतात.

व्हाय मेन डोन्ट लिसन अँन्ड वुमेन कान्ट रीड मॅप्स् *(पुरुष ऐकत का नाहीत आणि स्त्रिया नकाशे का वाचू शकत नाहीत)* या आमच्या पुस्तकात स्त्रियांच्या मेंदूची रचना, अनेक गोष्टींवर एकाच वेळी लक्ष देण्यासाठी कशी पूरक असते हे आम्ही दाखवलं आहे. म्हणूनच त्या

अनेक व्यवधानं सांभाळताना दिसतात. सर्वसाधारण स्त्री एकमेकांशी संबंध नसलेल्या दोन ते चार गोष्टी एकाच वेळी कुशलतेने करू शकते म्हणजे ती टीव्हीवरचा कार्यक्रम बघता-बघता फोनवर बोलू शकते, त्याच वेळी तिच्या मागं काय संभाषण चाललंय याकडेही तिचं लक्ष असतं आणि कॉफी पिता पिता ती हे सगळं करत असते. एका संभाषणात अशा एकमेकांशी संबंध नसलेल्या अनेक विषयांवर बोलताना ती विषय बदलण्यासाठी आणि काही गोष्टी ठासून सांगण्यासाठी आवाजात पाच प्रकारचे चढ-उतार करते. दुर्दैवाने बहुतेक पुरुषांना मात्र यातले तीनच प्रकार आत्मसात करता येतात. परिणामी जेव्हा स्त्रिया पुरुषांना काही सांगू पाहतात तेव्हा त्यातला महत्त्वाचा भागच त्यांना कळत नाही.

अभ्यासाअंती असं आढळून आलं आहे की, जी व्यक्ती समोर भेटलेल्या व्यक्तीविषयी त्याच्या बाह्यत: दिसणाऱ्या बाबींवरून आडाखे बांधते, तेव्हा तिचे निष्कर्ष केवळ स्वत:च्या अंत:प्रेरणेवर अवलंबून दुसऱ्या व्यक्तीबद्दल मत बनवणाऱ्या व्यक्तीपेक्षा जास्त अचूक येऊ शकतात.

व्यक्तीची देहबोली हेच त्याचं गमक आहे, पुरावा आहे. ही देहबोली स्त्रियांना अजाणतेपणी, अबोधपणे कळते. पण जाणीवपूर्वक जर आपण या गोष्टी शिकल्या, या खाणाखुणा ओळखायला लागलो तर देहबोलीविषयी आपल्याला सर्व काही शिकता येईल आणि हाच तर या पुस्तकाचा उद्देश आहे.

ज्योतिष्यांना एवढं कसं माहीत असतं?

तुम्ही जर कधी ज्योतिष्याकडे गेला असाल तर त्याला तुमच्याबद्दल असलेली माहिती ऐकून तुम्ही चकित होऊन जाल. हे नक्कीच 'अंतर्ज्ञान' असणार! बरोबर भविष्य सांगणाऱ्यांच्या या व्यवसायाचं जेव्हा संशोधन करण्यात आलं, त्या वेळी असं लक्षात आलं की हे ज्योतिषी 'कोल्ड रीडिंग' या तंत्राचा वापर करतात. यामुळं ज्या व्यक्तीला ते यापूर्वी कधी भेटले नव्हते तिच्याबद्दलचं त्यांचं वर्णन ८०% बरोबर येतं. ही गोष्ट भाबड्या, कमकुवत मनाच्या लोकांना आश्चर्यकारक वाटते, जादूमय वाटते. त्यानं ते भारावून जातात. खरं तर हे कौशल्य ज्योतिष्यांनी देहबोलीच्या हालचालीचं बारकाईनं, काळजीपूर्वक निरीक्षण करून प्राप्त केलेलं असतं. याशिवाय

मानवी स्वभावाची समज आणि शक्यतांच्या संख्याशास्त्राविषयीचं ज्ञान हेही असतंच. परलोकात गेलेल्या आत्म्याशी संवाद साधणारे, हस्तरेषांवरून भविष्य सांगणारे (हस्तसामुद्रिक) आपल्या 'ग्राहकां'विषयी माहिती मिळवण्यासाठी हेच तंत्र वापरतात. अशाप्रकारे देहबोलीचं 'कोल्ड रीडिंग' करणारे बहुतेक वेळा स्वत:च्या या क्षमतेबद्दल अनभिज्ञ असतात त्यामुळे त्यांनाही आपल्याला काही पारलौकिक शक्ती प्राप्त झाली आहे असं वाटतं. मात्र या सगळ्या बाबींचा लोकांना भविष्य सांगताना खूप उपयोग होतो. त्यात अशा लोकांकडे येणारे आपल्याला असं काहीतरी कळणार आहे या ठाम समजुतीनं आलेले असतात, त्यामुळे भविष्य सांगण्याबद्दल त्यांची खात्री पटते. भविष्य सांगणं हे एखाद्या नाटकाचा प्रयोग करण्यासारखं आहे. टॅरो कार्ड्स टाका, क्रिस्टल बॉल ठेवा. या दोन्हीचा नाट्यमय परिणाम होतो आणि देहबोलीचं निरीक्षण करण्याची पार्श्वभूमी तयार होते. अगदी नास्तिक लोक सुद्धा या वातावरणानं भारावून जातात आणि काही विलक्षण, जादूमय शक्ती आहे हे मान्य करतात. या सगळ्या वातावरणाचा व्यक्तीचं 'मन वाचणाऱ्या', तिचा अभ्यास करणाऱ्या ज्योतिष्यांनाही फायदा होतो. अशा वेळी व्यक्ती विचारल्या गेलेल्या प्रश्नांना कशी उत्तरं देते, कोणती विधानं करते ही सगळी माहिती ते केवळ व्यक्तीच्या बाह्य रूपावरून आणि साध्या-साध्या निरीक्षणातून सहजी जमा करतात. परलोकातल्या आत्म्याशी संवाद साधणाऱ्या बहुतांश स्त्रिया असतात. कारण आपण आधी पाहिल्याप्रमाणे स्त्रियांच्या मेंदूची रचना अशी असते की त्यांना लहान मुलांच्या आणि इतरांच्या शारीरिक हालचाली, खाणाखुणा, त्यांची भावनिक अवस्था याचं पटकन आकलन होतं.

त्या ज्योतिषी स्त्रीने क्रिस्टल बॉलकडे एकटक बघितलं आणि ती एकदम जोरजोरात हसायला लागली. तेव्हा जॉननं तिच्या नाकावर एक जोरदार ठोसा दिला. पहिल्यांदाच त्याला आनंदी आत्मा-संवादक भेटला होता.

आपण या मुद्याचं प्रात्यक्षिक बघू या. तुम्ही एकटेच एका परलोकविद्या जाणणाऱ्या व्यक्तीकडं गेला आहात. मंद प्रकाश आहे. धुरानं खोली

भरली आहे. त्या व्यक्तीनं दागिने घातले आहेत. डोक्यावर पागोटं आहे आणि ती एका चंद्रकोरीच्या आकाराच्या टेबलावर बसली आहे. समोर क्रिस्टल बॉल आहे.

> ''तुम्ही या बैठकीसाठी आलात हे बघून मला आनंद वाटला. तुम्हाला कशाचा तरी त्रास होतो आहे. कारण तसे संकेत मला तुमच्याकडून मिळाले आहेत. तुमच्या जीवनाकडून काही अपेक्षा आहेत आणि त्या अवास्तव आहेत की काय असं तुम्हाला वाटतंय म्हणूनच त्या पूर्ण होतील की नाही याची तुम्हाला शंका आहे. मला हे सगळं समजतंय. तुम्ही कधी कधी सगळ्यांशी मित्रत्वानं वागता, सावधपणे वागता, तुम्ही स्वतंत्रपणे विचार करता याचा तुम्हाला अभिमान आहे, पण तुम्ही इतरांकडून जे बघता, ऐकता ते पुराव्याशिवाय स्वीकारायचं नाही हेही तुम्हाला माहीत आहे. तुम्हाला बदल आणि विविधता आवडते, पण कोणी बंधनं घातली किंवा नेहमीच्याच गोष्टी दीर्घ काळ कराव्या लागल्या तर तुम्ही अस्वस्थ होता. तुमच्या अगदी निकटवर्तीयांना तुमच्या खाजगी भावना तुम्ही सांगता पण अगदी खुलेपणानं, मोकळेपणानं बोलणं शहाणपणाचं नाही असंही तुम्हाला वाटतं. 'स' पासून सुरू होणाऱ्या नावाच्या व्यक्तीचा जबरदस्त प्रभाव सध्या तुमच्यावर आहे. नोव्हेंबरमध्ये जन्मलेली एक स्त्री पुढच्या महिन्यात तुम्हाला भेटणार आहे आणि तुम्हाला आवडेल, उत्साहित करेल असा प्रस्ताव ती ठेवणार आहे. बाहेरून जरी तुम्ही शिस्तबद्ध आणि संयमी दिसत असलात तरी अंतरंगात मात्र तुम्हाला काळजीनं ग्रासलं आहे. तुम्ही योग्य निवड केली आहे किंवा निर्णय घेतलात की नाही याची कधी कधी तुम्हाला रुखरुख लागून राहते.''

काय, कसं काय वाटलं तुमच्या स्वभावाचं आम्ही केलेलं वर्णन? केलं की नाही अचूक वर्णन? अभ्यासाद्वारे असं आढळलं आहे की कोणत्याही व्यक्तीची अशाप्रकारे विश्लेषण केलेली माहिती ८० टक्क्यांपेक्षा जास्त बरोबर येते. व्यक्तीची देहबोली, चेहऱ्यावरील सावधानता, शरीराच्या

हालचाली (इतर स्नायूंचे आखडणे) याचं निरीक्षण करण्याची उत्कृष्ट क्षमता, शिवाय मंद प्रकाश, विचित्र संगीत, उदबत्त्यांचा दरवळ या सगळ्या वातावरणामुळे तुम्ही कुत्र्यावरसुद्धा प्रभाव पाडू शकाल, अशी आम्ही खात्री देतो. तुम्हाला ज्योतिषी बनण्यासाठी आम्ही काही प्रोत्साहन देणार नाही, पण या पुस्तकामुळे लवकरच समोरील व्यक्ती जशी आहे तसं तिचं अचूक वर्णन करण्याची क्षमता तुमच्यात येईल.

जन्मजात, आनुवंशिक की संस्कृतीतून आलेलं?

जेव्हा तुम्ही छातीजवळ हाताची घडी घालता तेव्हा डाव्या हातावर उजवा हात ठेवता की उजव्या हातावर डावा? बहुतेक लोक याचं नक्की उत्तर त्यांची हाताची घडी घालून बघितल्याशिवाय देऊ शकत नाहीत. आता तुम्ही हाताची घडी घालून बघा आणि लगेच हाताची अदलाबदल करा. यातल्या एका अवस्थेत तुम्हाला आरामदायी वाटतं, दुसरी अवस्था अगदी चुकीची आहे असं वाटतं. या प्रयोगावरून असं सिद्ध झालं आहे की या ज्या हालचाली तुम्ही करता त्या आनुवंशिक असतात आणि त्यात आपण बदल करू शकत नाही.

दहामधल्या सात व्यक्ती उजव्या हातावर डावा हात ठेवून हातांची घडी घालतात.

बोलण्याव्यतिरिक्तच्या इतर ज्या हालचाली आहेत, त्या जन्मजात असतात, शिकलेल्या असतात की आनुवंशिकतेने आपल्याकडे आलेल्या असतात की इतर कोणत्या पद्धतीनं आपण त्या मिळवलेल्या असतात यावर बरीच चर्चा, संशोधनं झाली आहेत. यासाठीचे पुरावे अंध व्यक्तीचे निरीक्षण करून (कारण ते बोलण्याव्यतिरिक्तच्या इतर शारीरिक हालचाली दृश्य माध्यमातून शिकलेले नसतात) मिळण्यात आले. वेगवेगळ्या संस्कृतीतल्या लोकांच्या हालचाली, हातवारे यांचा अभ्यास करण्यात आला. मानववंशाच्या दृष्टीनं आपलं ज्यांच्याशी सर्वात जवळचं नातं आहे अशी शेपटी नसलेली माकडं आणि साधी माकडं यांच्याही वर्तनाचा यासाठी अभ्यास करण्यात आला.

या संशोधनावरून असं सिद्ध झालं की काही प्रकारच्या हालचाली, हावभाव प्रत्येक वर्गात सारख्याच आढळल्या. उदाहरणार्थ, प्राण्यांच्या प्रगत जातींमध्ये म्हणजे मानव, वानर इत्यादींच्या बाळांना चोखण्याची क्रिया आपोआप येत असते. म्हणजे ती एक तर जन्मजात आहे किंवा आनुवंशिक आहे. जन्मजात कर्णबधिर आणि अंध मुलांना हसण्याची क्रिया न शिकता किंवा अनुकरण न करताही येते, याचाच अर्थ ही क्रिया जन्मजात कला असली पाहिजे, असं जर्मन वैज्ञानिक ऐबल ऐबेसफेल्ड्टला आढळून आलं. जन्मजात हावभावांबद्दल, एकमन, फ्रेझेन आणि सोरेन्सन यांनी काढलेले निष्कर्ष डार्विनच्या याबाबतच्या मूळ मतांना पुष्टी देणारे आहेत. त्यासाठी पाच अगदी वेगवेगळ्या संस्कृतीतल्या माणसांच्या चेहऱ्यावरील भाव-भावनांचा त्यांनी अभ्यास केला. भावना व्यक्त करण्यासाठी चेहऱ्यावरील काही मूळ हावभाव हे प्रत्येक संस्कृतीत सारखेच असल्याचं त्यांना आढळून आलं. याचाच अर्थ ते जन्मजात असले पाहिजेत, असा निष्कर्ष त्यांनी काढला.

सांस्कृतिक फरक अनेक आहेत. मात्र, देहबोलीचे मूलभूत संकेत सर्वत्र सारखेच आहेत.

काही हालचाली आपण संस्कृतीकडून शिकतो आणि नंतर त्या सवयीच्या होतात, का त्या आनुवंशिक असतात, याबद्दल अजूनही वाद आहे. उदाहरणार्थ, बहुतेक पुरुष कोट घालताना पहिल्यांदा उजवा हात कोटात घालतात, तर स्त्रिया डावा हात पहिल्यांदा घालतात. याचा अर्थ कोट घालताना पुरुष त्यांच्या मेंदूच्या डाव्या बाजूचा वापर करतात तर स्त्रिया यासाठी मेंदूच्या उजव्या भागाचा वापर करतात. गर्दीतील रस्त्यातून जाताना स्त्री-पुरुष समोरासमोर आले तर पुरुष त्याचं शरीर स्त्रीच्या दिशेला वळवतो तर स्त्री उत्स्फूर्तपणे सहजी तिचं शरीर विशेषत: छाती त्याच्यापासून संरक्षण करण्यासाठी त्याच्या विरुद्ध दिशेला वळवते. स्त्रियांची ही प्रतिक्रिया जन्मजात असते का ती इतर स्त्रियांकडून अजाणतेपणे ती शिकते?

काही मूलभूत बाबींचा उद्‌भव

संवाद साधण्याचे बहुतेक मूलभूत संकेत जगभरात सारखेच आहेत. लोक जेव्हा आनंदी असतात तेव्हा ते हसतात. ते दु:खी असले, रागावलेले असले की कपाळाला आठ्या घालतात. 'होय' किंवा होकार दाखवण्यासाठी डोकं हलवणं सार्वत्रिक आहे. यावेळी डोकं जरा खाली झुकतं. त्यामुळे ही जन्मजात कृती असावी. कारण जन्मजात अंध व्यक्तीही अशाच प्रकारे प्रतिसाद देतात. 'नाही' किंवा नकार दर्शवण्यासाठी डोकं एका बाजूकडून दुसरीकडे हलवणं हेही सर्वत्र आढळून आलं आणि तेही जन्मजातच असावं. बाळाचं पुरेसं दूध पिऊन झालं आणि त्याला ते नको असेल तर ते त्याचं डोकं आईच्या स्तनापासून दुसरीकडे फिरवतं. बाळ जरा मोठं झालं की आई त्याला भरवते. त्याला ज्या वेळी नको असेल त्या वेळी ते भरवणं थांबवण्यासाठी ते जोरजोरात मान इकडून तिकडे हलवतं. अशाप्रकारे नकार किंवा नापसंती व्यक्त करण्यासाठी आपली मान हलवण्याची कृती मूल झटकन शिकतं.

अशाप्रकारे नकार दर्शवण्यासाठी मान वळवायची असते हे आपण शिकतो आणि त्याची सुरुवात स्तनपानापासून होते.

आपल्या काही उत्क्रांत झालेल्या हालचालींचा माग प्राथमिक अवस्थेतील प्राणीजगतापर्यंत काढता येतो. उदाहरणार्थ, मांसाहारी प्राण्यांमध्ये धाक दाखवण्यासाठी हसण्याचा वापर केला जातो तर प्राण्यांच्या प्रगत जातींमध्ये हसण्याचा वापर भीतीदायक नसलेले, शरणागती दाखवणारे हावभाव व्यक्त करण्यासाठी होतो.

प्राण्यांच्या इतर प्रगत जातींमध्ये हल्ला करण्याच्या कृतींतून दात विचकणे आणि नाकपुड्या फुगवणे या संकेतांचा जन्म झाला. ज्या वेळी प्राणी गुरगुरतात त्या वेळी आपण हल्ला करण्यासाठी किंवा बचाव करण्यासाठी दातांचा वापर करणार हे ते सूचित करतात. माणसांच्यातही अशीच भावना व्यक्त केली जाते. फक्त क्वचितच हल्ला करण्यासाठी ते दातांचा वापर करतात.

नाक मुरडणाऱ्या माणसाचा चेहरा

दात विचकणारं माकड

या दोघांपैकी कोणाबरोबरही प्रेमानं फिरायला जावं असं तुम्हाला वाटणार नाही

नाक फुगवल्यानं तुम्हाला हवेतला आणखी ऑक्सिजन शरीरात घेता येतो, ज्याचा उपयोग तुम्हाला लढण्यासाठी किंवा पळून जाण्यासाठी होतो. प्रगत प्राण्यांच्या जातीमध्ये त्याच वेळी येऊन ठेपलेल्या संकटात इतरांच्या मदतीची, पाठिंब्याची आवश्यकता आहे असं ही अवस्था सांगते. मानवी जगतात व्यक्तीला जेव्हा शारीरिक, मानसिक ताण जाणवतो किंवा हे काही बरोबर नाही अशी ज्या वेळेला भावना होते त्या वेळेस रागानं, चिडचिड झाल्यानं नाक मुरडलं जातं.

सार्वत्रिक हावभाव

'खांदे उडवणे' हे सर्वत्र आढळणाऱ्या हालचालीचं चांगलं उदाहरण आहे. या कृतीतून व्यक्ती तुम्ही जे बोलत आहात त्याच्याबद्दल तिला काही माहीत नाही किंवा ते तिला समजत नाही, या अर्थानं खांदे उडवते. या हालचालीत तीन महत्त्वाचे भाग आहेत. पहिलं म्हणजे तुम्ही काही लपवलेलं नाही हे सांगण्यासाठी तुम्ही हाताचे तळवे दाखवता, तुमच्या गळ्याचं (घशाचं) संरक्षण करण्यासाठी खांद्याला पोक आणून तुम्ही तो उंच करता आणि भुवया उंचावता – शरणागती दाखवण्याची ही सार्वत्रिक पद्धत आहे.

खांदे उडवणं ही कृती शरणागती दाखवते

प्रत्येक संस्कृतीनुसार बोलण्याची भाषा जशी वेगळी असते तसे देहबोलीचे संकेतही वेगवेगळे असू शकतात. एखादी हालचाल एखाद्या संस्कृतीत सर्वसाधारणत: रूढ असते आणि तिचा काही स्पष्ट अर्थ असतो. तर दुसऱ्या संस्कृतीत ही हालचाल पूर्णपणे निरर्थक असू शकते किंवा तिचा पूर्णत: वेगळा अर्थ असू शकतो. या सांस्कृतिक फरकांबद्दल ५ व्या प्रकरणात आपण सविस्तरपणे बोलणार आहोत.

अचूक आकलनाचे तीन नियम

एखाद्या परिस्थितीत लोक कसे वागतात – हे तुम्ही जसं पाहाता, ऐकता त्यातून त्यांची खरी वृत्ती, वागणं प्रतिबिंबित होईलच असं नाही. त्याच्या आकलनासाठी तुम्हाला तीन मूलभूत नियम आत्मसात करावे लागतील.

नियम क्र. १ : हालचालींचा एकत्रितपणे अर्थ लावा

देहबोलीचा अर्थ लावताना नवख्या माणसाकडून गंभीर चूक होण्याची शक्यता असते. ती म्हणजे तो एखाद्या हालचालीचा, इतर हालचालींचा किंवा परिस्थितीचा संदर्भ न घेता स्वतंत्रपणे अर्थ लावण्याचा प्रयत्न करतो. उदाहरणार्थ, डोकं खाजवणं. ही कृती म्हणजे बोलणं, घाम येणं, अनिश्चितता, कोंडा, उवा, विसराळूपणा किंवा खोटं बोलणं असं काहीही असू शकतं आणि ते त्याच वेळी घडणाऱ्या इतर हालचालींवर

अवलंबून असतं. इतर बोलीभाषांप्रमाणेच देहबोलीतही शब्द, वाक्यं, शुद्धलेखन असतं. प्रत्येक हालचाल हा एक शब्द असतो आणि या एका शब्दाचे अनेक अर्थ असू शकतात. उदाहरणार्थ, इंग्रजीमधील 'ड्रेसिंग' या शब्दाचे कमीत कमी १० अर्थ आहेत. कपडे घालणे, अन्नपदार्थांसाठी सॉस, जखमेवर करण्यात येणारे उपचार म्हणजे मलम लावणं, बँडेज बांधणं इ., खते, घोड्याची काळजी घेणे, पक्ष्यांच्यात पिसे, पेंढा किंवा कापूस भरणे असे अनेक अर्थ आहेत.

जेव्हा एखादा शब्द तुम्ही इतर शब्दांबरोबर वाक्यात घालता तेव्हा त्याचा संपूर्ण अर्थ तुम्हाला उमगतो. हालचालींची 'वाक्यं' म्हणजे समूह असतात आणि त्यातून तुम्हाला व्यक्तींच्या खऱ्या भावनांचं, कृतींचं दर्शन घडतं. बोलल्या जाणाऱ्या वाक्याप्रमाणेच देहबोली समूहाला कमीत कमी तीन शब्दांची आवश्यकता असते, तेव्हाच तुम्ही त्यातल्या प्रत्येक शब्दाची अचूक व्याख्या करू शकता. देहबोलीची वाक्यं समजून घेऊन त्याची अचूक सांगड व्यक्तीनं बोललेल्या वाक्यांशी जी व्यक्ती घालते, तिची आकलनशक्ती चांगली आहे, असं मानलं जातं.

डोकं खाजवणं याचा अर्थ अनिश्चितता असा असू शकतो किंवा डोक्यात कोंडा असल्याचंही ते लक्षण असू शकतं.

तेव्हा योग्य आकलनासाठी हालचालींकडे एकत्रितपणे पाहायला शिका. आपल्यातल्या प्रत्येकात एखादी किंवा अशा अनेक हालचाली असतात ज्या आपण परत परत करतो आणि त्यातून आपण कंटाळलो आहोत किंवा आपल्याला कसला तरी अंतर्गत ताण जाणवत आहे हेच व्यक्त होतं. सातत्यानं केसाला हात लावणं किंवा केसातून हात फिरवणं हे त्याचं सर्वसाधारण उदाहरण आहे.

जेव्हा ही कृती त्या व्यक्तीच्या इतर हालचालींचा संदर्भ घेऊन आपण बघतो तेव्हा या व्यक्तीला कशाची तरी खात्री वाटत नाही किंवा ती कसल्यातरी काळजीत आहे असाच अर्थ त्यातून निघू शकतो. लोक केसातून किंवा डोक्यावरून हात फिरवतात कारण ते लहान

असताना त्यांच्या आईनं असाच हात फिरवून त्यांचं दु:ख हलकं केलेलं असतं.

सामूहिक परिणामांचं एक उदाहरण आपण बघू या : लोक जे काही ऐकत असतात त्याचा त्यांच्यावर काहीही प्रभाव पडत नसेल तर त्या वेळी ते जी हालचाल करतात त्याला 'टीकात्मक मूल्यमापन' समूह असं म्हणतात.

या माणसाला तुमचे मुद्दे पटत नाहीयेत.

वरील चित्र काळजीपूर्वक पाहा. टीकात्मक मूल्यमापनाची खूण म्हणजे, तुम्ही पहिलं बोट गालावर ठेवलेलं असतं आणि मधलं बोट तोंडावर/ओठांवर ठेवलेलं असतं आणि अंगठ्यानं हनुवटीला आधार दिलेला असतो. ऐकणाऱ्याच्या मनात काही टीकात्मक विचार चालू आहेत याचा आणखी एक पुरावा म्हणजे त्यानं घट्टपणे, ताठपणे पायावर पाय टाकले आहेत आणि दुसरा हात शरीरावर आडवा ठेवला आहे. ही अवस्था बचावात्मक आहे. तर डोकं आणि हनुवटी खाली झुकलेली आहे. चित्रात दाखवलेलं देहबोली वाक्य 'तुम्ही जे काही बोलत आहात ते मला आवडत नाही', 'मी सहमत नाही' किवा 'मी नकारात्मक भावनांवर नियंत्रण ठेवतो आहे,' असं सांगतं.

मी जरा साशंक आहे असं दाखवण्यासाठी
हिलरी क्लिंटन हा देहबोली समूह वापरतात.

नियम क्र. २ : एकरुपतेकडे लक्ष द्या

शब्दांच्या माध्यमापेक्षा देहबोलीच्या इतर संकेतांचा पाच पट जास्त परिणाम होतो, असं संशोधनातून आढळून आलं आहे. जेव्हा भिन्न मतं असलेल्या दोन व्यक्ती - विशेषत: स्त्रिया - असतात तेव्हा त्या शब्दांपेक्षा, शब्दांविना जो संदेश मिळतो त्यावर जास्त अवलंबून राहतात असंही आढळून आलं आहे.

ज्या वेळी तुम्ही बोलता आणि समोर ऐकणाऱ्याला विचारता की त्याला ते कसं वाटलं, त्या वेळी उत्तर देणारा शब्दांतून जसं तुम्हाला सांगतो की तो तुमच्याशी सहमत नाही त्याच वेळी देहबोलीचे संकेतही त्याच्या या वाक्यांशी एकरूप झालेले असतात आणि जरी तो म्हणाला की, तुमच्याशी तो सहमत आहे, तर तो खोटं बोलत असण्याची शक्यता आहे. कारण त्याचे शब्द आणि त्याच्या इतर हालचाली यांचा मेळ जमत नाही.

जेव्हा एखाद्या व्यक्तीचे शब्द आणि देहबोली यांच्यात विरोधाभास असतो तेव्हा स्त्रिया त्याच्या बोलण्याकडे दुर्लक्ष करतात.

एखादा राजकारणी उंच माईक स्टँडच्या मागे उभा राहून आत्मविश्वासानं बोलताना तुम्हाला दिसत आहे. मात्र त्यानं हातांची घट्ट घडी घातली

आहे (बचावात्मक पवित्रा) आणि त्याची हनुवटी खाली झुकलेली आहे (टीकात्मक आणि विरोधी भावना). तो श्रोत्यांना सांगतो आहे की तो खुल्या, मनमोकळ्या स्वभावाचा आहे आणि तरुणांच्या कल्पनांचं स्वागत करणारा आहे. पण तुम्हाला ते पटेल का? किंवा ते अगदी काळजी घेणारे, प्रेमळ आहेत असं सांगत आहेत आणि कृती मात्र कराटे खेळण्याची करीत असतील तरी ते तुम्हाला पटेल का? बोलण्यातील आणि कृतीतील विसंगती आपल्या लक्षात येते.

सिग्मंड फ्रॉइडनं लिहिलं आहे की, त्याच्याकडं आलेली रुग्ण सांगत होती की लग्न केल्यामुळं ती खूप आनंदी आहे मात्र बोलताना अजाणतेपणी ती लग्नात घातलेली अंगठी बोटातून काढत होती, परत घालत होती. त्यामुळे जेव्हा विवाहानंतरच्या समस्या दिसू लागल्या त्या वेळी त्याचं आश्चर्य वाटलं नाही, असंही त्यानं लिहिलं आहे.

देहबोलीतून व्यक्त होणाऱ्या भावना अचूक ओळखण्यासाठी एकत्रित हालचाली न्याहाळणं आणि देहबोली आणि बोलणारी भाषा यांची एकरूपता किती आहे हे ओळखणं महत्त्वाचं असतं.

नियम क्र. ३ : कोणत्या संदर्भात हालचाली केल्या जातात याकडे लक्ष द्या.

सर्व हालचाली कोणत्या संदर्भात घडत आहेत हे लक्षात घेणं महत्त्वाचं असतं. उदाहरणार्थ, बस स्टॉपवर एखादा माणूस हातांची घट्ट घडी घालून आणि पायावर पाय टाकून बसला आहे. हिवाळ्यातला तो दिवस असल्यानं थंडीही खूप आहे. अशा वेळी त्या माणसाचं एकूण बसणं हा बचावत्मक पवित्रा नसून त्याला थंडी वाजत असण्याची शक्यता आहे. मात्र, जेव्हा तुम्ही तुमची एखादी कल्पना, उत्पादन किंवा सेवा समोरच्याला विकत असता आणि जर ती व्यक्ती चित्रात दाखवल्याप्रमाणे हाताची घडी घालून, पाय एकमेकांवर टाकून बसली असेल तर याचा अर्थ त्याला तुम्ही विकत असलेल्या गोष्टींमध्ये अजिबात रस नाही, तो ती घेऊ इच्छित नाही.

याला थंडी वाजते आहे, हा बचावत्मक किंवा नकारात्मक पवित्रा नाही.

या संपूर्ण पुस्तकात देहबोलीच्या हालचाली कोणत्या संदर्भात केल्या गेल्या आहेत त्याचा विचार करण्यात येईल आणि जिथे शक्य आहे तिथं हालचालींच्या समूहाचं एकत्रितरीत्या निरीक्षण केलं जाईल.

चुकीचं आकलन सहज शक्य का असतं?

एखाद्या व्यक्तीनं कधी कधी हळू किंवा शक्तीहीन, मरगळलेलं हस्तांदोलन केलं आहे असं आपल्याला जाणवतं, 'तो ना जरा दुर्बलच आहे' असं ज्या व्यक्तीचं वर्णन केलं जातं तिच्याकडून असं हस्तांदोलन होण्याची शक्यता आहे. हस्तांदोलन तंत्र या आपल्या पुढील प्रकरणात आपण यामागची कारणं समजून घ्यायचा प्रयत्न केला आहे. पण जर एखाद्या व्यक्तीला सांधेदुखीचा आजार असेल तर तीही असं हळू हस्तांदोलन करील कारण जोरानं हात दाबल्यास दुखण्याची शक्यता असते. त्याचप्रमाणे कलाकार, संगीतकार, शल्यचिकित्सक यासारख्या कामांसाठी नाजूक हाताचा वापर करणारे व्यावसायिक शक्यतो हस्तांदोलन करणं टाळतात किंवा त्यांनी ते केलं तरी ते अगदी मरगळलेलं, ज्याला 'डेड फिश (मृतमासा)' म्हणतात, असं असतं.

एखाद्या व्यक्तीनं चुकीच्या फिटींगचे कपडे किंवा घट्ट कपडे घातले असतील तर त्याला काही हालचाली करणं अवघड जातं आणि त्याचा देहबोलीवर परिणाम होतो. उदाहरणार्थ, अतिशय लठ्ठ व्यक्ती पायावर पाय टाकू शकत नाहीत. ज्या स्त्रियांनी आखूड स्कर्ट/कपडे घातलेले आहेत त्या स्त्रिया स्वत:ला झाकण्यासाठी, संरक्षणासाठी पायावर पाय टाकून आकसून बसतात. त्यामुळं त्यांना कोणाशी बोलण्याची इच्छा नाही असं त्यांच्याकडे पाहून वाटतं. साहजिकच नाइटक्लबमध्ये त्यांच्याबरोबर नृत्य करण्यासाठी कोणी विचारण्याची शक्यताही कमी होते. या घटना सर्वसाधारणपणे घडत नाहीत. काही थोड्या लोकांबाबत घडतात. पण शारीरिक निर्बंधाचा किंवा दुर्बलतेचा शारीरिक हालचालींवर काय परिणाम घडू शकतो, यासाठी त्यांचा विचार करणं महत्त्वाचं ठरतं.

लहान मुलांना समजून घेणं सोपं का असतं?

लहान मुलांपेक्षा वयस्क व्यक्तींना समजून घेणं अवघड जातं कारण वयपरत्वे त्यांच्या चेहऱ्यावर कमी छटा उमटतात.

व्यक्तीच्या काही हालचालींचा वेग आणि त्या इतरांना कशा दिसतात याचाही त्या व्यक्तीच्या वयाशी बराच संबंध असतो. उदाहरणार्थ, पाच वर्षांचं एखादं मूल खोटं बोललं तर ते लगेच एक किंवा दोन्हीही हात तोंडावर ठेवून तोंड झाकतं.

मुलगी खोटं बोलत आहे

तोंडावर हात ठेवल्यानं आई-वडिलांना लगेचच मूल खोटं बोलत आहे याची जाणीव होते आणि ते सावध होतात. तोंडावर हात ठेवण्याची ही सवय व्यक्तींमध्ये पुढं आयुष्यभर कायम राहाण्याची शक्यता असते. मात्र हात ठेवण्याच्या वेगात फरक पडतो.

कुमारवयीन मुलगी जेव्हा खोटं बोलते, तेव्हा पाच वर्षांची असताना जसा हात तोंडावर नेते तसाच ती तोंडाजवळ आणते. मात्र आधीच्या चित्रात दाखवल्याप्रमाणे दोन्ही हात तोंडाजवळ न आणता फक्त हाताची बोटं ती हळुवार हलकीच तोंडावर ठेवते.

कुमारवयीन मुलगी खोटं बोलताना

आधीची लहान वयातील तोंड झाकण्याची कृती प्रौढपणी अधिक वेगानं होते. जेव्हा एखादा प्रौढ खोटं बोलतो तेव्हा असं वाटतं की त्याच्या तोंडातून खोटे, दगलबाज शब्द जाऊन नयेत म्हणून ते थांबवण्यासाठी त्याच्या मेंदूनं त्याच्या हाताला तोंड झाकायची कृती करायची सूचना दिली आहे. जशी ती लहानपणी किंवा कुमार अवस्थेत केली होती. पण अगदी शेवटच्या क्षणी चेहऱ्यावरचा हात दूर ओढला जातो. नाकाला स्पर्श करण्याच्या हालचाली केल्या जातात. लहानपणी तोंड झाकण्याची जी कृती होती तिचं आता प्रौढ वयात नाकावर बोट ठेवण्यात परिवर्तन झालं.

मोनिका लेविनस्कीबाबत ग्रँड ज्युरीच्या
प्रश्नांना उत्तरं देताना बिल क्लिंटन

यावरून असं लक्षात येतं की जसजसं वय वाढत जातं तसतशा लोकांच्या हालचाली जास्त सूक्ष्म आणि कमी उघड होत जातात. त्यामुळं ५५ वर्षाच्या व्यक्तीच्या हालचालींचं आकलनं होणं पाच वर्षांच्या मुलाच्या हालचालींचं निरीक्षण करण्यापेक्षा अवघड जातं.

तुम्ही फसवू शकता?

''तुमची देहबोली फसवी असू शकते का?'' हा प्रश्न आम्ही नेहमी विचारतो. या प्रश्नाचं सर्वसाधारण उत्तर ''नाही'' असं येतं. कारण अशा वेळी तुमच्या मुख्य हालचाली, शरीराचे सूक्ष्म संकेत आणि बोलण्यात एकवाक्यता नसते. उदाहरणार्थ, हाताचे तळवे प्रामाणिकपणाचे निदर्शक आहेत. जेव्हा एखादा खोटं बोलताना तुम्हाला त्याचे तळहात दाखवतो आणि हसतो, पण त्याच वेळी त्याच्या इतर सूक्ष्म हालचाली वेगळंच बोलून जातात. मात्र त्याची एक भुवई उचलली जाईल किंवा तोंड कडेला आखडलं जाईल. या सगळ्या खुणा त्याच्या तळहात दाखवण्याच्या आणि हसण्याच्या विरोधी ठरतील. परिणामी पाहणारे, विशेषत: स्त्रिया, त्यांनी जे काही ऐकलं त्यावर विश्वास ठेवणार नाहीत.

देहबोलीत स्त्रियांपेक्षा पुरुषांना फसवणं सोपं असतं कारण, एकूणच पुरुषांची देहबोली समजून घेण्याची आकलनशक्ती तितकीशी चांगली नसते.

सत्य जीवनकथा : खोटारडा उमेदवार

आधीची नोकरी सोडलेल्या एकाची आम्ही मुलाखत घेत होतो. तो सांगत होता की आधीची नोकरी त्यानं सोडली कारण तिथं भविष्यातल्या फारशा काही संधी नव्हत्या. खरं तर तिथली नोकरी सोडणं त्याला अवघड वाटत होतं कारण तिथल्या सर्व सहकाऱ्यांशी त्याचं चांगलं जमत होतं. आमच्यापैकी जी स्त्री मुलाखत घेत होती तिला 'अंत:प्रेरणेनं' असं वाटत होतं की हा खोटं बोलत आहे आणि अर्जदार सातत्यानं त्याच्या माजी साहेबांबद्दल चांगलं बोलत असला तरी त्यांच्याबद्दलच्या त्याच्या भावना नकारात्मक होत्या.

आम्ही मुलाखतीची स्लो मोशन चित्रफीत बघितली. जेव्हा जेव्हा उमेदवार त्याच्या आधीच्या साहेबांबद्दल बोलायचा, तेव्हा अगदी क्षणभर त्याच्या चेहऱ्यावर डावीकडे तुच्छतेचा भाव चमकून जायचा. असे परस्परविरोधी संकेत व्यक्तीच्या चेहऱ्यावर क्षणभर उमटून जातात. प्रशिक्षित नसलेल्या निरीक्षकाकडून या खुणा निसटून जाऊ शकतात. आम्ही त्याच्या आधीच्या साहेबांना फोन केल्यावर कळलं की या उमेदवारानं इतर कर्मचाऱ्यांबरोबर नशिल्या पदार्थांचा व्यवहार केल्याबद्दल साहेबांनी त्याला चांगलंच फैलावर घेतलं होतं. नोकरीसाठी आलेल्या या उमेदवारानं जरी आत्मविश्वासपूर्वक फसवी देहबोली वापरली असली तरी त्याच्या सूक्ष्म हालचाली त्याच्या बोलण्याच्या विरोधात घडत होत्या आणि मुलाखत घेणाऱ्या आमच्या स्त्री सहकाऱ्याला त्याचं आकलन झालं.

खऱ्या हालचाली कोणत्या आणि फसव्या कोणत्या हे स्वतंत्रपणे ओळखता येऊ शकतं आणि त्यानुसार खरी व्यक्ती कोण आणि खोटं बोलणारी कोण हेही ठरवता येतं. डोळ्याच्या बाहुलीचं आकुंचन-प्रसरण, घाम येणं किंवा शरमणं यांसारखे संकेत जाणीवपूर्वक फसवे नसतात. अशा कृती अजाणतेपणी घडतात. तर प्रामाणिकपणा सिद्ध करण्यासाठी तळहात दाखवणं ही सहजी लक्षात येण्यासारखी कृती आहे.

खोटं बोलणारे थोडाच काळ ढोंग टिकवू शकतात.

मात्र, तरीसुद्धा काही घटनांमध्ये काही फायदे मिळवण्यासाठी देहबोली जाणीवपूर्वक फसवी केली जाते. एक उदाहरणच घेऊ - मिस वर्ल्ड किंवा मिस युनिव्हर्स सारख्या स्पर्धांमध्ये स्पर्धक आपण किती प्रेमळ, प्रामाणिक आहोत असं दाखवण्यासाठी अभ्यासपूर्वक देहबोलीच्या काही हालचाली आत्मसात करतात. हे संकेत ज्या प्रभावीपणे त्या परीक्षकांपर्यंत पोहोचवू शकतात तेवढे जास्त गुण त्यांना मिळतात. पण अगदी तरबेज स्पर्धकसुद्धा थोडा काळच फसवी देहबोली वापरू शकतात, कारण अखेरीस त्यांचं शरीर त्यांच्या जाणीवपूर्वक वागण्याच्या विरोधी, वेगळे असे संकेत देऊ लागतं. अनेक राजकारणी ते जे बोलतात त्यावर मतदारांचा विश्वास बसावा यासाठी फसव्या देहबोलीचा वापर करण्यात निष्णात असतात. अशी देहबोली ते

यशस्वीपणे वापरतात. उदा. जॉन एफ. केनेडी आणि अ‍ॅडॉल्फ हिटलर. त्यांना एक 'तेजोवलय' (करिश्मा) होतं, असं मानलं जायचं.

सारांश काय तर फसवी देहबोली फार काळ वापरणं अवघड असतं. मात्र इतरांशी संवाद साधताना देहबोलीचा सकारात्मक वापर कसा करायचा हे शिकणं महत्त्वाचं आहे. त्याचप्रमाणे चुकीचा संदेश देऊ शकणारी नकारात्मक देहबोली टाळणं हेही आपण शिकणार आहोत. त्याचीच चर्चा आपण यापुढे पुस्तकात करणार आहोत. यामुळे लोकांच्यात सहजी मिसळायला आणि त्यांनी तुमचा स्वीकार करायला मदत होईल आणि हाच एक महत्त्वाचा उद्देश हे पुस्तक लिहिण्यामागं आहे.

उच्च दर्जाची आकलनशक्ती कशी मिळवाल?

दिवसाची किमान १५ मिनिटं, इतर लोकांच्या देहबोलीचा अभ्यास करण्यासाठी आणि स्वत:च्या हालचालींमध्ये जाणीवपूर्वक काही बदल करण्यासाठी राखून ठेवा. जिथं लोक एकमेकांना भेटतात, एकमेकांशी बोलतात अशी कोणतीही ठिकाणं तुमच्या अभ्यासासाठी उपयुक्त आहेत. मानवी स्वभावाचा, हालचालींचा संपूर्ण आवाका येण्यासाठी विमानतळ हे एक उत्तम ठिकाण आहे. कारण इथं लोक देहबोलीतून उत्साह, राग, दु:ख, आनंद, उतावळेपणा आणि इतर अनेक भावना उघडपणे व्यक्त करतात. सामाजिक कार्यक्रम, उद्योगविषयक बैठका, पार्ट्या या ठिकाणीही देहबोलीचा चांगला अभ्यास होऊ शकतो. देहबोलीच्या अभ्यासात जेव्हा तुम्ही प्राविण्य संपादन कराल तेव्हा एखाद्या पार्टीला जा आणि एका कोपऱ्यात बसून इतर लोकांच्या देहबोली पद्धतींचे निरीक्षण करा. तुमचा वेळ अगदी मजेत जाईल.

आपल्या पूर्वजांपेक्षा, शरीरांचे संकेत उमगण्याची क्षमता आधुनिक माणसांमध्ये कमी आहे कारण आपण शब्दांमुळे विचलित होतो.

टेलिव्हिजन माध्यमातूनही आपल्याला बरंच काही शिकण्याची संधी मिळते. टेलिव्हिजनचा आवाज बंद करा आणि केवळ चित्र पाहून काय

चाललंय याचा आधी अंदाज बांधा. नंतर काही वेळ आवाज सुरू करा म्हणजे काय चाललं आहे आणि तुम्ही मनात शब्दांविना जे आडाखे बांधले होते ते कितपत बरोबर आहेत हे तुम्हाला तपासता येईल. आवाज बंद-सुरू करण्याचे असे प्रयोग शक्य झालं तर वारंवार करा. आवाजाविना, कर्णबधिर लोक बघतात तसा एक संपूर्ण कार्यक्रम बघा आणि तुम्हाला काय समजतं ते बघा.

देहबोली संकेतांच्या अध्ययनामुळे तुम्हाला इतर लोक कसे अधिकार गाजवतात किंवा दुसऱ्याला कसं वापरून घेतात याविषयीची जाणीव होते. आपल्याशीही काही लोक असंच वागतात हे तुमच्या लक्षात येतं. पण सर्वात महत्त्वाचं म्हणजे हा अभ्यास तुम्हाला इतरांच्या भाव-भावनांचा आदर करायला, त्याकडे संवेदनशीलतेनं बघायला शिकवतो.

आता आपण नव्या प्रकारच्या सामाजिक शास्त्रज्ञाचा - देहबोली निरीक्षकाचा कसा उदय होतो हे बघितले. पक्षी निरीक्षकाला ज्याप्रमाणे पक्ष्यांचा आणि त्यांच्या वर्तनाचा अभ्यास करायला, निरीक्षण करायला आवडतं, त्याचप्रमाणे देहबोली निरीक्षकाला माणसांमध्ये होणाऱ्या नि:शब्द हालचाली आणि संकेत यांचं निरीक्षण करण्यात आनंद मिळतो. तो सामाजिक कार्यक्रमांत, समुद्र किनाऱ्यावर, टेलिव्हिजनवर, कार्यालयात किंवा इतर कोणत्याही ठिकाणी - जिथं लोक एकत्र येतात तिथं - त्यांच्या हालचालींचं निरीक्षण करतो. वर्तनाचा अभ्यास करणाऱ्या या विद्यार्थ्याला त्याचे इतर मानवी सहकारी कसे वागतात याचं अध्ययन करायचं असतं. अंतिमत: याचा उपयोग त्याला स्वत:विषयी आणखी काही समजून घेण्यासाठी आणि त्याचे इतरांबरोबरचे नातेसंबंध आणखी सुधारण्यासाठी होणार आहे.

निरीक्षक आणि पाठलाग करणारा यांच्यात
काय फरक आहे? – क्लिपबोर्ड आणि पेन.

प्रकरण २

तुमची शक्ती तुमच्या हातात

हातांचे तळवे आणि हस्तांदोलन
नियंत्रण ठेवण्यासाठी कसे वापरले जातात?

प्राचीन काळी तळहात उघडे करून आपण
काही शस्त्रं लपवली नाहीत हे दाखवलं जायचं.

ॲडमचा कंपनीच्या जनसंपर्क कार्यालयातील नोकरीचा तो पहिला दिवस होता आणि त्याला सगळ्यांवर आपल्या व्यक्तिमत्त्वाची चांगली छाप पडावी अशी इच्छा होती. कार्यालयात गेल्यावर त्याची एकामागून एक सर्व सहकाऱ्यांशी ओळख करून देण्यात आली. त्या वेळी उत्साहानं तोंडभर हसून त्यानं सर्व सहकाऱ्यांशी ओळखी करून घेतल्या. ॲडमचं व्यक्तिमत्व एखाद्या यशस्वी जनसंपर्क अधिकाऱ्यासारखं होतं. तो उंचापुरा, देखणा आणि उत्तम वेषभूषा करणारा होता. लहान असताना वडिलांनी शिकवल्यानुसार त्याला जोरकस हस्तांदोलन करण्याची सवय होती. इतकं जोरकस की त्याच्या दोन महिला सहकाऱ्यांच्या हाताचा रक्तप्रवाह बंद व्हायची वेळ आली

आणि इतर काही सहकारी जखमी झाले. पुरुषांच्या सवयीप्रमाणे काही पुरुषांनी त्याच्या हस्तांदोलनाशी स्पर्धा करण्याचाही प्रयत्न केला. महिलांनी मात्र मूकपणे ते सहन केलं. पण लवकरच एकमेकींना सांगायला सुरुवात केली की, 'ॲडमपासून जरा लांबच राहा, तो तुम्हाला इजा करू शकेल.' पुरुषांनी नाही पण महिलांनी त्याला टाळायला सुरुवात केली आणि त्याच्या दुर्दैवानं त्याच्या कचेरीतल्या निम्म्या अधिकारी महिलाच होत्या.

हातांबाबत एक उपयुक्त सुविचार आहे - एखादा अरेरावी करणारा असेल किंवा बावळट असेल, तर अशी हातचलाखी करा की स्वत:च्या जिवावर बेतू नये. काही वेळा वरचढपणा दाखवण्यासाठी तुम्हाला हाताचा वापर करावा लागेल. एखादी चूक आपली नाही म्हणून हात झटकण्याचा प्रयत्न करताना मुद्देमालासकट पकडले जाऊ नका. ज्या हातांनी तुम्हाला भरवलं त्या हातांचाच चावा घ्यायचा प्रयत्न करू नका, नाहीतर परिस्थिती हाताबाहेर जाईल.

आपल्या जगण्यामध्ये हातांना खूप महत्त्वाचं स्थान आहे आणि म्हणूनच आपले अनेक सुविचार, वाक्प्रचार, म्हणी हातांशी संबंधित जीवनातल्या काही गोष्टींबद्दल आपल्याला शिकवून जातात. हात दाखवणे, दोन हात करणे, हात दाखवून अवलक्षण, हातच्या काकणाला आरसा कशाला, हातातोंडाची गाठ पडणं, गोष्टी हाताबाहेर जाणे इ.

मानवी उत्क्रांतीमध्ये हात हे सर्वांत महत्त्वाचं साधन मानण्यात येतं. शरीरातील इतर कोणत्याही भागांपेक्षा मेंदूचा आणि हाताचा जास्त संबंध येतो. जेव्हा एखादी व्यक्ती आपल्याला भेटते तेव्हा आपल्या हाताची काय हालचाल होते किंवा आपण कशाप्रकारे हस्तांदोलन करतो याबाबत फारच कमी लोक जागरूक असतात. मात्र पहिल्या पाच ते सात वेळातच वर्चस्व, कमीपणा की सामर्थ्याची चढाओढ होणार हे कळतं. संपूर्ण इतिहासात हाताचे तळवे दाखवणं हे सत्य, प्रामाणिकपणा, निष्ठा आणि कमीपणा यांचं निदर्शक मानण्यात आलं आहे. म्हणूनच अजूनही काही ठिकाणी शपथ घेताना तळहात हृदयावर ठेवून शपथ घेतली जाते. न्यायालयात एखादा पुरावा सादर करायला हवेत हात उंचावून तळहात दाखवला जातो.

न्यायालयात शपथ घेताना सर्वांपुढे डाव्या हातात धर्मग्रंथ ठेवून, उजवा हात त्यावर ठेवून शपथ घेतली जाते. एखादी व्यक्ती खुळी, प्रामाणिक आहे की नाही हे तपासण्यासाठी त्याच्या हाताचे तळवे ती कसे ठेवते याकडे लक्ष दिल्यास ते कळतं. जिंकलेल्यापुढं शरणागती दाखवण्यासाठी, किंवा आज्ञाधारकपणा दाखवण्यासाठी कुत्रा जसा त्याचा गळा दाखवतो त्याप्रमाणे आपल्याकडे काही शस्त्रास्त्रं नाहीत म्हणजे मला घाबरण्यासारखं काही नाही हे सांगण्यासाठी माणूस हाताचा तळवा दाखवतो.

आज्ञाधारकपणा दाखवण्यासाठी कुत्रा त्याचा गळा दाखवतो.
तर माणूस त्यासाठी त्याचे तळहात दाखवतो.

खुलेपणा कसा ओळखाल?

जेव्हा एखादी व्यक्ती खुलेपणानं, प्रामाणिकपणे बोलू इच्छिते, तेव्हा ती एका किंवा दोन्ही हातांचे तळवे दाखवते. 'मी हे केलं नाही', 'मी जर तुम्हाला दुखावलं असेल तर मला त्याबद्दल दुःख वाटतं', 'मी खरं तेच सांगतो आहे' असंही काहीतरी ती बोलते. जेव्हा एखादा माणूस मोकळेपणानं बोलायला लागतो, खरं सांगायला लागतो त्या वेळी तो तळहाताचा काही भाग किंवा संपूर्ण तळवेच समोरच्या व्यक्तीला दाखवतो. देहबोलीच्या इतर संकेतांप्रमाणेच त्या व्यक्तीची ही कृती अगदी अजाणतेपणे घडते, पण त्यामुळे अंत:प्रेरणेनं तुम्हालाही असं वाटतं की ती खरं बोलत आहे.

विश्वास ठेवा - मी डॉक्टर आहे.

खुलेपणा, प्रामाणिकपणा दर्शवण्यासाठी
सर्वत्र जाणीवपूर्वक हातांचा वापर केला जातो.

लहान मुलं ज्या वेळी खोटं बोलत असतात किंवा काही लपवत असतात तेव्हा ते त्यांचे तळवे मागे लपवतात. त्याचप्रमाणे, एखादा पुरुष रात्री आपण इतरांबरोबर कोठे गेलो होतो हे जर जोडीदारापासून लपवू इच्छित असेल तर तो हात खिशात घालून तळवे लपवतो किंवा हातांची घडी घालतो. त्यानं तळवे लपवलेले असल्यामुळे अंतर्ज्ञानानं तिला कळतं की तो खरं बोलत नाहीये. जर एखाद्या स्त्रीला काही लपवायचं असेल तर ती तो विषय टाळायचा प्रयत्न करते किंवा अनेक संबंध नसलेल्या विषयांवर बडबडत राहते. त्याच वेळी इतरही बऱ्याच काही गोष्टी करीत राहते.

पुरुष जेव्हा खोटं बोलतात तेव्हा त्यांच्या देहबोलीवरून ते लगेच उघड होतं. स्त्रिया जेव्हा खोटं बोलतात तेव्हा त्या दुसऱ्या कामात गर्क आहेत असे दाखवतात.

विक्रेत्यांना शिकवलं जातं की ग्राहक त्यांचं उत्पादन विकत घ्यायला नकार देण्याची कारणं देत असताना किंवा नापसंती व्यक्त करत असताना त्यांच्या हाताच्या तळव्यांकडे लक्ष ठेवा. जर एखादा खरंच काही सबळ कारणं देत असेल तर त्या वेळी सामान्यत: तो त्याचे तळवे दाखवतो. जेव्हा लोक मनमोकळेपणानं काही कारणं स्पष्ट करतात त्या वेळी ते हाताचा वापर करतात किंवा तळवे दाखवतात. या उलट जे खरं बोलत नाहीत ते केवळ तोंडानं बोलत राहातात, हात मात्र झाकून ठेवतात.

संभाषणात सहभागी व्हायचं नसेल तर खिशात हात घालणं ही काही पुरुषांची आवडती युक्ती असते. हाताचे तळवे या देहबोलीच्या स्वरतारा

आहेत. कारण शरीराच्या इतर कोणत्याही भागापेक्षा ते 'व्यक्त होण्याचं, बोलण्याचं' काम करतात. हे हात जेव्हा झाकले जातात तेव्हा तोंड बंद ठेवण्यासारखीच अवस्था होते.

आपण प्रसारमाध्यमांशी बोलू इच्छित नाही हेच जणू प्रिन्स विल्यम त्याचे हात खिशात घालून सांगत आहे.

फसवण्यासाठी तळहातांचा जाणूनबुजून वापर

काही लोक विचारतात की, मी जर खोटं बोललो आणि हाताचे तळवेही दाखवले, तर लोक माझ्या बोलण्यावर अधिक विश्वास ठेवण्याची शक्यता नाही का? याचं उत्तर 'होय' आणि 'नाही' अशी दोन्हीही आहेत. तुमचे हाताचे तळवे उघडे ठेवून तुम्ही निखालस खोटं बोललात, तरीसुद्धा ऐकणाऱ्याला ते अप्रामाणिक आहे हे तुमच्या इतर हालचालींवरून लक्षात येईल. कारण त्यात प्रामाणिकपणा व्यक्त करणाऱ्या हालचालींचा अभाव असेल आणि खोटं बोलताना होणाऱ्या हालचाली मात्र दिसतील आणि त्या उघड्या तळव्यांशी विसंगत वाटतील. खोटे बोलणाऱ्यांनी ते जे खोटे बोलतात त्याच्याशी नि:शब्द हालचाली पूरक ठरतील असं भासवण्याचं विशेष कौशल्य कमावलेलं असतं. एखादा कलाकार खोटं बोलत असताना, प्रामाणिकपणाची देहबोली जितकी विशेष परिणामकारकरीत्या वापरतो, तितकी त्याची कामगिरी विशेष चांगली होते.

'मी जेव्हा म्हातारी होईन, माझे केस पांढरे होतील, तेव्हासुद्धा तू माझ्यावर प्रेम करशील?' हातांचे तळवे दाखवत तिनं विचारलं. 'मी केवळ तुझ्यावर प्रेमच करणार नाही, तर तुला पत्रही लिहीत जाईन.' तो उत्तरला.

कारण आणि परिणाम सिद्धांत

दुसऱ्यांशी संवाद साधताना आपण जास्त खुले आहोत आणि विश्वासार्ह आहोत हे दाखवण्यासाठी सरावानं तळहात उघडे ठेवण्याची हालचाल करणं आपल्या अंगवळणी पडणं सहज शक्य असतं. यातली चित्तवेधक गोष्ट अशी आहे की, एकदा आपल्याला तळहात उघडे ठेवून बोलायची सवय झाली की, आपली खोटं बोलायची सवयदेखील कमी होत जाते. कारण आणि परिणाम सिद्धांतामुळे बहुतेक लोकांना तळहात उघडे ठेवून खोटे बोलणं अवघड जातं. एखादी व्यक्ती खुली असते तेव्हा ती तळहात उघडे करते. पण एकदा का तळवे उघडे केले की तिला खात्रीशीर खोटं बोलणं अवघड जातं. आपल्या हालचाली आणि भावना थेटपणे एकमेकांशी जोडल्या गेल्या असल्यामुळे असं घडतं. उदाहरणार्थ, तुम्हाला जर स्वत:चा बचाव करायचा असेल तर तुम्ही हाताची घडी घालून छातीवर ठेवण्याची शक्यता असते. पण असंही आहे की सहजच तुम्ही हाताची घडी घातली आहे तर तुमच्या मनात बचावात्मक भाव निर्माण व्हायला लागतात. आणि जर तुम्ही तळहात उघडे ठेवून बोलत असाल तर त्याचा समोरच्यावरही परिणाम होऊन त्यालाही खरं बोलण्याचा दबाव येतो. थोडक्यात तुमचा तळहात उघडे ठेवून बोलण्याचा परिणाम इतर जे खोटी माहिती सांगणार होते त्यावर होऊन त्याला आळा बसण्याची शक्यता असते आणि ते जास्त खुलेपणानं तुमच्याशी खरं बोलण्याची शक्यता असते.

शक्ती तळहाताची

एखाद्याला दिशा देण्यासाठी किंवा हुकुम देण्यासाठी आणि हात हलवण्यासाठी तळहाताचा वापर करून जे शरीराचे संकेत दिले जातात ते लोकांच्या फार कमी लक्षात आले तरी अत्यंत प्रभावी असतात. विशिष्ट पद्धतीनं तळहाताची शक्ती वापरणं हे वापरणाऱ्याला एक मूक अधिकार देतं.

तळहाताच्या अधिकार दर्शविणाऱ्या तळहात–वर स्थिती, तळहात–खाली स्थिती आणि *तळहात बंद करून बोटानं निर्देश करणं* अशा तीन प्रमुख हालचाली आहेत. या तीनही अवस्थांमधील फरक समजण्यासाठी आपण एक उदाहरण घेऊ या. तुम्ही एखाद्याला एखादी वस्तू उचल आणि

ती दुसऱ्या ठिकाणी नेऊन ठेव असं सागणार आहात. हे करताना आपण गृहीत धरलं आहे की प्रत्येक उदाहरणात, आवाजात चढउतार न करता तोच आवाज, तेच शब्द, तेच चेहऱ्याचे भाव ठेवणार आहात, फक्त तळहातांची स्थिती बदलणार आहात.

तळहात-वर ही अवस्था स्वत:कडे कमीपणा घेणारी, दुसऱ्याला धाक न वाटणारी आणि रस्त्यावर हात पसरून भीक मागणाऱ्या भिकाऱ्याची आठवण करून देणारी आहे. उत्क्रांतीच्या दृष्टिकोनातून विचार केल्यास आपण काही शस्त्रास्त्रं हातात धरून ठेवली नाहीत हे उघड करून सांगणारी आहे. या अवस्थेत तुम्ही ज्या व्यक्तीला वस्तू उचलायला सांगितली आहे तिला तुम्ही काही जोर देऊन सांगत आहात असं वाटणार नाही आणि तुमच्या विनंतीची तिला भीती वाटण्याची शक्यता नाही. एखाद्यानं बोलावं असं तुम्हाला वाटत असेल तर तुम्ही तळहात वर करून त्यानं काही बोलावं अशी तुमची अपेक्षा आहे आणि ते ऐकण्याची तुमची तयारी आहे, असं सुचवता.

गेल्या अनेक शतकांमध्ये *तळहात-वर* या हालचालीत अनेक सुधारणा होत गेल्या. एकच तळहात हवेत उंचावणं, तळहात हृदयावर ठेवणं आणि आणखी बऱ्याच हालचाली विकसित झाल्या.

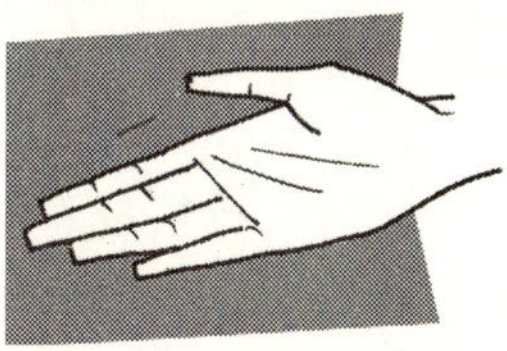

तळहात वर -
धाक न वाटणारा

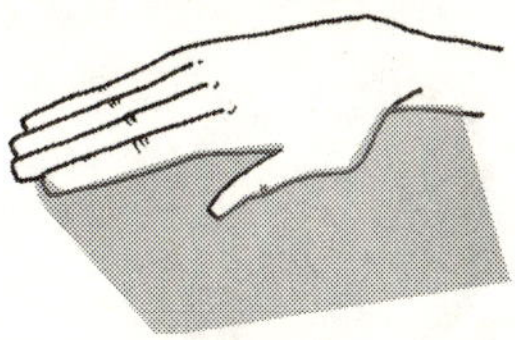

तळहात खाली -
अधिकार दर्शवणारा

तळहात खाली (पालथा) ही अवस्था लगेचच तुमचा अधिकार दर्शवते आणि ज्या व्यक्तीला तुम्ही वस्तू उचलायला सांगितलं आहे तिला तुम्ही हुकुम देता आहात असं वाटू लागेल आणि त्याच्यात तुमच्याविषयी विरोधी भावना निर्माण होईल. तुम्ही कोणत्या वातावरणात, कोणत्या नातेसंबंधातून किंवा कोणत्या पदावरून त्याच्याशी बोलत आहात त्यावर हे अवलंबून राहील.

तुमचा तळवा तुम्ही वर करणं किंवा खाली करणं, यामुळे दुसऱ्या व्यक्तीच्या तुमच्याविषयीच्या आकलनात संपूर्णत: बदल घडून येतो.

उदाहरणार्थ, समोरील व्यक्तीचं स्थान तुमच्या बरोबरीचं असेल तर ती तुमच्या तळहात खाली करून केलेल्या विनंतीला विरोध दर्शवेल आणि तुम्ही *तळहात-वर* अशीच कृती केली आहे असं गृहीत धरून वागायचा प्रयत्न करेल. समोरील व्यक्ती जर तुमच्या हाताखाली काम करत असेल तर ती *तळहात-खाली* या कृतीचा अर्थ तुम्हाला तो अधिकार आहे आणि तो तुम्हाला वापरता येईल, हे स्वीकारण्याची शक्यता आहे.

नाझी मानवंदनेत तळहात थेट खाली केला जायचा आणि ते जर्मनीतील त्या वेळच्या जुलुमी राजवटीचं - थर्ड राशचं - प्रतीक होतं. ॲडॉल्फ हिटलरनं तळहात-वर अशी स्थिती वापरली असती तर कोणीही त्याला गंभीरपणे घेतलं नसतं. उलट लोकांनी त्याची खिल्लीच उडवली असती.

तळहात-खाली या संकेताचा ॲडॉल्फ हिटलरनं केलेला वापर अत्यंत संस्मरणीय ठरला.

जेव्हा जोडपी हातात हात घालून फिरायला जातात तेव्हा त्यांच्यातला वर्चस्व गाजवणारा कोण आहे (बहुतेक तो पुरुषच असतो) हे लगेच कळतं. कारण जो अधिकारी असतो तो थोडा पुढे, हात वर आणि तळहात मागे ठेवून चालत असतो तर तिचा तळहात वर असतो. या छोट्याशा कृतीतून यांच्या कुटुंबातील सूत्रं कोणाच्या हातात आहेत हे पाहणाऱ्याच्या लगेच लक्षात येतं.

तळहात खाली बंद करून, तळहाताची मूठ करून बोटानं निर्देश करणं या कृतीमध्ये बोलणारा, ऐकणारा त्याच्यापेक्षा कमी आहे असं दाखवतो. त्यामुळे अजाणतेपणी इतरांच्यात नकारात्मक भाव निर्माण होतात. कारण प्राण्यांच्या इतर जातीत, अशा प्रकारचा उजव्या हाताचा ठोसा ही दुसऱ्यावर शारीरिक हल्ला करण्यापूर्वीची कृती मानली जाते.

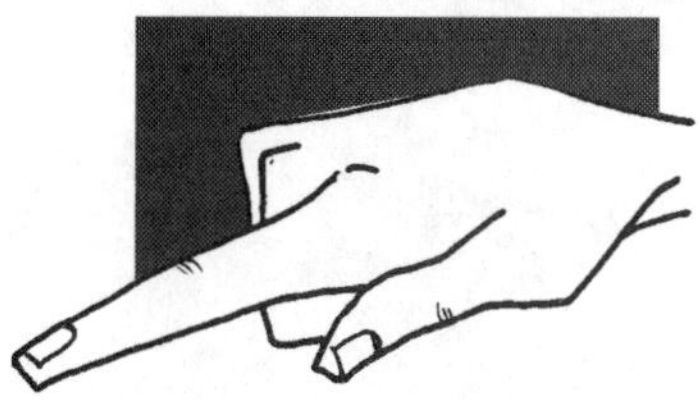

तळहाताची मूठ करून बोटानं निर्देश करणं 'कर! नाहीतर...'

बोलताना तळहाताची मूठ करून बोटानं निर्देश करणं ही कृती समोरच्याला त्रास देते. या कृतीमुळं बोलणारा शाब्दिक तडाखे देतो आहे असं वाटतं. मलेशिया आणि फिलिपाइन्स यासारख्या देशात असं बोट दाखवणं हा अपमान समजतात. कारण ते प्राण्यांकडे निर्देश करायचा असेल तरच असं बोट वापरतात. लोकांकडे निर्देश करताना किंवा मार्गदर्शन करताना मलेशियन लोक अंगठ्याचा वापर करतात.

श्रोत्यांवर केलेला प्रयोग

आम्ही केलेल्या एका प्रयोगात, आठ व्याख्यात्यांना आम्ही वेगवेगळ्या श्रोत्यांपुढे वरील तीन प्रकारच्या हालचालींमधील एका हालचालीचा वापर करून दहा मिनिटं बोलायला सांगितलं आणि नंतर आम्ही प्रत्येक व्याख्यात्याबद्दल श्रोत्यांना काय वाटतं याची नोंद केली. ज्या व्याख्यात्यांनी

तळहात-वर अशा स्थितीचा वापर केला त्यांची श्रोत्यांनी ८४ टक्के सकारात्मक प्रशंसा केली. ते एका गटापुढे जे बोलले तेच त्यांना दुसऱ्या गटापुढे मात्र'तळहात-खाली' अशा स्थितीत करायला सांगितलं तेव्हा हे प्रमाण ५२ टक्क्यांवर आलं. व्याख्यात्यांनी जेव्हा हेच सादरीकरण *बोट-दाखवून* केलं तेव्हा तर फक्त २८ टक्के श्रोत्यांनी सकारात्मक प्रतिसाद दिला, तर काही श्रोते व्याख्यान चालू असताना उठून गेले.

बोट दाखवण्याची कृती बहुतेक श्रोत्यांच्या मनात नकारात्मक भावना निर्माण करते.

बोट दाखवणाऱ्या कृतीबाबत श्रोत्यांनी दिलेल्या सकारात्मक प्रतिसादाचं प्रमाण तर कमी होतंच, पण व्याख्याता जे बोलला त्यापैकी फारच थोडं त्यांना आठवत होतं. बोट दाखवून बोलायची जर तुम्हाला सवय असेल तर *तळहात-वर* किंवा *तळहात-खाली* अशा हालचाली करत बोलण्याचा सराव करा. तुमच्या असं लक्षात येईल की वातावरणातला तणाव कमी होऊन मोकळेपणा येतो आणि त्याचा इतरांवर आणखी सकारात्मक परिणाम होतो. तसंच बोलता बोलता अधूनमधून तुम्ही हाताच्या बोटाचं टोक अंगठ्याला लावलं आणि 'सगळं ठीक आहे, ओके आहे' असं जर या हालचालीतून व्यक्त केलंत तर तुमच्या बोलण्यात अधिकार येईल पण ते आक्रमक नसेल. आम्ही ही हालचाल काही वक्त्यांना,

राजकारणी लोकांना, व्यावसायिकांना शिकवली आणि त्याचा लोकांवर काय परिणाम होतो, हे अभ्यासलं. ज्या वक्त्यांनी बोलताना बोटाच्या टोकांनी अंगठ्याला स्पर्श केला, ते वक्ते विचारी, ध्येयाभिमुख आणि एकाग्र आहेत असं मत श्रोत्यांनी व्यक्त केलं. ज्यांनी *बोट दाखवणं* ही कृती केली त्यांचं बोलणं आक्रमक, उद्धट आहे असं मत श्रोत्यांनी व्यक्त केलं. असे वक्ते जे बोलले त्यातली फारच कमी माहिती श्रोत्यांच्या लक्षात राहिली आणि जेव्हा वक्त्यानं श्रोत्यांकडे थेट अंगुलीनिर्देश केला तेव्हा श्रोता वक्त्यांच्या बोलण्याच्या आशयाकडे लक्ष देण्यापेक्षा तो त्याच्याबद्दल स्वत:चं वैयक्तिक मत बनवण्यातच वेळ घालवू लागला.

बोटाच्या टोकांना अंगठ्याच्या टोकाचा स्पर्श केल्यामुळे श्रोते घाबरून न जाता वक्ता काय बोलतो आहे इकडं लक्ष देतात.

हस्तांदोलन करण्याच्या पद्धतींचे विश्लेषण

भेट झाल्यावर हस्तांदोलन करायची प्रथा नवी नाही. पूर्वीच्या काळी जेव्हा टोळ्यांतून राहाणारी माणसं एकमेकांना भेटायची तेव्हा तळहात उघडे करून त्यात काही शस्त्रं लपवलेली किंवा पकडलेली नाहीत हे दाखवून मित्रत्वाची भावना समोरच्या व्यक्तीपर्यंत पोहोचवली जात असे. रोमन काळात बाहीमध्ये खंजीर लपवून ठेवण्याचा प्रघात होता. म्हणून संरक्षणासाठी रोमन लोकांनी मनगटाभोवती बोटं गुंफून हस्तांदोलन करण्याची पद्धत विकसित केली.

रोमन लोकांची भेटल्यावर स्वागत करण्याची मूळ पद्धत – बाहीत शस्त्रास्त्रं लपवली आहेत का हे पाहण्यासाठी मनगटाभोवती बोटं गुंफून हस्तांदोलन.

समोरच्या व्यक्तीच्या तळहातात आपला तळहात देऊन तो हलवणं या हस्तांदोलनाच्या प्राचीन पद्धतीचं हे आधुनिक रूप आहे. त्याची सुरुवात १९व्या शतकात बरोबरीच्या स्थानाच्या पुरुषांमध्ये होणाऱ्या व्यापारी व्यवहारांवर शिक्कामोर्तब करण्यासाठी झाली. मात्र त्याचा मोठ्या प्रमाणावर वापर गेल्या १०० वर्षांतला आहे. अगदी अलीकडच्या काळापर्यंत तो फक्त पुरुषांचाच प्रांत होता. पाश्चिमात्य आणि युरोपियन देशात आजही व्यवसायासंदर्भात होणाऱ्या बहुतेक भेटीगाठी, बैठकींची सुरुवात आणि शेवट, स्त्री आणि पुरुष हस्तांदोलनानं करतात. पार्टी (मेजवान्या) आणि इतर सामाजिक प्रसंगातही हस्तांदोलनाचा वापर केला जातो.

पुरुषांच्यात होणारी व्यावहारिक बोलणी दृढ करण्यासाठी हस्तांदोलनाची पद्धत विकसित झाली.

जपानसारख्या ठिकाणी डोकं झुकवणं ही स्वागताची पारंपरिक पद्धत आहे. तर थायलंडमध्ये स्वागतासाठी प्रार्थनेसदृश हालचाली (त्याला 'वाई' असं म्हणतात) करतात. असं असलं तरी हस्तांदोलनाचाच वापर आता मोठ्या प्रमाणावर होताना दिसतो. बहुतेक ठिकाणी हस्तांदोलन करताना हातांना पाच ते सात वेळा हेलकावे दिले जातात. उदाहरणार्थ, जर्मनीत दोन ते तीन वेळा हात हलवला जातो आणि आणखी दोन हेलकाव्यांना जेवढा वेळ लागेल तेवढा वेळ हात धरून ठेवला जातो. फ्रेंच लोक हस्तांदोलनात सर्वांत जास्त वेळ आनंदानं घालवतात. ते

भेटले की आणि निरोप घेताना दोन्ही वेळा हस्तांदोलन करतात. त्यांचा दिवसातला बराच वेळ हस्तांदोलनात जातो.

हस्तांदोलनात पुढाकार कोणी घ्यावा?

सामान्यत: जेव्हा समोरील व्यक्ती आपल्याला पहिल्यांदाच भेटत असते त्या वेळी आपण हस्तांदोलन करतो, पण कधी कधी परिस्थिती अशी असते की हस्तांदोलन करण्यात तुम्ही पुढाकार घेणं योग्य ठरत नाही. हस्तांदोलन हा विश्वास आणि स्वागताचा संकेत आहे. हे लक्षात घेऊन हस्तांदोलन करण्यापूर्वी स्वत:ला अनेक प्रश्न विचारणं महत्त्वाचं असतं. खरंच माझं स्वागत होणार आहे का? समोरची व्यक्ती मला भेटून आनंदी होणार आहे का, की मला भेटण्याची सक्ती मी तिला करीत आहे? विक्रेत्यांना नेहमी सांगितलं जातं की पूर्वसूचना न देता किंवा बोलावलं नसताना ते जर ग्राहकांना भेटायला गेले आणि पुढाकार घेऊन त्यांनी हस्तांदोलन केलं तर त्याचा ग्राहकावर नकारात्मक परिणाम होऊ शकतो आणि मनातून त्याला तुमचं स्वागत करण्याची इच्छा नसली तरी नाइलाजानं, सक्तीनं हस्तांदोलन करावं लागतं. अशा परिस्थितीत विक्रेत्यांना सल्ला दिला जातो की तुम्ही जरा वाट पाहा आणि समोरील व्यक्तीला पुढाकार घेण्यासाठी वेळ द्या. त्याआधी डोकं किंचित झुकवून त्याचं स्वागत करा. अजूनही काही देशांमध्ये स्त्रियांबरोबर हस्तांदोलन करण्याचा प्रघात सर्रास रूढ झालेला नाही. उदाहरणार्थ, मुस्लिम देशांमध्ये स्त्रियांबरोबर हस्तांदोलन करणं उद्धटपणाचं मानलं जातं. त्याऐवजी डोकं किंचित झुकवून अभिवादन करणं स्वीकारलं जातं. पण आता असंही चित्र दिसू लागलं आहे ज्या ठिकाणी स्त्रिया हस्तांदोलनात पुढाकार घेतात, अशा बहुतेक ठिकाणी त्या मनमोकळ्या स्वभावाच्या आहेत असं मानलं जाऊन त्यांच्याबद्दलचं प्रथमदर्शनी मत चांगलं होतं.

वर्चस्व आणि नियंत्रण कसं सिद्ध कराल?

तळहात-वर आणि *तळहात-खाली* या दोन्ही हालचालींचा कसा परिणाम होतो हे आपण याआधी पाहिलंच आहे. आता याचा उपयोग हस्तांदोलनात कसा करता येईल, ते बघू या.

आधुनिक काळात कुस्ती खेळण्यासाठी सुरुवातीला कुस्तीगीर जसे एकमेकांना भिडतात तसे रोमन काळात दोन नेते एकमेकांना भेटत असत. हस्तांदोलन करताना जो नेता दुसऱ्यापेक्षा प्रबळ असायचा तो दुसऱ्या व्यक्तीचा हात जोरदारपणे धरायचा. इतका की त्याचा हात मोडतो की काय असं वाटावं. प्रबळ व्यक्तीचाच हात वर असल्याने याला *हात-वर* (अप्पर हॅन्ड) अवस्था म्हटलं जाऊ लागलं.

चला, आता आपण असं समजू या की तुम्ही कोणाला तरी पहिल्यांदाच भेटत आहात, आणि तुम्ही एकमेकांशी हस्तांदोलन करत आहात. अशा वेळी खालील तीनपैकी एक बाब नकळपणे व्यक्त होते.

१. वर्चस्व : तो माझ्यावर वर्चस्व गाजवू पाहत आहे. मी सावध असायला हवं.
२. शरणागती : मी समोरच्या व्यक्तीवर वर्चस्व गाजवून मला हवं ते करायला भाग पाडू शकतो.
३. समानता : या व्यक्तीबरोबर मला सहजपणा जाणवत आहे.

हस्तांदोलनात अशा प्रकारचे संदेश नकळतपणे दिले किंवा घेतले जातात आणि त्याचा तत्काळ परिणाम आपल्या भेटीत जाणवतो. १९७०मध्ये, आम्ही व्यवसाय कौशल्यं शिकवायचो. त्या वर्गांमध्ये या हस्तांदोलन तंत्रांचा परिणाम काय होतो याचा आम्ही अभ्यास केला. व्यवसायविषयक धोरणाचा भाग म्हणून आम्ही ही तंत्रं त्यांना शिकवली. त्याचा थोडा सराव करायला सांगितला. नंतर जेव्हा व्यक्ती समोरासमोर भेटल्यावर या तंत्राचा वापर केला तेव्हा त्याचे नाट्यमय परिणाम झाल्याचं दिसून आलं.

नियंत्रण स्वत:कडे घेताना.

वरील चित्राप्रमाणे हस्तांदोलन करताना समोरच्या व्यक्तीचा हात हातात घेतल्यावर तो (चित्रातील रेघांची बाही) थोडासा फिरवून तुमचा तळवा

खालच्या दिशेला आणू शकता. यावरून तुमचं प्राबल्य लक्षात येईल. तुमचा तळवा पूर्णपणे पालथा नसला तरी तो वर असतो. त्यानं तुमचं बळ, सामर्थ्य आणि या भेटीवर स्वत:चा ठसा उमटविण्याचा तुमचा इरादा समोरच्या व्यक्तीपर्यंत पोहोचेल.

आम्ही या संदर्भात ३५० यशस्वी वरिष्ठ व्यवस्थापन कार्यकारी अधिकाऱ्यांचा अभ्यास केला. (त्यापैकी ८९ टक्के पुरुष होते). यातून असं आढळून आलं की जवळ जवळ सर्व व्यवस्थापकांनी हस्तांदोलन करण्यात पुढाकार घेतला. एवढेच नाही तर, पुरुषांपैकी ८८ अधिकाऱ्यांनी तर स्त्रियांपैकी ३१ टक्के स्त्रियांनी वर्चस्व सिद्ध करणाऱ्या हस्तांदोलनाचा वापर केला. सत्ता आणि नियंत्रण हे मुद्दे स्त्रियांना सामान्यत: कमी महत्त्वाचे वाटले. त्यामुळेच तीनपैकी केवळ एकाच स्त्रीने *हात-वर* (अप्पर हॅन्ड) या स्थितीचा वापर केला. आम्हाला असंही आढळून आलं की, काही विशिष्ट सामाजिक परिस्थितीत काही महिलांनी पुरुषांशी हस्तांदोलन करताना दुर्बलपणा दर्शवण्यासाठी हलकंसं, हळुवार हस्तांदोलन केलं. यातून त्यांनी त्यांचं स्त्रीत्व दाखवून, पुरुष त्यांच्यावर अधिकार गाजवू शकतात, असं सूचित केलं. मात्र व्यवसायाच्या दृष्टिकोनातून स्त्रीचं वागणं अनर्थ घडवू शकतं. कारण, त्यामुळे पुरुष तिच्या स्त्रीसुलभ गुणांकडेच लक्ष देऊन तिला गंभीरपणे न घेण्याची शक्यता असते. हल्ली प्रत्येक जण सज्जन आहे असं म्हणण्याची फॅशन, प्रथा असली आणि राजकीयदृष्ट्या ते योग्य असलं तरी व्यवसायविषयक बैठकीत आपल्या स्त्रीत्वाचा वापर करणाऱ्या स्त्रियांना इतर व्यावसायिक स्त्रिया किंवा पुरुष गंभीरपणे घेत नाहीत. याचा अर्थ, उद्योग व्यवसाय विश्वात वावरताना स्त्रियांनी पुरुषी पद्धतीनं वागावं असं नाही, पण तिला जर पुरुषांइतकीच समान विश्वासार्हता कमवायची असेल तर स्त्रीत्वाचे संकेत देणाऱ्या गोष्टी तिनं टाळणं गरजेचं आहे. उदाहरणार्थ, हळुवार हस्तांदोलन, तोकडे देहप्रदर्शन करणारे कपडे, उंच टाचांचे सॅन्डल्स आदी.

स्त्रीत्वाचे उघड संकेत देणाऱ्या स्त्रिया व्यवसायविषयक गंभीर बैठकांमध्ये विश्वासार्हता गमावतात.

अलाबामा विद्यापीठाचे विल्यम चॅपलिन यांनी २००१मध्ये हस्तांदोलनाविषयी एक अभ्यास केला. यात असं आढळून आलं की, बहिर्मुख व्यक्ती खंबीरपणे हस्तांदोलन करतात. तर लाजाळू, भावनाप्रधान व्यक्ती तशा प्रकारे हस्तांदोलन करीत नाहीत. नव्या कल्पनांचा स्वीकार करण्याचा खुलेपणा असो वा नसो पुरुष एकाच प्रकारे हस्तांदोलन करतात. म्हणूनच स्त्रियांनी विशेषत: पुरुषांबरोबर हस्तांदोलन करताना खंबीरपणे करण्याची सवय करावी. त्यांचं व्यवसायातील स्थान भक्कम करण्यासाठी ते उपयोगी पडतं.

कमीपणा दर्शवणारं हस्तांदोलन

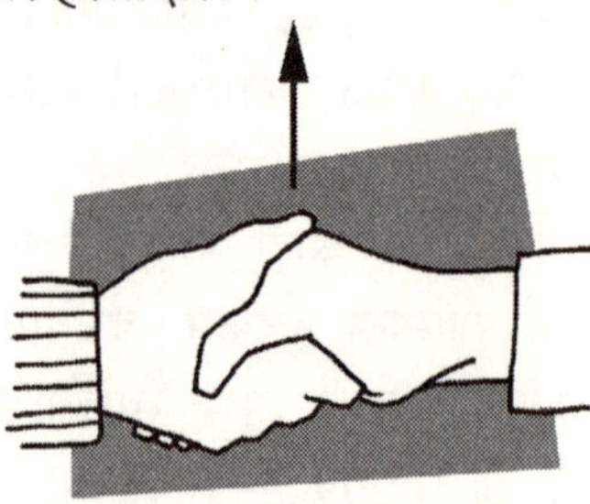

कमीपणा दर्शवणारं हस्तांदोलन

श्रेष्ठत्व सिद्ध करण्याच्या भावनेने केलेल्या हस्तांदोलनाच्या विरुद्ध म्हणजे नमतं घेण्याच्या दृष्टीनं केलेलं, कमीपणा दर्शवणारं हस्तांदोलन (चित्रातील रेषांची बाही) यात हस्तांदोलनासाठी हात पुढे करणारा तळवा वरच्या बाजूला येईल अशा पद्धतीने हात पुढे करतो. जेव्हा समोरच्या माणसाचा अधिकार तुम्ही स्वीकारत असता तेव्हा हे दाखवून देण्यासाठी या पद्धतीचा उपयोग होतो. किंवा एखादे वेळी (व्यावसायिक बाबीत) तुम्ही कोणाची माफी मागत असाल तेव्हाही या पद्धतीचा उपयोग होतो.

एकाच हस्तांदोलनात समोरच्या व्यक्तीशी सलोख्याचे संबंध प्रस्थापित करायचे असतील तर तुमचा तळवा उभा करून समोरच्या व्यक्तीचा हात हलकेच दाबून समोरच्या व्यक्तीला प्रतिसाद द्या.

तळहात-वर हस्तांदोलनात शरणागती दर्शवली जाते. हे असं जरी असलं तरी कधी कधी इतर काही परिस्थितीही लक्षात घ्यावी

लागते. आपण याआधी पाहिलं आहे की सांधेदुखीचा आजार असलेल्या व्यक्तीला तिच्या तब्येतीचा विचार करता कमकुवत हस्तांदोलन म्हणजेच शरणागती दाखवणारं हस्तांदोलन करावं लागतं. ज्यांना हाताचा वापर आपल्या व्यवसायात करावा लागतो असे शल्यचिकित्सक, कलाकार, संगीताच्या क्षेत्रात काम करणारे, स्वत:च्या हातांचं संरक्षण करण्यासाठी सौम्य हस्तांदोलन करण्याची शक्यता असते. हस्तांदोलन करण्याच्या पद्धतीवरून ती व्यक्ती पुढे कशी वागेल याचा अंदाज आपल्याला येतो. स्वत:कडे कमीपणा घेऊन हस्तांदोलन करणारी व्यक्ती पुढेही तशाच हालचाली करील आणि प्राबल्य दाखवणारं हस्तांदोलन करणारी व्यक्ती पुढेही तशाच अरेरावी दर्शवणाऱ्या हालचाली करील.

समानता कशी व्यक्त कराल?

दोन प्रबळ व्यक्ती जेव्हा हस्तांदोलन करतात तेव्हा त्यांच्यात सत्तेसाठी झगडा सुरू होतो. दोन्हीही व्यक्ती दुसऱ्या व्यक्तीचा तळहात वळवण्याचा प्रयत्न करतात. अशा अवस्थेत दोघांचेही हात सरळ लंब रेषेत येतात. यातून समानतेची भावना निर्माण होते. कुणीच कमीपणा घेणारं नसल्यामुळे परस्परांबद्दल आदर निर्माण होऊन हस्तांदोलन केलं जातं.

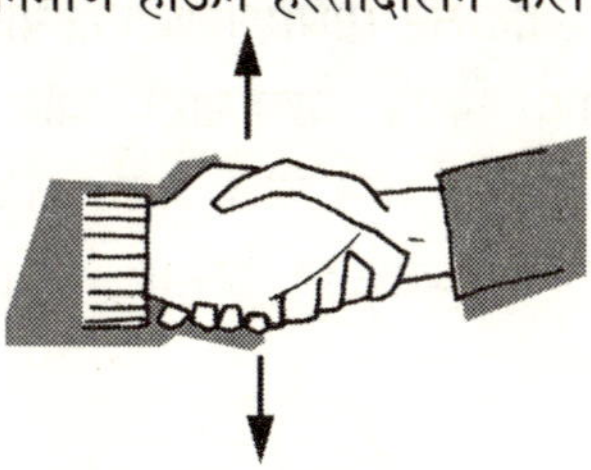

समानता दर्शवणारे हस्तांदोलन

उत्तम सलोखा कसा निर्माण कराल?

हस्तांदोलनाद्वारे उत्तम सलोखा निर्माण करायचा असेल तर दोन महत्त्वाच्या गोष्टी लक्षात ठेवायला हव्यात. एक म्हणजे हस्तांदोलन करताना तुमच्या आणि समोरच्या व्यक्तीचा हात सरळ रेषेत असावा. म्हणजेच खाली किंवा वर झुकवून आक्रमकपणा किंवा नमतं घेणं हे न होता दोघे एकाच पातळीवर राहातील. दुसरं म्हणजे समोरची व्यक्ती तुमचा हात

जेवढ्या जोरानं दाबेल तेवढाच जोर तुम्हीही त्या व्यक्तीच्या हातावर द्या. उदाहरणार्थ, १ ते १० च्या पट्टीचं मोजमाप केल्यास तुमच्या हाताचा दाब ७ मोजला जाऊ शकतो आणि समोरच्या व्यक्तीचा दाब मात्र ५ च आहे. असं झाल्यास तुम्हाला प्रयत्नपूर्वक तुमचा जोर २० टक्के कमी करायला लागेल. याउलट समोरच्या व्यक्तीची पकड ९ अंकांपर्यंत असेल तर तुम्हाला तुमची पकड आणखी २० टक्क्यांनी घट्ट करावी लागेल. जर तुम्ही दहा जणांच्या गटाला भेटणार असाल आणि प्रत्येकाबरोबर समान पातळीवर, सलोखापूर्ण हस्तांदोलन करायचं असेल तर आपल्या हाताचे कोन आणि तीव्रता यामध्ये समोरच्याला अनुसरून बदल करावे लागतील. आणखी एक महत्त्वाची गोष्ट हस्तांदोलन करताना लक्षात ठेवायला हवी. ती म्हणजे सरासरी पुरुष स्त्रीच्या दुप्पट आपल्या हातांची शक्ती उपयोगात आणू शकतो. उत्क्रांतीमध्ये फाडणं, पकडणं, वाहून नेणं, फेकणं आणि ठोकणं यांसारख्या कामांसाठी पुरुष १०० पौंड म्हणजे सुमारे ४५ किलो ताकदीची पकड हातांद्वारे निर्माण करू शकतो. म्हणूनच समोरची व्यक्ती स्त्री आहे की पुरुष, तिला काही व्याधी आहे का हे सगळं लक्षात घेऊन हस्तांदोलन कशा पद्धतीनं करावं याची काळजी घ्यायला हवी.

लक्षात ठेवा, हस्तांदोलन साधारणपणे भेटल्याबरोबर लगेच स्वागत करण्यासाठी, निघताना निरोप घेण्यासाठी किंवा एखाद्या करारावर शिक्कामोर्तब करण्याच्या उद्देशाने केलं जातं. त्यामुळे हस्तांदोलनातून समोरच्या व्यक्तीपर्यंत तुमच्याकडून उत्साह, मैत्री आणि सकारात्मक संदेश पोहोचायला हवा.

स्वत:चं वर्चस्व सिद्ध करू इच्छिणाऱ्याला निष्प्रभ कसं कराल?

तळवा-खाली ही स्थिती नाझी नमस्काराची आठवण करून देते. हस्तांदोलनात ही सर्वांत आक्रमक मानली जाते. कारण या प्रकारात समोरच्याला समान पातळीवर येण्याची फारशी संधी दिली जात नाही. जे वर्चस्व गाजवणारे असतात किंवा आपलीच इच्छा दुसऱ्यावर लादू पाहतात ते कायम पुढाकार घेऊन अशा स्वरूपाचं हस्तांदोलन करतात. आणि त्यांचा कडक हात आणि पालथा तळवा यात एवढा जोर असतो की तो समोरच्या हस्तांदोलन करणाऱ्याला कमीच लेखतो.

तळवा खाली (किंवा पालथा हात) अवस्था

एखादी व्यक्ती स्वत:चं श्रेष्ठत्व सिद्ध करण्यासाठी हस्तांदोलन करताना तुम्हाला नमतं घ्यायला भाग पाडत असेल तर तुम्ही त्याचा हा डाव अयशस्वी करण्यासाठी पुढील काही प्रयोग करून बघा.

१. योग्य ते तंत्र वापरण्यासाठी डावा पाय पुढे टाका

स्वत:चं वर्चस्व सिद्ध करू पाहाणाऱ्या व्यक्तीकडून - बहुतेक वेळा ते पुरुषच असतात - प्राबल्य दाखवण्यासाठी हस्तांदोलन करण्यासाठी हात पुढे आला की तुम्हीही तेवढ्याच शक्तीनं त्याचा हात दाबू शकता. पण हे करणं म्हणजे फारच उघड विरोध दाखवल्यासारखं होईल. त्यासाठी खालील तंत्राचा अवलंब करा. जेव्हा समोरचा हस्तांदोलनासाठी हात पुढे करील तेव्हा तुम्ही तुमचा डावा पाय आधी पुढे टाका आणि मग हस्तांदोलन स्वीकारा. असं करणं जरा अवघड आहे पण सरावानं ते जमेल. कारण ९०% लोक उजव्या हातानं हस्तांदोलन करताना उजवाच पाय सहजपणे पुढे टाकतात.

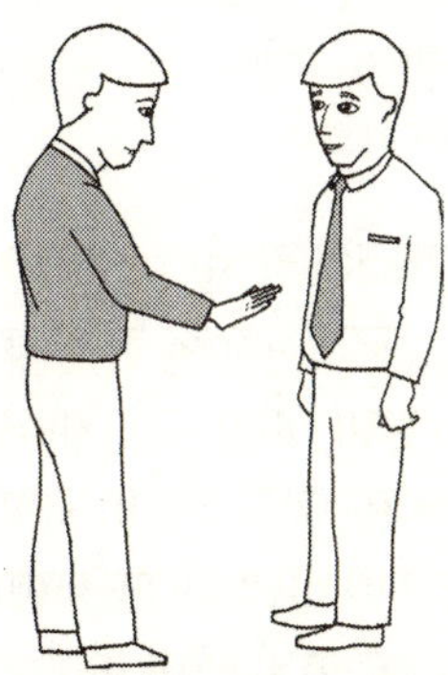

वर्चस्व सिद्ध करू पाहणारा, नियंत्रण ठेवण्याचा प्रयत्न करेल

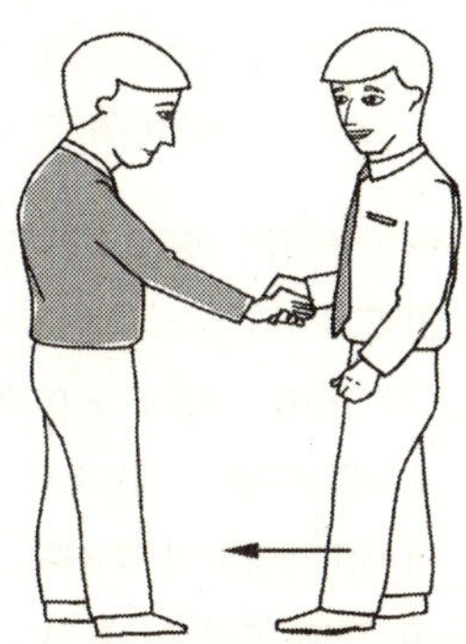

हस्तांदोलन करताना डावा पाय पुढे टाका

यानंतर उजवा पाय पुढे टाका. त्यामुळे तुम्ही त्याच्या निकट जाल. शेवटी तुमचा डावा पाय उजव्या पायाच्या बरोबर आणा (खाली चित्रात दाखवल्याप्रमाणे) आणि मग हस्तांदोलन करा. अशाप्रकारे युक्तीचा वापर केल्यानं तुम्हाला समोरच्याशी सरळ हस्तांदोलन करता येतं किंवा त्याचा हात थोडा वर वळवून समोरच्याला कमीपणा देण्यातही त्याचं रूपांतर तुम्ही करू शकता. या कृतीतून तुम्ही समोरच्याच्या पुढे उभे ठाकता आणि चढाओढीत त्याच्याबरोबरीनं विजेता ठरू शकता. यामुळे त्याच्या वैयक्तिक अवकाशावर आक्रमण करून तुम्हाला त्याच्यावर नियंत्रण ठेवता येतं.

स्वत:चा उजवा पाय पुढे टाका आणि
समोरच्याचा तळहात वर वळवा

समोरच्याच्या हातात हस्तांदोलनासाठी हात देताना तुम्ही तुमचा डावा पाय पुढे टाकता की उजवा याचं निरीक्षण करा. बहुतेक लोक उजवाच पाय पुढे टाकतात आणि त्याचा तोटा असा होतो की समोरच्याचं हस्तांदोलन स्वीकारताना पायाची हालचाल करायला त्यांना जागा राहत नाही आणि समोरच्याला वर्चस्व सिद्ध करणारं हस्तांदोलन करता येतं. म्हणून हस्तांदोलन करताना डावा पाय पुढे टाकण्याची सवय करा. त्यामुळे हस्तांदोलनातून तुमच्यावर वर्चस्व गाजवू पाहण्याचा आणि तुमच्यावर नियंत्रण ठेवण्याचा त्याचा उद्देश असफल होण्यास मदत होईल.

२. आपला हात वर ठेवण्याचं तंत्र

सुरुवातीला नेहमीप्रमाणे उजव्या हातानं हस्तांदोलन करा. नंतर चित्रात दाखविल्याप्रमाणे तुमचा डावा हात, हस्तांदोलन करीत असलेल्या त्याच्या उजव्या हातावर ठेवा. याला 'डबल हॅन्डर' असं संबोधलं जातं. असं करून तुम्ही हस्तांदोलन करीत असलेले हात सरळ ठेवू शकाल.

'डबल हॅन्डर'

अशा प्रकारच्या हस्तांदोलनात हस्तांदोलनाचा अधिकार तुमच्याकडे येतो आणि परिस्थितीची योग्य प्रकारे हाताळणी करता येते. एखाद्या आक्रमक पुरुषाशी हस्तांदोलन करताना स्त्रियांना या तंत्राचा जास्त उपयोग होतो. यामुळे पुरुषांच्या हातातलं सामर्थ्य काही प्रमाणात कमी होऊन ते स्त्रियांच्या हातात येतं. जर एखादी व्यक्ती मुद्दाम आणि सतत स्वत:चा प्रभाव पाडून तुम्हाला घाबरवण्याचा प्रयत्न करीत असेल तर त्याच्या हाताच्या वरच्या बाजूला म्हणजे मनगटापाशी हात धरून (खाली चित्रात दाखवल्याप्रमाणे) हस्तांदोलन करा. तुमच्या अशा कृतीने त्या व्यक्तीला धक्का बसेल. त्यामुळे या उपायचा वापर तारतम्य वापरून निवडक प्रसंगीच करावा.

शेवटचा उपाय

थंड हस्तांदोलन

हस्तांदोलन करताना कोणी आपल्या हातात नाश्त्यासाठी फ्रिजमधील सॉसची थंड बाटली दिली आहे की काय अशी भावना आपल्या मनात निर्माण झाली तर असं थंड हस्तांदोलन स्वीकारणं कोणालाही आवडत नाही. अनोळखी व्यक्तीला भेटताना जर आपल्याला ताण आला तर रक्त, पेशीपासून वळून खाली आपल्या हाताच्या त्वचेच्या बाहेरील थराकडे (याला डर्मीस असे म्हणतात), तसंच हात आणि पायाच्या स्नायूंकडे जातं आणि शरीराला 'लढा अथवा पळा' अशा अवस्थेसाठी तयार करतं. त्याचा परिणाम म्हणजे हातांचं तापमान कमी होतं आणि हाताना घाम यायला लागतो आणि ते थंड पडू लागतात. अशा वेळी हस्तांदोलन केल्यास ओला मासा हातात धरल्यासारखं वाटतं. अशा वेळी एखाद्या महत्त्वाच्या व्यक्तीला भेटायचे असेल तर आपल्याबद्दल त्याचं पहिलंच मत वाईट होऊ द्यायचं नसेल तर आपल्या खिशात किंवा हातातल्या बॅगमध्ये हातरूमाल ठेवा. त्यानं हात पुसा, मगच हस्तांदोलन करा किंवा तुम्ही कल्पना करा की तुम्ही तुमचे हात शेकोटीवर धरले आहेत आणि त्याची धग तुम्हाला लागली आहे. नुसत्या या कल्पनेनंसुद्धा सामान्यत: व्यक्तीच्या तळहाताचं तापमान ३ ते ४ अंशांनी वाढतं.

डाव्या बाजूचा फायदा घ्या

प्रसारमाध्यामांसाठी दोन नेत्यांचा एकत्र फोटो काढायचा असतो तेव्हा त्यांची शारीरिक उंची, विशिष्ट पद्धतीचा पेहराव याबाबत ते समान आहेत असं वाटलं तरी छायाचित्राच्या डावीकडे जो नेता उभा असतो तो दुसऱ्यापेक्षा जास्त प्रभावी आहे असं पाहणाऱ्याला वाटतं. कारण हस्तांदोलन करताना डावीकडील व्यक्तीला हात-वर या स्थितीमध्ये हस्तांदोलन करणं सोपं जातं आणि त्यामुळेच फोटोमध्ये तो दुसऱ्यापेक्षा प्रभावी ठरतो. पुढे दिलेल्या फोटोतून हे स्पष्ट होते. जॉन एफ. केनेडी आणि रिचर्ड निक्सन १९६० मध्ये त्यांच्या एका टेलिव्हिजनवरील चर्चेच्या आधी भेटले. त्या वेळी त्यांनी केलेलं हस्तांदोलन दिसत आहे. त्या वेळी जगामध्ये देहबोलीविषयी फारशी माहिती नव्हती. तरी या फोटोचा नीट अभ्यास केला तर असं दिसतं की जे.एफ. केनेडींना देहबोलीचा वापर

कसा करायचा याची उपजत समज होती. फोटोच्या वेळी नेहमी डावीकडे उभे राहाण्याची सवय त्यांनी अंगी बाणवली होती आणि हस्तांदोलन करताना *हात-वर* (अप्पर हॅन्ड) ही स्थिती वापरण्याची त्यांची अनेक आवडत्या सवयींपैकी एक आवडती सवय होती.

जे. एफ. केनेडी डाव्या बाजूला उभे राहिलेले छायाचित्रात दिसत आहेत. त्याच वेळी हस्तांदोलन करतानाही त्यांचा हात वरती आहे त्यामुळं रिचर्ड निक्सन यांचं व्यक्तिमत्त्व कमकुवत दिसत आहे.

निवडणुकीविषयी त्या दोघांची झालेली प्रसिद्ध चर्चा हे देहबोलीचं महत्त्व पटवून देणारी एक ठळक घटना होती. निवडणुकीच्या वेळी असं सिद्ध झालं की ज्या लोकांनी रेडिओवर चर्चा ऐकली होती त्यांना निक्सन विजयी होतील असे वाटत होते. तर ज्यांनी टेलिव्हिजनवर चर्चा पाहिली होती त्यांना केनेडीच नि:संशयपणे जिकणार याबद्दल खात्री होती. यावरून हेच सिद्ध झालं की केनेडींच्या देहबोलीचा मतदारांवर परिणाम झाला. ते निवडून आले आणि अखेरीस राष्ट्राध्यक्षही झाले.

छायाचित्रात बिल क्लिंटन डावीकडे उभे राहिल्यानं हस्तांदोलन करतानाही त्यांचा हात वरती असल्यानं टोनी ब्लेअर यांच्यापेक्षा ते प्रभावी ठरतात.

छायाचित्रात जगातले काही महत्त्वाचे नेते चुकीच्या बाजूला म्हणजे उजवीकडे उभे आहेत आणि तरीही प्रबळपणे हस्तांदोलन करताना दिसत आहेत.

जेव्हा पुरुष आणि स्त्रिया हस्तांदोलन करतात

स्त्रिया घराबाहेर पडून कामकाज करायला लागून आता अनेक दशकं उलटली आहेत. पण अजूनही जेव्हा व्यावसायिक कारणांनी स्त्री-पुरुषांना एकमेकांचं स्वागत करायची वेळ येते तेव्हा नक्की काय करावं हे न समजून बरेच जण चाचपडत असतात आणि त्यातूनच अवघडलेपण वाढत जातं. बऱ्याच पुरुषांना ते लहान असताना त्यांच्या वरिष्ठांकडून हस्तांदोलनाचं प्राथमिक तंत्र शिकवलं जातं. मात्र फारच कमी स्त्रियांना असं प्रशिक्षण मिळतं. मोठेपणी या अज्ञानामुळे बऱ्याच वेळा अवघडलेले, अडचणीत आणणारे प्रसंग निर्माण होतात. बऱ्याच वेळा असं होतं की हस्तांदोलनासाठी पुरुषांनी पुढे केलेला हात स्त्रियांच्या लक्षात न आल्यानं त्या प्रतिसाद देत नाहीत. त्यामुळे पुरुष आपला हात मागे घेतो. तेवढ्यात स्त्रीच्या लक्षात आल्यावर ती हात पुढे करते. पण समोरच्या पुरुषानं तोवर तो मागे घेतला असल्यानं स्त्रीचा पुढे केलेला हात अधांतरी तरंगत राहतो. ते बघून तो घाईघाईने पुन्हा हात पुढे करतो आणि त्यातून जो गोंधळ उडतो तो बघण्यासारखा असतो आणि शेवटी घाईघाईनं अत्यंत चुकीच्या पद्धतीने हस्तांदोलन केलं जातं.

चुकीच्या पद्धतीनं केलेल्या हस्तांदोलनामुळे व्यावसायिक कारणासाठी एकत्र आलेल्या स्त्री–पुरुषांच्या बैठकीचा बोजवारा उडू शकतो.

महत्त्वाची सूचना : एखाद्या व्यक्तीशी हस्तांदोलन करताना गोंधळल्यासारखं किंवा अडखळायला झालं तर त्या व्यक्तीचा उजवा हात तुमच्या डाव्या हातानं उजव्या हातावर, हस्तांदोलन योग्य रीतीने करता येईल असा ठेवून द्या, त्याच्याकडे हलकंसं हसून बघा आणि सूचित करा की आपण पुन्हा एकदा प्रयत्न करू या. यामुळे तुमच्याबद्दल त्याला विश्वास वाटेल आणि तुमच्या भेटीला तुम्ही योग्य महत्त्व देत आहात हे या तुमच्या कृतीवरून त्याच्या लक्षात येईल. व्यवसायात काम करणाऱ्या स्त्रियांनी आपण हस्तांदोलन करणार आहोत हे सूचित करावं आणि हस्तांदोलनासाठी लवकरात लवकर हात पुढे करायला हवा. यातून तुमचा उद्देश दिसून येतो आणि चाचपडत, अडखळत होणारं हस्तांदोलन टाळता येतं.

द डबल हॅन्डर (दोन्ही हातांचा वापर करून केलेले हस्तांदोलन)

जगभरातील व्यावसायिक क्षेत्रात अशा प्रकारचं हस्तांदोलन सर्वांचं आवडतं आहे. हे करताना समोरच्याच्या थेट डोळ्यात बघितलं जातं आणि मनापासून आश्वासक हसलं जातं. नंतर आत्मविश्वासपूर्वक मोठ्यानं वारंवार हस्तांदोलन स्वीकारणाऱ्याला त्याच्या पहिल्या नावानं हाक मारली जाते. याच वेळी त्याच्या तब्येतीचीही चौकशी केली जाते.

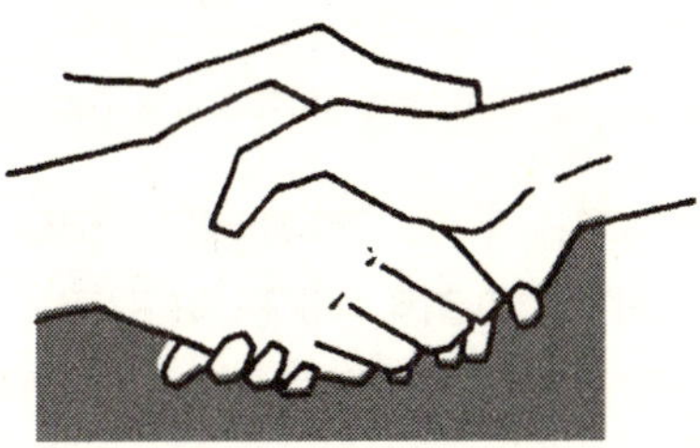

द डबल हॅन्डर

अशा प्रकारच्या हस्तांदोलनात पुढाकार घेणारी व्यक्ती शारीरिक संपर्क वाढवते. हस्तांदोलन स्वीकारल्यावर नियंत्रण ठेवून त्याचा उजवा हात आपल्या दोन्ही हातात ठेवते. यालाच कधी कधी 'राजकारणी लोकांचं हस्तांदोलन' असंही म्हटलं जातं. कारण डबल हॅन्डर असं हस्तांदोलन करताना व्यक्ती आपण विश्वासू, प्रामाणिक आहोत असं समोरच्याला दाखवण्याचा प्रयत्न करते. मात्र जिला तो पहिल्यांदाच भेटत असतो त्याच्यावर याचा उलटा परिणाम होण्याची शक्यता असते. हस्तांदोलन स्वीकारणाऱ्याला समोरच्याच्या हेतूविषयी यामुळे संशयाची भावना निर्माण होते. डबल हॅन्डर म्हणजे लहानसं आलिंगन दिल्यासारखं किंवा मिठी मारल्यासारखं असतं आणि असं आलिंगन देणं ज्या वातावरणात स्वीकारलं जाण्याची शक्यता असते तिथंच हे हस्तांदोलन स्वीकारलं जाण्याची शक्यता आहे.

तू जो/जी कोणी आहेस, तू किती छान आणि लक्षात राहण्यासारखा/खी आहेस

मूलभूत स्व-संरक्षणार्थ, ९०% लोकांच्यात उजवा हात शरीरापुढे आणण्याची क्षमता असते. यालाच 'ओव्हर आर्म ब्लो' असंही म्हणतात. डबल हॅन्डरमुळे या संरक्षण क्षमतेला बंधन घातलं जातं. म्हणून तर दुसऱ्या व्यक्तीबरोबर वैयक्तिक भावबंध नसले तर तिचं स्वागत करताना कधीही डबल हॅन्डरचा वापर करू नये. ज्यांच्याशी आपलं काही भावनिक नातं आहे, उदाहरणार्थ आपल्या जुन्या मित्राला/मैत्रिणीला आपण खूप

दिवसांनी भेटलो आहोत तेव्हा डबल हॅन्डर हस्तांदोलनाचा वापर करू शकतो. अशा ठिकाणी स्व-संरक्षण हा काही मुद्दा नसतो आणि तुमचं हस्तांदोलन समोरच्याला अगदी खरं, मनापासून आहे असं वाटू शकतं.

यासर अराफत यांनी टोनी ब्लेअर यांच्याबरोबर डबल हॅन्डर हस्तांदोलन केलं आहे. मात्र ब्लेअर यांनी ओठ घट्ट मिटून घेतले आहेत. याचा अर्थ त्यांना काही हे फारसं आवडलेलं नाही.

स्वत:चा ताबा ठेवणारी हस्तांदोलनं

दोन्ही हातांनी केलेल्या हस्तांदोलनाचा मुख्य उद्देश समोरच्याला आपण प्रामाणिक, विश्वासू, भावनाशील आहोत हे दाखवणं हा असतो. यामध्ये दोन महत्त्वाच्या बाबी आहेत. एक म्हणजे हस्तांदोलनात पुढाकार घेणारा आपला डावा हात आपली सखोल भावना व्यक्त करण्यासाठी समोरच्याच्या उजव्या हातावर ठेवतो. खरं तर त्याला मिठीच मारायची असते. पण निदान जवळिकीची भावना व्यक्त करण्यासाठी तो डाव्या हाताचा वापर करतो. यामध्ये हस्तांदोलनात पुढाकार घेणारा ते स्वीकारणाऱ्याला जवळीक तर दाखवतोच पण त्याच बरोबर त्यांच्या हालचालींवरचा ताबा स्वत:कडे राहील हे ही पाहातो.

उदाहरणार्थ, मनगटाच्या पकडीपेक्षा हाताच्या कोपराची पकड जास्त जवळीक आणि अधिकाराची भावना व्यक्त करते तर दुसऱ्याच्या कोपराच्या वरती हाताची पकड ठेवण्यापेक्षा त्याच्या *खांद्यावर ठेवलेला हात* बरंच काही सांगून जातो. खालील चित्रांमधून या भावना ठळकपणे व्यक्त होतात.

मनगटावरची पकड

हाताच्या कोपरावरची पकड

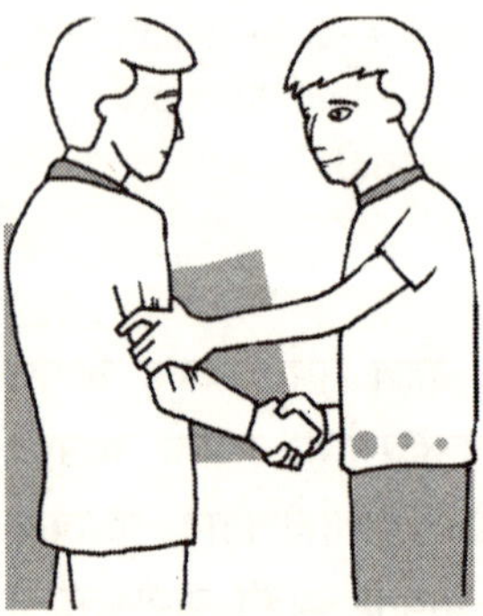

कोपराच्यावरती, खांद्याच्या खाली हाताची पकड

खांद्यावर हात ठेवणं

दुसरी बाब म्हणजे हस्तांदोलनात पुढाकार घेणाऱ्याचा डावा हात समोरच्या व्यक्तीच्या वैयक्तिक अवकाशात घुसखोरी करतो. सामान्यतः समोरची

व्यक्ती परिचयाची असेल, तेवढी जवळीक तिच्याबद्दल असेल तरच हस्तांदोलन स्वीकारणाऱ्याच्या मनगटाला किंवा कोपऱ्याला हलकासा स्पर्श करावा. खांद्यावर हात ठेवणं किंवा कोपराच्या वरती हात ठेवणं याची परिणती समोरच्याला मिठी मारण्यात, आलिंगन देण्यातही होऊ शकते (वैयक्तिक अवकाशाबद्दल आपण ११व्या प्रकरणात सविस्तर चर्चा करणार आहोत). डबल हॅन्डेड हस्तांदोलन करताना दोघांनाही तेवढी जवळीक वाटत असेल आणि तितकंसं महत्त्वाचं कारण असेल तरच ते करावं अन्यथा प्रथम हस्तांदोलन करणाऱ्याच्या हेतूविषयी समोरच्याच्या मनात संशय निर्माण होतो. थोडक्यात, दुसऱ्या व्यक्तीशी विशेष काही मैत्रीच्या भावना असतील तरच डबल हॅन्डरचा किंवा हस्तांदोलनात दुसऱ्या हाताचा वापर करा आणि फारशी वैयक्तिक ओळख नसताना जर तुम्हाला एखादी व्यक्ती डबल हॅन्डर हस्तांदोलन करीत असेल तर तिच्या मनातील सुप्त हेतू ओळखण्याचा प्रयत्न करा.

समोरच्या व्यक्तीमध्ये आणि तुमच्यात काही वैयक्तिक भावनिक दुवा नसेल तर तिच्याशी एकाच हातानं हस्तांदोलन करा

राजकारणी व्यक्ती मतदाराशी, तर व्यावसायिक लोक आपल्या ग्राहकांशी दोन्ही हातांनी हस्तांदोलन करतात. यामध्ये आपला राजकीय किंवा व्यावसायिक बळी जाणार आहे हे हस्तांदोलन स्वीकारणाऱ्याला त्या वेळी माहीत नसतं. एका प्रकारे मतदार किंवा ग्राहक या डबल हॅन्डर हस्तांदोलनाला भुलून आत्मघातच करत असतो.

ब्लेअर–बुश सत्ता स्पर्धा

इराकमध्ये २००३ मध्ये झालेल्या संघर्षात जॉर्ज डब्ल्यू. बुश आणि टोनी ब्लेअर यांनी आम्ही संयुक्तपणे प्रबळ आघाडी करत आहोत आणि आम्ही 'एकत्र आणि समान' आहोत अशी प्रतिमा प्रसारमाध्यमांतून व्यक्त केली. पण खाली दिलेल्या छायाचित्राचा नीट अभ्यास केला तर सत्ता स्पर्धेत जॉर्ज बुश यांचाच वरचष्मा आहे असं दिसून येईल.

उघडे जॅकेट घातलेले जॉर्ज बुश हेच स्वत:चा हात टोनी ब्लेअर यांच्या हातावर ठेवून प्रभावीपणे हस्तांदोलन करताना दिसत आहेत

वरील छायाचित्रात बुश डावीकडे आहेत आणि किंचित झुकून त्यांनी आपला हात ब्लेअर यांच्या हातावर ठेवला आहे. त्यांचा पेहराव सशस्त्र दलाच्या प्रमुखासारखा आहे. तर ब्लेअर यांचा पोषाख एखादा इंग्रजी शाळकरी मुलगा मुख्याध्यापकांना भेटत असतानासारखा आहे. बुश घट्ट पाय रोवून उभे आहेत आणि त्यांनी ब्लेअर यांना डाव्या हाताने पाठीमागून पकडले असून त्यांनी स्वत:चं नियंत्रण प्रस्थापित केल्याचं स्पष्ट दिसत आहे. बुश नेहमीच छायाचित्रात आपण डावीकडे कसे राहू याबद्दल जागरूक असत. यातून आपण प्रबळ आहोत आणि प्रसंगावर आपली हुकमत आहे हेच त्यांना स्पष्ट करायचं असे.

भेटीमध्ये तुमचंच वर्चस्व कसे ठेवाल

तुम्हाला जर भेटीवर वर्चस्व प्रस्थापित करायचं असेल, पण अनावधानानं तुम्ही छायाचित्रात उजव्या बाजूला आहात तर अशा वेळी त्वरित पुढे या आणि तुमचा हात हस्तांदोलनासाठी पुढे करा. त्यामुळे दुसऱ्या व्यक्तीला तुमच्याशी सरळच हस्तांदोलन करावं लागेल. याचा परिणाम म्हणून हस्तांदोलन करताना दोघंही समान पातळीवर राहतील. छायाचित्र काढलं जात असेल किंवा व्हिडिओ शुटिंग चालू असेल तर नेहमी तुम्ही दुसऱ्या व्यक्तीकडे जा. त्यामुळे तुम्हाला छायाचित्रात डावीकडची जागा मिळेल आणि तुम्ही महत्त्वपूर्ण ठराल. अगदीच काही जमलं नाही तर दोघं

सारख्याच पातळीवर आहोत हे दर्शवण्यासाठी डबल हॅन्डर किंवा दोन्ही हातांचा वापर हस्तांदोलनासाठी करा.

जगातील हस्तांदोलनाचे आठ वाईट प्रकार

पुढे दिलेली आठ प्रकारची हस्तांदोलनं समोरच्याला त्रासदायक, क्षुब्ध करणारी आणि न आवडणारी आहेत. कधीही अशा प्रकारची हस्तांदोलनं करू नका.

१. ओला मासा (वेट फिश)

विश्वासार्हता दर्जा : १/१०.

काही वेळा समोरच्यानं केलेलं हस्तांदोलन अतिशय अनाकर्षक, निरुत्साही वाटतं. विशेषत: समोरचा हात थंड किंवा चिकचिकीत असेल तर त्याला 'वेट फिश' हस्तांदोलन म्हटलं जातं. शक्तिहीन, अशक्तपणे केलेलं हे हस्तांदोलन जगभरात कुठेही पसंत केलं जात नाही आणि असं हस्तांदोलन करणारी व्यक्ती दुबळी आणि घाबरट आहे असं मानलं जातं. ज्यानं हस्तांदोलन स्वीकारलं त्याला तुमची हस्तांदोलन करायची इच्छा नव्हती, असंही वाटू शकतं. पण अशा प्रकारे हस्तांदोलन करण्याला काही सांस्कृतिक किंवा इतर संदर्भ असतात. आशियाई आणि आफ्रिकी संस्कृतीमध्ये असं कमकुवत, शक्तिहीन हस्तांदोलन करण्याचा प्रघात आहे. त्यांच्याकडे खंबीरपणे केलेलं हस्तांदोलन हा त्यांना आक्रमक पवित्रा वाटतो. याशिवाय दर २० व्यकतींपैकी एका व्यक्तीला हायपर हायड्रोसिसचा त्रास असतो. या आजारात गुणसूत्रांची (जीन्सची) विशिष्ट अशी अवस्था असते ज्यामुळे कायम घाम येतो. अशा वेळी स्वत:कडे कायम हातरुमाल (किंवा टिश्यू पेपर) ठेवणं आवश्यक आहे. म्हणजे हात कोरडे करून हस्तांदोलनाला सामोरं जाता येतं.

वेट फिश हस्तांदोलन

शरीरातील इतर भागांपेक्षा हाताच्या तळव्यांमध्ये घाम निर्माण करण्याच्या ग्रंथी जास्त असतात. त्यामुळे साहजिकच तळव्यांना जास्त घाम येतो. आश्चर्य म्हणजे वेट फिश हस्तांदोलन करणाऱ्या बऱ्याच जणांना आपण असे हस्तांदोलन करतो याची जाणीव नसते. अशा वेळी भविष्यातल्या बैठकींमध्ये हस्तांदोलनाचा वापर करण्यासाठी आपल्या मित्रमंडळींना विचारत जा की तुमच्या हस्तांदोलनाची पद्धत त्यांना कशी वाटते? त्यामुळे आपल्यातील कमतरता, दोष सुधारता येऊ शकतात.

२. जबरदस्त पकड

विश्वासार्हता दर्जा : ४/१०.

शांतपणे दुसऱ्याची खात्री पटवणारी ही हस्तांदोलन पद्धत. व्यावसायिक क्षेत्रात काम करणाऱ्या पुरुषांची ही आवडती पद्धत आहे. अशा प्रकारच्या हस्तांदोलनातून समोरच्यावर वर्चस्व गाजवण्याची आणि त्या नात्यावर आपलं नियंत्रण ठेवण्याची किंवा लोकांना त्यांची जागा दाखवून देण्याची वृत्ती व्यक्त होते. अशा प्रकारच्या हस्तांदोलनात हाताचा तळवा खाली घेऊन खालच्या बाजूने समोरच्याच्या हाताला एक जोरात हेलकावा दिला जातो आणि नंतर दोन-तीन वेळा जोरदार तडाखे दिल्यासारखा हात हलवला जातो आणि पकड तर एवढी घट्ट केली जाते की दुसऱ्याच्या हाताचा रक्तप्रवाह थांबेल की काय असं वाटतं. कधी कधी इतर व्यक्ती आपल्यावर वर्चस्व गाजवतील या भीतीनं कमजोर व्यक्तीकडून या हस्तांदोलनाचा वापर केला जाऊ शकतो.

जबरदस्त पकड

३. हाडांचा चुरा करणारं हस्तांदोलन

विश्वासार्हता दर्जा : ०/१०.

जबरस्त पकड प्रकारच्या हस्तांदोलनाच्या हे पुढचं पाऊल आहे. हे सगळ्यात भीतीदायक समजलं जातं. कारण याची आठवण दुसऱ्या व्यक्तीच्या मनात कायमची कोरली जाते आणि याची छाप तसं करणारी व्यक्ती सोडून इतर कोणावरही पडत नाही. अशा प्रकारचं हस्तांदोलन हे अतिशय आक्रमक असलेल्या व्यक्तीचं प्रतीक आहे. या व्यक्ती संधी मिळताच कोणतीही पूर्वसूचना न देता अशा प्रकारे हाडांचा चुरा होईल असं हस्तांदोलन करून समोरच्या व्यक्तीला नामोहरम करू इच्छितात. म्हणूनच व्यावसायिक मीटिंगच्यावेळी महिलांनी उजव्या हाताच्या बोटात अंगठी घालणं टाळावं म्हणजे अशी आक्रमक व्यक्ती हस्तांदोलन करून तुमचं रक्त काढून मीटींगच्या वेळी तुम्हाला अनपेक्षित धक्का देऊ शकणार नाही.

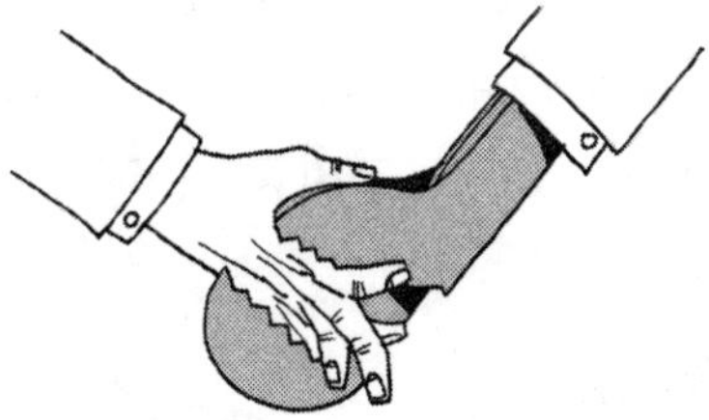

हाताचा चुरा करणारं हस्तांदोलन

महत्त्वाची सूचना – अशाप्रकारे हाडांचा चुरा करणाऱ्या हस्तांदोलनावर मात करण्याचा परिणामकारक उपाय अजून सापडलेला नाही. पण तुम्ही एक नक्कीच करू शकाल. जेव्हा तुम्हाला अशा हस्तांदोलनाला सामोरं जावं लागतं तेव्हा तुम्ही मोठ्यानी तुमचा अनुभव सांगून इतरांचं लक्ष वेधून घेऊ शकाल. म्हणजेच उदाहरणार्थ, 'बापरे! तुमची पकड फारच घट्ट आहे. त्यामुळे माझा हात दुखायलाच लागला.' यामुळे पोलादी पंजेवाल्याला असलं वागणं चालू न ठेवण्याची ताकीद मिळेल.

४. बोटाच्या टोकांची पकड

विश्वासार्हता : २/१०.

महिला आणि पुरुष एकमेकांचं स्वागत करतात. अशा प्रकारचं बोटाच्या टोकांची पकड घेणारं हस्तांदोलन हा नेहमी घडणारा प्रसंग आहे. हस्तांदोलन करताना काहीतरी गडबड होते आणि हात पकडायच्या ऐवजी ती व्यक्ती दुसऱ्या व्यक्तीची बोटंच पकडते. हस्तांदोलनात पुढाकार घेणाऱ्याला जरी समोरच्या व्यक्तीशी हस्तांदोलन करण्याचा उत्साह असला तरी ते करण्याबाबतचा आत्मविश्वास त्याच्यात नसतो. अशा परिस्थितीत, बोटांच्या टोकांची पकड घेणारं हस्तांदोलन करणाऱ्याचा मुख्य उद्देश समोरच्याला जरा दूर अंतरावर ठेवणं हा असतो. दोन व्यक्तींमधील वैयक्तिक अंतराबाबतचे मतभेदही अशा प्रकारचं हस्तांदोलन करण्यास कारणीभूत ठरतात. उदाहरणार्थ, एखाद्या व्यक्तीला हस्तांदोलनासाठी सलोखा साधण्याचं अंतर दोन फूट (६० सेंटिमीटर) असं वाटू शकतं तर दुसऱ्या व्यक्तीला ते तीन फूट (९० सेंटिमीटर) वाटू शकतं. त्यामुळं समोरासमोर भेटल्यानंतर जिला हे अंतर तीन फूट आहे असं वाटतं ती जरा मागेच उभी राहाते. त्यामुळे दोघांच्या हातांची योग्य हातमिळवणी होत नाही.

बोटाच्या टोकांची पकड घेणारं हस्तांदोलन

महत्त्वाची सूचना – अशी परिस्थिती निर्माण झाली तर तुम्ही तुमच्या डाव्या हातानं दुसऱ्या व्यक्तीचा उजवा हात धरा आणि तो तुमच्या उजव्या हातात धरा आणि हसून म्हणा, 'चला, आपण परत प्रयत्न करू या.' आणि नंतर मग हातात हात घेऊन हस्तांदोलन करा. या कृतीमुळे तुमची विश्वासार्हता वाढण्यास मदत होते. पहिल्यांदा हस्तांदोलन नीट झालं नाही तरी तुम्ही ते नंतर नीट करून घेतलंत याचाच अर्थ समोरची

व्यक्ती तुमच्या दृष्टीनं महत्त्वाची आहे, हे तिच्या मनात ठसतं. याबाबत तुमचा समजूतदारपणा उपयोगाचा ठरतो.

५. कडक हातानं केलेलं हस्तांदोलन

विश्वासार्हता : ३/१०.

'तळवा खाली' प्रकारासारखंच कडक हातानं केलेलं हस्तांदोलन आक्रमक वृत्तीच्या व्यक्तीकडून केलं जातं आणि त्याचा मूळ उद्देश तुम्हाला जाणीवपूर्वक त्यांच्यापासून योग्य अंतरावर दूर ठेवणं हाच असतो. ग्रामीण भागात वाढलेल्या लोकांकडून अशा प्रकारचं हस्तांदोलन केलं जातं. कारण त्यांचं वैयक्तिक अवकाश मोठं असतं आणि तो प्रांत त्यांना सुरक्षित ठेवायचा असतो.

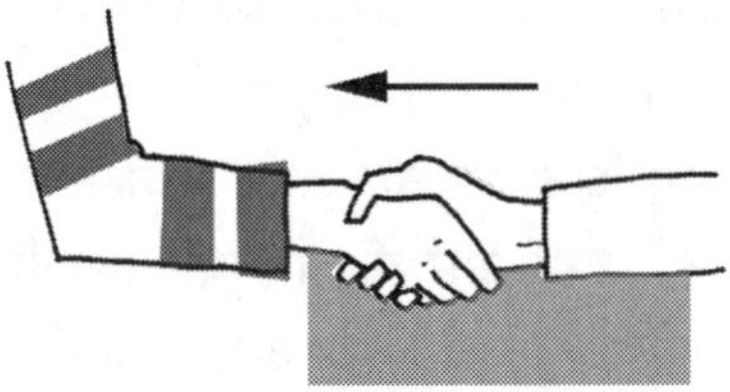

कडक हातानं केलेलं हस्तांदोलन

अशा प्रकारचं कडक हातानं हस्तांदोलन करताना या व्यक्ती थोडं पुढे झुकतात किंवा तुमच्यापासूनचं अंतर राखण्यासाठी ते एका पायावर तोल सावरत उभे राहातात.

६. हाताचा सांधा निखळून टाकणारं हस्तांदोलन

विश्वासार्हता : ३/१०.

स्वत:चं वर्चस्व सिद्ध करू पाहाणाऱ्यांचं हे आवडतं हस्तांदोलन आहे. हे हस्तांदोलन इतकं जबरदस्त असतं की समोरच्याच्या डोळ्यात काही वेळा पाणी येतं किंवा लिगामेन्ट (म्हणजे हाताच्या हाडांना जोडणारं अस्थिबंधन) तुटण्याची शक्यता असते. 'हात वाकवा. आत ओढा' या कृतीपेक्षा ही वरची कृती आहे. या हस्तांदोलनामध्ये समोरच्याचा तळहात

घट्ट पकडून जोरात खेचला जातो, त्याच वेळी त्याच्या हाताला मागे धक्का देऊन प्रथम हस्तांदोलन करणारा परत त्याला आपल्या प्रांतात खेचू पाहातो. त्यामुळे समोरच्याचा तोल जातो आणि ही संपूर्ण भेटच चुकीच्या पायावर घडते. हस्तांदोलनाची अशी पद्धत रानटी असल्यानं भेटीचा उद्देश असफल होतो.

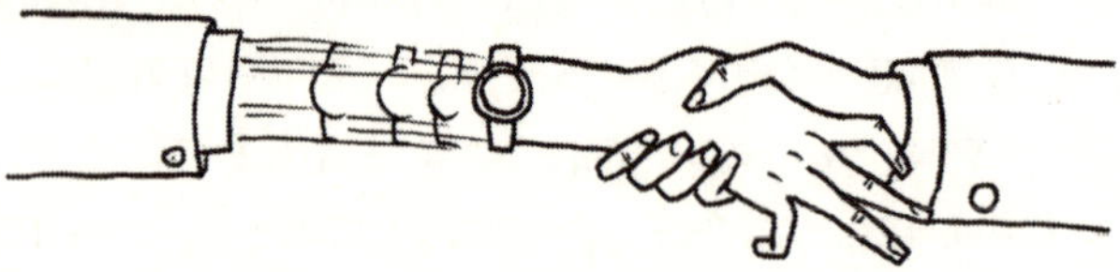

सॉकेट रेन्चर – हात जोरात खेचणारं हस्तांदोलन

हस्तांदोलनात पुढाकार घेणारा जेव्हा समोरच्याला आपल्या प्रांतात खेचतो, तेव्हा त्याची तीन कारणं असू शकतात. एक म्हणजे पुढाकार घेणारा मनातून असुरक्षित असतो आणि त्याला त्याच्या वैयक्तिक क्षेत्रात सुरक्षित वाटतं. दुसरं असं की तो ज्या संस्कृतीतून आला असेल त्या संस्कृतीची जागेची गरजच कमी असेल आणि तिसरं म्हणजे तो या प्रकाराकडे हल्ला म्हणूनच बघत असल्यानं तुमच्यावर नियंत्रण ठेवण्यासाठी तो तुम्हाला ओढून तुमचा तोल ढासळवतो. हा सगळा सामनाच त्याला त्याच्या पद्धतीनं खेळायचा असतो.

७. पंप हॅन्डल

विश्वासार्हता : ४/१०.

या हस्तांदोलनाला ग्रामीण रंग आहे. एखादा पंप पकडावा तसा तो तुमचा हात पकडतो आणि संपूर्ण शक्तिनिशी लयबद्धरीत्या, जोरात सरळ हिसके देत हलवत राहातो. हस्तांदोलन करताना सात वेळा हात हलवणं ठीक आहे पण काही जणांचं स्वत:वरचं नियंत्रण सुटतं आणि ते समोरच्याचा हात एवढा जोरजोरात हलवतात की जणू काही हातपंप हलवून त्यांना पाणीच काढायचं आहे.

पंप हॅन्डल – हातपंप समजून केलेलं हस्तांदोलन

समोरच्याचा हात म्हणजे पंप समजून हलवणारा कधी कधी त्याचा हात हलवायचा थांबवतो. मात्र समोरच्यानं हात सोडून पळून जाऊ नये यासाठी त्याचा हात घट्ट धरून ठेवतो आणि गमतीची गोष्ट अशी की फार कमी लोक हस्तांदोलन करणाऱ्याच्या तावडीतून आपला हात सोडवाण्याचा प्रयत्न करतात. आपण शारीरिकदृष्ट्या जोडले गेल्यामुळं आपला प्रतिकार क्षीण होतो आणि माघार घेण्याचा निश्चय दृढ राहात नाही.

८. द डच ट्रीट

विश्वासार्हता दर्जा : २/१०.

काहीशा शाकाहारी असलेल्या या हस्तांदोलनाचं मूळ नेदरलँडमध्ये सापडतं. त्यांच्याकडे हे हस्तांदोलन म्हणजे 'गाजरांच्या जुडीला हात दिल्यासारखं वाटतं' असं याचं वर्णन केलं जातं. वेट फिशचा हा दूरचा नातेवाईक असला तरी याचा स्पर्श त्याच्यापेक्षा कडक आणि कमी चिकचिकीत असतो.

डच ट्रीट

तरुण पिढीमध्ये या हस्तांदोलनाची जागा ज्या हस्तांदोलनानं घेतली त्याचं वर्णन 'चिपचिपीत हातपुसणं' असं करतात. या वर्णनातच सगळं काही येत असल्यानं वेगळ्या स्पष्टीकरणाची आवश्यकता नाही.

अराफत–रेबीन हस्तांदोलन

खाली दिलेल्या छायाचित्रात इस्त्रायलचे दिवंगत पंतप्रधान यिटझॅक राबीन आणि पॅलेस्टाईनचे अध्यक्ष यासर अराफत हस्तांदोलन करताना दिसत आहेत. व्हाइट हाऊसमध्ये १९९३मध्ये घेतलेल्या या छायाचित्रातून अनेक मनोरंजक बाबी स्पष्ट होतात. या छायाचित्रात, अमेरिकेचे अध्यक्ष बिल क्लिंटन हेच महत्त्वाची व्यक्ती ठरले आहेत. कारण एकतर ते दोघांच्या बरोबर मध्ये उभे आहेत. त्यांची उंची जास्त आहे. त्यांनी दोन्ही हात पसरले आहेत आणि हाताचे तळवे ते दाखवत आहेत. ही त्यांची स्थिती 'देव जसा आपल्या भक्तांवर पाखर घालतो, आधार देतो' तशी आहे. क्लिंटन यांचं अर्धचंद्राकृती, ओठ दाबून हसणं, ते आपल्या भावनांवर नियंत्रण ठेवण्याचा प्रयत्न करत आहेत असं दर्शवतं किंवा ते हसू फसवं आहे असंही वाटतं.

छायाचित्रात यिटझॅक राबीन (डावीकडे) कडक हात हस्तांदोलन करून स्वत:ची बाजू पक्की करत आहेत आणि स्वत: ओढले जाऊ नये याची खबरदारी घेत आहेत तर यासर अराफत हात वाकवून आत ओढत आहेत.

या प्रसिद्ध दृश्यात दोघांनीही आपले पाय जमिनीवर घट्टपणे रोवले आहेत, आणि दोघेही दुसऱ्याला आपल्या प्रांतातून बाहेर घालवण्याचा

प्रयत्न करीत आहेत. यिटझॅक रेबीन यांना छायाचित्रात डावीकडे जागा मिळाल्यानं ते अधिक प्रबळ ठरले आहेत. हस्तांदोलनासाठी एका हाताचा वापर करून ते थोडे पुढे झुकले आहेत. याचा अर्थ अराफत यांना ते आपल्या वैयक्तिक अवकाशातून दूर ठेवू इच्छित आहेत. तर यासर अराफत ताठ उभे असून हात वाकवून आणि आत ओढून ते हस्तांदोलन करीत आहेत.

सारांश

पहिल्या भेटीतली पहिली काही मिनिटंच तुमचं नातं जोडू किंवा तोडू शकतात. हे माहीत असूनही फारच कमी लोकांना ते इतरांना पहिल्यांदा भेटतात तेव्हा त्यांच्याशी कसे वागतात याची जाणीव असते. हस्तांदोलनाच्या विविध पद्धतींचा थोडा वेळ काढून सराव करा आणि त्याचा वापर तुमच्या मित्रांबरोबर, सहकाऱ्यांबरोबर करा. लवकरच तुम्हाला प्रत्येक वेळी सकारात्मक हस्तांदोलन कसं करायचं हे आत्मसात करता येईल. तळहात सरळ आणि दुसऱ्या व्यक्तीच्या पकडीशी योग्य असा ठेवून हस्तांदोलन केलं तर तुम्ही योग्य हस्तांदोलन करून १०/१० गुण मिळवू शकाल.

प्रकरण ३
स्मित हास्य आणि हास्य यांची जादू

हे चिन्ह जगभरात कशामुळे सर्वांत आकर्षक ठरलं?

> बॉबनं पलीकडच्या खोलीत बघितलं आणि त्याचे डोळे सुंदर ब्रुनेटवर खिळून राहिले. त्याला ती आपल्याकडे बघून स्मित हास्य करतेय असं वाटल्यानं त्यानं फारसा वेळ न दवडता लगेचच त्या खोलीकडे धाव घेतली आणि तिच्याशी संभाषणाला सुरुवात केली. ती काही फारशी बोलत नव्हती. पण अजूनही ती त्याच्याकडे बघून हसत होती. ते पाहून नेटानं त्यानं तिच्याशी बोलण्याचा प्रयत्न चालू ठेवला. तेवढ्यात त्याची एक मैत्रीण तेथून जात होती, ती थोडीशी तिथं रेंगाळली आणि कुजबुजली, 'बॉब, विसरून जा. ती तुला वेडपट समजतीये.' बॉबला आश्चर्याचा धक्काच बसला होता. ती त्याच्याकडे बघून हसत होती. इतर बहुतेक पुरुषांप्रमाणेच बॉबलाही ओठ घट्ट मिटून, दात न दाखवता स्मित करण्यातला नकारात्मक अर्थ कळलाच नाही.

मुलांना लहानपणी आजी नेहमी सांगायची की, बाबांनो, कोणी भेटलं की 'चेहरा जरा आनंदी ठेवा, हसरा ठेवा', तुमचे हे जे मोत्यासारखे दात आहेत, ते जरा चमकवत जा. आजी हे सांगायची, कारण तिला अंत:प्रेरणेनं कोठेतरी हे माहीत होतं की हसण्याचा इतरांवर सकारात्मक परिणाम होतो.

हसण्याबाबतचा पहिला नोंदवला गेलेला शास्त्रीय अभ्यास १९ व्या शतकाच्या सुरुवातीला करण्यात आला. फ्रेंच शास्त्रज्ञ गिलॉम डचेन द बोलोग्न यानं यासाठी विद्युत निदान (इलेक्ट्रो डायग्नोस्टिक्स) आणि विद्युत उत्तेजन (इलेक्ट्रिकल स्टिम्युलेशन) या पद्धतींचा वापर करून खरा आनंद मिळाल्यावरचं हसणं आणि इतर प्रकारचं हसणं यातील फरक शोधण्याचा प्रयत्न केला. चेहऱ्यावरचे स्नायू कसे काम करतात हे पाहण्यासाठी त्यानं गिलोटिनवर फाशी दिलेल्या लोकांच्या चेहऱ्यांचा अभ्यास केला. त्याने चेहऱ्यावरचे स्नायू वेगवेगळ्या कोनातून ओढून बघून त्यातून कोणते स्नायू ओढले असता हास्य निर्माण होतं त्याची नोंद आणि यादी केली. दोन प्रकारच्या स्नायूंनी हास्य नियंत्रित केलं जातं, असं त्याला आढळलं. *झिगोमॅटिक मेजर* हे स्नायू चेहऱ्याकडून खाली घेऊन तोंडाच्या कोपऱ्याशी जोडले जातात आणि *ऑर्बीक्युलरिस ओक्युली* डोळे बारीक करून त्यांना 'कावळ्याच्या पायाच्या' आकाराचे करतात. या स्नायूंचं महत्त्व समजून घेणं आवश्यक आहे. झिगोमॅटिक मेजर्स हे स्नायू जाणीवपूर्वक नियंत्रित केले जाऊ शकतात. दुसऱ्या शब्दांत सांगायचं तर खोटा आनंद दाखवण्यासाठी आणि आपण कसे मित्रत्वाच्या नात्यानं किंवा स्वत:कडे कमीपणा घेतो आहोत हे सांगण्यासाठी फसवं हसणं निर्माण करण्यासाठी वापरले जातात. ऑर्बीक्युलरिस ऑक्युली डोळ्यांजवळ स्वतंत्रपणे कार्यरत असतात आणि खऱ्या हसण्यातील सच्ची भावना ते दर्शवतात. त्यामुळे हास्याचा खरेपणा तपासायचा असेल तर डोळ्यांजवळ सुरकुत्या दिसतात का याकडे लक्ष द्या.

नैसर्गिक हसणं डोळ्यांभोवती वैशिष्ट्यपूर्ण सुरकुत्या निर्माण करतं तर अप्रामाणिक, खोटं हसणाऱ्या व्यक्ती फक्त तोंडानेच हसतात.

खऱ्या आनंदी हसण्यात केवळ ओठांचे कोपरे खेचले जात नाहीत तर डोळ्यांभोवतीचे स्नायूही आकुंचित होतात. ज्या हसण्यात खरा आनंद नसतो ते हसणं फक्त ओठांपर्यंतच मर्यादित राहातं.

कोणतं हसू खोटं आहे?
खोट्या हसण्यात फक्त तोंडच उघडलं जातं. तर खऱ्या हसण्यात तोंड आणि डोळे दोन्ही मागे खेचले जातात.

खरं आणि खोटं हसू यातला फरक शास्त्रज्ञ फेशियल ॲक्शन कोडिंग सिस्टिम (एफएसीएस) वापरून ओळखू शकतात. कॅलिफोर्निया विद्यापीठाचे प्रोफेसर पॉल एकमन आणि केंटकी विद्यापीठाचे डॉ. वॅलेस व्ही. फ्रिझेन या दोघांनी ही पद्धती विकसित केली आहे. अबोध मेंदूकडून खऱ्या हास्याची निर्मिती होते. कारण ते स्वयंचलित असतं, आपोआप येतं. जेव्हा तुम्हाला आनंद होतो तेव्हा भावनेची प्रक्रिया घडवणाऱ्या मेंदूच्या भागाला त्याचा संदेश जातो, तुमच्या तोंडाच्या स्नायूंची हालचाल होते, गाल रुंदावतात, डोळ्यांना सुरकुत्या पडतात, भुवया किंचित खाली जातात.

फोटोग्राफर फोटो काढायच्या वेळी तुम्हाला 'चीज' शब्द म्हणायला सांगतो – कारण त्यामुळे झिगोमॅटिक मेजर स्नायू मागे खेचले जातात. परिणामी, फोटोत तुमचं हसणं खोटं येतं आणि फोटोही अप्रामाणिक, खोटा दिसतो.

तीव्र फसव्या हसण्यातदेखील डोळ्यांभोवती रेषा दिसतात, गाल उंचावले जातात. त्यामुळं डोळे आकुंचित होत आहेत असं वाटतं आणि हसणं

खरं आहे असं वाटतं. पण हे बदल आणि खऱ्या हसण्याच्या वेळी होणारे बदल यात फरक असतो. हसणं जेव्हा खरं असतं तेव्हा डोळे, भुवया आणि पापण्या यांच्यातला डोळ्यांना झाकणारा जो मांसल भाग असतो ते खाली झुकतो, भुवयाही किंचित खाली झुकतात.

शरणागतीचा संकेत देणारं हसू

स्मितहास्य किंवा मोठ्यानं हसण्याचे संकेत देणारा माणूस आनंदी असतो, हे सार्वजनिकरीत्या आता जगभरात मान्य झालं आहे. जन्माला आलं की आपण रडतो, पाचव्या आठवड्यात स्मित हास्य करायला लागतो आणि चौथ्या किंवा पाचव्या महिन्यात हसायला लागतो. लहान बाळांना लवकरच कळायला लागतं की आपण रडलो की लोकांचं लक्ष आपल्याकडं जातं आणि त्यांचं हसणं आपल्याला त्यांच्याजवळच खिळवून ठेवतं. चिंपांझींवर, प्राण्यांच्या प्रगत जातीतील आपल्या या जवळच्या चुलत भावांवर, केलेल्या संशोधनातून असं आढळून आलं की त्यांच्या हसण्यात आणखी खोल आणि प्राथमिक असा अर्थ दडलेला असतो.

माकडं जेव्हा आक्रमक होतात तेव्हा ते तुमचा चावासुद्धा घेऊ शकतात आणि ते दाखवण्यासाठी ते दातांचे खालचे सुळे दाखवतात. माणसंही जेव्हा आक्रमक होतात तेव्हा खालचा ओठ खाली ओढून जबडा रुंदावतात आणि खालचे दात दाखवतात. खालच्या दातांचं संरक्षण करणं आणि झाकणं हेच खालच्या ओठाचं काम असतं. चिंपाझीच्या हसण्याचे दोन प्रकार आहेत. एकात अनुनय करणारा चेहरा असतो. प्रबळ, वर्चस्व गाजवण्याऱ्यापुढे पत्करलेली शरणागती त्यात असते. चिंपाझीच्या हसण्याला घाबरलेलं हास्य असं म्हटलं जातं. यामध्ये खालचा जबडा दात दाखवण्यासाठी उघडला जातो. तोंडाचे कोपरे मागे आणि खाली खेचले जातात. माणसाच्या हसण्याशी याचं साम्य आढळतं.

घाबरलेलं
हास्य (डावीकडे),
खेळकर हास्य

हसण्याच्या दुसऱ्या प्रकाराला 'खेळकर हास्य' असं म्हणतात. दात दिसतात, तोंडाचे कोपरे आणि डोळे वरती ओढलेले असतात. तोंडातून आवाज काढले जातात. हेही माणसासारखंच हसणं असतं. दोन्ही प्रकारात शरणागतीचे संकेत म्हणूनच हसण्याचा वापर केला जातो. 'तुला काही माझा धाक वाटायला नको. तू बघतोच आहेस की मी तुला घाबरलो आहे.' अशी भावना 'घाबरलेलं हास्य' या प्रकारातून व्यक्त होते. तर 'मी तुला कसलंही आव्हान देत नाही. तू बघतोच आहेस, मी एक खेळकर मूल आहे' ही भावना 'खेळकर हास्य' प्रकारातून व्यक्त होते. याच भावना चिंपाझीच्या चेहऱ्यातून व्यक्त होत आहेत. कोणीतरी हल्ला करेल किंवा कोणी आपल्याला जखमी करेल या भावनेनं तो चिंतित आहे आणि घाबरलेला आहे. झिगोमॅटिक्स स्नायू तोंडाच्या कडा आडव्या आणि खाली फाकवतात तर डोळ्याचे ऑर्बीक्युलरिस स्नायू हालत नाहीत आणि मग घाबरून जाऊन कसंनुसं हसलं जातं. गर्दीच्या रस्त्यात बस तुमच्या इतक्या जवळ येऊन थांबते की तुम्ही जवळजवळ बसखालीच गेला असता. अशा वेळी भीतीनं पहिली प्रतिक्रिया होते ती म्हणजे तुम्ही घाबरून हसता आणि म्हणता, 'अरे बापरे मी मेलोच असतो.' हे हसणं आणि चिंपाझीचं हसणं एकाच प्रकारचं आहे.

प्राण्यांच्या इतर प्रगत जातीत ज्या कारणांसाठी हसलं जातं बहुतेक त्याच कारणांसाठी माणूसही हसतो. तो दुसऱ्या व्यक्तीला सांगतो की, माझा धाक वाटून घेऊ नकोस. वैयक्तिक पातळीवर माझा स्वीकार कर. व्लादिमीर पुतीन, जेम्स कॅगने, क्लिंट ईस्टवूड, मार्गारेट थॅचर आणि चार्लर्स् ब्रॉन्सन यांसारख्या वर्चस्व गाजवणाऱ्या व्यक्ती कायम आक्रमक,

चिडखोर आणि क्वचितच हसताना दिसतात कारण ते कुठल्याही बाबतीत कमी आहेत असं त्यांना दाखवायचंच नसतं.

संशोधनातून असं आढळून आलं आहे की न्यायालयात न हसता माफी मागण्यापेक्षा हसून माफी मागणाऱ्याला कमी दंड पडतो.

आनंदी, शरणागती पत्करलेला की तुमचा अवयव आणि अवयव फाडायला टपलेला?

हसणं संसर्गजन्य का असतं?

हसण्याबाबतची विलक्षण गोष्ट म्हणजे तुम्ही एखाद्याकडे बघून हसलात की त्यालाही हसावं लागतं, भले तुम्ही दोघेही खोटंच का हसेना.

स्वीडनच्या उप्पसला विद्यापीठाचे प्रोफेसर उल्फ डिंबर्ग यांनी एक प्रयोग केला. यातून असं निष्पन्न झालं की आपलं अबोध मन आपल्या चेहऱ्यावरील स्नायूंवर थेट नियंत्रण ठेवतं. त्यांनी यासाठी स्नायूंच्या तंतूमधून विद्युत संकेत उचलणाऱ्या एका उपकरणाचा वापर केला. या प्रयोगात १२० जण स्वेच्छेनं सहभागी झाले होते. त्यांना काही रागीट आणि काही आनंदी चेहऱ्यांची चित्रं दाखवण्यात आली. यामुळे त्यांच्या चेहऱ्यांवरील स्नायूंमधील हालचालींमध्ये काय बदल झाले ते वरील उपकरणाच्या साहाय्याने मोजण्यात आलं. त्यांनी जी चित्रं बघितली त्यावर त्यांना आठ्या घालणं, हसणं किंवा कोणतीही भावना व्यक्त न करणं अशा प्रतिक्रिया देण्यास सांगण्यात आलं. कधीकधी त्यांना ते जे बघत आहेत त्याच्या विरोधी भावना व्यक्त करायला सांगितल्या. उदाहरणार्थ, चित्र हसरं असेल तर आठ्या घाला किंवा आठ्या घालून हसा. याचा निष्कर्ष असा आला की प्रयोगात भाग घेतलेल्यांचं त्यांच्या चेहऱ्यांवरील स्नायूंवर संपूर्ण नियंत्रण

नव्हतं. रागीट माणसाच्या चेहऱ्याला आठ्या घालणं ही प्रतिक्रिया देणं त्यांना सोपं जात होतं. मात्र त्याला हसण्याची प्रतिक्रिया देणं त्यांना अवघड जात होतं. स्वयंसेवक जरी जाणीवपूर्वक नैसर्गिक भावना रोखण्याचा प्रयत्न करत होते तरीसुद्धा त्यांच्या चेहऱ्यावरील स्नायूंची हालचाल वेगळीच कहाणी सांगत होती. ते जरी चित्रात दाखवलेल्या विरोधी भावना व्यक्त करण्याचा प्रयत्न करीत होते, तरीसुद्धा ते जे पाहत होते त्याला अनुरूप, हुबेहूब आरशासारख्या प्रतिक्रिया त्यांचा चेहरा व्यक्त करीत होता.

लंडन विद्यापीठ महाविद्यालयाचे प्रोफेसर रूथ कॅम्पबेल यावर असं म्हणतात की, आपल्या मेंदूत आरशासारखी हुबेहुब प्रतिक्रिया देणारे न्यूरॉन असतात. ते चेहरे आणि भावना ओळखणाऱ्या मेंदूतील आतल्या भागाला चालना देतात आणि आपण जशी पाहातो तशी आरशासारखी हुबेहुब प्रतिक्रिया व्यक्त करतो. याचाच अर्थ आपल्याला काही समजो अथवा न समजो आपण दुसऱ्या चेहऱ्यावरील भाव बघतो त्याचे आपोआप अनुकरण करतो.

म्हणूनच तुमची इच्छा असो वा नसो नियमित हसणं हा तुमच्या देहबोलीचा एक महत्त्वाचा भाग आहे. कारण हसण्याचा दुसऱ्या लोकांच्या मनावर आणि त्यांच्या प्रतिसादावर थेट परिणाम होतो.

विज्ञानानं असं सिद्ध केलं आहे की, तुम्ही जितके जास्त हसाल तितके इतरही तुम्हाला जास्त सकारात्मक प्रतिसाद देतात.

गेल्या ३० वर्षांत विक्री आणि वाटाघाटीच्या पद्धतीच्या अभ्यासातून हसण्याविषयी महत्त्वाची बाब लक्षात आली आहे. योग्य वेळी हसण्याचा, उदाहरणार्थ, वाटाघाटीच्या सुरुवातीला जेव्हा दोन्हीही बाजू एकमेकांचा अंदाज घेत असतात, अशा वेळी हसण्याचा दोन्ही बाजूंवर सकारात्मक परिणाम होऊन बोलणी यशस्वी होण्यास मदत होते आणि विक्रीचं प्रमाणही वाढतं.

हसणं मेंदूबाबत कशी चलाखी करतं?

आपल्या अस्तित्वासाठी मदत करणाऱ्या हसण्याचं केंद्र मेंदूमध्ये असतं. हसणं हा नेहमीच शरणागती दाखवणारा संकेत आहे. आपल्या पूर्वज

स्त्री-पुरुषांना त्यांच्या समोर असलेली अनोळखी व्यक्ती मित्र आहे की आक्रमक आहे हे ओळखणं गरजेचं होतं. ज्यांच्यात ही क्षमता नव्हती ते काळाच्या ओघात नष्ट झाले.

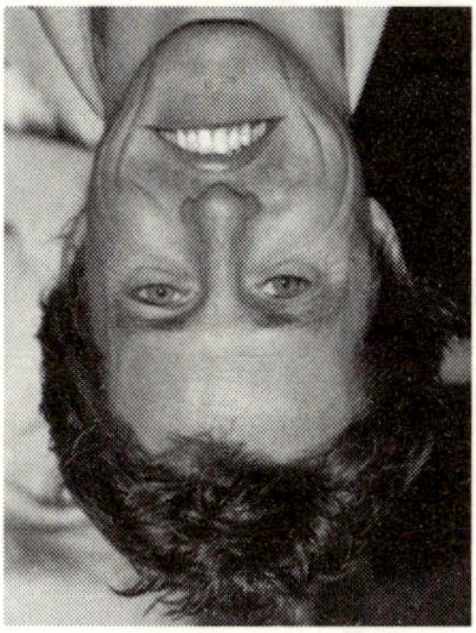

तुम्ही या अभिनेत्याला ओळखलंत का?

वरील फोटो कोणाचा आहे हे विचारलं तर तो अभिनेता ह्यू ग्रॅन्ट असावा असं कदाचित तुम्हाला वाटेल. तो कोणत्या भावना व्यक्त करतो आहे असं विचारल्यास बहुतेक लोक त्याच्या चेहऱ्यावरून उघड दिसणाऱ्या भावनांवरून तो आनंदी आणि आरामात आहे असं सांगतात पण हेच छायाचित्र आपण सुलटं केलं तर त्या फोटोवरून संपूर्णपणे वेगळ्या भावना व्यक्त होतात असं दिसून आलं!

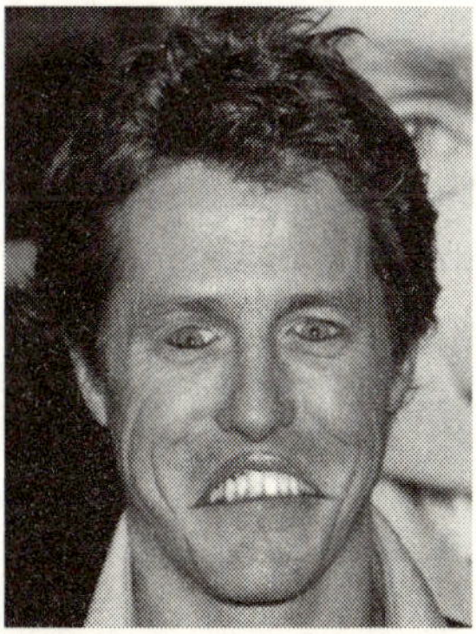

तुम्ही हा चेहरा पाहून भयचकित व्हावं यासाठी आम्ही ग्रॅन्टचे डोळे आणि हसणं, कापून या चेहऱ्यावर चिकटवलं आहे. जेव्हा फोटो उलटा होता तेव्हा तुमच्या मेंदूनं लगेच त्यातलं हसणं ओळखलं. मेंदू एवढंच करून थांबला नाही तर त्यानं ते हसणं चेहऱ्याच्या इतर भागापासून वेगळं केलं. या उदाहरणावरून आपल्या लक्षात येईल की हसण्याचा आपल्यावर किती जबरदस्त परिणाम होतो.

फसवं हसणं प्रत्यक्षात वापरताना

बहुतेक लोक कोणतं हसणं फसवं आणि कोणतं खरं आहे यात जाणीवपूर्वक फरक करू शकत नाहीत. एखादी व्यक्ती आपल्याकडे बघून हसते आहे, यातच आपण समाधानी असतो. भले ते खरं असो वा खोटं. हसणं ही समोरच्याला मवाळ करणारी कृती असल्यानं बऱ्याच जणांचा असा चुकीचा समज आहे की ती खोटे बोलणाऱ्यांचीच आवडती कृतीही आहे. पॉल एकमन यांनी केलेल्या संशोधनावरून असं आढळून आलं आहे की, जेव्हा लोक जाणूनबुजून खोटं बोलतात तेव्हा ते नेहमीपेक्षा कमी हसतात. बहुतेक लोक हसण्याचा संबंध खोटं बोलण्याशी लावतात हे माहीत असल्यानं जाणीवपूर्वक खोटं बोलणारे लोक जरा कमीच हसतात, असं एकमन यांचं निरीक्षण आहे. खऱ्या हसण्यापेक्षा खोटं बोलणाऱ्या व्यक्तीचं हसणं लवकर येतं आणि जास्त वेळ टिकतं. इतकं की त्यानं मुखवटा घातला आहे की काय असा प्रश्न पडतो.

मेंदूच्या दोन्ही बाजू हसणं खरं दिसावं यासाठी प्रयत्न करीत असल्या तरीसुद्धा फसवं हसणं चेहऱ्याच्या एका बाजूला, दुसरीपेक्षा जास्त प्रभावीपणे उमटतं. चेहऱ्यावरील भावना व्यक्त करणारा मेंदूचा अर्धा बाह्य भाग उजव्या गोलात असतो आणि तो मुख्यत: शरीराच्या डाव्या बाजूला संकेत पाठवतो. परिणामी चेहऱ्यावर खोट्या भावना उजव्या बाजूपेक्षा डावीकडे जास्त व्यक्त होतात. खऱ्या हसण्यात मेंदूचे दोन्ही गोल प्रत्येक बाजूला सारखीच कृती करण्याचे आदेश देतात.

लबाड लोक जेव्हा खोटं बोलतात तेव्हा त्यांचं डावीकडचं हसणं
उजव्या बाजूपेक्षा जास्त व्यक्त होतं

तस्कर कमी हसतात

ऑस्ट्रेलियातील सीमाशुल्क (कस्टम) विभागानं १९८६मध्ये आमच्यावर एक कामगिरी सोपवली. ऑस्ट्रेलियात तस्करीद्वारे येणारे बेकायदेशीर माल आणि अंमली पदार्थांचे साठे मोठ्या प्रमाणावर जप्त करता येण्यासाठी एक कार्यक्रम तयार करणं, ही ती कामगिरी होती. तोपर्यंत कायद्याची अंमलबजावणी करणाऱ्या अधिकाऱ्यांना असं वाटत होतं की खोटं बोलणारे, खोटं बोलताना किंवा दबावाखाली असताना वारंवार हसतात. आम्ही काही लोकांना जाणीवपूर्वक खोटं बोलायला सांगितलं. त्यासंबंधीचं चित्रीकरण जेव्हा आम्ही अभ्यासलं तेव्हा असं लक्षात आलं की, कोणत्याही संस्कृतीमधली माणसं असोत, खोटं बोलताना ती अगदी कमी हसली किंवा हसलीच नाहीत. जी माणसं निर्दोष होती, आणि खरं बोलत होती ती खरंच बोलत असल्यानं त्यांनी वारंवार हसण्याचं प्रमाण वाढवलं होतं. कारण हसण्याचं मूळच शरणागतीत आहे किंवा स्वत:कडे कमीपणा घेण्यात आहे. निरपराध माणसं त्यांच्यावर आरोप करणाऱ्यांचा अनुनय करत होती तर सराईत खोटं बोलणारे कमी हसत होते आणि देहबोलीच्या हालचालीही कमी करत होते. हे म्हणजे ट्रॅफिक सिग्नलपाशी तुम्ही थांबत आहात आणि नेमकी पोलिसांची गाडी तुमच्या शेजारीच येऊन उभी राहिली तर तुम्ही काही कायद्याच्या भंग केला नसतानाही केवळ पोलिसांच्या अस्तित्वामुळं तुम्हाला तुम्ही दोषी आहात असं

वाटतं आणि तुम्ही हसता. फसवं हसणं हे नियंत्रित असतं त्यामुळंच ते कोणत्या संदर्भात घडलं आहे हे पाहणं महत्त्वाचं ठरतं.

सर्वत्र आढळणारे हसण्याचे पाच प्रकार

आता तुम्हाला नेहमी आढळणारे हसण्याचे पाच प्रकार आपण थोडक्यात बघू या आणि त्याचा अभ्यास करू या.

१. ओठ घट्ट मिटून हसणे

या हसण्यात चेहऱ्यावर दोन्ही ओठ एकावर एक घट्ट ताणले जाऊन एक सरळ रेषा तयार होते. यामध्ये दात झाकले जातात. या हसण्याचा अर्थ असा की हसणारा तुमच्यापासून काही लपवू पाहत आहे किंवा त्यानं स्वत:चं मत किंवा स्वत:चा कल राखून ठेवला आहे आणि तो तुम्हाला सांगण्याची त्याची इच्छा नाही. असं हसणं स्त्रियांच्या आवडीचं असतं. त्यांना एखादी व्यक्ती जेव्हा आवडत नाही तेव्हा त्या तसं उघड सांगत नाहीत. पण फक्त ओठ घट्ट मिटून हसतात. हा नापसंती दाखवण्याचा संकेत आहे हे इतर स्त्रियांना लगेच कळतं. मात्र बहुतेक पुरुषांना याची जाणीव नसते.

या स्त्रीजवळ काही गुपित आहे आणि ते ती तुम्हाला सांगू इच्छित नाही, हेच तिच्या या ओठ घट्ट मिटून हसण्यातून व्यक्त होतं.

उदाहरणार्थ, एखादी स्त्री दुसरीबद्दल बोलताना म्हणते, 'तिच्यात नं काम करण्याची खूप क्षमता आहे आणि आपल्याला काय हवंय हे तिला अगदी नेमकं माहीत असतं' आणि ओठ घट्ट मिटून ती हसते. खरंतर तिला म्हणायचं असतं, 'कसली आक्रमक आणि हलकट बाई आहे ती.' नियतकालिकातून

प्रसिद्ध होणाऱ्या यशस्वी उद्योजकांची जी छायाचित्रं प्रकाशित होतात त्यातही असंच ओठ मिटून हसणं असतं. जणू काही ते म्हणत असतात, 'माझ्याकडे यशाची काही गुपितं आहेत, पण मी ती सांगणार नाही. तुम्ही ती ओळखण्याचा प्रयत्न करा.' या सगळ्या मुलाखतींमधून यशस्वी उद्योजकतेची तत्त्वं काय आहेत हे सांगण्याकडं या पुरुषांचा कल असतो. पण ते क्वचितच हे यश मिळवण्यासाठी नेमकं काय केलं हे उलगडून दाखवतात. याउलट, रिचर्ड ब्रॉन्सन, हा नेहमी खिलाडू वृत्तीचा आणि मनमोकळं हसणारा आहे. नेमकं यश कसं मिळालं हे ही तो आनंदानं सांगतो. कारण त्याला हे ही माहीत आहे की बहुतेक लोकांना त्याचं अनुकरण करायला जमणार नाही.

टोनी आणि चेरी ब्लेअर दोघेही ओठ घट्ट मिटून हसताना. चेरी ब्लेअरला ४५ व्या वर्षी बाळ होणार आहे हे त्यांच्या हसण्यामागचे गुपित आहे.

२. स्वभावातील विशेष कल दाखवणारे हास्य

खाली दिलेल्या तीन चित्रांच्या साहाय्यानं आपण या हास्यप्रकाराचा अभ्यास करणार आहोत. या हसण्याच्या प्रकारात चेहऱ्याच्या दोन्ही बाजूला विरुद्ध भावना दर्शवल्या जातात.

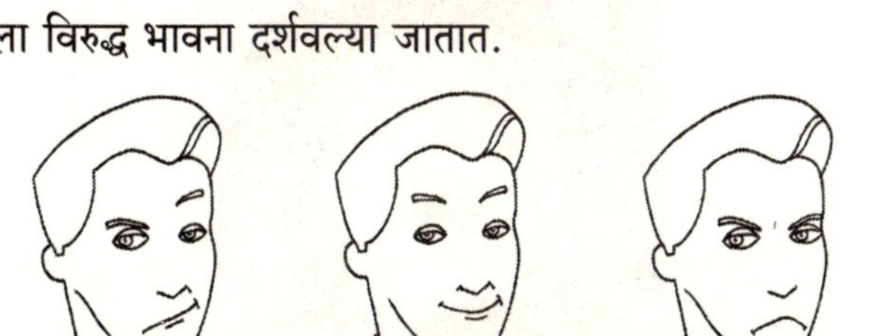

अ (ए) ब (बी) क (सी)

स्वभावातील विशेष कल दाखवणारं हे हसणं पाश्चिमात्य जगतात वैशिष्ट्यपूर्ण मानलं जातं. 'उपहास' हा एकच संदेश जाणीवपूर्वक या हसण्यातून दिला जातो (दिला जाऊ शकतो).

'अ' चित्रामध्ये उजवा मेंदू, डावी भुवई, डावे झिगोमॅटिक स्नायू आणि डावा गाल उंचावतो. त्यामुळं चेहऱ्याच्या डाव्या बाजूला एक प्रकारचं हास्य निर्माण होतं. त्याच वेळी डावा मेंदू हे सगळे स्नायू उजवीकडे खाली खेचतो. त्यामुळे रागीट, आठ्या घातलेली भावना चेहऱ्याच्या उजवीकडे निर्माण होते. आता तुम्ही 'अ' चित्रावर बरोबर मध्ये काटकोनात आरसा ठेवा त्यातून प्रत्येक बाजू प्रतिबिंबित होईल असे पाहा. तुम्हाला काय जाणवतं? आरशात तुम्हाला संपूर्ण विरोधी भावना दर्शवणारे दोन वेगवेगळे चेहरे दिसतात. आरशात उजव्या बाजूला 'ब' चित्रातल्याप्रमाणे हसणारा चेहरा दिसतो. तर आरशात 'क' चित्रात दिसते त्याप्रमाणे चेहऱ्याची डावी बाजू रागीट आणि आठ्या घातलेली दिसते.

३. जबडा उघडून केलेले हास्य

हे सरावानं कमावलेलं हास्य असतं. यामध्ये खालचा जबडा खाली ओढलेला असतो. त्यामुळे व्यक्ती हसते आहे किंवा आनंदी दिसते आहे असं वाटतं. काही लोकांचं ते फार आवडतं आहे. उदाहरणार्थ, बॅटमॅनमधला जोकर (विदूषक), बिल क्लिंटन, ह्यू ग्रॅन्ट हे सगळे जण त्यांच्या प्रेक्षकांच्यात आनंद निर्माण होण्यासाठी किंवा जास्त मतं मिळवण्यासाठी या हसण्याचा वापर करतात.

डोळेही हसत आहेत असा आभास निर्माण करण्याचा प्रयत्न करणारं जबडे उघडून केलेलं हास्य

खोटा आनंद व्यक्त करण्यासाठी जबडा
किंचित विलग करून केलेलं हास्य

४. तिरक्या नजरेनं – डोकं खाली झुकवून – किंचित वर पाहत हसणे

डोकं खाली झुकवून, थोडं लांब नेऊन, वरती बघून ओठ मिटवून हसणं तरुण, आनंदी, खेळकर आणि काहीतरी गुपित जपणारं वाटतं. असं हे लाजून हसणं प्रत्येक ठिकाणच्या पुरुषांना आवडतं. कारण असं जर स्त्री हसली तर ते हसणं पुरुषांच्या मनात पालकत्वाची भावना निर्माण करतं. स्त्रियांचं संरक्षण केलं पाहिजे आणि त्यांची काळजी आपण घेतली पाहिजे, अशी भावना पुरुषांच्यात निर्माण करतं. युवराज्ञी (प्रिन्सेस) डायना जिथे जाईल तिथे लोकांच्या हृदयावर राज्य करण्यासाठी याच हसण्याचा वापर करत असे.

डोकं खाली झुकवून तिरक्या नजरेनं किंचित वर पाहत हसणं
स्त्री आणि पुरुष दोघांनाही प्रभावित करायचं

डायनाचं हे हसणं पुरुषांच्या मनात तिचं संरक्षण करावं, अशी भावना निर्माण करायचं. तर स्त्रियांना आपण तिच्यासारखं दिसावं असं वाटायला लावायचं. साहजिकच हे हसणं स्त्रियांच्या प्रियाराधनाचा महत्त्वाचा भाग बनलं. ते पुरुषांना भुरळ पाडतं, आमंत्रणाचा संकेत देतं. प्रिन्स विल्यम सध्या याच हसण्याचा वापर करतो. त्यामुळं लोकांचं प्रेम तर तो संपादन करतोच पण डायनाची (त्याच्या आईची) आठवणही त्यांच्या मनात जागी ठेवतो.

५. जॉर्ज डब्ल्यू. बुश यांचं हास्य

अमेरिकेचे अध्यक्ष जॉर्ज डब्ल्यू. बुश यांच्या चेहऱ्यावर, स्वत:वरच खूष असल्याचं मंद स्मित कायम झळकत असतं. रे बर्डव्हिस्टेल यांना असं आढळून आलं की, अटलांटा, लुईसव्हिले, मेम्फीस, नॅशव्हिले आणि टेक्सासमधल्या बहुतेक भागात मध्यमवर्गीयांच्यात अशा प्रकारचं हसणं सर्वत्र आढळतं. बुश टेक्सासचे आहेत आणि इथली माणसं इतर अमेरिकन लोकांपेक्षा जास्त हसतात. परिणामी टेक्सासमध्ये एखाद्या न हसणाऱ्या व्यक्तीला लोक विचारू शकतात की तो कशामुळं रागावला आहे का? तर न्यू यॉर्कमध्ये हसणाऱ्या व्यक्तीला ते विचारू शकतात, हसण्यासारखं एवढं गमतीशीर काय घडलं? अध्यक्ष जिमी कार्टर हेही दक्षिणेकडचे असल्यानं कायम हसायचे. उत्तरेकडचे लोक त्यामुळे चिंतित झाले. आपल्याला जे माहीत नाही ते यांना माहीत आहे की काय अशी भीती त्यांना वाटू लागली.

सतत हसत राहा. प्रत्येकाला आश्चर्य वाटत राहील की, याच्या मनात नेमकं काय चाललं आहे.

हसणे हेच सर्वोत्तम औषध का आहे?

स्मितहास्याबरोबरच मोठ्याने हसणं हा जर तुमच्या व्यक्तिमत्त्वाचा कायमस्वरूपी भाग बनला तर मित्र तुमच्याकडे आकर्षित होतील, तुमचं आरोग्यही सुधारेल आणि आयुष्य वाढेल. आपण जेव्हा मोठ्यानं हसतो तेव्हा आपल्या शरीराच्या प्रत्येक अवयवावर त्याचा सकारात्मक परिणाम होतो. यामुळं आपला श्वासोच्छ्वास जलद होतो. कानाचे पडदे, मान, पोट, चेहरा आणि खांदे यांनाही व्यायाम घडतो. मोठ्यानं हसण्यामुळे

रक्तातील ऑक्सिजनचं प्रमाण वाढतं, त्यामुळं झीज तर भरून येतेच, पण रक्ताभिसरणातही सुधारणा घडून येते. शिवाय त्वचेच्या पृष्ठभागाजवळील रक्तवाहिन्या प्रसरण पावतात. म्हणूनच लोक जेव्हा हसतात तेव्हा त्यांचा चेहरा लाल होतो. हसण्यामुळे हृदयाच्या धडधडण्याचं प्रमाण कमी होतं, धमन्या रुंदावतात, भूक वाढीस लागते आणि कॅलरीज वापरल्या जातात.

मेंदूतज्ज्ञ, मज्जातंतूचे शास्त्रीय अभ्यासक हेन्री रूबेनस्टेन यांना असं आढळून आलं की, एका मिनिटाचं निखळ हास्य, त्यानंतर ४५ मिनिटं आपल्याला शांत, आरामदायी ठेवू शकतं, विरंगुळा देतं. स्टॅनफोर्ड विद्यापीठाचे प्रोफेसर विल्यम फ्राय यांनी असं लिहिलं आहे की, १०० हास्यं ही तुम्ही रोईंग मशीनवर केलेल्या दहा मिनिटांच्या एरोबिक व्यायामाएवढी असतात. वैद्यकीय भाषेत बोलायचं तर म्हणूनच मोठ्यानं हसणं तुमच्या भल्यासाठी अत्यंत आवश्यक आहे.

जसजसं आपलं वय वाढत जातं तसतसं आपण आयुष्याबद्दल फार गंभीर होतो. प्रौढ व्यक्ती दिवसात सरासरी १५ वेळा हसते तर शाळेला जाण्याच्या आधीच्या वयातलं मूल सरासरी ४०० वेळा हसतं.

मोठ्याने हसणे तुम्ही गंभीरपणे घेणे का आवश्यक आहे?

संशोधनातून असं सिद्ध झालं आहे की, विशेष आनंद वाटत नसतानासुद्धा जेव्हा लोक हसतात किंवा स्मितहास्य करतात, तेव्हा मेंदूच्या डाव्या गोलात असणारा 'आनंदी पट्टा' विद्युत हालचालींनी उसळतो. मॅडिसनमधील विस्कॉन्सीन विद्यापीठातील मानसशास्त्र आणि मानसोपचार प्रोफेसर रिचर्ड डेव्हिडसन यांनी मोठ्यानं हसण्याविषयी खूप प्रयोग केले आहेत. इलेक्ट्रोएन्सेफॅलोग्राफी मशीन या उपकरणाद्वारे मेंदूच्या लाटांच्या कृतींचे मोजमाप केले जातं. ज्यांच्यावर प्रयोग करायचा आहे अशा व्यक्तींना या मशीनजवळ बसवण्यात आलं आणि त्यांना काही गमतीशीर चित्रपट दाखवण्यात आले. ते हसल्यानं त्यांच्या मेंदूतील आनंदी पट्ट्याचं काम सुरू झालं. लोकांना आपण हेतुत: हसायला किंवा मोठ्यानं हसायला

भाग पाडलं तर त्यांचं स्मित हास्य आणि हसणं मेंदूच्या कार्याला चालना देतं आणि त्याची परिणती उत्स्फूर्त आनंदात होते, हे डेव्हिडसन यांनी या प्रयोगाद्वारे सिद्ध केलं.

उत्तर कॅरोलिना विद्यापीठातील मानसशास्त्राचे प्रोफेसर अर्नी कॅन यांना असं आढळून आलं की तणावाशी सामना करायला जर विनोदाचा वापर केला तर त्याचा सकारात्मक परिणाम ताण कमी होण्यात होतो. औदासिन्याच्या (डिप्रेशन) सुरुवातीची काही लक्षणं ज्यांच्यात जाणवू लागली आहेत, त्यांच्यावर कॅन यांनी प्रयोग केला. या दोन गटांनी सुमारे तीन आठवड्यांच्या कालावधीत अनेक चित्रफिती (व्हिडीओ) बघितल्या. ज्या गटानं विनोदी चित्रफिती बघितल्या होत्या, त्यांच्या लक्षणांमध्ये, ज्या दुसऱ्या नियंत्रित गटाला विनोदी नसलेल्या चित्रफिती दाखवल्या होत्या त्या गटापेक्षा सकारात्मक सुधारणा दिसून आली, लक्षणं कमी झालेली आढळली. अल्सरचा त्रास असलेल्या व्यक्ती अल्सर नसलेल्या व्यक्तींपेक्षा कपाळाला जादा आठ्या घालतात. बोलताना तुमच्या कपाळाला आठ्या पडत असतील तर बोलताना कपाळावर हात ठेवण्याची सवय करा आणि आठ्या पडण्याच्या सवयीतून स्वत:ला बाहेर काढा.

चिंपांझी आपल्यासारखे हसत–बोलत का नाहीत?

बाल्टीमोर येथील मेरीलॅन्ड विद्यापीठातील मानसशास्त्राचे प्रोफेसर रॉबर्ट प्रोव्हीन यांना असं आढळून आलं की माणसाचं मोठ्यानं हसणं प्राण्यांच्या इतर प्रगत जातींपेक्षा वेगळं आहे. चिंपाझीचं मोठ्यानं हसणं धाप लागल्यासारखं असतं आणि बाहेरचा किंवा आतला श्वास घेताना तो एकच आवाज काढतो. श्वासचक्र आणि छाती यांच्यातल्या या एकास एक प्रमाणामुळे प्राण्यांमधील प्रगत जातींना बोलता येणं अशक्य असतं. जेव्हा माणूस उभं राहून दोन पायांवर चालू लागला, तेव्हा त्याच्या शरीराचा वरचा भाग वजनदार कामं करण्याच्या कार्यातून मुक्त झाला आणि त्यामुळं त्याला श्वासावर जास्त चांगलं नियंत्रण ठेवता येऊ लागलं. परिणामी मानवाला उच्छ्वास तोडता येऊ लागला, सूर बदलता यायला लागला. यातूनच भाषा आणि हसण्याची निर्मिती त्याला करता आली. चिंपाझींना भाषिक संकल्पना कळतात पण ते शारीरिकदृष्ट्या भाषेचे आवाज काढू शकत नाहीत. आपण

ताठ उभे चालतो म्हणूनच आवाजाचा विविध प्रकारे वापर करण्याचं भरपूर स्वातंत्र्य आपल्याला मिळतं आणि आपण बोलू शकतो, हसू शकतो.

विनोदामुळे आजार कसा बरा होतो?

शरीरामध्ये असणाऱ्या नैसर्गिक वेदनाशामकांना आणि 'चांगलं वाटतंय' (फील गुड) या आपल्या रसायनांना (ज्यांना एन्डॉर्फीन्स असं म्हणतात) हसण्यामुळे उद्दीपन मिळतं. त्यामुळे शरीराचा ताण कमी होण्यास आणि आजार बरा होण्यास मदत होते. नॉर्मन कझिन्स यांना अँकीलोस्पॉन्डीलायटीस आजार झाल्याचं निदान डॉक्टरांनी केलं आणि त्यांनी हेही सांगितलं की आता उपचाराबाबत ते फारशी मदत करू शकत नाहीत. मरण्यापूर्वी त्यांना अतियातनाकारक वेदनांना तोंड द्यावं लागेल. मग कझिन्सनी त्वरित हॉटेलची एक खोली घेतली आणि त्यांना जेवढे म्हणून गमतीशीर चित्रपट माहिती होते ते भाड्यानं आणले. यामध्ये मार्कस् ब्रदर्स, *एअरप्लेन* आणि द *थ्री स्टुजेस* आदी चित्रपटांचा समावेश होता. त्यांनी ते चित्रपट पुन:पुन्हा, पुन:पुन्हा पाहिले. पाहताना जेवढं शक्य होतं तितक्या जोरात आणि मोठ्यानं ते हसत होते. असेच सहा महिने गेले आणि त्यांनी स्वत:वर काढलेल्या, स्वत: शोधलेल्या या हास्योपचार पद्धतीचे परिणाम बघून डॉक्टर आश्चर्यचकित झाले, चक्रावून गेले. कारण त्यांचा आजार पूर्णपणे बरा झाला होता. रोग पळून गेला होता. कझिन्स यांनी त्यांचा हा अपूर्व अनुभव *ॲनॉटॉमी ऑफ ॲन इलनेस* या पुस्तकाद्वारे प्रसिद्ध केला. त्याचबरोबर एन्डॉर्फीन्सच्या कार्यपद्धतीविषयी मोठ्या प्रमाणावर संशोधन सुरू झालं. एन्डॉर्फीन्स ही रसायनं असून जेव्हा तुम्ही हसता तेव्हा ती मेंदूतून स्रवू लागतात. मॉर्फीन आणि हेरॉइन यांसारखीच यांची रासायनिक रचना असते आणि ती प्रतिकारशक्ती निर्माण करतात, शरीराला स्थिरचित्त बनवतात, मनाला शांती देतात. आनंदी माणसं क्वचितच आजारी पडतात, तर दु:खी-तक्रारखोर माणसं वारंवार आजारी पडताना दिसतात याची कारणं यामुळं स्पष्ट होतात.

रडेपर्यंत हसणे

मानसशास्त्र आणि शरीरविज्ञानशास्त्राच्या दृष्टिकोनातून मोठ्यानं हसणं आणि रडणं यांचा एकमेकांशी निकटचा संबंध आहे. आठवा

बरं, गेल्या वेळेला तुम्हाला कोणीतरी विनोद सांगितला आणि तुम्ही खो-खो हसत सुटलात. त्यानंतर तुम्हाला काय वाटलं? संपूर्ण शरीरभर तुम्हाला थरारण्याची भावना झाली. बरोबर? मेंदूतून एन्डॉर्फीन पाझरू लागल्यानं अशी नैसर्गिक 'चढल्याची' भावना निर्माण होते. अमली पदार्थांचं व्यसन असणाऱ्यांना त्याचं सेवन केल्यावर ही अवस्था प्राप्त होते, असं म्हणतात. हसल्यानंतर एन्डॉर्फीनमुळं जी भावना निर्माण होते तीच भावना मादक पदार्थांचं सेवन केल्यावर किंवा मद्य प्यायल्यानंतर होते. जीवनात कठीण प्रसंग आल्यानंतर, हसण्याचं वावडं असलेले लोक मग हमखास मादक पदार्थांचं सेवन करायला किंवा मद्य प्यायला लागतात. अल्कोहोलमुळे, मद्यामुळं बंधनं शिथिल होतात आणि लोक जरा जास्त हसायला लागतात. त्यामुळे एन्डॉर्फीन स्रवू लागतो. म्हणूनच अगदी संयमी माणसंसुद्धा मद्य प्यायल्यावर जोरात हसू लागतात, तर दु:खी माणसं अधिक निराश, उद्विग्न होतात किंवा जास्त हिंसक बनतात.

सामान्यत: आनंदी माणसांच्या काय भावना असतात हे अनुभवण्यासाठी, तसा आनंद मिळवण्याचा प्रयत्न करण्यासाठी लोक मद्यपान करतात किंवा अमली पदार्थांचं सेवन करतात.

पॉल इकमन यांना असं आढळून आलं की स्मितहास्य करणाऱ्या आणि हसणाऱ्या चेहऱ्यांकडे आपण आकर्षित व्हायचं एक कारण म्हणजे ते आपल्या स्वयंचलित मज्जासंस्थेवर प्रत्यक्ष परिणाम करू शकतात. आपण जेव्हा हसरा चेहरा पाहातो, तेव्हा आपणही हसतो आणि त्यामुळं शरीरात एन्डॉर्फीन्स वाहू लागतात. तुमच्या आजूबाजूला जर दु:खी-कष्टी माणसं असतील तर त्यांच्या भावना तुमच्यावरही प्रतिबिंबित होतात आणि तुम्हीही चिडचिड करता, खिन्न दिसायला लागता.

दु:खी, नीरस वातावरणात काम करणं तुमच्या आरोग्यास हानिकारक आहे.

विनोदामुळं काय होतं?

बहुतेक विनोदांचं मूळ हे त्या विनोदाच्या शेवटात, पंच लाइनमध्ये असतं. कोणाच्या तरी बाबतीत काही तरी भयानक किंवा दु:खदायक घडतं, घडत असतं. या अनपेक्षित शेवटामुळं आपण 'घाबरून' जातो आणि हसायला लागतो. जवळ येऊन ठेपलेल्या धोक्याचा इशारा इतरांना देण्यासाठी चिंपाझी जो आवाज काढतो त्याच्याशी आपण हसताना जो आवाज काढतो त्याचं साधर्म्य असतं. घडलेला विनोद हा खरा प्रसंग नाही याची आपल्याला जाणीव असूनही आपलं हसणं, हा विनोद जणू काही खराच प्रसंग आहे असं समजून स्वत:ला गुंगी आणणाऱ्या एन्डॉर्फीन्सची निर्मिती करतो. जर तो खराच प्रसंग असेल तर आपण रडण्याचा मार्ग स्वीकारतो. त्या वेळीही शरीरातून एन्डॉर्फीन्सची निर्मिती झाली असती. रडणं हे बऱ्याच वेळा हसण्याचा विस्तार असतो. आणि म्हणूनच भावनिक पेचप्रसंगात, मृत्यूची बातमी ऐकल्यावर जी व्यक्ती मानसिकदृष्ट्या ती बातमी स्वीकारू शकत नाही, ती हसायला लागते आणि जेव्हा वास्तवाचं भान येतं तेव्हा या हसण्याचं रडण्यात रूपांतर होतं.

माणसाच्या हसण्याचं मूळ हे प्राण्यांच्या प्रगत जातीत
धोक्याचा इशारा देण्याच्या संकेतात सापडतं.

हसण्याची खोली

१९८० मध्ये अमेरिकन रुग्णालयात 'हसण्याची खोली' ही संकल्पना राबवण्यात आली. नॉर्मन कमिन्सच्या अनुभवांवर आणि हसण्यावर डॉ. पॅच ॲडम्स यांनी केलेल्या संशोधनावर ती आधारित होती. त्यांनी रुग्णालयाची एक स्वतंत्र खोली यासाठी ठेवली. त्यामध्ये विनोदाची पुस्तकं, विनोदी

चित्रपट, विनोदी ध्वनिमुद्रिका ठेवण्यात आल्या होत्या. याशिवाय विनोदी नट, विदूषक नेहमी रुग्णालयाच्या या विभागाला भेट देत. नंतर रुग्णांसाठी प्रत्येक दिवशी ३० ते ६० मिनिटांची सत्रं ठेवण्यात आली. याचा प्रभावी परिणाम दिसून आला. रुग्णांच्या आरोग्यात नाट्यमयरीत्या सुधारणा घडून आली आणि प्रत्येक रुग्णाचा रुग्णालयात राहण्याचा कालखंडही कमी झाला. या हास्य खोल्यांमुळं जे रुग्ण पूर्वी वेदना व्हायच्या म्हणून वेदनाशामक औषधं मागायचे, त्यांच्या मागणीतही घट झाल्याचं आढळून आलं. रुग्णांशी वागणं सोपं होऊ लागलं. तर आता तुम्ही म्हणू शकता की वैद्यकीय व्यवसायानं त्यांचं हसणं गंभीरपणे घ्यायला हवं.

हसेल तो जगेल.

नातेसंबंध दृढ करणारे स्मितहास्य आणि हास्य

रॉबर्ट प्रोव्हीन यांना असं आढळून आलं की एकाकी वातावरणापेक्षा जिथं जास्त लोक असतील अशा सामाजिक वातावरणात, या प्रयोगात सहभागी झाले त्यांच्या हसण्यात ३० पटीनं वाढ झाली. मोठ्यानं हसणं हे विनोद किंवा गमतीशीर गोष्टींपेक्षा तुमचे नातेसंबंध कसे प्रस्थापित होतात यावर जास्त अवलंबून असतं, असंही त्यांना अभ्यासाअंती आढळून आलं. आपलं केवळ १५ टक्के हसणं विनोदामुळं निर्माण झालेलं असतं. प्रोव्हीन यांच्या अभ्यासात आणखी काही निष्कर्ष निघाले ते असे की सहभागी झालेले लोक एकटे असले तर हसण्यापेक्षा ते स्वत:शी बोलतात. एका प्रयोगात भाग घेतलेल्यांना तीन वेगवेगळ्या परिस्थितीत विनोदी चित्रफीत दाखवण्यात आली. त्यांना एकेकट्यांना, समलिंगी अनोळखी व्यक्तींबरोबर आणि समलिंगी मित्रांबरोबर चित्रफीत दाखवण्यात आली.

आपलं केवळ १५ टक्के हसणं विनोदामुळं निर्माण होतं. हसणं हे परस्पर नातेसंबंधावर जास्त अवलंबून असतं.

चित्रफीत किती गमतीची होती याबद्दल जरी प्रयोगार्थींमध्ये फारसे मतभेद नसले तरी ज्यांनी एकट्यानं चित्रफीत बघितली ते ज्या दोघांनी एकत्रित

चित्रफीत बघितली त्यांच्यापेक्षा कमी हसले. यामध्ये बरोबर बघणारी व्यक्ती मित्र आहे की अनोळखी आहे यानं काही फरक पडला नाही, पण कोणीतरी बरोबर आहे म्हटल्यावर त्यांना ती चित्रफीत बघताना जसं हसू आलं त्याचप्रमाणे इतर दोन परिस्थितींमध्ये जेव्हा दोन-दोन व्यक्ती होत्या त्यांच्यात पुन:पुन्हा हसण्याचं प्रमाण जास्त होतं आणि हसण्यावर ते जास्त वेळ घालवत होते. तर एकटी बघत असलेली व्यक्ती तुलनेनं कमी वेळा आणि थोडाच काळ हसत होती, असं आढळून आलं. सामाजिक ठिकाणी, इतर व्यक्ती आहेत अशा ठिकाणी जास्त वेळा हसलं जातं. या निष्कर्षावरून असं दिसून आलं की, जिथं एकापेक्षा जास्त लोक असतात, अशा सामाजिक ठिकाणी लोक वारंवार आणि प्रत्येक हसण्याच्या वेळी दीर्घ काळ हसतात.

विनोद विकला जातो

सिनसिनाटी विद्यापीठाच्या बिझनेस ॲडमिनिस्ट्रेशन कॉलेजचे प्रोफेसर मॅशलेट यांना असं आढळून आलं की, जाहिरातींना विनोदाची जोड दिली तर विक्रीत वाढ होते. जाहिरातीमध्ये विनोदाचा वापर केल्यानं जाहिरातदारानं केलेल्या दाव्याची विश्वासार्हता वाढण्यासाठी मदत होते आणि ग्राहकांवर त्याचा सकारात्मक परिणाम होऊन जाहिरातदार जे सांगतो ते स्वीकारण्याची शक्यता असते. प्रसिद्ध व्यक्तीनं केलेली गमतीशीर जाहिरात तर लोक आणखी सहजपणे स्वीकारण्याची शक्यता असते.

कायम तोंड पडलेली अवस्था

आनंद दाखवण्यासाठी तोंडाचे दोन्ही कोपरे आपण वर खेचतो. ते खाली केले की तोंड पाडणे, तोंड खाली झुकवणे ही भावना चेहऱ्यावर निर्माण होते. जी व्यक्ती दु:खी, खिन्न, निराश, रागीट, मनावर ताण असलेली असते तिचं तोंड कायम खाली झुकलेलं, चेहरा दुर्मुखलेला असतो. दुर्दैवाने जर ही व्यक्ती तिच्या संपूर्ण आयुष्यात या नकारात्मक भावना घेऊन जगू लागली तर तिचं तोंड कायमस्वरूपी खाली झुकलेलं अशीच त्याची ठेवण होऊन जाते.

काही काळानंतर यामुळं व्यक्तीचा चेहरा बुलडॉगसारखा दिसू लागतो. अभ्यासाअंती आढळून आलं आहे की अशा माणसांपासून आपण चार हात दूरच राहातो. त्यांच्या डोळ्यांना डोळे भिडवत नाही. ते जर समोरून येत असले तर आपण दुसरीकडे वळून त्यांना टाळतो. आपलं तोंड कळत-नकळत असं खाली झुकलेलं राहतंय असं जर तुमच्या लक्षात आलं तर हसण्याचा नियमित सराव करा, त्यामुळं नंतरच्या आयुष्यात तुमचा चेहरा कुत्र्यासारखा रागीट दिसणार नाही आणि तुम्हाला एकूणच सकारात्मक वाटू लागेल. त्यामुळं तुम्ही एक चिडखोर म्हातारी गाय आहात असं समजून लहान मुलं तुम्हाला बघून घाबरणार नाहीत.

तोंडाचे दोन्ही कोपरे खाली ओढलेले आणि तोंड खाली झुकलेलं अशी भावना चेहऱ्याचं कायमस्वरूपी वैशिष्ट्य ठरू शकतं. अशा चेहऱ्याच्या माणसांपासून दूर राहावं हे आपल्या अंतर्ज्ञानानंच समजतं.

स्त्रियांसाठी स्मितहास्याबाबत सल्ला

बोस्टन विद्यापीठातील मार्विन हेश्ट आणि मरिॲन ला फ्रान्स यांनी केलेल्या संशोधनावरून असं आढळून आलं की, स्वत:ला गौण मानणारे किंवा दुसऱ्याच्या हाताखाली काम करणारे लोक वरिष्ठ आणि वर्चस्व गाजवणाऱ्या व्यक्तींपुढे, मैत्रीपूर्ण प्रसंग असो वा नसो हसतात. मात्र वरिष्ठ व्यक्ती फक्त मैत्रीपूर्ण प्रसंग असेल तरच कनिष्ठांबरोबर हसतात.

सामाजिक कार्यक्रमांत किंवा व्यवसायविषयक बैठकींमध्ये स्त्रिया पुरुषांपेक्षा जास्त हसतात. अशा वेळी न हसणाऱ्या पुरुषांपुढे त्या दुर्बल किंवा गौण ठरू शकतात असंही या संशोधनात आढळून आलं आहे. इतिहासकालापासून स्त्रियांना पुरुषांनी कमी लेखलं असल्यानं त्याचा परिणाम म्हणून त्या पुरुषांपेक्षा जास्त हसतात असा काही जण दावा करतात. दुसऱ्या एका संशोधनात आठ आठवड्यांच्या बाळांचा अभ्यास करण्यात आला. त्यातून लहान मुलांपेक्षा लहान मुली जास्त हसतात असं लक्षात आलं. त्यामुळे हे वैशिष्ट्य जन्मजात आहे, शिकलेलं नाही हे सिद्ध होतं. याचं दुसरं स्पष्टीकरण असं देता येईल की उत्क्रांतीमध्ये स्त्रियांना मुलांना वाढवणं, त्यांचं पालनपोषण करणं, त्यांना शांत करणं ही भूमिका वठवायला लागल्यांनही त्या जास्त हसत असाव्यात. याचा अर्थ स्त्री ही पुरुषासारखी हुकमत गाजवू शकत नाही असा मात्र नाही, पण जास्त हसण्यामुळे ती कमी अधिकार गाजवणारी आहे असं वाटतं.

स्त्रियांचं जादा हसणं मेंदूत कुठेतरी जोडलेलं असावं.

यूसीएलए इथे काम करणाऱ्या सामाजिक मानसशास्त्रज्ञ डॉ. नॅन्सी हेन्ले स्त्रीचं हसणं हे तिच्या 'अनुनय करण्याचं चिन्ह आहे' असं वर्णन करतात आणि शक्तिशाली पुरुषाला शांत करण्यासाठी त्याचा वापर केला जातो, असंही त्या म्हणतात. त्यांच्या संशोधनातून असं आढळून आलं आहे की, सामाजिक ठिकाणी स्त्रिया एकूण वेळेच्या ८७ टक्के वेळ हसतात, तर पुरुषांमध्ये हे प्रमाण ६७ टक्के आहे. भिन्नलिंगी व्यक्ती हसली तर तिच्याकडे परत बघून हसण्याचं प्रमाण स्त्रियांमध्ये २६ टक्क्यांहून जास्त आहे. एका प्रयोगामध्ये २५७ जणांना स्त्रियांचे आनंद, दु:ख आणि तटस्थता व्यक्त करणारे १५ फोटो दाखवण्यात आले आणि त्या किती आकर्षक दिसतात हे ठरवायला सांगितलं. दु:खी चेहऱ्याच्या स्त्रिया सर्वांत कमी आकर्षक वाटतात असं या प्रयोगाच्या निष्कर्षातून दिसून आलं. न हसणाऱ्या स्त्रिया आनंदी नसण्याची खूण आहे असं मानलं गेलं तर न हसणारे पुरुष हा त्यांचं वर्चस्व दाखवणारा संकेत आहे, असं मानलं गेलं. यावरून स्त्रियांनी हा बोध घ्यायला हवा की व्यवसायाच्या ठिकाणी

अधिकाराच्या जागी असलेल्या पुरुषांबरोबर व्यवहाराची बोलणी करताना कमी हसा किंवा ते जेवढे हसतील तेवढेच हसा आणि जर पुरुषांना स्त्रियांचं मन वळवायचं असेल तर त्यांना सर्व संदर्भात जरा जास्तच हसायला हवं.

प्रेमात पडल्यानंतरचं हास्य

रॉबर्ट प्रोव्हीन यांना असं आढळून आलं की, प्रियाराधनाच्या काळातही स्त्रियाच मोठ्यानं हसतात, स्मित हास्य करतात, पुरुष नाही. या संदर्भात जोडप्याचं नातं किती यशस्वीपणे दृढ होईल हे ठरवण्यासाठी हसण्याचा उपयोग होतो. जरा सोपं करून सांगायचं तर तो तिला जितकं जास्त हसवेल, तितका तो तिला जास्त आकर्षक वाटेल कारण दुसऱ्यांना हसवण्याची क्षमता असणं हा अधिकार गाजवण्याचा एक महत्त्वाचा गुण मानला जातो आणि स्त्रियांना अधिकार गाजवणारे पुरुष अधिक पसंत पडतात. तर पुरुष बुजऱ्या, कमीपणा घेणाऱ्या स्त्रिया अधिक पसंत करतात. स्वत:ला गौण मानणारी व्यक्ती स्वत:पेक्षा श्रेष्ठ व्यक्तीचा अनुनय करण्यासाठी हसेल तर स्वत:ला श्रेष्ठ समजणारी व्यक्ती स्वत:चं श्रेष्ठत्व टिकवून ठेवण्याचा भाग म्हणून त्याच्यापेक्षा कमी महत्त्वाच्या वाटणाऱ्या व्यक्तीला हसवण्याचा प्रयत्न करील, पण स्वत: हसणार नाही.

अभ्यासाअंती असं आढळून आलं आहे की स्त्रिया ज्या पुरुषांकडे आकर्षित होतात त्यांच्याकडे बघून त्या हसतात, तर पुरुष, ज्या स्त्रिया त्यांच्याकडे बघून हसतात त्यांच्याकडे आकर्षित होतात.

यावरून असं स्पष्ट होतं की, त्यांना हव्या असलेल्या पुरुषांमध्ये काय असावं याचा विचार करताना स्त्रिया सर्वोच्च प्राधान्य त्याला विनोदबुद्धी असावी याला देतात, जेव्हा एखादी स्त्री एखाद्या पुरुषाला सांगते की तो इतका गमतीशीर माणूस आहे नं, रात्रभर आम्ही दोघं हसत होतो, खरं तर तिला असं म्हणायचं असतं की तिनं रात्र हसण्यात आणि त्यानं संपूर्ण रात्र तिला हसवण्यात घालवली.

पुरुषांच्या दृष्टिकोनातून जेव्हा पुरुष स्त्रीची विनोदबुद्धी चांगली आहे असं म्हणतो तेव्हा ती किती छान विनोद सांगते असं त्याला म्हणायचं नसतं. त्याला म्हणायचं असतं की, ती मी सांगितलेल्या विनोदाला खूप हसते.

विनोदी असणं आकर्षण मूल्य आहे हे पुरुषांच्या मनात खोलवर ठसलेलं आहे. म्हणूनच इतर पुरुषांबरोबर असताना ते चढाओढीनं दुसऱ्यांपेक्षा जास्त चांगला विनोद सांगून स्वत:चं स्थान उंचावण्याचा प्रयत्न करण्यात बराच वेळ घालवतात. दुसरा एखादा आपल्यापेक्षा जास्त चांगला विनोद सांगत असेल आणि जर स्त्रिया तिथं असतील आणि हसून त्याला दाद देत असतील तर त्याचा काही पुरुषांना राग येतो. विनोद ऐकल्यानंतर स्त्रियांच्यात हास्याची कारंजी उसळत असली तरी काही पुरुषांना विनोद सांगणारा मूर्ख आहे आणि तितका तो गमतीशीरही नाही असं वाटत असतं. यातून पुरुषांच्या एवढंच लक्षात येतं की, स्त्रियांना विनोदी पुरुष अधिक आकर्षक वाटतात. सुदैवानं विनोदी कसं व्हायचं हे तुम्ही शिकू शकता.

स्त्रीला पुरुषाचं आकलन कसं होतं. स्त्रीला हसवू न शकणारा पुरुष तिला डावीकडच्या चित्रातल्यासारखा वाटतो. तर उजवीकडील चित्रात तिला हसवणारा तोच पुरुष तिला असा वाटतो.

सारांश

तुम्ही ज्या वेळी समोरील व्यक्तीकडे बघून हसाल त्या वेळी ती बहुतेक वेळा प्रत्युत्तरादाखल तुमच्याकडे बघून हसेल. यामुळं दोघांच्याही मनात सकारात्मक भाव उत्पन्न होतील. हसणं हे कारण आहे आणि तो परिणामही आहे. अनेक अभ्यासातून हसण्याचं महत्त्व किती आहे हे आढळून आलं आहे. तुम्ही नियमित हसत जा, हळूहळू ते तुमच्या अंगवळणी पडेल आणि नंतर ते तुमची सवयच बनून जाईल असा प्रयत्न करा. यातून खूप गोष्टी होतील. समोरच्या व्यक्तीशी तुमची गाठभेट सुरळीत होईल, तुमची ही मैत्री जास्त काळ टिकेल, त्यातून सकारात्मक परिणाम दिसून येतील आणि नातेसंबंधात नाट्यमय सुधारणा घडून येईल.

स्मित हास्य करणं, हसणं, मोठ्यानं हसणं यानं शरीरावर सकारात्मक परिणाम होतात, याचे ठोस पुरावे आढळले आहेत. त्यामुळे आपली प्रतिकारशक्ती मजबूत होते. हसणं आपलं आजारपणापासून, रोगापासून संरक्षण करतं, शरीराची काळजी घेतं, कल्पना विकल्या जातात, आपलं चांगलं शिक्षण होतं, अधिकाधिक मित्र मिळतात, दीर्घायुष्य लाभतं, विनोद आजार बरे करतो. एवढे सगळे फायदे हसण्यानं होतात. तेव्हा हसायचं असा निश्चय करूनच या प्रकरणाचा निरोप घेऊ या.

प्रकरण ४

हातांचे संकेत

पुरुषांना जर कशाची भीती वाटत असेल तर ते छायाचित्रात दाखवल्याप्रमाणे पुढे हात ठेवतात. त्यामुळे त्यांना जास्त सुरक्षित वाटतं.

हाताचा आधार बचावासाठी

कशाच्या तरी मागे लपणं ही गोष्ट आपण लहानपणापासून शिकलेली असते. लहान असताना आपण घाबरलो की टेबल, खुर्ची, फर्निचर, आईचा पदर किंवा ड्रेस यासारख्या वस्तूंच्या मागे लपायचो. जसजसे आपण मोठे होत जातो तसतसे लपण्याच्या आधुनिक पद्धतींचा वापर करतो. सहाव्या वर्षापासून कोणत्या तरी वस्तूच्या मागे लपणं फारसं स्वीकारलं जात नाही आणि मग जेव्हा आपण कशाला घाबरतो तेव्हा आपण हाताची घडी घालून छातीवर ठेवतो. कुमार अवस्थेत कोणाच्या लक्षात येणार नाही अशा पद्धतीने आपण हात जरा सैलावून एकमेकांवर ठेवतो. त्याच वेळी पायावर पाय टाकतो.

जसजसं आपलं वय वाढत जातं तसतसं आपण हातावर हात टाकण्याची कृती सफाईनं करायला लागतो, त्यामुळं ती इतरांच्या लक्षात येत नाही. एखाद्या घटनेत धोका आहे किंवा परिस्थिती आपल्या मनासारखी नाही असं लक्षात आल्यास नकळतपणे त्याला प्रतिबंध करण्यासाठी आपण

एक किंवा दोन हात घडी करून छातीवर ठेवतो. हृदय, फुप्फुसं यांसारख्या महत्त्वाच्या अवयवांना काही इजा होणार आहे असं वाटत असेल तर लगेच आपण आपले हात दुमडून नीटपणे त्यांच्यावर ठेवतो. म्हणजे हात ठेवण्याची क्रिया जन्मसिद्ध असण्याची शक्यता आहे. समोरून होणाऱ्या हल्ल्यापासून बचाव करण्यासाठी माकडं आणि चिंपांझीदेखील असा हातांचा वापर करतात. एक गोष्ट नक्की की जेव्हा व्यक्तीला बेचैनी, नकारात्मक आणि बचावात्मक भावना जाणवत असेल आणि ती कशामुळे तरी घाबरली असते तेव्हा ते दाखवण्यासाठी ती दोन्ही हात घडी घालून घट्टपणे छातीवर ठेवते.

हातांची घडी हानिकारक का असू शकते?

हातांची घडी घालणं या कृतीविषयी अमेरिकेत संशोधन करण्यात आलं, तेव्हा त्याचे निष्कर्ष काळजी करायला लावणारे होते. स्वयंसेवकांच्या एका गटाला एक व्याख्यानांची मालिका ऐकायला लावली आणि ऐकताना त्यांना दोन्ही हात सरळ ठेवायला सांगितले. पायही सरळ ठेवून अगदी आरामात बसायला सांगितलं आणि व्याख्यानं झाल्यानंतर त्यातल्या प्रत्येकास त्या व्याख्यानांबद्दल काय वाटलं, त्यातला विषय समजला का आणि व्याख्यात्याबद्दल काय वाटलं याची नोंद घेण्यात आली. दुसऱ्या गटाला हेच सगळं करायला सांगितलं. मात्र त्यांना संपूर्ण व्याख्यान ऐकताना हातांची घट्ट घडी घालायला सांगितलं. याचे निष्कर्ष असे आले की ज्यांना हाताची घडी घालायला सांगण्यात आली होती त्यांना दुसऱ्या गटापेक्षा ३८% कमी आकलन झालं, शिकण्याचं प्रमाणही त्यांच्यात कमी होतं. या दुसऱ्या गटानं व्याख्यानं आणि व्याख्यात्यांबद्दल जास्त टीका केली.

जेव्हा तुम्ही हातांची घडी घालता तेव्हा विश्वासार्हता बऱ्याच प्रमाणात कमी होते.

अशाच प्रकारे आम्ही १९८९मध्ये १५०० प्रतिनिधींच्या चाचण्या घेतल्या आणि त्यांना सहा वेगवेगळ्या प्रकारची व्याख्यानं ऐकायला लावली. त्याचेही निष्कर्ष वरीलप्रमाणेच आले. या चाचण्यांमधून असं स्पष्ट झालं की, ज्यांना हाताची घडी घालायला लावली होती त्यांचं व्याख्यात्यांबद्दल

नकारात्मक मत तर झालंच पण शिवाय ते काय सांगत आहेत याकडेही त्यांनी कमी लक्ष दिलं. म्हणूनच प्रशिक्षण केंद्रांमध्ये प्रशिक्षणार्थींना सरळ हात ठेवून बसता येईल अशा खुर्च्या असायला हव्यात.

हो... पण मला असंच 'ठीक' वाटतं

काही लोक सवयीनंच हातांची घडी घालतात, कारण त्यांना या अवस्थेत जास्त आरामदायी वाटतं. हातांच्या हालचाली समोर घडणाऱ्या प्रसंगाला अनुरूप असतील तर तुम्हाला जास्त आरामदायी, सुखकारक वाटतं. तुम्हाला बेचैन, निराश, नकारात्मक आणि बचावात्मक वाटत असेल तर हातांची घडी घालणंच तुम्हाला सुखदायक वाटतं. जर तुम्ही मित्रांबरोबर गप्पा गोष्टी करत असाल, गंमत करत असाल तर अशा वेळी हातांची घडी घालणं बरोबर वाटणार नाही.

देहबोलीमध्ये एक लक्षात ठेवायला हवं की, तुमच्या हालचाली तुम्हाला जरी आरामदायी वाटल्या तरी त्या पाहणाऱ्यांना वाटतीलच असं नाही. म्हणजे तुमच्या हालचालींद्वारे दिला जाणाऱ्या संदेशाचा अर्थ त्यांचा स्वीकार करणाऱ्याला तसाच वाटेल असं नाही. तुम्हाला हाताची घडी घातल्यानंतर पाठ, मान ताठ केल्यानंतर 'बरं' वाटत असलं तरी पाहणाऱ्याच्या मनात या हालचाली नकारात्मक भाव निर्माण करतात. यावरून एक बोध घ्यायला हवा, कोणत्याही परिस्थितीत हातांची घडी घालू नका. हं, एक आहे की पुढच्याला जर तुम्हाला सांगायचं असेल की तुम्ही त्याच्या मताशी सहमत नाही किंवा तुम्हाला यात सहभागी व्हायचं नाही तर मात्र तुम्ही हाताची घडी घालू शकता.

हाताची घडी घालणं तुम्हाला जरी आरामदायी वाटलं तरी इतरांना, तुमची त्यांच्याशी बोलण्याची इच्छा नाही असंच वाटेल.

स्त्री-पुरुषांतील भिन्नता

पुरुषांचे हात किंचित आतल्या बाजूला वळतात तर स्त्रियांचे हात किंचित बाहेरच्या बाजूला वळतात. याचा पुरुषांना लक्ष्याचा अचूक वेध

घेण्यासाठी आणि फेकण्यासाठी जास्त फायदा होतो. स्त्रियांना यामुळे हाताचे कोपरे जास्त रुंदावता येतात आणि लहान बाळांना कडेवर घेताना त्यांचा चांगला उपयोग होतो. याबाबत एक मनोरंजक गोष्ट अशी आहे की, स्त्रियांना जे पुरुष आकर्षक वाटतात त्यांच्यापुढे त्या हात जास्त खुले ठेवतात. पण जर आक्रमक आणि अनाकर्षक पुरुष आजूबाजूला असतील तर त्या छातीवर हातांची घडी घालण्याची शक्यता असते.

हात आत वळलेले असल्यामुळे पुरुष अचूक फेकू शकतात तर हात बाहेर वळलेले असल्यामुळे स्त्रिया काही गोष्टी चांगल्या प्रकारे धरू शकतात

हातांची घडी घालून छातीवर ठेवणं

हातांची घडी घालून छातीवर ठेवणं या कृतीमुळे व्यक्ती आणि तिला नको असलेली व्यक्ती अथवा गोष्ट यांच्यात प्रतिबंध घातला जातो. हातांची घडी घालण्याचे विविध प्रकार आहेत. त्यापैकी काही जे सर्वसाधारणपणे सर्वांच्यात आढळतात ते आता आपण पाहणार आहोत. खाली चित्रात दाखवल्याप्रमाणे हातांची घडी घालून छातीवर ठेवणं ही सार्वत्रिक दिसणारी कृती आहे आणि सर्वत्र याचा अर्थ बचावात्मक आणि नकारात्मक असाच घेतला जातो. सार्वजनिक सभांमध्ये, रांगांमध्ये, कॅफेटेरियामध्ये, एलिवेटरवर किंवा अशा अनेक ठिकाणी अशी हाताची घडी घातलेली नवखी माणसं दिसतात कारण एकूणच या वातावरणाशी ती अपरिचित असल्यानं त्यांना त्याची खात्री वाटत नाही आणि असुरक्षित वाटल्यामुळं ते हातांची घडी घालतात.

हातांची घडी घालून छातीवर ठेवलेली व्यक्ती - ती खुली होत नाही आणि तुम्ही तिच्या अंतर्विश्वात प्रवेश करू शकत नाही.

आम्ही स्थानिक नगर परिषदेच्या एका बैठकीला उपस्थित राहिलो. बैठकीचा विषय होता - विकसकाकडून केली जाणारी वृक्षतोड. बैठक जिथं होती त्या सभागृहात विकसक एका बाजूला बसले होते तर त्यांचे विरोधक - पर्यावरणवादी दुसऱ्या बाजूला बसले होते. जेव्हा विकसक बोलायला लागले, तेव्हा जवळजवळ निम्मे लोक हाताची घडी घालून ते काय बोलत होते ते ऐकत होते. त्यांचं बोलणं संपल्यावर ९०% लोक 'पर्यावरणवादी'च्या बाजूचे झाले आणि ज्या वेळी पर्यावरणवादी बोलले त्या वेळी तर १००% लोकांनी, उपस्थित सर्वांनी त्यांच्या भूमिकेला पाठिंबा दिला. यावरून असं दिसून येतं की, बहुतेक लोकांना जेव्हा समोरचा जे बोलतो आहे ते पटत नाही तेव्हा ते हातांची घडी घालून ऐकतात. अनेक वक्ते श्रोत्यांपर्यंत त्यांचा संदेश पोहोचविण्यात अयशस्वी होतात कारण त्यांचं बोलणं चालू असताना लोक हातांची घडी घालून ऐकत आहेत याकडे त्यांचं लक्षच जात नाही. अनुभवी वक्ते मात्र लगेच ओळखतात की, श्रोत्यांचं लक्ष आपल्या बोलण्याकडे वळवायचं असेल तर काहीतरी चांगली सुरुवात करायला हवी. 'आईस ब्रेक' करायला हवा. ज्यामुळं श्रोत्यांची नकारात्मक भूमिका सकारात्मक होईल.

समोरचा हातांची घडी घालून तुमचं बोलणं ऐकत असेल तर तुम्ही जे बोलत आहात ते त्याला मान्य नाही हे तुम्हाला लगेच समजून येईल. अशा वेळी तुम्ही तुमचं बोलणं चालू ठेवणं निरर्थक असतं, कारण

बोलताना जरी तो तुमच्या बोलण्याशी सहमती दर्शवत असला तरी ते त्याला मान्य नाही हे त्याच्या देहबोलीतून कळतं. शब्दांपेक्षा देहबोली जास्त प्रामाणिक असते.

जोपर्यंत एखादी व्यक्ती हातांची घडी घालून असते तोपर्यंत नकारात्मक भूमिकाही तिचं अस्तित्व टिकवून असते.

महत्त्वाची सूचना – व्यक्तीनं हातांची घडी का घातली आहे याचा शोध घेणं हे तुमचं मूळ उद्दिष्ट असलं पाहिजे आणि ती आपलं बोलणं सकारात्मक पद्धतीनं कसं ऐकेल यासाठी तुम्ही प्रयत्नशील असलं पाहिजे. तुमची वृत्ती तुमची हालचाल ठरवते आणि तुमची हालचाल तुमची वृत्ती तशीच ठेवायला मदत करते.

उपाय

हातांची घडी घातलेल्या व्यक्तीनं ती सोडण्यासाठी त्याला काहीतरी धरायला सांगा किंवा काहीतरी करायला सांगा. त्यांना पेन, पुस्तक, माहिती पुस्तिका द्या, एखादा नमुना किंवा लेखी चाचणी द्या म्हणजे ती व्यक्ती हाताची घडी सोडून पुढे झुकेल. यामुळं ते जरा खुले होतील आणि त्यांची वृत्तीही जरा मोकळी होईल. दृश्य सादरीकरणाकडे लक्ष देण्यासाठी पुढे झुका असं सांगितलं तर ती गोष्ट त्याचे हात सोडण्याला कारणीभूत ठरू शकते. तुम्ही पण थोडे पुढे झुकून आणि हाताचा तळवा उघडा करून त्याला विचारू शकता की, 'मला वाटतं की तुम्हाला काही प्रश्न पडलाय. तुम्हाला काही माहिती हवी आहे?' किंवा 'तुमचं याविषयी काय मत आहे?' आणि मग तुम्ही बसा किंवा जरा मागे झुका म्हणजे आता त्यांनी बोलावं हे तुम्ही यातून सूचित कराल. तळहात उघडा ठेवून बोलल्यानं तुम्ही त्यांना तोंडानं सांगता की, 'मी खुला आहे आणि त्यांनीही तसंच खुलं आणि प्रामाणिक असावं अशी तुमचीही त्यांच्याकडून अपेक्षा आहे.' या भावना व्यक्त करण्यासाठी तुम्ही शब्द वापरत नाही तर तळवा उघडा ठेवून ते सूचित करता.

'मी हे पेन, पेन्सिल, माहिती पुस्तिका हातात का धरून उभं राहायचंय', ग्राहकानं विचारलं. या सगळ्या वस्तू हातात धरल्यानं तो एखाद्या 'ख्रिसमस ट्री'सारखा दिसत होता. त्यावर व्यावसायिक बोलणी करणारा म्हणाला, 'मी तुला त्याविषयी नंतर सांगतो.'

विक्रेते आणि व्यावसायिक बोलणी करणाऱ्यांना नेहमी शिकवलं जातं की त्यांचा संभाव्य ग्राहक जोपर्यंत घडी घातलेले हात सोडत नाही, तोपर्यंत एखाद्या उत्पादनाच्या किंवा कल्पनेच्या सादरीकरणाला सुरुवात करू नका. विकत घेणाऱ्यांचे काही सुप्त आक्षेप असतात त्यामुळं त्यांनी हातांची घडी घातलेली असते, त्यातून त्यांना कशाविषयी तरी नकारात्मक भावना व्यक्त करायची असते मात्र बऱ्याच वेळा विक्रेत्याचं या संकेताकडे लक्ष जात नाही.

हातांची मजबूत घडी

एखाद्या व्यक्तीने जर मुठी आवळल्या असतील शिवाय हातांची घडी घातली असेल तर याला *मुठी आवळून हातांची घडी घालणं* अवस्था म्हणतात. यामध्ये शत्रुत्वाची भावना असते आणि बचावात्मक पवित्राही असतो. त्याबरोबरच ओठ घट्ट मिटून ती व्यक्ती हसत असेल किंवा (दात आवळलेले असतील) दात ओठ खात असेल, चेहरा लाल झाला असेल तर ती व्यक्ती तुमच्यावर शाब्दिक किंवा कदाचित शारीरिक हल्लादेखील करू शकते. अशा वेळी त्या व्यक्तीच्या या अवस्थेचं कारण उघडपणे कळलं नसेल तर मित्रत्वाच्या भावनेनं त्याला आपलंसं करून ते जाणून घेणं आवश्यक असतं. अशा व्यक्तीची वृत्ती आक्रमक असते.

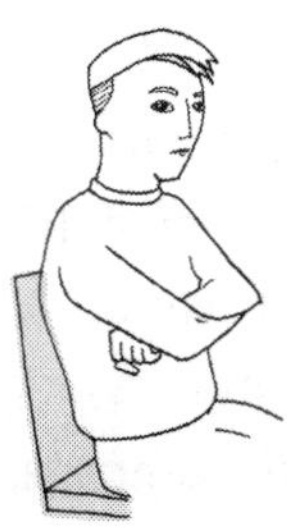

मुठी आवळून हातांची घडी घालणं शत्रुत्वाची भावना व्यक्त करतं.

कोपराच्या वरील हात (बाहू) पकडणे

हातांची दुहेरी पकड या अवस्थेत व्यक्ती हातांची घडी घालून दंडावर हात घट्ट धरून ठेवते. यातून ती स्वत:ला तर मजबूत करतच असते पण शरीराचा पुढचा भाग उघडा पडू नये याचीही काळजी घेत असते. काही वेळा हातांची पकड इतकी असते की रक्ताभिसरण थांबल्यानं बोटं आणि बोटांच्या सांध्याची हाडं पांढरी पडतात. स्वत:लाच अलिंगन देऊन, मिठी मारून आराम देण्याची ही एक पद्धत आहे. अशा प्रकारे हात पकडलेल्या व्यक्ती आपल्याला सामान्यत: डॉक्टरांच्या, डेन्टिस्टच्या प्रतिक्षाकक्षात दिसतात किंवा पहिल्यांदाच विमान प्रवास करणाऱ्या व्यक्ती विमानतळावर विमान उडण्याची वाट पाहतानाही अशाच उभ्या असतात. ही स्थिती नकारात्मक, बंदिस्त अवस्था दर्शवते.

हातांची दुहेरी पकड असुरक्षित भावना व्यक्त करते आणि तुम्ही जे काही विकत आहात ते विकत न घेण्याची वृत्ती दिसते.

न्यायालयात ज्यानं दावा दाखल केला आहे तो मुठी आवळून 'हातांची दुहेरी पकड' करून उभा असतो.

साहेब विरुद्ध कर्मचारी

तुमच्या स्थानामुळे तुमच्या हातांची घडी घालण्याच्या हालचालीत फरक पडतो. वरिष्ठ व्यक्ती स्वत:चं श्रेष्ठत्व दाखवण्यासाठी हातांची घडी घालत नाही. 'मी कोणाला घाबरत नाही त्यामुळं मी माझे शरीर मोकळंच ठेवणार, कोणत्याही परिणामाला सामोरं जायला मी तयार आहे' हेच यातून तिला व्यक्त करायचं असतं. उदाहरणार्थ कंपनीच्या

एखाद्या सामाजिक कार्यक्रमात महाव्यवस्थापकांना ज्या वेळी नव्या कर्मचाऱ्यांचा परिचय करून दिला जातो तेव्हा ते त्यांच्याशी तळहात खाली असं हस्तांदोलन करतात आणि त्यांच्यापासून जरा मागे, यार्डभर दूर उभे राहातात. महाव्यवस्थापकांचे दोन्ही हात बाजूला असतात किंवा मागे बांधलेले असतात. याला प्रिन्स फिलिपची हातात हात घातलेली 'पाम-इन-पाम अवस्था' म्हणतात. यातून श्रेष्ठत्व दाखवलं जातं. तर काही वेळा वरिष्ठ व्यक्ती, एक किंवा दोन्ही हात खिशात घालतात यातून ते एक प्रकारचा अलिप्तपणा व्यक्त करतात. वरिष्ठ व्यक्ती क्वचितच हातांची घडी घालून छातीवर ठेवते. कारण आपण बेचैन आहोत, अस्वस्थ आहोत याची किंचितसुद्धा जाणीव त्यांना इतरांना करून द्यायची नसते.

याउलट, वरिष्ठांशी हस्तांदोलन केल्यावर नवीन कर्मचारी थोडी किंवा हातांची पूर्ण घडी घालून उभे राहतात. कारण कंपनीच्या वरिष्ठ व्यक्तीसमोर उभं असल्याची जाणीव त्यांच्या मनात भीती निर्माण करते. महाव्यवस्थापक आणि नवे कर्मचारी, दोघेही, आपापलं स्थान दुसऱ्याच्या संदर्भात व्यक्त करतात. पण मग जेव्हा एखादी तरुण, उदयोन्मुख आणि वरिष्ठ व्यक्ती, तीही पुरुष, महाव्यवस्थापकांना भेटते आणि तीही त्यांच्याच इतकी महत्त्वाच्या दर्जाची आहे असा संकेत देते तेव्हा काय होतं? साधारणपणे दोघांनी प्रबळपणे हस्तांदोलन केल्यानंतर तरुण कार्यकारी अधिकारी त्यानंतर हातांची घडी घालण्याची शक्यता आहे (खाली चित्रात दाखवल्याप्रमाणे) मात्र त्याचे दोन्ही अंगठे वर असतात.

हातांची घडी अंगठे वर (थम्बस् अप) अवस्था. बचावात्मक पवित्रा पण तरीही शांत, स्थिरचित्त अविचलित आहे असं दर्शवणं.

वरील हालचालीत त्यानं हातांची घडी तर घातली आहे पण अंगठे वर केले आहेत. याचा अर्थ तो शांत असून स्वत:वर त्याचं नियंत्रण आहे असा होतो. जेव्हा तो बोलतो, तेव्हा तो मांडत असलेल्या मुद्यांच्या समर्थनार्थ अंगठ्यांचा वापर करतो. आपण आधी चर्चा केल्याप्रमाणे 'अंगठे वर' ही अवस्था माझ्यात आत्मविश्वास आहे ही भावना इतरांना दर्शवते तर हातांची घडी संरक्षणाची भावना व्यक्त करते.

एखाद्या व्यक्तीमध्ये बचावाची भावना असेल आणि तो कमकुवत मनाचाही असेल तर तो बसताना शरीराच्या डाव्या-उजव्या बाजू अगदी एकसारख्या - आरशातली प्रतिमा आहे असं वाटेल अशा अवस्थेत बसतो. अशी अवस्था स्नायूंचा ताण दर्शवते. त्यांच्या चेहऱ्यावर असा भाव असतो की जणू काही कोणी त्यांच्यावर हल्ला करणार आहे. याउलट एखादी व्यक्ती बचावात्मक आहे पण वर्चस्वाचीही भावना तिच्यात आहे तर ती बसताना सारख्याच अवस्थेत बसणार नाही.

अंगठा वर अवस्था

तुम्ही *हातांची घडी अंगठे वर* अशा अवस्थेत तुमची बाजू जेव्हा एखाद्यासमोर मांडता, तेव्हा तुमच्या सादरीकरणातून आणि इतर सकारात्मक संकेतांमधून तुम्ही अगदी सहजपणे बांधिलकीच्या भावनेचं आवाहन त्याला करता. दुसऱ्या बाजूला सादरीकरणाच्या शेवटी जी व्यक्ती *'हातांची घडी मुठी आवळलेल्या'* अशी अवस्था दर्शवते आणि चेहऱ्यावर निर्विकार भाव असतात तेव्हा तुमच्या सादरीकरणाला 'होय' किंवा सकारात्मक प्रतिसाद मिळण्याला तुम्ही अडथळा निर्माण करता. समोरच्या व्यक्तीचे आक्षेप काय आहेत हे जाणून घेण्यासाठी तुम्ही त्यांना प्रश्न विचारा. तुमच्या प्रस्तावाला जेव्हा एखादा 'नाही' म्हणतो तेव्हा तुम्ही आक्रमक आहात असं न दाखवता त्यांचं मतपरिवर्तन करणं अवघड असतं. देहबोलीचा तुमचा अभ्यास असेल तर बाहेरचा माणूस तोंडाने नकार देण्याच्या आधीच त्याच्या देहबोलीवरून तो नकारात्मक निर्णय घेणार हे तुमच्या लक्षात येतं. अशा वेळी तो निर्णय बदलण्यासाठी तुमच्या कृतीमध्ये बदल करण्याचा वेळ तुम्हाला मिळतो.

जेव्हा 'नकार' येणार, हे बोलण्याच्या आधी तुम्हाला कळतं तेव्हा तुम्ही दुसरी वाट चोखाळायचा प्रयत्न करता.

ज्या व्यक्ती शस्त्रास्त्रं बाळगतात किंवा चिलखत घालतात ते क्वचितच हातांची घडी घालतात कारण शस्त्रास्त्रं आणि चिलखतामुळं त्यांना पुरेसं शरीरसंरक्षण मिळालेलं असतं. जे पोलिस अधिकारी जवळ बंदुका बाळगतात ते क्वचितच हातांची घडी घालतात. मात्र जर ते रक्षकाची ड्युटी करत असतील तर त्यांना हातांची घडी घालावी लागते. ते मुठी वळलेल्या अवस्थेत उभे असतात याचा अर्थ ते रक्षक म्हणून उभे असताना त्यांच्या परवानगीशिवाय तेथून कोणी जाऊ शकणार नाही.

स्वत:लाच आलिंगन देणे

आपण लहान असताना जर दु:खी झालो, कशाचा ताण आला तर आपले आई-वडील किंवा सांभाळणारे कोणी आपल्याला जवळ घ्यायचे, मिठीत घ्यायचे. जेव्हा आपण प्रौढ होतो आणि जेव्हा कधी तणावपूर्ण अवस्थेत असतो तेव्हा आपल्या या जुन्या आठवणी जाग्या होतात आणि तीच भावना आपण पुन्हा निर्माण करायचा प्रयत्न करतो. पण या वेळी आपण दोन्ही हातांची घडी न घालता एका हाताची घडी घालतो कारण आपण घाबरलेले आहोत हे आपल्याला इतरांना जाणवू द्यायचं नसतं. विशेषत्वानं स्त्रिया सूक्ष्मपणे भावना व्यक्त करण्यासाठी अशी एकाच हाताची घडी घालतात. यामध्ये एका हातानं दुसरा हात धरला जाऊन प्रतिबंध निर्माण केला जातो. (चित्रात दाखवल्याप्रमाणे) असं वाटतं की एका हातानं तिनं स्वत:लाच मिठी मारली आहे. अशी एका हातानं दुसरा हात धरला आहे अशा स्थितीतील माणसं आपल्याला मीटिंग्जमध्ये भेटतात, कारण तिथल्या सर्व माणसांशी ते अनोळखी असतात किंवा त्यांच्यात आत्मविश्वासाचा अभाव आढळतो. ताणाखाली असलेली स्त्री जेव्हा अशी उभी असते तेव्हा ती नेहमीच आपण आरामदायी वाटण्यासाठी अशा उभ्या आहोत असं सांगते.

लहानपणी जशी तिची आई तिला जवळ घ्यायची तसंच तिनं स्वत:ला जवळ घेतलं आहे.

पुरुष जेव्हा असा हाताचा काही प्रमाणात वापर करून प्रतिबंध निर्माण करतात तेव्हा त्याला *'स्वत:भोवती हात धरणं'* असं म्हणतात. सर्वसाधारण गर्दीसमोर उभे असताना किंवा पारितोषिक स्वीकारताना किंवा भाषण देताना पुरुष असे उभे राहातात. या स्थितीला *'पँटची चेन तुटलेली अवस्था'* असंही म्हणतात. कारण चेन तुटल्यावर 'तो भाग झाकण्यासाठी' पुरुष दोन्ही हात तिथं ठेवतात (चित्रात दाखवल्याप्रमाणे) तशीच ही अवस्था असते. यामुळं त्यांना त्यांच्या महत्त्वाच्या अवयवाचं संरक्षण केल्याची भावना निर्माण होऊन सुरक्षित वाटतं. याशिवाय समोरून कोणी खोडसाळपणे ठोसा मारल्यामुळं होणारे परिणामही यामुळे टाळता येतात.

पँटची चेन तुटलेली अवस्था.

अन्नछत्रात अन्न घेण्यासाठी असलेल्या रांगेत उभं असताना किंवा सामाजिक सुरक्षितता योजनेचा लाभ घेण्यासाठी रांगेत उभे असताना असे दोन्ही हात पुढे घेऊन उभे राहतात. त्यातून ते आपली खिन्नता आणि कोणीही आपला सहज भेद करील अशी अवस्था व्यक्त

करतात. दुसऱ्या कोणीतरी हात पकडला आहे असं यात वाटतं आणि लहानपणीची आठवण जागी होते; आणि आधार वाटतो. ॲडॉल्फ हिटलर सार्वजनिक ठिकाणी हात नेहमी असे पुढे ठेवायचा कारण त्याला एकच टेस्टिकल असल्यामुळं स्वत:चं लैंगिक अपुरेपण झाकण्यासाठी तो याचा वापर करायचा.

उत्क्रांतीमध्ये पुरुषांना हातांनी अशाप्रकारे स्वत:चं संरक्षण करता यावं यासाठी त्यांच्या हातांची लांबी कमी झाली असावी. प्राण्यांच्या प्रगत जातीतील आपली भावंडं चिंपांझीही अशाच प्रकारे त्यांचे हात गुडघ्यांवर ठेवतात.

माणसाचा नेहमी आपल्या शरीराचा सर्वांत कमजोर, नाजूक आणि सहज भेद करता येईल असा भाग झाकण्याचा प्रयत्न राहिला आहे.

श्रीमंत आणि प्रसिद्ध व्यक्ती त्यांची असुरक्षितता कशी दाखवतात?

सातत्यानं प्रकाशझोतात असणाऱ्या राजघराण्यातील, राजकारणातील व्यक्ती, टेलिव्हिजनवर चमकणाऱ्या व्यक्ती, चित्रपट अभिनेते सामान्यत: त्यांच्या प्रेक्षकांना ते बेचैन आहेत किंवा त्यांना स्वत:बद्दल खात्री वाटत नाही असं कधीही दाखवू इच्छित नाहीत. स्वत:ची शांत, अविचलित, संयमी प्रतिमा लोकांपुढे ठेवण्याचा त्यांचा प्रयत्न असतो. पण त्यांची चिंता, अस्वस्थता, भीती हातांच्या विविध हालचालीतून व्यक्त होते. हातांची घडी घालण्याच्या इतर प्रकारांत शरीराचा पुढचा भाग झाकण्यासाठी जसा एक हात दुसऱ्या हातावर ठेवला जातो, तसं या व्यक्तींच्याबाबत होत नाही. तो हात दुसऱ्या हातावर ठेवण्याऐवजी त्यांचा एक हात दुसऱ्या हातातील बॅगवर किंवा ब्रेसलेट, घड्याळ, शर्टाच्या बाहीच्या टोकावर किंवा दुसऱ्या

हातावरील वस्तूवर ठेवला जातो. या व्यक्तीही कोणत्या ना कोणत्या रूपात स्वत:पुढे प्रतिबंध ठेवून सुरक्षिततेची भावना निर्माण करतात.

प्रसिद्ध व्यक्तीही सार्वजनिक ठिकाणी असताना इतरांसारख्याच अस्वस्थ, बेचैन असतात.

जे पुरुष कफलिंक्स असलेला शर्ट घालतात ते पुरुष सार्वजनिक ठिकाणी, एका हॉलमधून दुसरीकडे जाताना, डान्स फ्लोअरवर सगळ्यांपुढे गेल्यावर वारंवार कफलिंक्स नीट करताना दिसतात. प्रिन्स चार्लस् यांची ओळख तर कफलिंक्स नीट करणारे (शेजारील छायाचित्रात दाखवल्याप्रमाणे) अशीच आहे. कारण लोकांसमोर स्वत:ला सुरक्षिततेची भावना देण्यासाठी ते कफलिंक्स नीट करताना दिसतात.

प्रिन्स चार्लस् कफलिंक्स नीट करून स्वत:ची अस्वस्थता प्रकट करताना.

तुम्हाला असं साहजिकच वाटेल की आता जवळजवळ अर्धशतक प्रिन्स चार्लस्‌सारख्या राजघराण्यातील व्यक्ती लोकांसमोर येतात म्हणजे नक्कीच त्यांनी अस्वस्थतेच्या भावनेवर मात केली असेल, पण अजूनही ते एक हात दुसऱ्यावर ज्या पद्धतीनं ठेवतात त्यातून हेच स्पष्ट होतं की अशा परिस्थितीत तुमच्या माझ्या सारख्यांना जसं आणि जेवढं असुरक्षित वाटेल तसंच असुरक्षित त्यांना वाटतं.

चिंतातुर, अस्वस्थ आणि भिडस्त व्यक्ती कायम घड्याळ्याचा पट्टा नीट करताना, स्वत:च्या वॉलेटमधील वस्तू तपासताना, बोटं एकात एक गुंतवून हात एकत्र दाबून धरताना किंवा हात चोळताना, शर्टाच्या

बाहीच्या बटणाशी खेळताना दिसते म्हणजेच ती या ना त्या कारणाने एक हात दुसऱ्यावर ठेवून शरीराचा पुढचा भाग झाकण्याचा प्रयत्न करते. असुरक्षित व्यावसायिक बिझनेस मीटिंगमध्ये नेहमी स्वत:पुढे ब्रिफकेस किंवा फोल्डर धरून येतो. प्रशिक्षित निरीक्षक या हालचालींकडे फारसं लक्ष देणार नाही कारण त्यामागे अस्वस्थता झाकणं एवढाच हेतू असतो, बाकी दुसरं काही कारण नसतं. कोठेही लोक बघत असताना चालत जाणं किंवा डान्स फ्लोअरवर एखादा पुरुष स्त्रीला त्याच्याबरोबर नृत्याचं आमंत्रण देतो किंवा एखादी व्यक्ती पारितोषिक घ्यायला, लोकांना ओलांडून स्टेजवर जाते या सर्व ठिकाणी व्यक्तीच्या हालचाली कशा प्रकारे होतात याचं निरीक्षण चांगल्या प्रकारे करता येतं.

स्त्रियाही हातांचा वापर प्रतिबंध निर्माण करण्यासाठी करतात. पण पुरुषांच्या बाबतीत ते जसं झटकन लक्षात येतं तसं स्त्रियांच्या बाबतीत त्याच्याकडे फारसं लक्ष जात नाही. त्या जर स्वत:बाबत अस्वस्थ असतील किंवा त्यांना कशाची खात्री वाटत नसेल, त्या भिडस्त असतील तर त्या बॅग किंवा पर्स घट्ट पकडून ठेवतात. राजघराण्यातील प्रिन्सेस ॲनसारखी व्यक्ती लोकांपुढे जाताना नियमितपणे फुलांचा गुच्छ घेऊन जाते तर फुलांचा गुच्छ किंवा हॅन्डबॅग हातात ठेवणं हे राणी एलिझाबेथचे वैशिष्ट्य आहे. याचा अर्थ ती बॅगमध्ये लिपस्टिक, मेकअपचं साहित्य, क्रेडिट कार्ड्स आणि सिनेमाची तिकीटे वगैरे ठेवते असं नाही तर ती बॅगचा वापर गरज असेल तेव्हा सुरक्षा कवच म्हणून किंवा आपल्या साहाय्यकांना संदेश पाठवण्याचं साधन म्हणून करते. राजकीय निरीक्षकांनी तिनं पाठवलेल्या अशा १२ संकेतांची नोंद केली आहे तिला कुठे जायचं आहे, थांबायचं आहे, निघायचं आहे किंवा कंटाळवाण्या नीरस व्यक्तीपासून तिची कधी सुटका होणार आहे अशा संदेशाचा समावेश होता.

प्रतिबंध म्हणून हॅन्डबॅगचा वापर

स्वत:भोवती सूक्ष्म असा प्रतिबंध निर्माण करण्याचं सर्वसाधारण उदाहरण म्हणजे दोन्ही हातांनी ग्लास किंवा कप धरणं. खरंतर ग्लास धरण्यासाठी एकाच हाताची आवश्यकता असते पण असुरक्षित व्यक्ती तो दोन्ही हातांनी धरून लक्षातही येणार नाही असा प्रतिबंध निर्माण करते. अशा प्रकारच्या कृती आपल्यापैकी प्रत्येक जण करत असतो. मात्र फारच थोड्या जणांना आपण ते करतो याची जाणीव असते.

फुलांचा गुच्छ हातात धरणं भिडस्तपणा दर्शवतं.

व्यावसायिक बोलणी यशस्वी होण्यासाठी अल्पोपाहाराचा कसा उपयोग होतो?

व्यावसायिक डावपेचांचा एक भाग म्हणून वाटाघाटींदरम्यान किंवा मीटिंग (बैठक) चालू असताना अल्पोपाहार द्या. यामुळे समोरची व्यक्ती तुमच्या विचारांशी कितपत सहमत आहे त्याचा तुम्हाला अंदाज येऊ शकेल. चहा पिऊन झाल्यावर समोरच्या व्यक्तीनं चहाचा कप कुठे ठेवला आहे या साध्या गोष्टीवरून तुमचं म्हणणं त्यांना पटलं आहे की नाही किंवा तुमचं म्हणणं काय आहे याकडे त्या मोकळ्या मनानं बघताहेत का नाही हे कळू शकतं. तुमच्या बोलण्याबाबत जर समोरची व्यक्ती साशंक असेल किंवा तिचा नकारात्मक दृष्टिकोन असेल तर चहाचा कप ती व्यक्ती स्वत:च्या समोर ठेवेल ज्यामुळं तुमच्यात व त्यांच्यात अडथळा निर्माण होईल. याउलट त्यांच्या कानावर पडणारे विचार त्यांना पटत असतील तर कप त्यांच्या शरीराच्या एका बाजूला ठेवतील आणि मोकळ्या मनानं तुमचे बोलणे ऐकून घेताहेत हा संदेश तुमच्यापर्यंत पोहोचवतील.

हातांचा नकारात्मक अडथळा

तुमचं बोलणं आता खुलेपणानं स्वीकारलं जाईल.

खुर्चीच्या हातावर कोपर टेकवून बसत जा. या पद्धतीमुळे तुमचं महत्त्वाचं स्थान, तुमचं सामर्थ्य आणि प्रामाणिकपणा समोरच्या व्यक्तीपर्यंत पोहोचतो. स्वत:कडे सतत कमीपणा घेणाऱ्या; पराभूत मनोवृत्तीच्या व्यक्ती खुर्चीच्या हातावर हात न ठेवता हात आतल्या बाजूला ठेवतात. त्यामुळे जर तुम्हाला स्वत:ची प्रतिमा घाबरट आणि पराभूत मनोवृत्ती असणारे अशी होऊ द्यायची नसेल तर खुर्चीच्या हातावर कोपरे टेकवून बसायला शिका.

स्पर्शाची ताकद

समोरच्या व्यक्तीशी उजव्या हातानं हस्तांदोलन करताना जर डाव्या हातानं तुम्ही त्या व्यक्तीच्या कोपराला हलकासा स्पर्श केलात तर त्याचा फार चांगला परिणाम होतो. स्पर्शामुळे दोन व्यक्तींमध्ये क्षणिक नातं निर्माण होतं आणि त्याची स्मृती दीर्घ काळ टिकते.

मिन्नेसोटा विद्यापीठाच्या संशोधकांनी एक प्रयोग केला. त्याला त्यांनी 'फोन बूथ चाचणी' असं नाव दिलं. टेलिफोन बूथच्या फळीवर त्यांनी एक नाणं ठेवलं आणि ते झाडामागे जाऊन लपले आणि कोणी अनोळखी व्यक्ती तिथं येते का हे पाहत होते. जेव्हा अशी व्यक्ती आली त्या वेळी संशोधकांपैकी एक जण तिथं गेला आणि त्यानं त्या व्यक्तीला विचारलं, 'फोन बूथजवळ तुम्ही माझं नाणं बघितलंत का हो? मला ते परत कॉल करण्यासाठी हवं होतं.' असा प्रयोग त्यांनी अनेकांवर केला. त्यांना असं आढळून आलं की त्यांच्यापैकी फक्त २३% लोकांनी नाणं सापडलं असं सांगितलं आणि परत केलं.

अभ्यासाच्या दुसऱ्या भागात, ते नाणं परत बूथवर ठेवण्यात आलं. मात्र, या वेळी लगेचच ज्यानं नाणं घेतलं त्याच्याकडे संशोधक गेले, त्यांनी तीन सेकंदापेक्षा कमी काळ त्याच्या कोपराला हलकेच स्पर्श केला आणि मग नाण्याबद्दल विचारलं. या वेळी ६८% लोकांनी नाणं घेतल्याचं कबूल केलं. त्यांना जरा अडचणीत सापडल्यासारखं वाटलं आणि ते म्हणाले की, 'हो, मी इकडं तिकडं शोधतच होतो की हे नाणं कुणाचं आहे म्हणून...'

तुम्ही जर कौशल्यपूर्वक कोपराला स्पर्श केलात तर तुम्हाला जे हवं आहे ते मिळण्याची तिप्पट शक्यता निर्माण होते.

हे तंत्र यशस्वी होण्याची तीन कारणे आहेत. एक म्हणजे शरीराच्या इतर अवयवांच्या तुलनेत कोपरा हा अवयव मोकळा ढाकळा असतो. दुसरा म्हणजे अनेक देशात अनोळखी व्यक्तीनं कोपराला स्पर्श करणं मान्य केलं जात नाही, अशा वेळी एक वेगळाच परिणाम यामुळं निर्माण होतो. आणि तिसरं म्हणजे समोरच्याच्या कोपराला तीन सेकंद हलकेच स्पर्श केल्यानं त्याच्यात आणि तुमच्यात एक क्षणिक नातं निर्माण होतं. आम्ही एका टेलिव्हिजन कार्यक्रमासाठी जेव्हा हा प्रयोग पुन्हा केला तेव्हा आम्हाला असं आढळून आलं की नाणं परत करण्याचं प्रमाणं हे प्रत्येक संस्कृतीनुसार आणि त्या विशिष्ट ठिकाणी स्पर्श किती वेळ केला यानुसार वेगवेगळं होतं. उदाहरणार्थ, कोपराला स्पर्श केल्यानंतर ७२% ऑस्ट्रेलियन लोकांनी, ७०% इंग्रज लोकांनी, ८५% जर्मन लोकांनी, ५०% फ्रेंच लोकांनी आणि २२% इटालियन लोकांनी नाणं परत केलं. या संशोधनावरून असं सिद्ध झालं की ज्या संस्कृतीत वारंवार स्पर्श करण्याचा प्रघात नाही अशा ठिकाणी कोपराला स्पर्श केल्यानंतर जास्त चांगले परिणाम दिसून आले. अनेक देशांमधील रस्त्यावरच्या कॅफेमध्ये तिथं आम्ही नियमितपणे गेलो आणि लोक एकमेकांना किती वेळा स्पर्श करतात याची नोंद केली. रोममध्ये एका तासात हे प्रमाण २२० स्पर्श असं होतं. पॅरिसमध्ये दर तासाला १४२, सिडनीमध्ये २५, न्यूयॉर्कमध्ये ४ आणि लंडनमध्ये ० असं आढळलं. याचा अर्थ तुमचा

वारसा ब्रिटिश किंवा जर्मन असेल तर इतरांना स्पर्श करण्याचं तुमचं प्रमाण कमी असतं, त्यामुळं कोपराला स्पर्श करण्याचा यशस्वी परिणाम तुमच्याबाबत दिसून येईल.

तुम्ही जर मूळचे जर्मन किंवा ब्रिटिश असाल तर तुम्हाला स्पर्श केल्यास इतरांपेक्षा अधिक सहजपणे तुमच्यात अपेक्षित परिणाम घडून येईल.

एका पुरुषानं दुसऱ्या पुरुषाला स्पर्श करण्याच्या प्रमाणापेक्षा एका स्त्रीनं दुसऱ्या स्त्रीला स्पर्श करण्याचं प्रमाण चारपट जास्त असतं. स्पर्शाचा सकारात्मक परिणाम साधण्यासाठी स्पर्श कोपरालाच करायला हवा, खाली किंवा वर नाही. तसंच स्पर्श तीन सेकंदापेक्षा कमी वेळ टिकायला हवा. कारण रेंगाळलेल्या स्पर्शामुळे समोरच्या व्यक्तीची प्रतिक्रिया नकारात्मक येऊ शकते आणि तुम्ही नक्की काय करताय हे पाहण्यासाठी ती व्यक्ती तुमच्या हाताकडे बघायला लागेल.

त्यांच्या हातालाही स्पर्श करा

वाचनालयात काम करणाऱ्या कर्मचाऱ्यांबाबत आणखी एक अभ्यास करण्यात आला. वाचनालयात काम करणाऱ्यांकडून पुस्तकं बदलून देताना वाचकांना हलकासा ओझरता स्पर्श होतो. आम्ही वाचनालयाच्या बाहेर थांबलो होतो आणि पुस्तकं बदलून आलेल्या वाचकांची आम्ही पाहणी केली. त्यांना वाचनालयात देण्यात येणाऱ्या सेवेबद्दल त्यांचं मत विचारलं. ज्या वाचकांना पुस्तकं बदलून घेताना कर्मचाऱ्याचा स्पर्श झाला होता, त्यांनी तेथील सेवेबद्दल चांगलं मत व्यक्त केलं, एवढंच नाही तर त्यांनी त्या कर्मचाऱ्याचं नावही लक्षात ठेवलं होतं. ब्रिटिश सुपरमार्केटमध्येही असाच एक अभ्यास करण्यात आला. ज्या ग्राहकांना सुट्टे पैसे घेताना मार्केटमधील पैसे देणाऱ्याचा स्पर्श झाला होता, त्यांनी सकारात्मक प्रतिक्रिया दिल्या. असाच एक प्रयोग अमेरिकेतील महिला वेटरबाबत करण्यात आला. ग्राहक खूष होऊन जी टीप किंवा बक्षिशी देतात त्यातून त्या बरंचसं उत्पन्न मिळवत असतात. ज्या महिला वेटर

गिऱ्हाईकांच्या कोपराला किंवा हाताला स्पर्श करतात त्यांना अशा स्पर्श न करणाऱ्या वेटरपेक्षा पुरुष गिऱ्हाईकांकडून ३६ टक्के जास्त बक्षिशी मिळाली. पुरुष वेटरनंही जेव्हा असा स्पर्श केला तेव्हा त्यांचंही उत्पन्न २२ टक्क्यांनी वाढलं. यामध्ये स्त्री-पुरुष असा भेद नव्हता. सर्वच ग्राहकांनी त्यांना टिप दिली.

नव्यानं परिचय झालेल्या व्यक्तीला भेटताना, हस्तांदोलन करताना तुमच्या डाव्या हाताने तिच्या कोपराला किंवा हाताला स्पर्श करा आणि तिच्या नावाचा पुन्हा पुन्हा उच्चार करा. त्यामुळे तुम्हाला ते योग्य पद्धतीने कळलं असल्याची खात्री होईल. यामुळे त्या व्यक्तीला महत्त्व दिल्यासारखं तर होतंच पण पुनःपुन्हा नाव घेतल्यानं त्याचं नावं लक्षात ठेवणं तुम्हालाही सोपं जातं.

कोपराला किंवा हाताला जर धोरणीपणानं स्पर्श केला तर तो समोरच्या व्यक्तीचं लक्ष तुमच्याकडे वेधून घेतो. तुमच्या भाष्याला बळकटी आणू शकतो आणि तुमचा इतरांवर सकारात्मक प्रभाव पाडू शकतो आणि तुम्हाला संस्मरणीय बनवतो.

सारांश

तुमचं मत काहीही असलं तरी हातांची घडी घालणं, शरीराच्या पुढच्या भागांवर हात ठेवणं ही नकारात्मकच बाब आहे आणि हा नकारात्मक संदेश जसा देणाऱ्यात असतो तसा तो पाहणाऱ्याच्या मनातही ठसतो. उदाहरणार्थ, तुमची पाठ दुखते आहे म्हणून तुम्ही हातांची घडी घालून उभे आहात. मात्र पाहाणाऱ्याला नकळतपणे असं वाटतं तुम्ही त्यांच्या कल्पना ऐकून घ्यायला तयार नाही, तुम्ही तुम्हाला बंद करून टाकलं आहे. आजच निर्णय घ्या की मी आत्तापासून हातांची घडी घालणार नाही. ती सवय मोडण्याचा सराव करीन. तुमची प्रतिमा जास्त सकारात्मक आणि आत्मविश्वासपूर्ण होण्यासाठी काय करायचं हे आम्ही तुम्हाला या पुढच्या प्रकरणांत सांगणार आहोत.

प्रकरण ५
सांस्कृतिक भिन्नता

चित्रात दाखवलेल्या खुणेचा अर्थ ब्रिटिश, जर्मन किंवा
अमेरिकन लोक कसा काढतील?

कल्पना करा की, तुम्हाला एक घर विकत घ्यायचंय म्हणून ते कसं आहे हे तुम्ही बघत आहात. बाथरूम कशी आहे हे बघण्यासाठी तुम्ही दार उघडता तर आत बाथटबमध्ये एक स्त्री नग्न बसलेली आहे. आश्चर्यानं थक्क झालेल्या त्या स्त्रीनं कशी प्रतिक्रिया द्यावी असं तुम्हाला वाटतं? ब्रिटिश किंवा अमेरिकन स्त्री एका हातानं तिची छाती झाकेल तर दुसऱ्या हातानं तिचे गुप्त अवयव झाकेल. स्विडीश स्त्री फक्त तिचे गुप्त अवयव झाकेल. मुस्लिम स्त्री तिचा चेहरा झाकून घेईल, सुमात्राची स्त्री तिचे गुडघे झाकेल आणि सॅमोआची स्त्री तिची नाभी झाकेल.

आम्ही पिझ्झा खात असताना

हे प्रकरण लिहीत असताना आम्ही इटली देशातील व्हेनिस शहरामध्ये आहोत आणि सांस्कृतिक भिन्नता या परिषदेमध्ये बोलत आहोत. आम्ही त्यापूर्वी इटलीला गेलो नसतो तर आम्हाला जो अनुभव आला त्यानं आम्हाला धक्का बसला असता. सर्व संस्कृतींत ज्या रस्त्याने आपण वाहनं चालवतो त्याच बाजूने आपण पदपथावरून चालतो. याचा अर्थ, तुम्ही ब्रिटिश, ऑस्ट्रेलियतील, दक्षिण आफ्रिकेतील किंवा

न्यूझीलंडचे असाल तर तुम्ही डाव्या बाजूनं वाहन चालवता आणि डाव्या पदपथावरून चालता. पदपथावरून चालताना इटालियन लोक समोरून येताना दिसले की तुम्ही डावीकडे पाऊल टाकता तर ते उजवीकडे पाऊल टाकतात. परिणामी ते सातत्यानं तुमच्यावर आदळत असतात. परदेशात गॉगल्स घालणं हे पदपथांवर सांस्कृतिक टक्कर होण्याचं एकमेव मोठ्ठं कारण आहे. गॉगल्स घातल्यामुळे समोरच्या व्यक्तीची नजर कोणतं पाऊल टाकण्यासाठी वळत आहे हे दिसतच नाही. अर्थात, नव्या आणि मनोरंजक परदेशी लोकांशी भेट होण्याची ही एक अनोखी पद्धत आहे.

तुम्हाला आणखी एक धक्का बसतो तो म्हणजे, जेव्हा इटालियन माणसाचा निरोप घेताना हस्तांदोलन करण्यासाठी तुम्ही हात पुढे करता तेव्हा तो हस्तांदोलन करण्याऐवजी तुमच्या दोन्ही गालांचे चुंबन घेतो.

मी निघालो तेव्हा इटालियन माणसानं माझ्या दोन्ही गालांचं चुंबन घेतलं, मी त्या वेळी माझ्या बुटांच्या नाड्या बांधत होतो.
वुडी ॲलन

स्थानिक इटालियन लोकांशी तुम्ही बोलायला लागता तेव्हा ते तुमच्या खूप जवळ येऊन, तुम्हाला पुन:पुन्हा पकडून, किंचाळल्यासारख्या आवाजात आणि प्रत्येक गोष्टीचा राग आल्यासारखे बोलत असतात. पण इटालियन लोकांचा रोजचा मित्रत्वानं संवाद साधण्याचा तो एक भाग असतो. सगळ्या गोष्टी सगळ्या संस्कृतीत एकसारख्या नसतात.

सांस्कृतिक चाचणी

देहबोलीमध्ये सांस्कृतिक भिन्नता आहे याची तुम्हाला जाणीव आहे का? प्रयोग करून बघा. हात उचला आणि पाचचा आकडा दाखवा. आत्ताच ही कृती करा. नंतर दोन आकडा दाखवा. तुम्ही जर अँग्लो सॅक्सन असाल तर तुम्ही पहिलं (अंगठ्याजवळचं) आणि मधलं बोट दाखवण्याची ९६% शक्यता असते. जर तुम्ही युरोपियन असाल तर अंगठा आणि पहिलं बोट दाखवण्याची ९४% शक्यता आहे. युरोपियन लोक हाताची बोटं मोजताना अंगठा – एक, पहिलं बोट – दोन, मधलं

बोट – तीन... असं मोजतात. अँग्लो सॅक्सन लोक पहिल्या बोटापासून (तर्जनी) मोजायला सुरुवात करतात. त्यामुळं ते मधल्या बोटाला दोन क्रमांक देतात आणि बाकीच्या दोन बोटांना क्रमांक दिल्यावर अंगठ्याला ५ क्रमांक दिला जातो.

आता खाली हाताचे काही संकेत दिले आहेत. त्यातल्या प्रत्येक संकेताचे किती वेगवेगळे अर्थ तुम्ही काढू शकाल? प्रत्येक बरोबर उत्तराला एक गुण द्या आणि चुकीच्या उत्तराला एक गुण कमी करा. उत्तरं पुढे दिली आहेत.

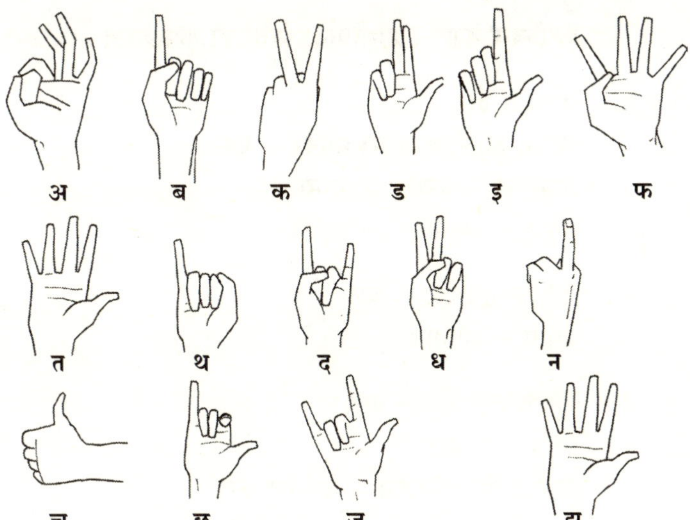

तुमच्या प्रत्येक बरोबर उत्तरासाठी तुम्ही स्वत:ला १ गुण द्या.

अ. **युरोप आणि उत्तर अमेरिका** – ओके, ठीक आहे
भूमध्य सागरी प्रदेश, रशिया, ब्राझील, तुर्कस्तान – छिद्र/भोक, लैंगिक अपमान, समलिंगी पुरुष
ट्युनिशिया, फ्रान्स, बेल्जियम – शून्य, कवडीमोल
जपान – पैसा, नाणी

ब. **पाश्चिमात्य देश** - एक; मला क्षमा करा!; देवच माझा साक्षीदार आहे; नाही (मुलांना उद्देशून)

क. **ब्रिटन, ऑस्ट्रेलिया, न्यूझीलंड, माल्टा** – 'गेलास उडत'
अमेरिका – दोन
जर्मनी – विजय
फ्रान्स – शांतता
प्राचीन रोम – ज्युलियस सिझर पाच बियरची ऑर्डर देताना

ड. **युरोप** – तीन
कॅथॉलिक देश – आशीर्वाद, ईश्वराचा कृपाप्रसाद

इ. **युरोप** – दोन
ब्रिटन, ऑस्ट्रेलिया, न्यूझीलंड – एक
अमेरिका – वेटरला हाक मारणे!
जपान – अपमान

फ. **पाश्चिमात्य देश** – चार
जपान – अपमान

त. **पाश्चिमात्य देश** – पाच
सर्वत्र – थांबा!
ग्रीस आणि तुर्कस्तान – मसणात जा!

थ. **मेडिटेरेनियन** – लहान शिश्न (पुरुषांचे जननेंद्रिय)
बाली – वाईट
जपान – स्त्री
दक्षिण अमेरिकन – अशक्त, हडकुळा
फ्रान्स – तू मला मूर्ख बनवू शकत नाहीस!

द. **मेडिटेरेनियन** – तुझी बायको विश्वासघात करत आहे.
माल्टा आणि इटली – वाईट नजरेपासून संरक्षण (निर्देश केल्यानंतर)

दक्षिण अमेरिका – कमनशिबापासून संरक्षण (हातांची बोटे फिरवल्यानंतर)

अमेरिका – टेक्सास विद्यापीठाचे बोधचिन्ह, टेक्सासचा लाँगहॉर्न फुटबॉल संघ

ध. **ग्रीस** – नरकात जा!
पश्चिमेकडे – दोन

न. **प्राचीन रोम** – 'गेलास उडत'
अमेरिका – बस इथं!

च. **युरोप** – एक
ऑस्ट्रेलिया – बस इथं! (वर धक्का)
सर्वत्र – लिफ्ट मागणे; छान, ठीक आहे, बरं.
ग्रीस – 'गेलास उडत'
जपान – पुरुष, पाच

छ. **हवाई** – अभिवादन
हॉलंड – तुम्हाला पेय हवं आहे का?

ज. **अमेरिका** – मी तुझ्यावर प्रेम करतो/करते

झ. **पाश्चिमात्य देश** – पश्चिमेकडे – दहा; मी शरण येतो/येते
ग्रीस – गेलास उडत – दोनदा!
सर्वत्र – मी सत्य सांगत आहे

तुम्हाला किती गुण मिळाले?

३० पेक्षा जास्त गुण : तुम्ही खूप प्रवास केलेला आहे. तुम्हाला सर्व प्रकारची माहिती आहे. तुमचा दृष्टिकोन व्यापक आहे. कोणत्याही देशातील लोकांबरोबर तुमचं चांगलं पटतं. लोकांना तुम्ही आवडता.

१५ ते ३० गुण : इतर लोक तुमच्याशी वेगळ्या प्रकारे वागत आहेत याची जाणीव तुम्हाला आहे आणि कसून सराव केल्यास तुम्हाला सध्यापेक्षा तुमची समज आणखी सुधारता येईल.

१५ आणि त्यापेक्षा कमी गुण : तुम्ही जसा विचार करता तसाच विचार इतर करतात असं तुम्हाला वाटतं. तुम्हाला कधीही पासपोर्ट देण्यात येऊ नये. इतकंच काय, घराच्या बाहेर पडायची देखील परवानगी देण्यात येऊ नये. जगाबाबतचा तुमचा दृष्टिकोन संकुचित आहे. इतर तुमच्यापेक्षा वेगळे आहेत याची तुम्हाला जाणीव नाही आणि जगात सगळीकडे एकच ऋतु, एकच वेळ आहे, असा तुमचा समज आहे. तुम्ही कदाचित अमेरिकन असू शकता.

आपण सगळेच अमेरिकन का होत आहोत

अमेरिकन टेलिव्हिजन, चित्रपट जगभरात मोठ्या प्रमाणावर पोहोचल्यानं सर्व संस्कृतीतील तरुण पिढीमध्ये एकाच प्रकारची उत्तर अमेरिकन देहबोली विकसित होत आहे. उदाहरणार्थ, ऑस्ट्रेलियातील ६० वर्षांच्या व्यक्ती उभी दोन बोटं याचा अर्थ ब्रिटिश संकेताप्रमाणे अपमान असा लावतील तर ऑस्ट्रेलियातील कुमारवयीन मुलगा त्याचा दोन असा लावेल आणि अमेरिकन पद्धतीप्रमाणे मधलं बोट उभं याचा अर्थ अपमान असा लावेल. स्थानिक ठिकाणी पारंपरिक पद्धतीत वापरला जात नसला तरी अंगठीच्या आकाराचा हाताच्या बोटाचा संकेत बहुतेक देशात 'बरं, ठीक आहे' या अर्थानं मान्यता पावला आहे. ज्या देशात टेलिव्हिजन आहे अशा प्रत्येक देशातील लहान मुलं बेसबॉलची कॅप (टोपी) उलटी घालतात आणि स्पॅनिश कळत नसलं तरी 'आस्ता ला-बिस्ता, बेबी' असं ओरडतात.

अमेरिकन टीव्ही हे देहबोलीतील सांस्कृतिक फरक दिसेनासे होण्याचं प्रमुख कारण आहे.

इंग्रजी भाषेतून 'टॉयलेट' हा शब्दही आता अदृश्य व्हायला लागला आहे, लोप पावू लागला आहे. आता उत्तर अमेरिकन्स हा शब्द उच्चारायला घाबरतात. उत्तर अमेरिकेतील लोक आता 'बाथरूम' कोठे आहे, असं विचारतात. युरोपमधील काही भागात याचा अर्थ अंघोळ करण्याची जागा असा होतो किंवा त्यांनी 'रेस्ट रूम' कोठे आहे विचारलं तर त्याचा अर्थ आराम करण्याची जागा - शांतपणे वेळ घालवण्याची जागा - लाऊन्ज

कोठे आहे असा होतो. इंग्लंडमध्ये याला 'पावडर रूम' म्हणतात. जिथं आरसा, वॉश बेसिन असते. किंडर गार्टनमध्ये 'लिटिल गर्ल्स' रूम असते आणि युरोपमधील रस्त्यांवर 'कम्फर्ट स्टेशन्स' असतात आणि एखाद्या उत्तर अमेरिकन माणसानं 'वॉश अप' करायचं आहे असं म्हटलं तर त्याला आनंदानं स्वयंपाकघरात नेऊन टॉवेल देऊन डिश घासायला सांगितल्या जातील.

बहुतेक सर्व ठिकाणी मूलभूत सांस्कृतिक गोष्टी सारख्याच असतात

तिसऱ्या प्रकरणात उल्लेख केल्याप्रमाणे चेहऱ्यावरील भावना आणि हसणं यांचा अर्थ बहुतेक सर्व ठिकाणी सारखाच लावला जातो. सॅनफ्रान्सिस्कोच्या कॅलिफोर्निया विद्यापीठातील पॉल एकमन यांनी एक प्रयोग केला. २१ भिन्न संस्कृतीतील लोकांना त्यांनी आनंद, राग, भीती, दुःख, तिटकारा आणि आश्चर्य अशा विविध भावना व्यक्त करणारी छायाचित्रं दाखवली. आनंद, दुःख आणि तिटकारा व्यक्त करणाऱ्या प्रत्येक छायाचित्राबाबत प्रत्येक देशातील बहुसंख्य लोकांनी ज्या भावना चित्रातून दिसत होत्या त्याच त्या आहेत असं सांगितलं. आश्चर्य या भावनेबाबत २१ पैकी २० देशातील लोकांनी एकमत दर्शवलं. २१ देशांपैकी १९ देशातील लोकांचं भीती या भावनेबाबत तर २१ पैकी १८ देशातील लोकांचं राग याबाबत एकमत आहे. फक्त जपानी लोकांमध्ये सांस्कृतिक भिन्नता दिसून आली. 'भीती' दर्शवणाऱ्या छायाचित्राचं त्यांनी 'आश्चर्य' असं वर्णन केलं.

बाकी जगाशी संपर्क नसलेल्या, एकाकीपणे राहत असलेल्या न्यू गिनीमधील दक्षिण भागातील लोकांच्या संस्कृतीचा आणि पश्चिम इरियनमधील डॅनी लोकांचा अभ्यास करण्यासाठीही एकमन त्या भागात गेले होते. तिथेही त्यांना सारखेच परिणाम दिसून आले. मात्र जपानी लोकांप्रमाणे त्यांनाही भीती आणि आश्चर्य यामध्ये फरक करता आला नाही.

अश्मयुगातील या लोकांचं या भावना व्यक्त करतानाचं 'एकमन' यांनी चित्रीकरण केलं आणि त्यांनी ते अमेरिकन लोकांना दाखवलं. त्यांनी या सर्व भावना बरोबर ओळखल्या. यावरून जगात सगळीकडे हसणं आणि चेहऱ्यावरील भावनांचा अर्थ सारखाच लावला जातो.

शिकागोमधील डीपॉल विद्यापीठाच्या डॉ. लिंडा कॅम्रास यांनी माणसांमध्ये भावना जन्मसिद्ध असतात हे प्रयोगातून सिद्ध केलं. त्यांनी 'फेशियल ॲक्शन कोडिंग सिस्टीम' वापरून (ऑस्टर आणि रोझेनस्टाइन, १९९१), जपानी आणि अमेरिकन अर्भकांच्या चेहऱ्यावरील प्रतिसादाचं मोजमाप केलं. या सिस्टीममध्ये संशोधकांना अर्भकांच्या चेहऱ्यावरील भावनांची नोंद ठेवता येते, त्या वेगळ्या करता येतात आणि त्याची यादी करता येते. या प्रयोगातून संशोधकांना असं आढळून आलं की, जपानी आणि अमेरिकन अर्भकांनी सारख्याच भावना व्यक्त केल्या.

आत्तापर्यंत, आपण या पुस्तकात सर्वसामान्यत: जगातील बहुसंख्य भागात वापरल्या जाणाऱ्या समान देहबोलीविषयीच चर्चा केली. मात्र भौगोलिक प्रदेश, डोळ्यांचा संपर्क, स्पर्शांचे प्रमाण, अपमानकारक हालचाली याबाबत मात्र मोठ्या प्रमाणावर सांस्कृतिक भिन्नता अस्तित्वात आहे. इतरांपेक्षा स्थानिक संकेत भिन्न असण्याचं सगळ्यात जास्त प्रमाण अरब देशांमध्ये, आशिया आणि जपानमधील काही भागात दिसून येतं. सांस्कृतिक भिन्नता समजून घेणं हा इतका मोठा विषय आहे की त्याचा एका प्रकरणात आढावा घेणं अवघड आहे. म्हणून परदेशात आढळणाऱ्या काही मूलभूत बाबींचाच आपण इथं विचार करू.

सार्वजनिक ठिकाणी सौदी माणूस दुसऱ्या व्यक्तीच्या हातात हात घालून चालायला लागला तर ते परस्पर आदराचं प्रतिक मानलं जातं. पण ऑस्ट्रेलिया, टेक्सास किंवा लिव्हरपूल, इंग्लंड इथं मात्र असं वागू नका.

अभिवादनाच्या पद्धतींमधील भिन्नता

हस्तांदोलनाच्या विविध पद्धतींमुळे भिन्न संस्कृतीतील व्यक्ती हस्तांदोलन करताना काही वेळा अडचणीचे आणि विनोदी प्रसंग उद्‌भवतात. ब्रिटिश, ऑस्ट्रेलियन, न्यूझीलंडर, जर्मन आणि अमेरिकन सहकारी प्रथम भेटल्यानंतर आणि परत निरोप घेताना, निघताना हस्तांदोलन करतात. युरोपमधील काही संस्कृतींत दिवसात अनेक वेळा एकमेकांशी हस्तांदोलन करतात. काही फ्रेंच माणसं तर दिवसातली ३० मिनिटं म्हणजे अर्धा तास वेळ हस्तांदोलन करण्यात घालवतात. भारतीय, आशियाई आणि अरबी संस्कृतीतील माणसं हस्तांदोलन संपल्यानंतरही तुमचा हात तसाच धरून ठेवण्याची शक्यता असते. जर्मन आणि फ्रेंच व्यक्ती हस्तांदोलन करताना एक किंवा दोन खंबीर हेलकावे देतात आणि थोडा वेळ हात धरून ठेवतात. याउलट ब्रिटिश तीन ते पाच हेलकावे देऊन हस्तांदोलन करतात. आंतरराष्ट्रीय परिषदांमध्ये तर हस्तांदोलनाच्या अनेक पद्धती, हेलकाव्यांची संख्या यामुळे प्रतिनिधी एकमेकांना विस्मयचकित करीत असतात आणि हे सगळं पाहणं आनंददायक आणि हसवणारं असतं. अमेरिकन व्यक्तींना जर्मन व्यक्ती हस्तांदोलन करताना एकच हेलकावा देते. याचा अर्थ ती अंतर राखून वागते आहे असा आहे. तर अमेरिकन व्यक्ती इतके हेलकावे देते की ती व्यक्ती हस्तांदोलन करते आहे की एअर बेडमध्ये हवा भरते आहे, असं जर्मन व्यक्तीला वाटतं.

भेटताना गालांचं चुंबन घेण्यातही विविधता आढळते. स्कॅन्डीनेव्हीयन एकाच चुंबनात समाधानी असतात. फ्रेंच दोन चुंबनं घेतात तर डच, बेल्जियन आणि अरब हे तीन वेळा चुंबन घेतात. ऑस्ट्रेलियन, न्यू झीलंडर आणि अमेरिकन चुंबन भेटीचा स्वीकार करताना नेहमी गोंधळून जातात आणि जेव्हा ते चुंबनांची परतफेड एका चुंबनानं करायला जातात त्या वेळी अंदाज चुकून नाकावर आदळतात. ब्रिटिश जरा मागे उभे राहून एकतर चुंबन टाळतात किंवा युरोपिअन पद्धतीप्रमाणे दोन चुंबनं घेऊन तुम्हाला आश्चर्यचकित करतात. एव्हरेस्ट वीर एडमंड हिलरी यांनी आपल्या अ व्ह्यू फ्रॉम द समिट या पुस्तकात एक आठवण लिहिली आहे. एव्हरेस्ट शिखरावर पोहोचल्यावर, त्यांनी शेर्पा तेनसिंग नॉर्गे यांना ब्रिटिश पद्धतीनं योग्य असं अभिनंदन करणारं हस्तांदोलन केलं. पण नॉर्गे यांनी मात्र पुढे उडी मारली आणि तिबेटच्या पद्धतीनुसार हिलरी यांना मिठी मारून, त्यांचं चुंबन घेतलं.

एका संस्कृतीचा दुसऱ्या संस्कृतीशी सामना

इटालियन लोक जेव्हा बोलतात तेव्हा संभाषणाचा ताबा स्वत:कडे ठेवण्याच्या दृष्टीने ते हातवारे करतात, हात उंचावून बोलतात. इटालियन लोक आपल्या हाताला स्पर्श करून बोलतात त्या वेळी ते किती प्रेमाने आपल्याशी बोलत आहेत असं वाटेल पण ते तसं नसतं. खरी गोष्ट अशी आहे की ऐकणाऱ्यानं स्वत:चा हात उंचावून संभाषणाचा ताबा स्वत:कडे घेण्यापासून ते त्याला परावृत्त करीत असतात. इटालियन माणसाचं बोलणं मध्येच थांबवण्यासाठी तुम्हाला त्याचा हात मध्येच हवेत पकडावा लागतो. या तुलनेत जर्मन आणि ब्रिटिश लोक बोलताना शारीरिकदृष्ट्या दुर्बल, अर्धांगवायू झाल्यासारखे दिसतात. इटालियन आणि फ्रेंच लोकांबरोबर बोलताना ते घाबरून जातात. हिंमत खचल्यामुळे त्यांना क्वचितच बोलण्याची संधी मिळते. फ्रेंच लोक बोलताना हात आणि मनगटापासून कोपरापर्यंतचा भाग वापरतात. इटालियन लोक संपूर्ण हात आणि शरीराचा वापर करतात, तर ब्रिटिश आणि जर्मन दक्ष स्थितीत उभे राहातात.

आंतरराष्ट्रीय पातळीवर उद्योग व्यवसाय करताना स्मार्ट, अद्ययावत पोषाख, बोलण्यातील उत्कृष्ट संदर्भ आणि फायदेशीर प्रस्ताव असं सगळं जमून आलेलं असताना, अगदी छोट्या आणि निष्पाप हालचालींमुळे संपूर्ण व्यवहार फसतो. ४२ देशांमध्ये आम्ही केलेल्या संशोधनावरून असं दिसून आलं की, उत्तर अमेरिकन लोक सांस्कृतिकदृष्ट्या सर्वांत कमी संवेदनशील आहेत. त्या खालोखाल ब्रिटिश दुसऱ्या क्रमांकावर आहेत. ८६% उत्तर अमेरिकन लोकांकडे पासपोर्ट नाहीत आणि आंतरराष्ट्रीय देहबोलींच्या पद्धतींबाबत ते संपूर्णतया अनभिज्ञ आहेत आणि जॉर्ज डब्ल्यू. बुश यांनासुद्धा अमेरिकेचे राष्ट्राध्यक्ष झाल्यावर परदेश प्रवास करण्यासाठी पासपोर्ट मिळण्यासाठी अर्ज करावा लागला होता. ब्रिटिश लोक मोठ्या प्रमाणावर परदेशी प्रवास करत असले तरीही इतरांनी ब्रिटिश देहबोलीचे संकेत वापरावेत, इंग्रजी बोलावं आणि मासे आणि चिप्स त्यांना द्यावेत असं त्यांना वाटतं. बहुतेक परदेशी संस्कृतींमध्ये दुसऱ्या देशातील प्रवाशांनी त्यांची भाषा शिकावी अशी त्यांची अपेक्षा नसते पण प्रवाशांनी जर देहबोलीच्या स्थानिक पद्धतीत रस दाखवला आणि त्या

आत्मसात केल्या तर मात्र ते खूप प्रभावित होतात. यातून तुम्ही त्यांच्या संस्कृतीबद्दल आदर दाखवत आहात ही भावना त्यांच्यापर्यंत पोहोचते.

वरचा ओठ घट्ट ठेवण्याची इंग्लिश लोकांची सवय

चेहऱ्यावर नियंत्रण ठेवून भावना कमी प्रमाणात व्यक्त करण्यासाठी दोन्ही ओठ एकत्र आणून मिटले जातात, आणि शक्य तितक्या कमी भावना चेहऱ्यावर दर्शवल्या जातात. यामुळे इंग्लिश लोक संपूर्ण भावनिक नियंत्रण असल्याचा परिणाम साधतात. १९९७ मध्ये जेव्हा डायनाचं निधन झालं त्या वेळी अंत्ययात्रेच्या वेळी शवपेटी मागे चालताना प्रिन्स फिलीप, चार्लस्, हॅरी आणि विल्यम्स यांच्या चेहऱ्यावर *'वरचा ओठ घट्ट दाबलेला'* ही भावना होती. त्यामुळे जगातील ब्रिटिश नसलेल्या देशात बऱ्याच जणांना डायनाच्या मृत्यूचं त्यांना काहीच दु:ख झालं नाही असं वाटलं.

आठवा हेन्री दोन्ही ओठ ओढून एकत्र आणण्याबद्दल प्रसिद्ध होता. त्याचं तोंड लहान होतं आणि ज्या वेळी तो वरचा ओठ घट्ट मिटायचा त्या वेळी चित्रात किंवा फोटोत तर तोंड आणखी लहान दिसायचं. १६ व्या शतकात इंग्लिश लोकांमध्ये लहान तोंड म्हणजे श्रेष्ठत्व हा संकेत रूढ करण्यासाठी ही सवय उपयुक्त ठरली. दोन्ही ओठ पर्सच्या तोंडासारखे एकत्र ठेवणे ही भावना अजूनही ब्रिटिश लोक त्यांना जेव्हा त्यांच्यापेक्षा कनिष्ठ लोकांची दहशत वाटते तेव्हा व्यक्त करतात. याबरोबरच ते डोळेही मिचकवतात.

दोन्ही ओठ एकत्र मिटणे ही ठेवण आठव्या हेन्रीने त्याचे तोंड लहान केले म्हणून रूढ केली पण त्यामध्ये एखाद्या उच्च स्थानाचाही संकेत दिला जातो. आधुनिक ब्रिटिश आणि अमेरिकन आजही याचा वापर करतात.

जपानी लोक

एका प्रदेशात अजूनही हस्तांदोलनं, चुंबन घेणं, मिठी मारणं रूढ झालेलं नाही. तो देश म्हणजे जपान. जपानमध्ये अशा प्रकारे शरीराशी संपर्क येणाऱ्या कृती असभ्य मानल्या जातात. जपानी लोक पहिल्यांदा भेटल्यावर नमस्कारासाठी आदरानं वाकतात. व्यक्ती जितकी उच्च अधिकार पदावर तितकी ती कमी झुकते तर कमी स्थानावरील माणूस जास्त झुकतो. प्रथम भेटीत, बिझनेस (व्हिजिटिंग) कार्ड्स एकमेकांना दिल्यानंतर, प्रत्येक व्यक्ती दुसऱ्या व्यक्तीचं स्थान कोणतं आहे याचा अंदाज घेऊन त्यानुसार त्याच्यापुढे किती मान तुकवायची हे ठरवतं.

जपानमध्ये असताना तुमचे बूट अगदी स्वच्छ आणि चांगल्या स्थितीत आहेत की नाही याची खात्री करून घ्या. कारण प्रत्येक वेळी नमस्कारासाठी डोके खाली झुकवले की जपानी माणूस त्यांचे निरीक्षण करतो.

एखाद्याचं बोलणं ऐकण्याची जपानी पद्धत ही एखाद्या कलाकृतीसारखी असते. त्यामध्ये हसणं, होकारार्थी मान हलवणं, काही सभ्य आवाज काढणं या सर्वांचा समावेश असतो आणि अशा भावभावना व्यक्त करणं याचं इतर कोणत्याही भाषेशी साधर्म्य नाही. या कृती बोलणाऱ्याला प्रोत्साहन देण्यासाठी असतात. पण बऱ्याच वेळा पाश्चात्यांकडून किंवा युरोपियन लोकांकडून त्याचा 'संमती' असा चुकीचा अर्थ लावला जातो. बल्गेरियन लोक वगळता 'डोकं हलवणं' या संकेताचा अर्थ 'होय' असा सर्वत्र मानला जातो. युरोपियन लोक मात्र नकार दर्शवण्यासाठी, 'नाही' म्हणण्यासाठी हा संकेत देतात. जपानी लोक मान्यता दर्शवण्यासाठी 'डोकं हलवणं' हा संकेत वापरतात. जपानी व्यक्तीला तुम्ही काही सांगत आहात आणि तो तुमच्याशी सहमत नाही तरीही तुमचं बोलणं चालू ठेवण्यासाठी तो 'होय' किंवा जपानी भाषेत 'हाई' असं म्हणेल. जपानी माणूस जेव्हा 'होय' असं म्हणतो तेव्हा त्याचा अर्थ 'होय, मी तुमच्याशी सहमत आहे' असा नसून 'होय, तुम्ही काय म्हणताहात ते मी ऐकत

आहे' असा असतो. उदाहरणार्थ, तुम्ही जपानी व्यक्तीला विचारलं की, तुम्हाला हे मान्य नाही, नाही का? त्यावर जपानी माणूस त्याला ते मान्य नसलं तरी डोकं हलवेल आणि 'होय' असंच म्हणेल. जपानी संदर्भात या वाक्याचा अर्थ 'होय, तुम्ही बरोबर बोलताहात, पण मला ते मान्य नाही.'

जपानी लोक चेहऱ्याची बचत करतात म्हणजे कमीत कमी भावना व्यक्त करतात. गोष्टी बिघडू नयेत यासाठी त्यांनी काही नियम विकसित केले आहेत. म्हणून 'नाही' म्हणणं शक्यतो टाळण्याचा प्रयत्न करा आणि ज्या प्रश्नाचं उत्तर 'नाही' असं असेल तेव्हा प्रश्न विचारायला जाऊ नका. जपानी लोक कधीच 'नाही' असं म्हणणार नाहीत तर त्याच्या जवळपास जाणाऱ्या अर्थाची वाक्यं म्हणतील. म्हणजे 'मला तरी हे कठीण वाटतंय' किंवा 'याला आम्ही सकारात्मक अभ्यासाची जोड देऊ'. खरं म्हणजे त्यांना असं म्हणायचं असतं की, 'झालं गेलं विसरा आणि घरी जा.'

नाक शिंकरणं – 'श्शी घाणेरडा!'

युरोपियन आणि पाश्चिमात्य लोक हातरुमालात किंवा टिश्यू पेपरमध्ये नाक शिंकरतात तर आशियाई आणि जपानी लोक नाक शिंकरून बाहेर टाकतात, थुंकतात किंवा नाकाचा फुरफुर आवाज करतात. दुसऱ्याची ही 'किळसवाणी' कृती पाहाणारा प्रत्येक जण गांगरून जातो. गेल्या काही शतकांत या नाट्यमय सांस्कृतिक फरकाचा थेट (प्रत्यक्ष) परिणाम क्षयरोगाचा प्रसार होण्यात दिसून आला आहे. युरोपमध्ये क्षयरोग हा त्या कालखंडातील एड्स रोग झाला होता. या रोगामध्ये जगण्याची शक्यता फार कमी होती. म्हणून मग सरकारनं या रोगाचा आणखी प्रसार होऊ नये म्हणून नाक शिंकरण्याच्या सूचना लोकांना दिल्या. त्यामुळे पाश्चिमात्यांना कुणी थुंकलेलं सहन होत नाही. थुंकणारा माणूस क्षयरोग पसरवू शकतो. त्यामुळे आज जर थुंकण्यामुळे एड्स पसरतो असं कुणी म्हणालं तर जशी भीती पसरेल तशी भीती तेव्हा थुंकण्याबद्दल होती.

नाक शिंकरण्याची आधुनिक पद्धत ही पूर्वी झालेल्या क्षयरोगाच्या साथीचा परिणाम आहे.

पौर्वात्य देशातही जर क्षयरोगाचा प्रश्न निर्माण झाला असता तर पाश्चिमात्यांसारखीच त्यांची प्रतिक्रिया झाली असती. परिणामी जेव्हा एखादी व्यक्ती हातरुमाल काढते, त्यात नाक शिंकरते आणि परत तो रुमाल स्वत:च्या खिशात, बॅगमध्ये (पर्स) किंवा शर्टाच्या बाहीमध्ये ठेवून देते – हे सर्व बघून जपानी माणूस घाबरून जातो. जपानी लोकांना, इंग्लिश लोकांची जॅकेटच्या वरच्या खिशात हातरुमाल ठेवण्याची पद्धत आवडत नाही. त्याची छाप पडत नाही. हे म्हणजे टॉयलेट पेपरचा रोल वापरण्यासाठी खिशात लटकवण्यासारखं आहे. याउलट थुंकणं हा आशियाई लोकांना आरोग्यदायी पर्याय आहे, असं वाटलं तर पाश्चिमात्यांना आणि युरोपियनांना ही सवय किळसवाणी वाटते. पाश्चिमात्य आणि युरोपियन लोकांची व्यावसायिक बैठक/मीटिंग असताना त्या सगळ्यांना जर सर्दी झाली तर ती बैठक अयशस्वी होण्याची शक्यता आहे. म्हणून एखादा आशियाई थुंकताना किंवा नाक फुरफुर करताना दिसला तर अस्वस्थ होऊ नका आणि जपानी व्यक्तीपुढं नाक शिंकरू नका.

विविध संस्कृतीत भिन्न अर्थ असणारे तीन महत्त्वाचे संकेत

सामान्यत: सर्वत्र आढळणाऱ्या अंगठीचा आकार, अंगठा वर आणि इंग्रजी 'V' संकेत या तीन महत्त्वाच्या हालचालींचं सांस्कृतिक स्पष्टीकरण आणि अर्थ आता आपण तपासून पाहू या.

१. अंगठी (रिंग)

अमेरिकेत १९व्या शतकाच्या सुरुवातीला वृत्तपत्रांनी ही खूण लोकप्रिय केली. सामान्यत: प्रचलित असलेल्या वाक्प्रचाराची पहिली आद्याक्षरं घेऊन ती संक्षेप करण्याची टूम त्यांनी काढली होती. 'ओके' या आद्याक्षराचा मूळ कशासाठी वापर करण्यात आला होता, त्याचा काय अर्थ होता, याबद्दल अनेक विचार व्यक्त केले जातात. काही जण म्हणतात की 'ऑल करेक्ट' यासाठी ते वापरलं जातं. मात्र नेहमी त्याचं स्पेलिंग चुकीचं केल्यानं 'oll korrect' असं ते 'ओके' झालं. तर काही जण म्हणतात की 'नॉक आऊट'च्या विरुद्ध ते 'ओके' असं केलं आहे.

चित्रात दाखवलेल्या खुणेचा अर्थ पाश्चात्यांसाठी 'ओके' म्हणजे ठीक आहे, असा आहे. जपानी लोकांसाठी ती पैसा अशी खूण आहे तर फ्रेंच लोकांसाठी त्याचा अर्थ शून्य असा आहे, आणि तुर्की आणि ब्राझिलियन लोकांसाठी त्याचा अर्थ 'अपमानास्पद' असा आहे.

आणखी एक लोकप्रिय सिद्धांत असा आहे की 'ओके'हे 'ओल्ड किन्डरबुक' या संज्ञेचं संक्षिप्त रूप आहे आणि हे नाव एकोणिसाव्या शतकातील अमेरिकन अध्यक्षांच्या जन्मठिकाणाचे नाव आहे. या अध्यक्षांनी आपल्या निवडणूक प्रचार मोहिमेचे घोषवाक्य म्हणून 'ओके' ही आद्याक्षरं वापरली होती. हाताचा अंगठा आणि पहिलं बोट यानं केलेली अंगठीची ही खूण 'ओके' संकेतामधील 'ओ' हे अक्षर दर्शवते. इंग्रजी बोलणाऱ्या देशांमध्ये 'ओके' याचा एकच समान अर्थ आहे आणि आता अमेरिकन टेलिव्हिजन आणि चित्रपटामुळे झपाट्याने त्या अर्थाचा सर्वत्र प्रसार होत आहे. तरीही काही ठिकाणी त्याचं मूळ आणि अर्थ हे यापेक्षा वेगळे आहेत. उदाहरणार्थ, फ्रान्स आणि बेल्जियममध्ये अंगठी या संकेताचा अर्थ 'शून्य' किंवा 'काही नाही' असाही आहे. पॅरिसमध्ये एका संध्याकाळी आम्ही एका रेस्टॉरन्टमध्ये गेलो. वेटरनं आम्हाला एक टेबल दाखवलं आणि विचारलं की, 'ते टेबल 'ओके' आहे का?' आम्ही त्याला 'ओके'चा संकेत दिला. तेव्हा तो लगेच म्हणाला, 'ठीक आहे, तुम्हाला इथं आवडलं नसेल तर आपण दुसरं टेबल बघू.' त्यानं आम्ही दाखवलेल्या 'ओके' खुणेचा अर्थ शून्य किंवा काही मोल नाही असा लावला. थोडक्यात त्यानं आमच्या संकेतातून आम्हाला टेबल आवडलं नाही, असा अर्थ लावला.

एखाद्या फ्रेंच व्यक्तीला तुम्ही तिचा स्वयंपाक चांगला झाला आहे हे तोंडानं न सांगता 'ओके'ची खूण करून सांगितलं तर ती तुम्हाला हाकलून देईल.

जपानमध्ये 'ओके' याचा अर्थ पैसा असाही होतो. तुम्ही जपानमध्ये व्यवसाय करीत असाल आणि जर तुम्ही ती खूण केलीत तर त्याचा अर्थ जपानी

माणूस तुम्ही लाच मागत आहात, असाही लावण्याची शक्यता आहे. काही भूमध्यसागरी देशांमध्ये या संकेताचा अर्थ तो पुरुष समलिंगी संबंध ठेवणारा आहे असा होतो. ग्रीक माणसाला तर तुम्ही ही खूण केलीत तर तुम्ही किंवा ती व्यक्ती समलिंगी संबंध ठेवणारी आहे, असं तुम्ही सूचित करत आहात असं त्याला वाटेल. तुर्की माणसाला तुम्ही त्याला शिवी देत आहात असं वाटेल. अरब देशात या संकेताचा वापर क्वचितच करतात. पण जिथं वापरतात त्याचा अर्थ धमकी किंवा अश्लील असा होतो.

राष्ट्राध्यक्ष रिचर्ड निक्सन १९५० मध्ये लॅटिन अमेरिकेत तेथील स्थानिक लोकांचे ताणलेले संबंध सुधारण्यासाठी सदिच्छा दौऱ्यावर गेले. विमानातून उतरत असताना त्यांच्या स्वागतासाठी उभे असलेल्यांकडे पाहून त्यांनी अमेरिकन 'ओके' असा संकेत दिला आणि त्यांना एकदम धक्का बसला. कारण जमलेले लोक तिरस्कारदर्शक, पळवून लावण्यासाठी काढतात तसा आवाज काढू लागले. फुत्कार टाकून नापसंती दर्शवू लागले. कारण स्थानिक देहबोलीच्या पद्धतीनुसार या खुणेचा अर्थ 'सगळ्यांना मिळून दिलेली एक सणसणीत शिवी' असा होतो.

तुम्ही जर नेहमी परदेश प्रवास करत असाल, तर सुरक्षिततेचा नियम म्हणून नेहमी स्थानिक माणसांना त्यांना अपमान वाटेल असे कोणते संकेत आहेत हे विचारून घ्या म्हणजे असे अडचणीचे प्रसंग टाळता येतील.

२. अंगठा वर

ब्रिटिशांचा जबरदस्त पगडा असलेल्या ऑस्ट्रेलिया, अमेरिका, दक्षिण आफ्रिका, सिंगापूर आणि न्यूझीलंड यासारख्या देशांमध्ये *'अंगठा वर'* या कृतीचे तीन अर्थ आहेत. एक म्हणजे, सामान्यत: एका ठिकाणाहून दुसऱ्या ठिकाणी भटकत फुकट प्रवास करणारा माणूस येणाऱ्या जाणाऱ्या गाड्यांच्या मालकांना गाडी थांबवून त्यात बसण्याची विनंती करण्यासाठी असा अंगठा दाखवतो. सध्या याला 'लिफ्ट मागणं' असा शब्द रूढ आहे. 'ओके' असाही या संकेताचा अर्थ होऊ शकतो. अंगठा जेव्हा हिसका देऊन वर आणला जातो तेव्हा त्याचा 'अपमान' असा संकेत होतो. त्यातून 'तुम्ही त्यांना शिवी देत आहात' असा अर्थ लावला जातो. ग्रीससारख्या काही देशांत अंगठा पुढे आणि वरती याचा अर्थ 'गेट स्टफ्‌ड' असा तिरस्कारपूर्ण उद्‌गार आहे.

ग्रीसमध्ये कधीही अंगठा दाखवून गाडी थांबवायची विनंती करू नका, लिफ्ट मागू नका.

आपण आधीच बघितल्याप्रमाणे, युरोपियन लोक हाताची बोटे मोजताना 'अंगठा वर' म्हणजे अंगठ्यापासून बोटे मोजतात. म्हणजे अंगठा - एक, तर्जनी किंवा पहिले बोट - दोन. याउलट बहुतेक इंग्रजी बोलणारे तर्जनी किंवा पहिल्या बोटापासून मोजायला सुरुवात करतात. म्हणजे तर्जनी - एक, मधले बोट - दोन. त्यामुळं 'अंगठा वर' किंवा अंगठ्याचा क्रमांक पाच (५) येतो.

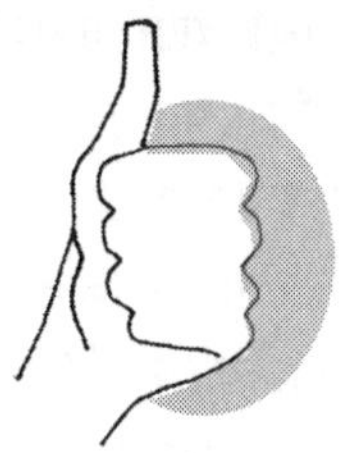

याचा अर्थ 'छान', 'एक', 'शिवी' असा काहीही होऊ शकतो. तुम्ही कोठे राहता यावर ते अवलंबून आहे.

अंगठा हा हाताचा महत्त्वाचा भाग असल्यानं तो अधिकाराचा संकेत दर्शवण्यासाठी वापरला जातो. म्हणून अंगठे खिशातून, जाकिटातून बाहेर काढले जातात, कोटाच्या कॉलरच्या पुढील घडीतून वर ठेवले जातात. सत्ता आणि श्रेष्ठत्व दाखवण्यासाठी अंगठा इतर हालचालींबरोबर वापरला जातो किंवा लोक ज्या वेळी आपल्याला त्यांच्या अधिकाराखाली घेण्यासाठी वापरतात जेव्हा श्रेष्ठत्व दाखवण्यासाठी अंगठ्याचा वापर केला जातो. अंगठ्याच्या शारीरिक ताकदीमुळं ही भावना व्यक्त करण्यासाठी अंगठा वापरला जातो.

३. इंग्रजी 'व्ही' संकेत

'सणसणीत शिवी' असा अर्थ व्यक्त करण्यासाठी ऑस्ट्रेलिया, न्यूझीलंड आणि ग्रेट ब्रिटनमध्ये सामान्यत: इंग्रजी 'व्ही' हा संकेत दिला जातो. दुसऱ्या महायुद्धाच्या काळात विन्स्टन चर्चिल यांनी 'व्ही फॉर व्हिक्टरी' म्हणजे विजय यासाठी ही खूण लोकप्रिय केली. पण एक गोष्ट लक्षात ठेवायला हवी की व्ही खूण करताना त्यांचा तळहात बाहेरील बाजूस

होता. जेव्हा तळवा आतल्या बाजूला बोलणाऱ्याच्या दिशेने असतो तेव्हा या संकेताचा अर्थ 'अश्लील अपमानाचा प्रकार' असा असतो.

या खुणेचा अर्थ अमेरिकन लोकांसाठी 'दोन', जर्मन लोकांसाठी 'विजय' आणि ब्रिटिश लोकांसाठी 'शिवी' असा आहे.

या संकेताचं मूळ अनेक शतकांपूर्वीच्या इंग्रज धनुर्धारींपर्यंत जाऊन पोहोचतं. त्यांच्या बाणांना आग लावण्यासाठी ते या दोन बोटांचा वापर करायचे. कुशल धनुर्धारीला (तिरंदाजाला) कोणी जिंकून घेणं किंवा पकडणं आणि फासावर देण्याऐवजी तिरंदाजी करणारी दोन बोटं काटून टाकणं हे अत्यंत मानहानिकारक वाटायचं. दोन बोटांची 'व्ही' ही खूण लगेचच ब्रिटिशांनी युद्धात शत्रूला चेतवण्यासाठी वापरायला सुरुवात केली. यातून 'तिरंदाजी करणारी माझी बोटं अजून शाबूत आहेत' असा संकेत दिला जातो.

अजूनही युरोपमधील काही भागात तळहात आतल्या बाजूला आणि 'व्ही'ची खूण म्हणजे विजय असं मानलं जातं. म्हणून एखादा इंग्रजी माणूस जेव्हा जर्मन माणसाला 'शिवी देत' असतो त्या वेळी जर्मन माणसाला 'आपल्याला बक्षीस मिळालं आहे' असं इंग्रजी माणूस सांगतो आहे असं वाटेल. युरोपमधील काही भागात आजही या खुणेचा अर्थ दोन असा मानला जातो आणि जर एखादा अपमानित झालेला मद्यविक्रेता असेल तर तो याला प्रतिसाद म्हणून इंग्लिश, अमेरिकन आणि ऑस्ट्रेलियन माणसाला (प्रत्येकी) दोन मग बिअर देईल.

स्पर्श करावा की करू नये?

संभाषण चालू असताना एखाद्याला स्पर्श केला तर तो दुखावला जाईल की नाही हे त्या त्या संस्कृतीवर अवलंबून असतं. उदाहरणार्थ, फ्रेंच आणि इटालियन लोकांना बोलताना सारखा स्पर्श करायला आवडतो. ब्रिटिशांना मात्र ते जर खेळाच्या मैदानावर, मोठ्या संख्येनं उपस्थित असलेल्या प्रेक्षकवर्गासमोर असतील तर त्यांना स्पर्श केलेला चालतो. एरवी मात्र त्यांना

स्पर्श करणं फारसं रुचत नाही. दक्षिण अमेरिकेतील आणि कॉन्टिनेन्टल खेळाडूंकडून घट्ट मिठ्या मारण्याच्या पद्धतीचं ब्रिटिश, ऑस्ट्रेलियन आणि न्यूझीलंडमधल्या खेळाडूंनी अनुकरण केलं आहे. जेव्हा खेळात गोल होतो तेव्हा ते एकमेकांना मिठ्या मारतात, चुंबन घेतात आणि ही त्यांची जवळीक ड्रेसिंग रूममध्येही चालूच असते. ऑस्ट्रेलियन, ब्रिटिश आणि न्यू झीलंडचे खेळाडू मात्र ज्याक्षणी मैदान सोडतात तत्क्षणी पूर्वपदाला येतात आणि 'आता हात लावू नका – नाही तर' असं धोरण अंगीकारतात.

ब्रिटिश लोक फक्त खेळाच्या मैदानावरच एकमेकांना स्पर्श करतात. जर कोणी पॉईंट किंवा गोल केला तर ते त्याला मिठी मारतात, चुंबन घेतात आणि अवघडल्यासारखे चाचपडतात पण हेच वर्तन तुम्ही पबमध्ये करा बरं! बघा काय होतं ते!

डॉ. केन कूपर यांनी वेगवेगळ्या देशांमध्ये एका तासात स्पर्शाचं प्रमाण किती असतं याचा अभ्यास केला आणि त्याची नोंद केली. त्यामध्ये पुढील परिणाम दिसून आले. प्युएर्टोरिको – १८०, पॅरिस – ११०, फ्लोरिडा – २, लंडन – ०.

आमच्या संशोधन आणि वैयक्तिक अनुभवावरून आम्ही कोणत्या देशात स्पर्शाला मान्यता आहे आणि कोणत्या देशात स्पर्शाला मान्यता नाही याचा एक तयार तक्ता खाली दिला आहे.

स्पर्शाला मान्यता नाही	**स्पर्श केला तर चालेल**
जर्मनी	भारत
जपान	तुर्की (तुर्कस्तान)
इंग्लंड	फ्रान्स
अमेरिका आणि कॅनडा	इटली
ऑस्ट्रेलिया	ग्रीस
न्यूझीलंड	स्पेन
इस्टोनिया	मध्य पूर्व

पोर्तुगाल
उत्तर युरोप
स्कॅनडीनेव्हीया

आशियातील काही भाग
रशिया

दुसऱ्या संस्कृतीला अनावधानानं दुखावणं

अनावधानानं जर दुसऱ्या संस्कृतीला दुखावण्याबाबत चर्चा चालली असेल तर सामान्यत: त्यात अमेरिकन लोकांना पहिल्या क्रमांकाचं पारितोषिक मिळेल. यापूर्वी उल्लेख केल्याप्रमाणे, बहुतेक अमेरिकन लोकांकडे पासपोर्ट नाही आणि इतर जग त्यांच्याप्रमाणे आहे असं त्यांना वाटतं आणि त्यांच्यासारखं असावं असं त्यांना वाटतं. खालील छायाचित्रात जॉर्ज डब्ल्यू. बुश, त्यांचा पाठिंबा असणाऱ्या टेक्सास लाँगहॉर्न फुटबॉल संघाच्या बोधचिन्हाची खूण दाखवत आहेत. तर्जनी आणि करंगळी (पहिलं आणि चौथं बोट) ते दाखवत आहेत. या खुणेचा अर्थ बैलाची शिंगं असा आहे. फुटबॉलच्या या संकेताला बहुसंख्य अमेरिकन लोकांनी मान्यता दिली आहे.

अमेरिकन फुटबॉलची ही खूण इटलीमध्ये गुन्हा मानली जाते
आणि त्यासाठी तुरुंगवासही होऊ शकतो.

इटलीमध्ये या खुणेला 'ककोल्ड' असं म्हणतात आणि त्याचा अर्थ 'एखाद्या पुरुषाला सांगणं की इतर पुरुषांचे त्याच्या बायकोशी शरीरसंबंध आहेत' असा होतो. १९८५मध्ये अमेरिकेमध्ये लाँगहॉर्नचा मोठा विजय

झाला म्हणून पाच अमेरिकन रोममध्ये व्हॅटिकनच्या बाहेर ही खूण करून नाचत होते. आनंदोत्सव साजरा करत होते, त्यांना पकडण्यात आलं. बहुधा पोपला त्यांचं हे कृत्य आवडलं नाही.

सारांश

ज्यांच्याबरोबर सहज वाटतं त्यांच्याबरोबरच लोक व्यवसाय करतात. यामध्ये प्रामाणिकपणा आणि शिष्टाचाराच्या पद्धती यांचाही समावेश असतो. जेव्हा तुम्ही परदेशात जाता तेव्हा जोपर्यंत तुम्हाला तिथल्या स्थानिक पद्धती पाहाण्याची संधी मिळत नाही तोपर्यंत देहबोलीचा व्यापक प्रमाणावर वापर करणं टाळा. देहबोलीतील सांस्कृतिक भिन्नता शिकण्याचा आणि समजून घेण्याचा सोपा मार्ग म्हणजे भरपूर परदेशी चित्रपट रेकॉर्ड करा आणि ते पाहा. मात्र चित्रपट पाहाताना त्याचा आवाज बंद करा आणि सबटायटल्स पण लावू नका. नुसतं पाहून काय चाललं आहे याचा अंदाज घ्या. नंतर परत तो चित्रपट पाहा, सबटायटल्स वाचा आणि तुम्हाला जे वाटलं होतं ते किती अचूक आहे, हे तपासा.

दुसऱ्या संस्कृतीत सभ्यपणे कसं वागावं याबद्दल तुम्हाला खात्री वाटत नसेल, तर स्थानिक लोकांकडून त्याची माहिती करून घ्या.

हालचालींचा सांस्कृतिकदृष्ट्या चुकीचा अर्थ लावला गेल्यानं अडचणीची परिस्थिती उद्‌भवते. एखादी व्यक्ती किंवा तिच्या देहबोली आणि इतर हालचालींविषयी झटकन निष्कर्ष काढण्यापूर्वी त्या व्यक्तीची पार्श्वभूमी समजावून घेणं आवश्यक आहे.

तुम्ही जर नेहमी परदेशी जात असाल, तर आम्ही तुम्हाला रॉजर ॲक्सटेल यांच्या जेश्चर्स - डूज ॲन्ड टबूज ऑफ बॉडी लँग्वेज अराऊंड द वर्ल्ड (जॉन विली ॲन्ड सन्स) या पुस्तकाची शिफारस करतो. या पुस्तकामध्ये ॲक्सटेल यांनी ७० हजारांपेक्षा जास्त शारीरिक संकेतांची आणि जागतिक पद्धतीची आणि बहुतेक संस्कृतींमध्ये कसं वागायचं, व्यवसाय कसा करायचा याची माहिती दिली आहे.

प्रकरण ६

हात आणि अंगठा यांच्या हालचाली

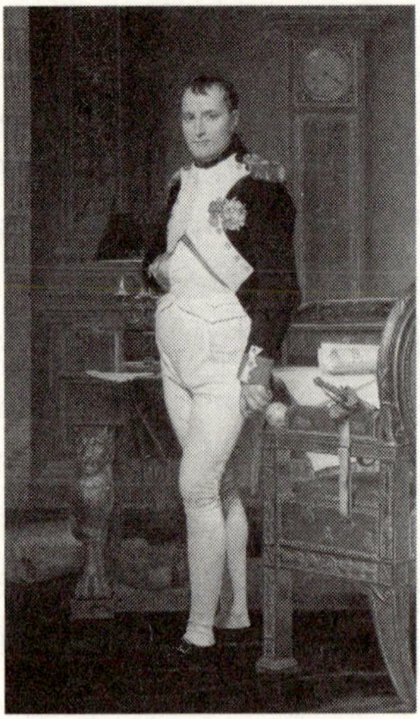

'नेपोलियन त्याच्या अभ्यासिकेत' – चित्रकार जेकस् लुई डेव्हीड यानं १८१२ मध्ये काढलेल्या या चित्रात नेपोलियन ऐटीत उभा आहे. ती त्याची प्रसिद्ध ढब होती. त्याला खरंच जठराचा अल्सर होता? का तो मजेत वेळ काढत होता?

माणसाच्या हाताला मनगटाची छोट्या गोट्यांच्या आकाराची आठ हाडं धरून २७ छोटी हाडं असतात. ती अस्थिबंधनांच्या जाळ्यानं बांधलेली असतात, सांधे हलवण्यासाठी अनेक छोटे स्नायू असतात. शरीराच्या इतर कोणत्याही भागांपेक्षा हात आणि मेंदू जास्त मज्जातंतूंनी एकमेकांशी जोडलेले असतात. म्हणूनच आपल्या हातांच्या हालचाली आणि स्थिती आपल्या भावनिक स्थितीला प्रभावीपणे मदत करतात. आपण सामान्यत: आपले हात शरीराच्या पुढे ठेवतो आणि हे संकेत सहजपणे पाहता येतात. आपल्यापैकी बहुसंख्य लोकांना हाताच्या काही ठरावीक अवस्था नेहमी वापरण्याची सवय असते. उदाहरणार्थ नेपोलियन म्हटलं की, प्रत्येकाला त्याने

त्याच्या जॅकेटमध्ये घातलेला हात आणि हाताचा अंगठा वर ही अवस्था आठवते. जणू काही यातून तो त्यानं केलेल्या कामगिरीचे सिद्धांत किंवा उद्धट विनोदच व्यक्त करू पाहत आहे. यामध्ये अनेक गोष्टींचा समावेश आहे – त्याला पोटाचा अल्सर होता; तो हातातील घड्याळाला किल्ली देत होता; त्याला त्वचा रोग होता; त्याच्या काळात असे हात खिशात ठेवणं असभ्य मानलं जाई; त्याला छातीचा कर्करोग होता; त्याचा हात मोडलेला होता; तो त्याच्या जॅकेटमध्ये सुंगधी पुडी ठेवायचा आणि नेहमी तिचा वास घ्यायचा; तो स्वत:शीच खेळायचा; आणि चित्रकारांना हातांचं चित्र काढायला आवडत नाही. खरी गोष्ट अशी आहे की, १७३८ मध्ये म्हणजे नेपोलियनच्या जन्माच्या बरंच आधी फ्रँकोस निव्हेलॉन याने अ बुक ऑफ जेन्टील बिहेवियर हे पुस्तक प्रकाशित केलं. त्यामध्ये ही ढब कशी आहे याचं वर्णन आहे. *'...असा हात आत ठेवणं हे पुरुषाचं सौजन्य, नम्रता मिसळलेला पुरुषी धीटपणा दर्शवते.'* नेपोलियननं जेव्हा हे चित्र बघितलं तेव्हा तो म्हणाला, 'डेव्हिड, मित्रा तुला मी समजलो आहे. तू मला ओळखलं आहेस.' म्हणजे नेपोलियनचं स्थान दाखवणारी ती ढब होती.

इतिहासाच्या पुस्तकांतून असं दिसून आलं की चित्रात दाखवलेली नेपोलियनची ढब ही त्याची नेहमीची ढब नाही. खरं तर या प्रसिद्ध चित्रासाठी तो असा बसलादेखील नव्हता. चित्रकारानं आठवणीतून हे चित्र काढून त्याला ही ढब दिली. मात्र जेकस लुई डेव्हीड या कलाकारानं हात आणि अंगठा यातून जी अधिकाराची भावना व्यक्त होते ती समजून घेऊन या चित्रात नेपोलियनला तशी ढब दिली. पण हाताच्या त्या स्थितीमागची अपकीर्तीही त्यानं याबरोबर व्यक्त केली.

नेपोलियनची उंची ५ फूट ४ इंच (१.६४ मीटर) होती पण चित्रात ती आपल्याला ६ फुटापेक्षा (१.८५ मीटर) जास्त वाटते.

हातांच्या माध्यमातून भावना कशा व्यक्त होतात?

हजारो वर्षांपासून समाजात तुमचं जे स्थान आहे त्यानुसार बोलताना तुम्हाला प्राधान्य दिलं जातं. सत्ता आणि अधिकार जितका जास्त तितका तो तुम्ही बोलत असताना, इतरांना शांत राहून तुमचं बोलणं ऐकायला भाग पाडतो.

उदाहरणार्थ, रोमन इतिहासात असं आढळून येतं की ज्युलियस सिझरला जर एखाद्या कमी दर्जाच्या व्यक्तीनं बोलण्यात अडथळा आणण्याचा प्रयत्न केला तर त्याला फासावर लटकवलं जायची शक्यता होती. आज, आपण बहुसंख्य लोक ज्या समाजात राहतो तिथं आपल्याला बोलण्याचं स्वातंत्र्य आहे आणि सामान्यत: स्वत:चं मत मांडायचं असेल तर आपण ते मांडू शकतो. ब्रिटन, ऑस्ट्रेलिया आणि अमेरिकेत तर तुम्ही राष्ट्राध्यक्ष किंवा पंतप्रधान यांचं बोलणं थांबवून अडथळा आणू शकता, तुमचं मत व्यक्त करू शकता किंवा हलकीशी टाळीदेखील वाजवून तुमचं मत ऐकणं त्यांना कसं महत्त्वाचं आहे हे सांगू शकता. २००३ मध्ये इराक पेचप्रसंगाविषयी टेलिव्हिजन चर्चेमध्ये पंतप्रधान टोनी ब्लेअर यांच्या बाबतीत असंच घडलं होतं. अनेक देशात हात विरामचिन्हांची भूमिका बजावून संभाषण पुन्हा वळणावर आणतात. इटालियन आणि फ्रेंच हातांचा सर्वांत जास्त वापर करतात. हातांच्या माध्यमातून व्यक्त होतात. त्यामुळं 'हात उंचावणे' ही कृती त्यांच्याकडून घेण्यात आली आहे. मात्र, इंग्लंडमध्ये अजूनही या पद्धतीचा वापर क्वचितच होतो. बोलताना हात हलवणं हे तिथं अयोग्य मानलं जातं किंवा तितकीशी चांगली पद्धत मानली जात नाही.

इटलीमध्ये बोलण्याचा क्रम सोपा आहे. जो हात उंचावतो, त्याला तिथल्या जागेवर उभे राहता येतं आणि बोलता येतं. ऐकणाऱ्याला त्याचे हात खाली किंवा त्यांच्या मागे ठेवावे लागते. म्हणून तुम्हाला जर बोलायचं असेल तुम्हाला युक्ती करावी लागते. तुम्ही तुमचा हात उंचावू शकणार नाही. बऱ्याच जणांना असं वाटतं, की इटालियन व्यक्ती एकमेकांशी किती मित्रत्वाच्या किंवा जवळिकीच्या नात्यानं बोलतात, कारण ते सारखे एकमेकांना स्पर्श करत असतात. पण खरं तर ते दोघंही दुसऱ्याच्या हाताला प्रतिबंध करून स्वत:च त्या ठिकाणी बोलण्यासाठी ताबा मिळवायचा प्रयत्न करत असतात.

या प्रकरणात आपण हात आणि अंगठ्याच्या मोठ्या प्रमाणावर वापरण्यात येणाऱ्या काही हालचालींचं मूल्यमापन करणार आहोत.

इटालियन व्यक्तीचे हात त्याच्या मागे बांधा,
तो नि:शब्द झालेला दिसून येईल.

स्वत:चा मुद्दा पटवताना हातांचा वापर

एखादी व्यक्ती चर्चेचा सारांश मांडताना जेव्हा दोन्ही बाजू मांडत असते तेव्हा तिचे मत ज्या बाजूचं आहे ते व्यक्त करताना ती हातांच्या हालचाली कशा करते ते पाहा. ते सामान्यत: एका हाताचा तळवा वर करतात आणि एक एक मुद्दा सविस्तर मांडतात. नंतर विरोधी मुद्दे मांडताना दुसऱ्या हाताचा वापर करतात. जी माणसं उजवा हात नेहमी वापरतात ती ते ज्या बाजूचे आहेत तो मुद्दा मांडताना उजव्या हाताचा वापर करतात तर डावखुरी माणसं त्यांच्या आवडीचा मुद्दा मांडताना डाव्या हाताचा वापर करतात.

हातांच्या हालचालींमुळे गोष्टी चांगल्या लक्षात राहतात

बोलताना हातांचा वापर केल्यामुळे समोरच्या व्यक्तीचं लक्ष वेधून घेता येतं, संवादाचा परिणाम वाढवता येतो आणि ते जे काही ऐकत आहेत ती माहिती कळायला सोपं जातं, ऐकणाऱ्याला तिथं खिळवून ठेवायला सोपं जातं. इंग्लंडमधील मॅन्चेस्टर विद्यापीठात जेफ्री बेअॅटी आणि नीना मॅकलोलीन यांनी एक अभ्यास केला. यामध्ये रॉजर रॅबीट, ट्विटी पाय आणि सिल्व्हेस्टर द कॅट यासारखी कार्टून पात्र असलेल्या गोष्टी स्वयंसेवकांना सांगण्यात आल्या. गोष्ट सांगणाऱ्यानं काही श्रोत्यांना हातांचा वापर करून गोष्ट सांगितली. उदाहरणार्थ, पळणं दाखवायचं असेल तर हात जोर जोरात खाली-वर करणं. हेअर ड्रायर दाखवण्यासाठी लाटांसारखे हलवणं. किंवा जाड ऑपेरा गायिका दाखवायची असेल तर हात रुंदावण्याची कृती करण्यात आली. हालचालींसह ज्यांनी गोष्ट ऐकली त्यांची चाचणी घेण्यात आली. हालचालींसह ज्यांनी गोष्ट ऐकली होती ती त्यांच्या तिप्पट चांगली लक्षात राहिली होती. याचाच अर्थ हातांच्या हालचालींचा नाट्यमय परिणाम त्यांच्यावर झाला होता आणि त्याचा उपयोग गोष्ट परत आठवताना त्यांना झाला.

या प्रकरणात आपण रोज पाहत असलेल्या १५ सर्वसाधारण हालचालींचा अभ्यास करणार आहोत आणि त्यांचा कसा उपयोग करता येईल याची चर्चा करणार आहोत.

हातांचे तळवे चोळणे

नुकतीच आमची एक मैत्रीण, आम्ही सुट्टीत स्किइंगसाठी जाणार होतो त्याविषयी बोलायला आमच्याकडे आली होती. ती खुर्चीवर आरामात बसली, जोरात हसली आणि जोरात हाताचे चळवे चोळत म्हणाली, 'आता आपण कधी एकदा तिकडे जातोय असं मला झालंय, वाट पाहणं नकोसं वाटतंय!' 'तळवे उंचावून चोळणे' या कृतीतून आमची ट्रीप अगदी यशस्वी होण्याची तिला अपेक्षा आहे हे तिनं न बोलता सांगितलं.

हाताचे तळवे चोळून सकारात्मक अपेक्षा व्यक्त करताना

हाताचे तळवे एकमेकांवर चोळून लोक सकारात्मक अपेक्षा व्यक्त करतात. फासे (सोंगटी) खेळणारी व्यक्ती तळहात चोळून जिंकण्याच्या आशेने सोंगटी टाकते. कार्यक्रमाचा सूत्रसंचालक असेच तळवे एकावर एक ठेवून म्हणतो, 'आता आपण पुढील वक्त्याचे विचार ऐकायला उत्सुक आहोत.' आणि उत्साहानं सळसळणारा विक्रेता ऐटीतच विक्री व्यवस्थापकाच्या कार्यालयात येतो आणि तळवे चोळत म्हणतो, 'आपल्याला नुकतीच एक मोठी ऑर्डर मिळाली आहे.' तसंच हॉटेलमध्ये संध्याकाळी शेवटी वेटर तुमच्या टेबलजवळ येतो आणि तळवे चोळत विचारतो, 'आणखी काही हवंय का सर?' हे विचारताना तो तुमच्याकडून चांगली बक्षिशी (टीप) हवीय अशीच अपेक्षा कृतीतून व्यक्त करतो.

व्यक्ती ज्या वेगाने तळवे एकमेकांवर घासते त्यावरून त्या व्यक्तीला कोणाला फायदे मिळावेत असं वाटतं याचे संकेत मिळतात. उदाहरणार्थ, तुम्हाला एक घर खरेदी करायचंय, त्यासाठी तुम्ही इस्टेट एजंटकडे जाता. तुम्हाला कशा प्रकारचं घर हवंय हे तुम्ही त्याला सांगितल्यावर एजंट

त्याचे तळवे जलद गतीनं चोळतो आणि म्हणतो, 'अगदी तुम्हाला हवं तसंच घर माझ्याकडं आहे!' अशा प्रकारे एजंट तुमचा फायदा कशात आहे याचा संकेत देतो. पण हेच जर एजंटनं अगदी हळू तळवे चोळले आणि सांगितलं की तुमच्यासाठी आदर्श घर त्याच्याकडे आहे, तर काय होईल? तर तुम्हाला वाटेल की एजंट काही सरळ दिसत नाही आणि तो तुमच्यापासून काही लपवू पाहात आहे. तुम्हाला असंही वाटेल की यातून तो त्याचा फायदा बघतोय, तुमचा नाही.

हात चोळण्याच्या वेगावरून कोणाचा लाभ होईल असं त्याच्या मनात आहे याचा संकेत तो देतो.

विक्रेत्यांना उत्पादनाचं वर्णन करताना किंवा ते कोणत्या सेवा देणार आहेत हे खरेदी करू पाहणाऱ्यांना सांगताना तळवे कशाप्रकारे चोळायचे याचं शिक्षण दिलं जातं आणि समोरच्या खरेदी करणाऱ्यानं बचावात्मक पवित्रा घेऊ नये यासाठी त्यांना जलद गतीनं हात चोळण्याची कृती करायला सांगितलं जातं. जेव्हा खरेदी करणारा जलद गतीनं त्याचे तळवे एकत्रपणे चोळतो आणि म्हणतो, 'बघू, बघू तुमच्याकडं काय आहे विक्रीला?' याचा अर्थ विक्रेत्याकडे काहीतरी चांगलं विक्रीला आहे अशी अपेक्षा तो करतो आहे आणि कदाचित तो ते विकतही घेईल असा संकेत तो यातून देतो.

'माझ्याकडे तुमच्यासाठी एक चांगला प्रस्ताव आहे!'

महत्त्वाचे : व्यक्ती कोणत्या संदर्भात जोरानं तळवे चोळत आहे हे लक्षात घ्या. उदाहरणार्थ – थंडीच्या दिवसांत एखादी व्यक्ती बस स्टॉपवर जलद गतीनं हात चोळत बसली आहे याचा अर्थ ती बसची वाट पाहत आहे असाच असेल असं नाही तर तिचे हात थंड पडले आहेत म्हणून ती चोळते आहे, असा आहे.

अंगठा आणि बोट चोळणे

अंगठा आणि मधलं बोट चोळणं किंवा अंगठा बोटाच्या टोकांना लावणं ही कृती पैशाची अपेक्षा व्यक्त करणारी आहे. अंगठा आणि बोटांच्यामध्ये ती नाणंच हाताळत आहे असं या कृतीतून प्रतीत होतं. रस्त्यावरचा किरकोळ विक्रेता ही कृती करून म्हणतो, 'बघा, मी तुमचे ४०% पैसे वाचवू शकतो.' किंवा एखादी व्यक्ती मित्राला विचारते, 'अरे, मला एक ५० पौंड उसने देशील का?'

आपण यातून चांगले पैसे मिळवू शकतो!

महत्त्वाची सूचना – व्यावसायिक व्यक्तींनी मात्र त्यांच्या गिऱ्हाईकांशी (ग्राहकांशी) बोलणी करताना कधीही अशा प्रकारे अंगठा आणि बोटांचा वापर करू नये कारण पैशाशी याचा नकारात्मक संबंध जोडलेला असतो.

हात घट्ट आवळणे

प्रथमदर्शनी आत्मविश्वास दर्शवण्यासाठी हा संकेत वापरला जातो की काय असं आपल्याला वाटेल. याचा वारंवार वापर करणारे याबरोबर स्मितहास्य देखील करतात. एका प्रसंगात, व्यावसायिक बोलणी करणाऱ्याला नुकतंच या व्यवहारात अपयश कसं आलं हे तो सांगताना, आम्ही त्याचं निरीक्षण केलं. जसजशी तो त्याची कहाणी पुढं पुढं सांगू लागला तसतशी तो *हात घट्ट आवळणे* हा संकेत देऊ लागला. इतकंच नाही, तर त्याची बोटं पांढरी (फटक) पडायला लागली आणि ती एकत्रित वेल्डिंग केलेली, जोडलेली आहेत की काय असं वाटू लागलं. हात घट्ट आवळणं या कृतीतून तुमची ताण, चिंता आणि नकारात्मक वृत्ती प्रकट होते. राणी एलिझाबेथची ही आवडती सवय आहे. राजघराण्यातील भेटीगाठींच्या वेळी किंवा सार्वजनिक कार्यक्रमात ती नेहमी असे हात आवळून बसते आणि सामान्यत: ती ते मांडीवर ठेवते.

जरी तुम्ही हसत असलात तरी हातात हात अडकवून घट्ट आवळणं हे वैफल्याची भावना दर्शवतं.

व्यावसायिक वाटाघाटी विषयातील तज्ज्ञ निरेनबर्ग आणि कॅलेरो यांनी हात घट्ट आवळणं याविषयीचं एक संशोधन केलं. व्यावसायिक बोलण्याच्या वेळी जर व्यक्ती अशी बसली असेल तर ती वैफल्याचे संकेत दर्शवते आणि एकूणच या वाटाघाटीबाबत ती चिंतित आणि नकारात्मक भाव दर्शवते. अशा हात धरून बोलणाऱ्या व्यक्तीला समोरच्याबद्दल खात्री वाटत नसते किंवा ही बोलणी फिसकटणार आहेत असंच त्याला वाटत असतं.

हात घट्ट आवळणं या अवस्थेच्या तीन प्रमुख अवस्था आहेत. एक म्हणजे स्वत:च्या चेहऱ्यासमोर हात आवळून ठेवणं, दुसरं म्हणजे असे हात टेबलवर किंवा मांडीवर ठेवणं आणि तिसरं म्हणजे उभं असताना खाली पँटच्या जोडापाशी हात धरून उभं राहणं.

हात आवळून शरीराच्या मध्यभागी ठेवणे

हात आवळून खाली धरणे

व्यक्तीच्या वैफल्याचं प्रमाण आणि तो हात आवळून कोठे ठेवतो यात परस्पर संबंध आहे असं आम्हाला आढळून आलं. जेव्हा व्यक्तीला समोरची परिस्थिती हाताळणं सर्वांत जास्त कठीण वाटतं तेव्हा ती हात खाली ठेवण्यापेक्षा हात उंच ठेवते, मध्यभागी ठेवते. (चित्रात दाखवल्याप्रमाणे) या सगळ्याच नकारात्मक हालचाली असल्यानं तुम्हाला पहिलं ती व्यक्ती हातात अडकवलेली बोटं कशी सोडेल यासाठी काहीतरी कृती करावी लागेल. अशा वेळी तुम्ही समोरच्या व्यक्तीला पेय द्या किंवा त्याला काही वस्तू धरायला सांगा, जेणे करून ती हाताची बोटं सोडवेल, नाहीतर कोणत्याही प्रकारे हात आडवे ठेवल्यावर होतं तसाच नकारात्मक दृष्टिकोन याही अवस्थेत टिकून राहील.

चर्चच्या छपराच्या वर जाणारा मनोरा

आत्तापर्यंत आपण वाक्यात जसे शब्द येतात तसे एकत्रितपणे घडणाऱ्या हालचालींबद्दल बोललो. म्हणजे संपूर्ण वाक्याचा अर्थ लागण्यासाठी त्यातील शब्दांचा एकत्रित वापर व्हायला हवा, तसंच या हालचाली कोणत्या संदर्भात एकत्रितपणे घडल्यावर त्याचा अर्थ लावण्यावर आपण भर दिला होता.

चर्चच्या छपराच्या वर जाणाऱ्या मनोऱ्याप्रमाणे होणारी हातांची अवस्था मात्र याला अपवाद आहे. ती कोणत्याही संदर्भाविना एकाकीपणे घडते. यामध्ये एका हाताची बोटे दुसऱ्या हातावर हलकेच दाबली जातात आणि ती या चर्चवरच्या मनोऱ्यासारखी दिसतात आणि कोळी ज्याप्रमाणे आरशावर खालीवर ढकलला जातो. तसा हा हातांचा मनोरा पुढे मागे होतो.

आम्हाला असं आढळून आलं आहे की साधारणत: वरिष्ठ आणि कनिष्ठ व्यक्ती एकमेकांबरोबर बोलत असल्या तर हातांच्या मनोऱ्याचा वारंवार वापर केला जातो. यातून आत्मविश्वास किंवा स्वत:बद्दल खात्री व्यक्त केली जाते. वरिष्ठ व्यक्ती सूचना देताना किंवा कनिष्ठ व्यक्तींना सल्ला देताना नेहमी हातांच्या मनोऱ्याचा वापर करतात. लेखाधिकारी, वकील, व्यवस्थापक यासारखे व्यावसायिक विशेषत्वानं याचा वापर

करतात. आत्मविश्वास आणि स्वत:ला श्रेष्ठ समजणाऱ्या व्यक्ती नेहमी याचा वापर करून आपल्यातल्या आत्मविश्वासाचा इतरांना संकेत देतात.

आपल्याला सर्व प्रश्नांची योग्य उत्तरं माहीत आहेत असा आत्मविश्वास दर्शवणारा हातांचा मनोरा

हातांच्या मनोऱ्याचा वापर करणारे कधी कधी त्याचं रूपांतर नमस्कारात – आपण प्रार्थनेसाठी जसे हात जोडतो तसे – करतात. त्यातून त्यांना स्वत:ची देवासारखी प्रतिमा व्यक्त करायची असते. एखाद्याचं मन वळवायचं असेल किंवा दुसऱ्या व्यक्तीचा विश्वास संपादन करायचा असेल तर मात्र हातांचा मनोरा करू नये असा सर्वसाधारण नियम आहे. कारण या कृतीतून तुमची स्व-संतुष्ट किंवा उद्धट प्रतिमा आहे असं समोरच्याला वाटण्याची शक्यता आहे.

अध्यक्ष शिराक किंवा जेरी ॲडम्स कधी कधी देवासारखे वाटायचे

तुमच्यात आत्मविश्वास आणि धिटाई आहे आणि सगळ्याची योग्य उत्तरं तुम्हाला माहीत आहेत असं दाखवायचं असेल तर हातांचा मनोरा ही अवस्था तुमच्यासाठी योग्य आहे.

बुद्धिबळात जिंकण्यासाठी हातांच्या मनोऱ्याचा वापर

तुम्ही असं चित्र डोळ्यासमोर आणा की तुम्ही बुद्धिबळ खेळत आहात आणि तुमची आता खेळायची पाळी आहे. तुम्ही हात उचलता आणि बोट प्याद्यावर ठेवता, तुम्ही ते आता हलवणार असं सगळ्यांना वाटतं. तेवढ्यात तुमचं लक्ष प्रतिस्पर्ध्याकडे जातं. तो जरा आरामात मागे बसला आहे आणि त्यानं हातांचा मनोरा केला आहे. तुम्ही प्याद्याची जी हालचाल करणार आहात त्याबद्दलची त्याची खात्री तो न बोलता या कृतीतून व्यक्त करतो. म्हणून तुम्ही जी प्याद्याची हालचाल करणार होता, ती न करणं हा तुमच्या धोरणाचा उत्तम मार्ग राहील. तुम्ही दुसऱ्या प्याद्यावर हात ठेवा आणि समोर बघा. प्रतिस्पर्ध्यानं जर दोन्ही हात घट्ट आवळले असले किंवा हातांची घडी घातली असेल तर याचा अर्थ आता तुम्ही जी खेळी खेळणार आहात ती त्याला आवडली नाही आणि तसा संकेत हातांच्या हालचालीतून त्याने दिला आहे तर मग आता मात्र ही खेळी तुम्ही करायला हवी. ते प्यादं हलवायला हवं. हातांच्या मनोऱ्यांचे दोन प्रकार आहेत. बोलणारा जेव्हा काही बोलत असतो, स्वत:चं मत, कल्पना व्यक्त करत असतो त्या वेळी हातांचा मनोरा उभा असतो आणि जेव्हा हातांचा मनोरा खाली किंवा आडवा असतो त्या वेळी तो स्वत: न बोलता इतरांचं ऐकत असतो.

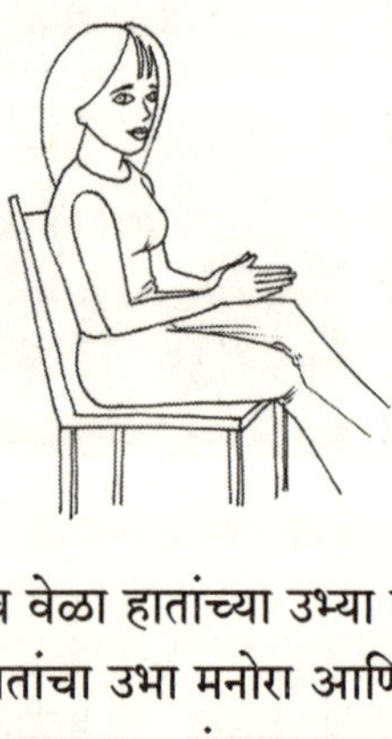

हातांचा आडवा मनोरा

स्त्रिया बऱ्याच वेळा हातांच्या उभ्या मनोऱ्याऐवजी हातांचा आडवा मनोरा वापरतात. हातांचा उभा मनोरा आणि जर तुमचं डोकं थोडं मागे झुकलेलं असेल तर त्यातून स्व-संतुष्टपणा, उद्धटपणा व्यक्त होतो.

'हातांचा मनोरा' हा जरी सकारात्मक संकेत असला तरी तो सकारात्मक आणि नकारात्मक दोन्हीही परिस्थितीत वापरला जाऊ शकतो आणि त्याचा चुकीचा अर्थही लावला जाऊ शकतो. उदाहरणार्थ, तुम्ही तुमची कल्पना एखाद्यासमोर मांडत असाल आणि सगळ्या सादरीकरणाच्या काळात त्या व्यक्तीनं तळवे उघडे ठेवणं, पुढे झुकणं, मान हलवणं आणि अशाच काही सकारात्मक हालचाली केल्या आणि तुमच्या सादरीकरणाच्या शेवटी त्यानं हातांचा मनोरा केला, त्यानंतर त्यानं परत काही सकारात्मक हालचाली केल्या तर याचा अर्थ त्यानं विचारलेल्या प्रश्नाला तुमच्याकडे उत्तर आहे आणि तुम्ही आणखीही काही प्रश्नांची उत्तरं देऊ शकाल असं त्याला वाटत आहे. मात्र, जर हातांचा मनोरा करून नंतर त्यानं हातांची घडी घालणं, पायावर पाय टाकणं, दुसरीकडे पाहाणं, चेहऱ्यावरून हात फिरवणं यासारख्या नकारात्मक हालचाली केल्या तर याचा अर्थ त्याला खात्री आहे की तुम्ही जे सांगता आहात त्याला तो 'होकार' दर्शवणार नाही, 'सहमती' दाखवणार नाही. उलट तुमच्यापासून कधी एकदा सुटका होईल असंच त्याला वाटत आहे. या दोन्हीही कृतींमध्ये हातांचा मनोरा विश्वास दर्शवतो, पण एकात सकारात्मक परिणाम दर्शवतो तर दुसऱ्यात नकारात्मक परिणाम दाखवतो. हातांचा मनोरा करण्यापूर्वी कोणत्या हालचाली केल्या जातात यावर त्याचा काय परिणाम होईल हे अवलंबून असतं.

सारांश

तुमचे हात नेहमी तुमच्या शरीरापुढे असतात आणि ते तुमच्या भावना आणि वृत्ती दर्शवत असतात. देहबोलीच्या बऱ्याच हालचाली शिकायला अवघड वाटू शकतात. पण हातांच्या हालचालींचा चांगला सराव केला, परत परत त्या करून पाहिल्या तर तुमचे हात कोठे आहेत आणि काय करत आहेत यावर तुम्हाला चांगलं नियंत्रण ठेवता येऊ शकतं. हातांच्या हालचाली जेव्हा तुम्हाला कळायला लागतील तेव्हा तुम्ही आणखी आत्मविश्वास असलेले दिसू लागाल, तुम्हाला यशाची खात्री वाटायला लागेल आणि बुद्धिबळाचे आणखी डाव तुम्ही जिंकाल.

दोन हातावर चेहरा ठेवणे – पुरुषांच्या कौतुकासाठी आतुर चेहरा

दोन्ही हातांवर चेहरा ठेवणं

'दोन्ही हातांवर चेहरा ठेवणं' ही नकारात्मक स्थिती नाही. मुख्यत: प्रणयाराधनाच्या काळात वापरली जाणारी ही सकारात्मक कृती आहे. स्त्रिया आणि समलिंगी पुरुषांकडून पुरुषांचं लक्ष आपल्याकडे वेधण्यासाठी ही मुख्यत: वापरली जाते. यामध्ये स्त्री एका हातावर दुसरा हात ठेवते आणि त्यावर चेहरा ठेवते. हात आणि चेहरा याचा एकूणच परिणाम होऊन ते हात थाळीवर ठेवल्यासारखे वाटतात आणि ही स्थिती आकर्षक दिसते.

तुम्हाला जर समोरच्या व्यक्तीची खरी किंवा खोटी स्तुती करायची असेल तर असा चेहरा हा त्या व्यक्तीला दाखवलेला हिरवा सिग्नलच समजा.

हात पाठीमागे धरणे

एडनबर्गचा सरदार आणि ब्रिटिश राजघराण्यातील बऱ्याच पुरुषांना डोके वर, हनुवटी पुढे आणि एका हाताने दुसरा हात पाठीमागे धरून चालण्याची सवय असते. हात मागे ठेवणे ही स्थिती पुढारी आणि

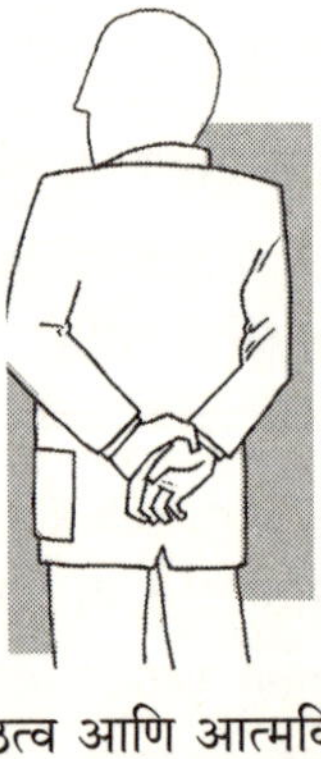

श्रेष्ठत्व आणि आत्मविश्वास दर्शवणारी, हात मागे ठेवलेली व्यक्ती पुढून आणि मागून अशी दिसते.

राजघराण्यातील व्यक्तींमध्ये सर्रास दिसून येते. पोलिस त्यांच्या भागात गस्त घालताना, मुख्याध्यापक शाळेच्या मैदानावर फिरताना, वरिष्ठ लष्करी आणि ज्याच्याकडे अधिकार आहे अशी कोणतीही व्यक्ती हात पाठीमागे धरून चालते.

हात मागे ठेवणं या कृतीतून श्रेष्ठत्व, आत्मविश्वास आणि अधिकार या भावना व्यक्त होतात. निर्भयपणाची भावना नकळतपणे (अर्धजागृत अवस्था) व्यक्त करण्यासाठी व्यक्ती तिचे पोट, हृदय, खालील गुप्त भाग आणि घसा/गळा प्रबळपणे दाखवत असते. आमच्या प्रयोगावरून असं सिद्ध झालंय की अतिताणाच्या अवस्थेत किंवा वर्तमानपत्राचा वार्ताहर मुलाखत घेताना किंवा दातांच्या डॉक्टरांकडे गेल्यावर शल्याचिकित्सेसाठी वाट पाहाताना जर तुम्ही हात मागे ठेवून उभे राहिलात तर तुमचा आत्मविश्वास वाढेल, अधिकाराची भावना निर्माण होईल. म्हणजे हात मागे ठेवल्यानं तुमचा आत्मविश्वास वाढेल आणि तुमची मुलाखत चांगली होईल. मुलाखत चांगली झाल्यानं आत्मविश्वास आणखी वाढेल आणि हात मागेच ठेवले जातील असा हा कारण आणि परिणामाचा एकमेकांवर सकारात्मक प्रभाव पडेल.

कायदा अंमलबजावणी अधिकाऱ्यांबरोबर काम केल्यावर आम्हाला असं आढळून आलं की, हातात पिस्तूल किंवा बंदूक अशी शस्त्रं नसतील तर हे अधिकारी नेहमी हात मागे ठेवून चालतात आणि उभे असताना आणखी उंच आहे असं दाखवण्यासाठी पायाच्या चवड्यावर चालतात. ज्या पोलिस अधिकाऱ्यांच्या हातात शस्त्रं असतात ते क्वचितच असे चालतात. ते त्यांचे हात तसेच खाली सोडतात किंवा हातांचे अंगठे पट्ट्यावर ठेवतात. शस्त्रास्त्रं हातात असणाऱ्या अधिकाऱ्यांना शस्त्रं हीच अधिकाराची निदर्शक असल्यानं अधिकार दाखवण्यासाठी हात मागे एकमेकांत अडकवण्याची आवश्यकता वाटत नाही.

पाठीमागे हातात हात घालणं यापेक्षा एका हातानं दुसऱ्या हाताचं मनगट पकडणं ही स्थिती वेगळ्या भावना व्यक्त करते. यामध्ये वैफल्याचा आणि स्वत:वर नियंत्रण ठेवण्याचा संकेत व्यक्त होतो. पाठीमागे एका हाताने दुसरा हात किंवा मनगट घट्ट पकडणं यातून एक हात दुसऱ्या

हाताला बाहेर पडण्यापासून परावृत्त करण्याचा प्रयत्न करत आहे अशी भावना व्यक्त होते.

पाठीमागे एका हाताने दुसऱ्या हाताचे मनगट पकडणे

पाठीमागे एका हाताने दुसऱ्या हाताच्या कोपऱ्याचा वरचा भाग पकडणे (खालच्या चित्रात दाखवल्याप्रमाणे) या अवस्थेतील माणूस वैफल्यग्रस्त किंवा रागीट असण्याची शक्यता असते. खालच्या चित्रातील व्यक्ती वरच्या चित्रापेक्षा स्वत:वर नियंत्रण ठेवण्याचा जास्त प्रयत्न करत आहे, कारण एका हातानं त्यानं दुसऱ्या हाताच्या वरच्या बाजूला कोपराच्या वर पकडलं आहे; मनगटाला नाही. 'तुमची तुमच्यावर चांगली पकड ठेवा' या वाक्याचं मूळ या स्थितीत सापडतं.

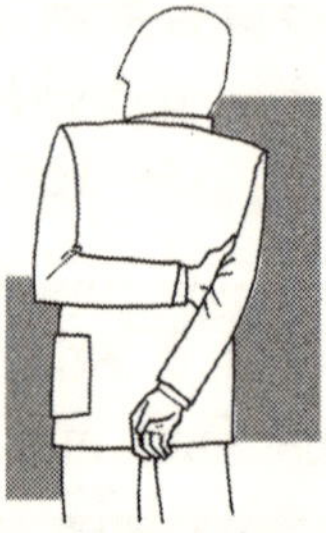

हाताच्या वरच्या बाजूची पकड

न्यायालयाच्या आवारात जेव्हा दोन्ही पक्ष समोरासमोर उभे ठाकतात त्या वेळी किंवा विक्रेता जेव्हा ग्राहकाच्या स्वागतकक्षात उभा असतो त्या वेळी किंवा दवाखान्याच्या प्रतिक्षालयात डॉक्टरांची वाट पाहणारा रुग्ण अशा अनेक ठिकाणी 'पाठीमागे मनगट किंवा हाताची वरची बाजू पकडलेली माणसं' आपल्याला नेहमी दिसतात. स्वत:मधली बेचैनी, अस्वस्थता लपवण्यासाठी किंवा स्वत:वर ताबा ठेवण्यासाठी या कृतीचा

वापर केला जातो. तुम्ही स्वत:ही कधी असे पाठीमागे हात ठेवताना मनगट किंवा वरचा भाग पकडत असाल तर लगेच ती अवस्था बदलून दोन्ही हातांचे तळवे एकमेकांत घट्ट आवळून धरा म्हणजे तुम्हाला तुमच्यात आणखी आत्मविश्वास आल्याची जाणीव होईल आणि तुम्ही तुमच्यावर नियंत्रण ठेवू शकाल.

अंगठे काय दर्शवतात?

यापूर्वी उल्लेख केल्याप्रमाणे हातांचे अंगठे नेहमी श्रेष्ठत्व दर्शवतात. हाताचा अंगठा व्यक्तीची ताकद आणि अहंकार दर्शवतो, तर अंगठ्याचा समावेश असलेले देहबोलीचे संकेत स्वत:चे महत्त्व सांगणारी वृत्ती दर्शवतात. वर्चस्व, अरेरावी, निश्चयीपणा आणि कधी कधी आक्रमक वृत्ती दर्शवण्यासाठी अंगठ्यांचा वापर करतात. सामूहिकरित्या येणाऱ्या वर्तनाचा एक भाग म्हणून अंगठ्याचा वापर केला जातो. त्यामुळे अंगठ्याच्या हालचाली दुय्यम स्वरूपाच्या असतात. अंगठे दाखवणं सकारात्मक संकेत देतात आणि शांतपणा, स्थिर वृत्ती असणाऱ्या व्यक्तीची स्वत:चं श्रेष्ठत्व दाखवण्याची ही नेहमीची खूण आहे. पुरुष जेव्हा स्त्रियांकडे आकर्षित होतात तेव्हा त्यांना अंगठे दर्शवतात. उच्च दर्जाच्या किंवा प्रतिष्ठेच्या पेहरावातही अंगठे दर्शवले जातात. भटका, उनाड आणि कमी दर्जाचा माणूस क्वचितच अंगठे दाखवताना आढळेल.

जाकिटातील खिशात हात घालून अंगठे दाखवणं

अंगठे दर्शवणारे नेहमी ते जादा उंच आहेत असं भासवण्यासाठी पायांच्या चवड्यावरही उभे राहतात.

कोटाच्या खिशातून अंगठे बाहेर येणं

प्रिन्स चार्लस् कोटाच्या खिशात हात ठेवून अंगठे बाहेर दाखवताना

ही कृती स्वत:ला इतरांपेक्षा श्रेष्ठ समजणारे स्त्री-पुरुष करताना दिसतात. प्रिन्स चार्लस्च्या नेहमीच्या अनेक हालचालींमधील ही एक महत्त्वाची कृती होती आणि यातून त्याचा स्वत:वर नियंत्रण ठेवण्याचा स्वभाव उघड होतो. कामाच्या ठिकाणी साहेब नेहमी असे कोटात हात घालून अंगठे बाहेर ठेवून कार्यालयात वावरताना दिसतात. जेव्हा साहेब नसतील तेव्हा त्यांच्या नंतरच्या पदावरची व्यक्ती जेव्हा प्रमुख म्हणून काम करते तेव्हा तीही अशीच वावरताना दिसते. व्यक्ती बोलताना जेव्हा कृतीच्या विरोधात संदेश देते तेव्हाही अंगठे दर्शवते. उदाहरणार्थ, वकील ज्युरींकडे वळत मऊ हळू आवाजात म्हणतो, 'सभ्य स्त्री-पुरुष हो, नम्रपणाने मी माझे मत व्यक्त करू इच्छितो' पण त्याच वेळी त्याचा अंगठा वर आणि डोकं किंचित मागे झुकलेलं असतं. म्हणजे नम्रपणाने बोलत आहे असं जरी तो दाखवत असला तरी कृतीतून तसं ते दिसत नाही.

नम्रतेचा आव आणणारा वकील

यामुळे वकील अप्रामाणिक आणि दिखाऊपणा करणारा आहे असं ज्यूरींना वाटण्याची शक्यता आहे. वकीलाला ज्यूरींपुढे जर खरंच नम्रपणा दाखवायचा असेल तर त्यानं आपला कोट उघडा ठेवून हाताचे तळवे उघडे ठेवून ज्यूरींपुढे झुकलं पाहिजे. म्हणजे वकील त्यांच्यापेक्षा लहान आहे ही भावना त्याच्या हालचालीतून व्यक्त झाली पाहिजे.

'तू अगदी बुद्धिमान, प्रामाणिक माणूस दिसतोस.' स्व-संतुष्ट वकील साक्षीदाराला म्हणाला. 'सर, या प्रशंसेला मी तसाच प्रतिसाद दिला असता. पण मी खरं सांगण्याची शपथ घेतलेली आहे.' साक्षीदार यावर उत्तरला.

खाली चित्रात दाखवल्याप्रमाणे अंगठे कधी कधी मागच्या खिशातून डोकावतात याचा अर्थ ती व्यक्ती त्याचा वर्चस्व गाजवणारा स्वभाव लपवू पाहत आहे. १९६० पर्यंत, जोपर्यंत स्त्रिया पँट वापरत नव्हत्या तोपर्यंत त्या 'अंगठे दाखवणे' ही कृती वापरताना फारच कमी दिसायच्या. मात्र, १९६० नंतर त्या पँट घालायला लागल्या, अंगठे दाखवणे ही कृती वापरायला लागल्या आणि समाजात जास्त अधिकाराच्या भूमिका बजावू लागल्या.

खिशातून अंगठे बाहेर काढणं आत्मविश्वासाची आणि अधिकाराची भावना व्यक्त करतात.

हातांची घडी घालून अंगठे वर करणे – ही एक सर्वत्र एकत्रितरित्या आढळणारी (क्लस्टर) हालचाल आहे. ही दुहेरी संकेत देते. हातांची घडी घातल्यामुळे ती बचावात्मक किंवा नकारात्मक भावना व्यक्त करते तर अंगठे वर असल्यानं ती श्रेष्ठत्वाची वृत्तीही व्यक्त करते. या हालचाली एकत्रितरीत्या वापरणारी व्यक्ती बोलताना अंगठ्यांचा वापर करते आणि उभी असताना चवड्यांवर उभी राहते.

स्वत:ला बंद तर करून घेतलं आहे पण तरीही स्वत: श्रेष्ठ असल्याची भावनाही वाटते आहे.

दुसऱ्या व्यक्तीकडे निर्देश करताना अंगठा वापरला तर याचा अर्थ तो त्या व्यक्तीची टर उडविण्यासाठी, हास्यास्पद ठरविण्यासाठी आणि तिच्याबद्दल अनादर व्यक्त करण्यासाठी दिलेला संकेत ठरतो. उदाहरणार्थ, एखादा नवरा बायकोकडे अंगठा दाखवून मित्राकडे जरा झुकून हळू आवाजात सांगत असेल की, 'ती अखंडपणे मला टाकून बोलत असते' तर हे भांडणाला दिलेलं आमंत्रणच असतं. या प्रसंगात अंगठा हलवणं ही कृती तिला हास्यापद ठरवण्याची निदर्शक ठरते. म्हणूनच अंगठा दाखवून कोणी आपल्याबद्दल बोलणं – विशेषत: पुरुषांनी बोलणं – स्त्रियांना संताप आणणारं ठरतं. कधी कधी त्यांना न आवडणाऱ्या पुरुषांकडे निर्देश करताना स्त्रिया अंगठा हलवण्याची कृती करतात. मात्र सामान्यत: स्त्रिया ही कृती करताना आढळत नाहीत.

'ती अखंडपणे मला टाकून बोलत असते.'

सारांश

हजारो वर्षांपासून अंगठ्यांचा वापर सत्ता आणि अधिकार दर्शवण्यासाठी केला जातो. रोमन काळात योद्ध्यासाठी अंगठा वर किंवा खाली म्हणजे जगणं किंवा मरणं असं असायचं. कोणत्याही प्रशिक्षणाशिवाय इतर जण अंतर्ज्ञानानं अंगठ्याचा अर्थ लावून त्याचा अर्थ लावू शकतात. आता तुम्हाला अंगठ्यांच्या संकेतांचा अर्थ कळायला लागला पण नुसता तो कळून उपयोग नाही. त्यांचा प्रत्यक्षात वापर करण्यासाठी मात्र तुम्ही स्वत:ला प्रशिक्षित करणं आवश्यक आहे.

प्रकरण ७

मूल्यमापन आणि लबाडीचे संकेत

हात आणि चेहरा यांच्या हालचालींचा अर्थ लावणे

मुख्य न्यायाधीशांपुढे बिल क्लिंटन. ते काय विचार करीत असतील असं तुम्हाला वाटतं?

तुम्ही ज्या प्रत्येकाशी बोललात त्याला जर तुम्ही संपूर्ण सत्य काय आहे हे सांगितलं तर त्याचा काय परिणाम होईल? तुमच्या मनात चाललेला विचार तुम्ही नेमका त्याच शब्दांत व्यक्त केलात तर त्याचे काय परिणाम होतील? उदाहरणार्थ –

तुमच्या साहेबांना : ''गुड मॉर्निंग बॉस, तू एक कोठल्याही प्रकारची विशेष अक्कल नसलेला मूर्ख माणूस आहेस.''

पुरुष स्त्री ग्राहकाला : ''एवढं सामान खरेदी केल्याबद्दल धन्यवाद, मी तुला सांगू शकतो का, की तुझी वक्षस्थळं किती भरगच्च आहेत.''

स्त्री तिच्या पुरुष शेजाऱ्याला : ''मला वाणसामान घरात आणायला मदत केल्याबद्दल धन्यवाद. तुमचे कुल्ले किती घट्ट आहेत, पण कोण मूर्ख तुमचे केस कापतो.''

तुमच्या सासूला : ''तुम्ही परत आलेल्या बघून आनंद वाटला. वटवाघुळासारखी अशुभ दिसणारी म्हातारडी, आली का परत आमच्यात कडमडायला.''

जेव्हा एखादी स्त्री तुम्हाला विचारते की, ''या ड्रेसमध्ये मी फार जाड दिसते का हो?'' तुम्ही जर पुरुष असाल आणि तुम्हाला छान म्हणजे

काय हे माहीत असेल तर तुम्ही म्हणता की, ती छान दिसते आहे. पण खरं तर तुम्ही मनात विचार करत असता की, ''या ड्रेसमुळं तू जाड दिसत नाहीस, तू जे केक आणि आईस्क्रीम खातेस त्यामुळं तू जाड दिसतेस.''

तुम्ही जर प्रत्येकाला सदासर्वकाळ पूर्ण सत्य सांगायला लागलात तर तुम्ही नुसतेच एकाकी होणार नाही तर तुमचा शेवट एखादे वेळेस रुग्णालयात किंवा तुरुंगात होण्याची शक्यता आहे. खोटे बोलणं हे तेल असून आपल्या इतरांबरोबरील संबंधांमध्ये त्याचा वंगण म्हणून उपयोग होतो. खोटं बोलण्यामुळं आपण सामाजिक संबंध मित्रत्वाचे राखू शकतो. याला व्हाईट लाइज (श्वेत असत्य) असं म्हणतात. कारण याचा मुख्य हेतू दुसऱ्याला सुखकारक वाटावं असा असतो. म्हणून त्याला थंड, कठोर सत्य सांगण्यापेक्षा 'श्वेत असत्य' सांगितलं जातं. संशोधनातून असं निष्पन्न झालं आहे की, सामाजिक कारणांसाठी खोटं बोलणारे, खोटं बोलत असतात हे माहीत असूनसुद्धा सातत्यानं खरं बोलणाऱ्यांपेक्षा जास्त लोकप्रिय असतात. मात्र आकसानं किंवा द्वेषानं जे खोटं बोलतात ते स्वत:च्या वैयक्तिक फायद्यासाठी, जाणीवपूर्वक तुम्हाला फसवतात.

खोटे बोलणे – एक संशोधन

व्यक्ती खोटं बोलत आहे की नाही हे शोधण्यासाठी त्याचं बोलणं हा तितकासा विश्वासाचा संकेत मानता येणार नाही. कारण शब्दांचा सराव करता येतो आणि खोटं बोलणाऱ्या व्यक्तीनं बोलण्याची पुरेशी तालीम केली असेल तर तिचं खोटं बोलणं ओळखणं कठीण जातं. मात्र व्यक्तीच्या हालचाली हे ती खोटं बोलत आहे की नाही हे तपासायचं विश्वासार्ह साधन आहे. कारण त्यावर तिचं नियंत्रण फार कमी असतं किंवा जवळजवळ नसतं. त्या हालचाली आपोआप घडून येतात. व्यक्ती खोटं बोलत असताना हे परिणाम लगेच दिसून येतात कारण भावनिकदृष्ट्या, तिच्यासाठी त्या फार महत्त्वाच्या गोष्टी असतात.

मॅसॅच्युसेट्स विद्यापीठाचे रॉबर्ट फेल्डमन यांनी ॲमहर्स्टमध्ये १२१ जोडप्यांचा ते तिसऱ्या व्यक्तीशी संभाषण करीत असताना अभ्यास केला. सहभागी झालेल्यांपैकी १/३ जणांना इतरांना आवडेल असं वागावं असं सांगण्यात आलं. दुसऱ्या १/३ जणांना ते सक्षम आहेत असं वागावं असं

सांगण्यात आलं आणि उरलेल्या जोडप्यांना ते जसे आहेत तसे वागायला सांगण्यात आलं. या लोकांना एक चित्रफीत पाहायला सांगितली आणि त्यानंतरच्या संभाषणात ते छोटं किंवा मोठं किती खोटं बोलले याची नोंद करायला सांगितली. यातून काही जण श्वेत असत्य बोलले. उदाहरणार्थ, एखादी व्यक्ती मनातून आवडली नाही तरी ती त्यांनी आवडली असं सांगितलं. आपण रॉक बँडचे स्टार आहोत असा दावा करणारे खोटं बोलण्याचे काही गंभीर प्रकारही आढळून आले. फेल्डमन यांना असं आढळून आलं की, या प्रयोगात सहभागी झालेल्या व्यक्तींपैकी ६२% व्यक्ती दर दहा मिनिटांत सरासरी दोन ते तीन वेळा खोटं बोलल्या. द डे *अमेरिकन टोल्ड द ट्रुथ*चे लेखक जेम्स पॅटर्सन यांनी सुमारे २००० अमेरिकनांच्या मुलाखती घेतल्या त्यापैकी ९१% लोक घरी आणि कामाच्या ठिकाणी खोटं बोललेले त्यांना आढळले.

तुम्ही जर अपवादात्मकरित्या चांगलं खोटं बोलणारे नसाल
तर नेहमी खरं बोलणं हाच उत्तम मार्ग आहे.
– जे.के. जेरोम

एखादी व्यक्ती खोटं बोलत आहे हे तुम्ही कशावरून म्हणाल? ती व्यक्ती अधिक वेळ मिळावा म्हणून स्वच्छ उत्तर द्यायचं टाळत असेल तर की केवळ तुम्हाला तसं वाटतं म्हणून? लबाडी, चालढकल, कंटाळा ओळखणं आणि हालचालींचं मूल्यमापन यांसारखी काही महत्त्वाची निरीक्षण कौशल्यं तुम्ही शिकू शकता. लोक देहबोलीचे जे संकेत देतात त्याविषयी तुम्ही या प्रकरणात शिकणार आहात. पहिल्या भागात आपण खोटं बोलणं आणि लबाडी यांचा विचार करू.

तीन शहाणी माकडं

खाली दिलेली माकडं तीन गोष्टींची प्रतीक आहेत. ते तीन गोष्टी आपल्याला सांगतात. एक – वाईट ऐकू नका, दोन – वाईट बघू नका, तीन – वाईट बोलू नका. माणसाच्या फसवणुकीच्या हालचालींचा आधार त्याच्या हात आणि चेहऱ्याच्या साध्या हालचालीत सापडतो.

आपण जेव्हा खोटं, लबाडीचं बोलतो, पाहतो आणि ऐकतो तेव्हा आपण आपलं तोंड, डोळे किंवा कान आपल्या हातांनी झाकण्याचा प्रयत्न करतो, असं थोडक्यात म्हणता येईल.

वाईट ऐकू नका, वाईट बघू नका, वाईट बोलू नका

लोक जेव्हा एखादी वाईट बातमी ऐकतात किंवा एखादा भयचकित करणारा अपघात बघतात तेव्हा ती बातमी ऐकण्यापासून किंवा तो प्रसंग पाहण्यापासून स्वत:ला रोखण्यासाठी प्रतिकात्मकरित्या ते स्वत:चा संपूर्ण चेहरा दोन्ही हातांनी झाकून घेतात. ११ सप्टेंबर २०११ ला अमेरिकेच्या ट्विन टॉवरमध्ये विमान घुसून झालेल्या दुर्घटनेबद्दल ऐकताना, जगभरातील लोकांकडून तोंडावर हात ठेवण्याची ही प्रतिक्रिया व्यक्त करण्यात आली.

आपण या आधीच चर्चा केल्याप्रमाणे, लहान मुलं जेव्हा खोटं बोलतात तेव्हा अगदी उघडपणे चेहरा आणि हातांची हालचाल करतात. लहान मूल जर खोटं बोलत असेल तर लबाडीचे शब्द आपल्या तोंडातून बाहेर पडू नयेत यासाठी ते एक किंवा दोन हात तोंडावर ठेवतं. आई-वडील जेव्हा रागावतात, ताकीद देतात ते ऐकायचं नसेल तर ते मूल सरळ आपले हात कानावर ठेवून चाललेला गोंधळ ऐकत नाही. जे काही चाललं आहे ते जर पाहायचं नसेल तर ते हात किंवा कोपरापासूनच्या वरच्या हातानं आपले डोळे झाकून घेतं. जसजसं मूल मोठं होऊ लागतं तसतशा त्याच्या हात आणि चेहऱ्याच्या हालचाली जलद आणि उघडपणे कमी व्हायला लागतात. पण तरीही ते खोटं बोलताना, कोणाला पाठीशी घालताना किंवा काही लबाडीच्या घटनेचा साक्षीदार असताना त्याच्या हातातोंडाच्या हालचाली घडतातच.

या हालचाली संशय, अनिश्चितता किंवा अतिशयोक्ती यांच्याशीही संबंधित असतात. डेसमंड मॉरिस यांनी एक संशोधन केलं. यामध्ये परिचारिकांना (स्त्री आणि पुरुष नर्सेसना) त्यांच्या कार्यशाळेचा एक भाग म्हणून त्यांच्याकडून काही भूमिका वठवून घेतल्या. परिचारिकांना रुग्णांशी त्यांच्या आरोग्याविषयी खोटं बोलण्याच्या सूचना दिल्या. ज्या परिचारिका रुग्णांशी खोटं बोलल्या होत्या त्या; ज्या परिचारिका रुग्णांशी खरं बोलल्या होत्या त्यांच्यापेक्षा चेहरा आणि हातांच्या जास्त हालचाली करत होत्या. स्त्री आणि पुरुष दोघांचंही खोटं बोलताना आवंढा गिळण्याचं प्रमाण वाढलेलं होतं. मात्र पुरुषांच्यात हे प्रमाण त्यांच्या गळघाटीची हालचाल दिसत असल्यामुळे, जास्त लक्षात येत होतं.

'माझे त्या स्त्रीशी लैंगिक संबंध नाहीत' असं राजकारणी व्यक्ती म्हणाली आणि तिनं आवंढा गिळून नाक चोळलं.

पुस्तकाच्या सुरुवातीला आम्ही उल्लेख केला की, प्रत्येक हालचालीविषयी आम्ही स्वतंत्रपणे बोलणार आहोत. पण सामान्यत: असं होत नाही. वाक्यात ज्याप्रमाणे आपल्याला प्रत्येक शब्दाचा अर्थ तो कोणत्या संदर्भात वापरला गेला आहे, त्याचा संपूर्ण वाक्यातील इतर शब्दांशी काय संबंध आहे, याचा विचार करावा लागतो, त्याप्रमाणे शरीराच्या विविध अवयवांच्या हालचाली या एका मोठ्या एकत्रित हालचालीच्या समूहाचा भाग असतात. याचा अर्थ व्यक्ती जेव्हा हात चेहऱ्यावर ठेवून काही हालचाली करते, म्हणजे तो खोटं बोलत आहे असा लगेच निष्कर्ष काढता येत नाही. मात्र तरीही ती काहीतरी माहिती लपवत आहे, याचा आपल्याला अंदाज येतो आणि जेव्हा आपण इतर हालचालींचा त्या अनुषंगानं अभ्यास करतो, तेव्हा आपल्या संशयाला पुष्टी मिळते किंवा आपला संशय खोटा ठरतो म्हणून तुम्ही केवळ हात आणि चेहऱ्याच्या हालचालीवरून कोणताही अर्थ लावण्याचं टाळा.

अशी एखादी खात्रीशीर हालचाल, चेहऱ्यावरची भावना किंवा एखादा झटका अशा एकेकट्या हालचालींवरून एखादी व्यक्ती खोटं बोलते आहे हे ठरवता येत नाही. त्यासाठी तुम्हाला हालचालींचा एकत्रित

अर्थ लावणं शिकायला हवं, त्यामुळं खोटं ओळखण्याची तुमची क्षमता नाट्यमयरीत्या वाढेल.

चेहऱ्यावरून सत्य कसं उघड होतं?

खोटं लपवण्यासाठी शरीराच्या इतर भागांपेक्षा चेहऱ्याचा वापर जास्त केला जातो. खोटं लपवण्यासाठी आपण हसणं, मान डोलावणं, डोळे मिचकावणं या सगळ्याचा वापर करतो, पण आपल्या दुर्दैवानं शरीराचे इतर संकेत सत्य काय आहे ते सांगतात. आपल्या शारीरिक हालचाली आणि चेहऱ्यावरील संकेत यांच्यात एकरूपता नसते. आपली वृत्ती, भावना आपल्या चेहऱ्यावरून सातत्याने व्यक्त होत असतात. आणि बहुतेक वेळा त्याची आपल्याला जराही जाणीव नसते.

चेहऱ्यावरून विसंगत असलेल्या भावना जलद गतीनं व्यक्त होणं भावनिक संघर्ष दर्शवतात.

आपण जेव्हा खोटं लपवायचा प्रयत्न करतो किंवा एखादा विचार आपल्या मनात चमकून जातो, तो एक क्षणभर आपल्या चेहऱ्यावर दिसतो. समोरचा माणूस झटकन नाकाला हात लावतो. आपल्याला वाटतं खाजत असेल. त्यानं चेहऱ्यावर हात विसावले तर आपल्याला वाटतं त्याला आपल्या बोलण्यात किती रस आहे, मात्र या सगळ्याचा अर्थ त्याला आपल्या बोलण्याचा पराकाष्ठेचा कंटाळा आलाय असा संशयसुद्धा आपल्या मनात येत नाही. उदाहरणार्थ, एक माणूस त्याचं आणि त्याच्या सासूचं किती चांगलं पटतं हे सांगत होता आणि ते आम्ही चित्रित केलं. दर वेळी जेव्हा तो सासूच्या नावाचा उल्लेख करायचा, तेव्हा त्याच्या चेहऱ्यावर डावीकडं एक तिरस्काराची भावना निर्माण व्हायची आणि अगदी क्षणभर टिकायची. पण त्यातूनच आम्हाला त्याच्या खऱ्या भावना काय आहेत याचा अंदाज आला.

स्त्रिया उत्कृष्ट खोटं बोलू शकतात आणि हे सत्य आहे

आमच्या *व्हाय मेन लाय अँन्ड विमेन क्राय* या पुस्तकात आम्ही दाखवून दिलं आहे की, स्त्रिया या जास्त चांगल्या प्रकारे भावना ओळखू शकतात

आणि योग्य खोटं बोलून त्या कुशलतेनं इतरांचा वापर करून घेतात. हे विशेष लक्षण लहान मुलींच्यातही दिसून येतं. एखाद्या लहान मुलीला इतर बाळांबद्दल सहानुभूती वाटते म्हणून ती रडायला लागते किंवा मनात येईल तेव्हा डोळ्यातून पाणी काढून इतर बाळांना रडायला लावते. *माइन्ड रिडिंग* या पुस्तकाच्या लेखिका संजिदा ओ'कॉनेल यांनी आपण खोटं कसं बोलतो याविषयी पाच महिने अभ्यास केला आणि पुरुषांपेक्षा स्त्रिया जास्त सफाईने खोटं बोलू शकतात, असा निष्कर्षही काढला. स्त्रिया पुरुषांपेक्षा जास्त गुंतागुंतीचं खोटं बोलतात तर पुरुष 'माझी बस चुकली', 'माझ्या मोबाइलची बॅटरी संपली म्हणून मी तुला कॉल करू शकलो नाही' असं साधं साधं खोटं बोलतात, असं ओ'कॉनेल यांना या अभ्यासातून आढळलं. त्यांना असंही आढळून आलं की, अनाकर्षक लोकांपेक्षा आकर्षक लोक जे बोलतात त्यावर लोक जास्त विश्वास ठेवतात. म्हणूनच जॉन एफ. केनेडी आणि बिल क्लिंटन यांच्यासारखे नेते त्यांनी जे जे काही केलं, त्यातून सहीसलामत सुटू शकले.

खोटं बोलणं कठीण का असतं

तिसऱ्या प्रकरणात आम्ही असं म्हटलं होतं की, बऱ्याच लोकांना असं वाटतं की जेव्हा एखादा खोटं बोलत असतो तेव्हा तो नेहमीपेक्षा जास्त हसत असतो. पण संशोधनातून याच्या बरोबर उलटं म्हणजे ते कमी हसतात असं सिद्ध झालं आहे. खोटं बोलण्यातही एक अडचण अशी आहे की आपण तोंडानं जरी खोटं बोललो तरी आपलं अबोध मन आपोआप आणि स्वतंत्रपणे कार्यरत होऊन आपली देहबोली आपल्याला सोडून जाते म्हणजे बोलण्यापेक्षा वेगळंच काहीतरी देहबोलीतून व्यक्त होतं. म्हणूनच क्वचितच खोटं बोलणारी माणसं त्यांचं बोलणं कितीही खात्रीशीर वाटलं तरीही सहजी पकडली जातात. ज्या क्षणी ते खोटं बोलायला लागतात, तत्क्षणी त्यांचं शरीर बरोबर विरोधी संकेत द्यायला लागतं, आणि आपल्याला ते खरं बोलत नाहीत असं वाटायला लागतं. खोटं बोलण्याच्या काळात, अबोध मन मज्जातंतूची शक्ती आपल्याला पाठवतं आणि त्याचं रूपांतर आपण जे बोलत आहोत त्याच्या विरोधी

हालचालीत होतं. राजकारणी, वकील, अभिनेते आणि टेलिव्हिजनवरील निवेदक यांच्यासारखं व्यावसायिक सफाईनं खोटं बोलणारे लोक आपल्या शारीरिक हालचालीही बोलण्याला अनुसरून बेमालूम कशा करायच्या हे शिकतात, त्यामुळे ते खोटं बोलत आहेत हे 'दिसणं' फार अवघड असतं आणि लोक त्यांच्या व्यक्तिमत्त्वानं भारावून जाऊन पूर्णपणे त्यांच्या आहारी जातात.

अशा प्रकारे वागण्यासाठी ते दोनपैकी एका पद्धतीचा अवलंब करतात. एक म्हणजे ते लोकांना खोटं सांगत असताना लोकांना ते खरं 'वाटावं' यासाठी योग्य हालचालीचा सराव करतात. पण जेव्हा ते दीर्घ काळ आणि भरपूर खोटं बोलण्याचा सराव करतात तेव्हाच याचा उपयोग होतो. दुसरं म्हणजे, ते हालचाली आणि हावभावाचं प्रमाण कमी करतात. म्हणजे ते जेव्हा खोटं बोलत असतात तेव्हा सकारात्मक किंवा नकारात्मक असे कोणतेच हावभाव, हातवारे करत नाहीत, पण असं करणंही त्यांना अवघड जातं.

अभिनेते जसा अभिनय करून प्रेक्षकांना भारावून टाकतात तद्वतच खोटं बोलणारे सरावानं खात्रीशीर वाटू शकतात.

ही एक साधी चाचणी करून पाहा – एखाद्याची समोरासमोर भेट झाल्यानंतर त्याच्याशी जाणूनबुजून खोटं बोला आणि त्या वेळी जाणीवपूर्वक प्रयत्नानं तुमच्या सर्व शारीरिक हालचाली दडपून ठेवा. तुमच्या असं लक्षात येईल की, तुम्ही तुमच्या मुख्य हालचाली दडपून ठेवल्या तरी छोट्या छोट्या अनेक हालचाली तुमच्याकडून दर्शवल्या जातात. यामध्ये चेहऱ्यावरील स्नायू आखडणं, डोळ्यांच्या बाहुल्यांचं आकुंचन–प्रसरण, घाम येणं, गाल लाल होणं यांचा समावेश आहे. डोळे मिचकावण्याच्या प्रमाणातही वाढ होते. साधारणपणे एका मिनिटाला दहा वेळा डोळे मिचकावले जात असतील तर हे प्रमाण दर मिनिटाला ५० इतकं वाढतं. याशिवाय लबाडी दर्शवणारे इतरही अनेक सूक्ष्म संकेत दिले जातात. स्लो–मोशन कॅमेरा वापरून ज्या वेळी याबाबत

संशोधन केलं तेव्हा या सूक्ष्म हालचाली क्षणार्धात घडून जातात, असं दिसून आलं. त्यामुळे व्यावसायिक मुलाखती घेणारे, विक्रेते किंवा ज्यांची आकलनशक्ती खूप चांगली आहे, अशाच लोकांना या सूक्ष्म हालचाली जाणवतात.

यातून हेच स्पष्ट होतं की, तुम्हाला जर यशस्वीपणे खोटं बोलायचं असेल तर तुम्हाला तुमचं शरीर लपवून ठेवावं लागेल किंवा जिच्याशी खोटं बोलायचं तिच्या नजरेच्या टप्प्यातून दूर जायला हवं. म्हणूनच चौकशी करताना व्यक्तीला मोकळ्या जागेत खुर्चीवर बसवलं जातं किंवा दिव्यांच्या प्रकाशझोतात बसवलं जातं म्हणजे चौकशी करणाऱ्यांना त्याचं पूर्ण शरीर दिसेल अशा वातावरणात तो खोटं बोलत आहे हे सहजपणे लक्षात यायला मदत होते. डेस्कच्या मागे बसला असाल तर खोटं बोलणं सोपं जातं कारण तुमच्या शरीराचा काही भाग झाकला गेलेला असतो. कुंपणावरून पाहताना किंवा बंद दारामागूनही खोटं बोलणं सोपं जातं. खोटं बोलण्याचा सर्वात उत्तम मार्ग म्हणजे टेलिफोनवर बोलणं किंवा इ-मेल पाठवणं.

तोंड झाकणे

नेहमी आढळणाऱ्या खोटं बोलण्याच्या आठ पद्धती

१. तोंड झाकणे

लबाडीचे, फसवणुकीचे शब्द तोंडातून बाहेर पडू नयेत यासाठी मेंदू अबोधावस्थेत हाताला तोंड झाकण्याची सूचना देतो. कधीकधी या अवस्थेत अनेक बोटं तोंडावर ठेवली जातात किंवा बंद मूठही ठेवली जाते. काही केलं तरी त्यातून एकच अर्थ व्यक्त होतो.

खोटा खोकला आलाय असं दाखवून काही जण तोंडावर हात ठेवतात. अभिनेते जेव्हा गुंडांची किंवा गुन्हेगारांची भूमिका करत असतात त्या वेळी इतर गुन्हेगारांबरोबर त्यांच्या गुन्हेगारी कारवायांबाबत चर्चा करताना कायम ही कृती वापरतात किंवा पोलीस ज्या वेळी त्यांना प्रश्न

विचारतात त्या वेळीही ते असं तोंड हातानं झाकतात. त्यामुळे प्रेक्षकांना त्यांच्या अभिनयामधून ते काहीतरी गुप्त बोलणी करत आहेत आणि ते अप्रामाणिक आहेत हे लक्षात येतं.

एखाद्या व्यक्तीनं बोलताना तोंडावर हात नेला तर ती खोटं बोलू शकते असं निदर्शनाला येतं आणि तुम्ही बोलत असताना त्यानं जर तोंडावर हात नेला तर तुम्ही काहीतरी लपवत आहात असं त्या व्यक्तीला वाटत आहे, असा त्याचा अर्थ होतो. एखाद्या परिषदेत बोलणाऱ्या वक्त्याला त्याच्या श्रोत्यांनी ही कृती केली तर अशांत वाटायला लागतं, तो क्षुब्ध होतो. अशा वेळी वक्त्यानं बोलणं थांबवून विचारावं, 'कोणाला काही प्रश्न विचारायचा आहे का?' किंवा 'मला असं वाटतंय काही जण माझ्या बोलण्याशी सहमत नाहीत, चला आता आपण काही प्रश्न घेऊ या.' त्यामुळे श्रोत्यांचे काही आक्षेप असले तर ते त्यांना मांडता येतात आणि त्यामुळं वक्त्यालाही स्वत:ची विधानं स्पष्ट करण्याची, त्यांच्या प्रश्नांना उत्तरं द्यायची संधी मिळते. श्रोत्यांनी ऐकताना हाताची घडी घातली आहे हे पाहिल्यावर वक्त्याला जे करावं लागतं, तेच या वेळीही त्यांनी जर हात तोंडावर नेला तर करावं लागतं.

हातानं तोंड झाकण्याच्या पद्धतीत एकच बोट (तर्जनी) ओठांवर उभं ठेवलं जाऊन 'शऽऽ शऽऽ' असा आवाज करणं निरुपद्रवी मानलं जातं. अशा प्रकारची खूण त्या व्यक्तीच्या लहानपणी त्याच्या आईनं किंवा वडिलांनी वापरली असण्याची शक्यता असते. प्रौढ झाल्यावर जेव्हा तो असं बोट ओठांवर ठेवतो तेव्हा त्याचा अर्थ इतरांना जे वाटतंय ते त्यांनी सांगण्याचा प्रयत्न करू नये. त्याचबरोबर यामुळे तुम्हाला काहीतरी सांगण्याचं राखून ठेवलं आहे, याबाबत सावध केलं जातं.

तुमचे आई-वडील किंवा तुमची काळजी घेणाऱ्यांनी तुमच्या लहानपणी या खुणेचा वापर केला होता. तुम्ही प्रौढ झाल्यावर याचा वापर करण्याची बरीच शक्यता आहे.

२. नाकाला स्पर्श करणं

नाकाला स्पर्श

या कृतीमध्ये कधी कधी अनेकदा हळुवारपणे बोटानं नाक चोळलं जातं किंवा कधीकधी एकदाच हळुवारपणे, अगदी सूक्ष्म असा स्पर्श बोटाने नाकाला केला जतो. पुरुषांपेक्षा स्त्रिया ही कृती जास्त वापरतात आणि त्याचबरोबर अगदी प्रेमानं चेहऱ्यावरून हात फिरवतात, कदाचित आपला मेकअप नीट राहावा, पसरू नये, हाही त्यांचा उद्देश असू शकतो.

पण एक महत्त्वाची गोष्ट लक्षात ठेवायला हवी की ही कृती इतर हालचालींबरोबर आणि कोणत्या संदर्भात घडते आहे हे ध्यानात घेऊन त्याचा अर्थ लावायला हवा. व्यक्ती नाकाला हात लावते याचा अर्थ तिला 'हे फिवर' (विशिष्ट गवताच्या परागांपासून डोळे, नाक व घसा यांना होणारा आजार) हा एक प्रकारचा आजार किंवा सर्दीही झाली असण्याची शक्यता असते.

शिकागो येथील स्मेल ॲन्ड टेस्ट ट्रिटमेंट ॲन्ड रिसर्च फाऊंडेशनच्या वैज्ञानिकांना असं आढळून आलं की, जेव्हा तुम्ही खोटं बोलता तेव्हा शरीरातील कॅटेकोलॅमिन्स हे रसायन बाहेर पडतं आणि ते नाकातील पेशींना फुगण्यासाठी मदत करतं. त्यांनी स्पेशल इमेजिंग कॅमेऱ्यांचा वापर या प्रत्येकासाठी केला. कॅमेऱ्यानं शरीरातील रक्तप्रवाह दाखवला आणि जाणीवपूर्वक खोटं बोललं तर रक्तदाब वाढतो हे ही दिसून आलं. या तंत्रज्ञानामुळे खोटं बोलताना माणसाच्या नाकाचा आकार रक्तामुळे वाढतो असं दिसून आलं. त्याला 'पिनोचिओ इफेक्ट' असं म्हणतात. वाढलेल्या रक्तदाबामुळे नाक फुगतं, त्यामुळं नाकातील मज्जातंतूच्या (नस) टोकाला झिणझिण्या आल्यासारखं होतं, त्यामुळं जी 'खाज' निर्माण होते ती कमी करण्यासाठी चपळपणे आपला हात नाकापाशी जातो.

या प्रक्रियेत फुगलेलं नाक आपल्याला उघड्या डोळ्यांनी दिसू शकत नाही, पण नाकाला स्पर्श करणं या कृतीचं हेच कारण असावं हे स्पष्ट होतं. हीच अपूर्व घटना व्यक्ती ज्या वेळी अस्वस्थ, काळजीत किंवा रागात असते त्या वेळीही घडते.

'माझे त्या स्त्रीबरोबर लैंगिक संबंध नव्हते.'

अमेरिकेतील मज्जातंतूविषयक शास्त्रीय अभ्यास करणारे तज्ज्ञ (न्यूरोलॉजिस्ट) आणि मानसरोगचिकित्सक चार्लस् वुल्फ यांनी मोनिका लेविन्सकी प्रकरणात बिल क्लिंटन यांनी ग्रॅन्ड ज्यूरींपुढे जी साक्ष दिली त्याचा नीट अभ्यास केला. त्यांना असं आढळून आलं की, बिल क्लिंटन ज्या वेळी खरं बोलले तेव्हा त्यांनी क्वचितच नाकाला हात लावला. मात्र, ते जेव्हा खोटं बोलले तेव्हा उत्तर देण्यापूर्वी क्षणभर त्यांच्या चेहऱ्यावर आठी उमटली आणि दर चार मिनिटांनी ते एकदा नाकाला हात लावत होते. असा एकूण २६ वेळा त्यांनी नाकाला स्पर्श केला. याउलट बिल क्लिंटन यांनी ज्या वेळी खरी उत्तरं दिली तेव्हा एकदाही नाकाला हात लावला नाही.

केलेल्या एका अभ्यासावरून, बॉडी इमेजिंग कॅमेऱ्यानं, जेव्हा पुरुष खोटं बोलतो तेव्हा त्याचे शिश्न रक्तामुळे ताठते, त्याचा आकार वाढतो असं दाखवून दिलं. खरं तर एवढं सगळं करण्यापेक्षा ग्रॅन्ड ज्यूरींनी बिल क्लिंटन यांची पॅंटच खाली ओढायला हवी होती.

ग्रॅन्ड ज्यूरी प्रॉसिक्युटर : ''मिस्टर क्लिंटन, कोंबडीच्या पिल्लांनी रस्ता का ओलांडला?''

बिल क्लिंटन : ''कोंबडीची पिल्लं म्हणजे नेमकं तुम्हाला काय म्हणायचंय? कृपया, तुम्ही ते जरा स्पष्ट सांगाल काय? आणि मी काही त्या कोंबडीच्या पिल्लाबरोबर रस्ता ओलांडला नाही.''

३. खाजणारं नाक

व्यक्तीच्या नाकाची खाज जाणीवपूर्वक नाक घासल्यानं आणि खाजवल्यानं कमी होते. हातानं हलकासा, हळुवारपणे नाकाला स्पर्श करणं याच्या बरोबर विरुद्ध अशी ही कृती आहे. तोंडावर हात ठेवणं

आणि नाकाला स्पर्श करणं या दोन्हीही कृतींचा बोलणारा आणि ऐकणारा या दोघांकडूनही वापर होऊ शकतो. बोलणाऱ्याला स्वत:ची लबाडी लपवण्यासाठी आणि ऐकणाऱ्याला बोलणाऱ्याच्या शब्दांबद्दल संशय असेल तर तो व्यक्त करण्यासाठी याचा उपयोग होऊ शकतो. खाजवणं ही एकाकी आणि पुन:पुन्हा करावी लागणारी कृती आहे; आणि एकूणच ती व्यक्तीच्या संभाषणाशी विसंगत किंवा संदर्भ सोडून आहे.

४. डोळा चोळणे

मी ते पाहू शकत नाही.

शहाण्या माकडांपैकी एक माकड म्हणाले होतं की 'वाईट बघू नका'. जेव्हा लहान मुलाला एखादी गोष्ट बघायची नसते तेव्हा ते एका किंवा दोन्ही हातांनी डोळे झाकते. जेव्हा एखादी प्रौढ व्यक्ती अप्रिय अशी गोष्ट पाहू इच्छित नाही तेव्हा तिच्याकडून 'डोळा चोळणे' ही कृती घडू शकते. डोळे चोळणे ही लबाडी, संशय किंवा नावडती गोष्ट पाहणं टाळण्यासाठी किंवा जी व्यक्ती खोटे बोलत आहे तिच्याकडे बघणं टाळण्यासाठी मेंदूनं केलेली योजना आहे. पुरुष सामान्यत: त्यांचे डोळे जोरजोरात चोळतात आणि फार मोठं असत्य जर ते बोलत असतील तर ते नेहमी दूर पाहत राहतात. स्त्रिया डोळे चोळण्याची कृती कमी करतात. त्याऐवजी त्या डोळ्याच्या खाली हळूवार स्पर्श करतात. याचं कारण म्हणजे लहानपणापासूनच मुली असल्यानं धट्ट्या-कट्ट्या, दांडगट हालचाली 'त्यांनी' करू नयेत हे त्यांच्यावर बिंबवलेलं असतं, दुसरं म्हणजे अशा कृतीमुळे त्यांच्या चेहऱ्यावरचा मेकअप पसरण्याची किंवा फिसकटण्याची शक्यता असते. म्हणूनही त्या डोळे चोळण्याची कृती टाळताना दिसतात. त्याही ऐकणाऱ्यांची नजर टाळण्यासाठी दुसरीकडे पाहातात.

खोटं बोलताना दात घट्ट आवळणं, खोटं हसणं आणि डोळे चोळणं या सर्व हालचाली एकत्रितपणे दिसून येतात. ही हालचाल चित्रपट अभिनेते अप्रामाणिकपणा दाखवण्यासाठी वापरतात. त्याचप्रमाणे

'इंग्लिश' लोकांसारख्या 'सभ्य' संस्कृतीमध्ये ते नेमका काय विचार करतात हे तुम्हाला कळू न देण्यासाठीही ते ही कृती वापरतात.

५. कान पकडणे

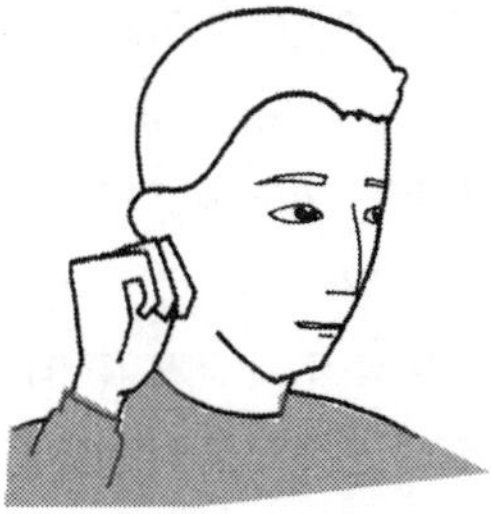

'मला ते ऐकायचे नाही.'

कल्पना करा तुम्ही एखाद्याला सांगता, 'हे फक्त ३०० पौंड्सला आहे' आणि ती व्यक्ती तिचे कान पकडते आणि दुसरीकडे बघायला लागते आणि म्हणते, 'हा व्यवहार मला चांगला वाटतो आहे.' ऐकणाऱ्यानं 'वाईट ऐकू नये' हे तत्त्व दर्शवण्यासाठी केलेली ही प्रतिकात्मक कृती आहे. बोलणाऱ्याचे शब्द न ऐकण्यासाठी, थांबवण्यासाठी व्यक्ती कानाजवळ किंवा कानावर हात ठेवते किंवा कानाची पाळी ओढते. लहान मूल आई-वडिलांची बोलणी न ऐकण्यासाठी दोन्ही कानांवर हात ठेवतं. तशीच ही कृती त्याची प्रौढ आवृत्ती आहे. कान पकडणं या कृतीतील आणखी एक प्रकार म्हणजे कानाच्या मागे चोळणं हा आहे. फिंगर ड्रील या प्रकारात बोटांचा पुढचा भाग कानात घालून पुढे मागे फिरवला जातो तसंच कानाची पाळी ओढणं किंवा पूर्ण कान वाकवून कानाचं भोक झाकून घेणं हे आणखी काही प्रकार आहेत.

कान पकडणं या संकेताचा आणखी एक अर्थ म्हणजे व्यक्तीनं पुरेसं ऐकून घेतलं आहे किंवा तो आता बोलू इच्छित आहे, असा आहे. व्यक्तीला जर एखाद्या गोष्टीची चिंता वाटत असेल, ती अस्वस्थ असेल तर नाकाला स्पर्श करण्याच्या कृती सारखीच ती कान पकडण्याची कृती करते. प्रिन्स चार्लस् जेव्हा एखाद्या लोकांनी भरलेल्या सभागृहात किंवा मोठ्या जनसमूहाला सामोरा जात असेल तर तो दोन्ही कान पकडतो आणि नाकाला स्पर्श करतो. त्याला वाटणारी अस्वस्थता अशी व्यक्त होते. आम्ही अनेक फोटो किंवा फिल्मस् बघितल्या, पण तो ज्या वेळी कारमध्ये नातेवाईकांसोबत असतो तेव्हा त्याला सुरक्षित वाटल्यानं त्यानं अशी अस्वस्थ कृती केल्याचं आम्हाला फोटो आणि फिल्मसमधून आढळून आलं नाही.

इटलीमध्ये मात्र कान पकडणं याचा अर्थ बायक्या, नामर्द किंवा समलिंगी संबंध ठेवणारा पुरुष असा होता.

६. मानेवर खाजवणे

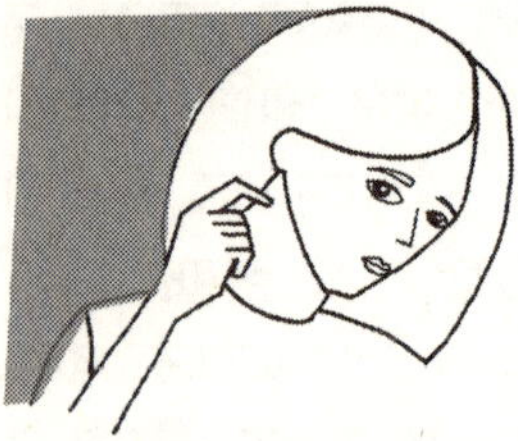

अनिश्चितता दर्शवणे

सामान्यत: ज्या हातानं आपण लिहितो त्या हाताचं पहिलं बोट - तर्जनीनं कानाच्या पाळी खाली, मानेवर खाजवलं जातं. आमच्या निरीक्षणातून असं आढळून आलं की व्यक्ती सरासरी पाच वेळा असं मानेवर खाजवते. क्वचितच ती पाचपेक्षा कमी वेळा आणि क्वचितच पाचपेक्षा जास्त वेळा खाजवते. 'मी सहमत आहे की नाही याची मला खात्री नाही' असं वैशिष्ट्य असलेल्या व्यक्तीची ही हालचाल असून या संकेतातून शंका आणि अनिश्चितता व्यक्त होते. बोलणं जेव्हा या संकेताच्या विरोधात असतं तेव्हा ही कृती विशेष लक्षात येते. उदाहरणार्थ, जेव्हा एखादी व्यक्ती म्हणते, 'तुम्हाला काय वाटत असेल हे मला समजू शकतं' आणि ती मान खाजवत असेल तर याचा अर्थ तिला ते समजलेलं नाही असाच होतो.

७. कॉलर ओढणं

कॉलरखाली गरम झालंय

खोटं बोलल्यामुळं चेहऱ्याच्या आणि मानेच्या नाजूक पेशींना झिणझिण्या येतात, चुरचुर झाल्यासारखं वाटतं. अशा वेळी चोळण्याची किंवा खाजवण्याची कृती घडून येते. त्यामुळे व्यक्तीला जरा बरं वाटतं, समाधान वाटतं. डेसमंड मॉरिस यांनी हे पहिल्यांदा शोधून काढलं. यावरून एखाद्या व्यक्तीला जेव्हा खात्री वाटत नसते तेव्हा ती मानेला खाजवते. एवढंच नाही तर काही लोक जेव्हा खोटं बोलतात तेव्हा आणि आपण पकडले जाऊ असा संशय त्यांना येऊ लागतो तेव्हा ते शर्टाची कॉलर वर

ओढतात. याचंही चांगलं स्पष्टीकरण यातून मिळतं. लबाडी करणाऱ्याला तो खरं सांगत नाही असा तुम्हाला संशय आला आहे, असं वाटतं तेव्हा त्याचा रक्तदाब वाढतो आणि मानेजवळ घाम येतो.

व्यक्तीला जेव्हा राग येतो किंवा वैफल्याची भावना निर्माण होते तेव्हा त्याला थंड हवा मिळण्यासाठी मानेपासून शर्टची कॉलर ओढावीशी वाटते. अशी हालचाल करणाऱ्याला जर तुम्ही विचारलंत की, 'तुम्ही ही कृती परत कराल का?' किंवा 'तुम्ही आत्ता हे असं का केलंत, ते सांगू शकाल का?' या प्रश्नांमुळं भविष्यात जर ती व्यक्ती तुम्हाला फसवण्याचा विचार करत असेल तर ती तो खेळ सोडून देते.

८. तोंडात बोटे घालणे

लहानपणी बाळ जेव्हा आईचं दूध पितं तेव्हा स्तन चोखताना त्याला एक सुरक्षिततेची भावना निर्माण झालेली असते. अंतर्मनात कोठेतरी ती रूजलेली असते. मोठेपणी जेव्हा व्यक्ती तणावाखाली असते तेव्हा लहानपणीच्या या कृतीची तिला आठवण होते आणि ती तोंडात बोटं घालते. त्यामुळं तिला एक प्रकारची सुरक्षितता वाटते. लहान मूल आईच्या स्तनाला पर्याय म्हणून अंगठा चोखतं किंवा ब्लँकेट घेतं. तर प्रौढ व्यक्ती तोंडात बोटं घालते, सिगारेट, पाईप ओढते, पेन, चष्मा चावते आणि च्युइंगम चघळते.

यांना धीर हवा आहे

तोंडावर हात ठेवण्याच्या बऱ्याच हालचाली खोटं बोलणं किंवा फसवणुकीसंबंधी आहेत. मात्र तोंडात बोटं घालणं ही कृती, त्या व्यक्तीला कोणीतरी धीर द्यायला हवा आहे, ती तिची मानसिक गरज आहे, हे दर्शवते. त्यामुळं अशा व्यक्तींना धीर देणं, हमी देणं ही सकारात्मक कृती आहे.

मूल्यमापन आणि दिरंगाई दर्शवणारे हावभाव

सहजप्रवृत्तीनं ज्या वक्त्याला श्रोत्यांना आपल्या बोलण्यात किती रस आहे आणि केव्हा आता 'बास' म्हणून ते चुळबुळ करायला लागले आहेत, हे कळतं तो चांगला वक्ता. ग्राहकांची 'नस' बरोबर ओळखून त्या वृत्तीवर बोट ठेवून खरेदी करताना त्याला कशात रस आहे हे जो ओळखतो तो खरा चांगला विक्रेता. काही सादर करू पाहणाऱ्या प्रत्येक व्यक्तीला त्याचं/तिचं सादरीकरण चालू असताना समोरची व्यक्ती विशेष बोलत नाही आणि नुसतीच बघत बसली आहे, अशी एक रिकामपणाची भावना मनात निर्माण होते. सुदैवानं *गालावर हात ठेवणं* किंवा *हनुवटीवर बोट ठेवणं* या हालचाली हा एक थर्मामीटर (तापमापक) असतो आणि त्यातून समोरच्याची वृत्ती किती थंड किंवा गरम आहे याचं मोजमाप होतं आणि त्यावरून वक्त्याचं भाषण कसं चाललंय हेही कळतं.

कंटाळा

जेव्हा एखादा श्रोता, डोक्याला हातानं आधार द्यायला लागतो तेव्हा त्याला कंटाळा आलाय हा संकेत लगेच मिळतो आणि आपण झोपी जाऊन पडू नये म्हणून तो स्वत:चं डोकं हातात धरतो. श्रोत्याला किती प्रमाणात कंटाळा आलाय हे तो हातानं डोक्याला कशा प्रकारे आधार देतो यावर अवलंबून असतं. सुरुवातीला श्रोता हातानं हनुवटीला आधार देतो, मग त्याचा ऐकण्यातला रस आणखी कमी झाला की अंगठ्याची जागा हाताची मूठ घेते आणि जेव्हा श्रोता डोक्याला हाताचा संपूर्ण आधार देतो तेव्हा त्याला टोकाचा कंटाळा आलाय हे सिद्ध होतं. आणि या कंटाळ्याची सर्वोच्च परिणती जेव्हा श्रोता दोन्ही हातांनी डोकं धरतो आणि घोरण्याचा आवाज यायला लागतो तेव्हा होते.

झोप लागून पडू नये म्हणून डोक्याला हाताचा आधार

समोरच्या व्यक्तीनी बोटांनी टेबलावर ताल धरणं किंवा पाय सतत जमिनीवर आपटणं, या त्यांच्या कृतींचा, व्यावसायिक वक्त्याकडून चुकीचा अर्थ लावला जातो. त्यांना ते कंटाळा दर्शवणारे संकेत वाटतात, पण खरं तर ते उतावळेपणा दर्शवतात. तुम्ही काही लोकांच्या गटाला उद्देशून बोलत आहात आणि तुम्हाला हे संकेत दिसले तर तुम्ही एक धोरणात्मक कृती अशी करा की बोटांनी टेबलावर ताल धरलेल्या आणि पाय आपटणाऱ्याला संभाषणात गुंतवून ठेवा म्हणजे त्याचा सकारात्मक परिणाम इतर ऐकणाऱ्यांवर होणार नाही. कोणताही श्रोतृवृंद जेव्हा कंटाळा आणि उतावळेपणाचे संकेत देतो तेव्हा वक्त्यानं ओळखावं की आता आपण आपलं भाषण संपवायला हवं.

"तुम्ही तुमच्या झोपेत बोलता का हो?" त्यानं वक्त्याला विचारलं. "नाही", असं उत्तर आलं. "मग कृपा करून माझ्या झोपेत बोलू नका."

व्यक्तीच्या उतावळेपणाचं प्रमाण किती आहे हे तो ज्या गतीत टेबलावर ताल धरत आहे किंवा जमिनीवर पाय आपटत आहे यावर अवलंबून असतं. श्रोता जितक्या जास्त वेगानं पाय आपटत असेल तितका तो जास्त उतावळा झाला आहे, हे लक्षात येते.

मूल्यमापन हालचाली

जेव्हा हात बंद करून तो हनुवटीवर किंवा गालावर ठेवला जातो (विसावतो) आणि बऱ्याच वेळा पहिलं बोट (तर्जनी) उभं वरच्या दिशेला ठेवलं जातं, (जेव्हा या कृतीतून मूल्यमापन दर्शवलं जातं) तेव्हा व्यक्तीचा ऐकण्यातला

रस कमी व्हायला लागतो. पण तरीही सभ्यतेचा एक भाग म्हणून अजूनही आपण रस घेऊन ऐकतो आहोत असं दाखवायचा आता कंटाळा आला असला तरी तो दिसू द्यायचा नसतो. अशा वेळी, स्थितीत थोडा बदल केला जातो आणि तळव्याच्या खालच्या भागानं डोक्याला आधार दिला जातो.

व्यक्ती रस घेऊन ऐकत आहे, डोक्याला स्वत:चाच आधार आहे, हात गालावर ठेवला (विसावला) आहे.

नकारात्मक विचार मनात आहेत

कंपनीचा अध्यक्ष जेव्हा रटाळ, कंटाळवाणं, नीरस भाषण देत असतो तेव्हा आपल्याला त्यात रस वाटत आहे याचं ढोंग करण्यासाठी, मधल्या फळीतले व्यवस्थापक नीट ऐकणं या कृतीचा वापर करतात. त्यांच्या दुर्दैवानं हळूहळू हाताचा डोक्याला आधार द्यायला लागताक्षणी खेळ खलास होतो कारण यातले काही व्यवस्थापक अप्रामाणिक आहेत किंवा ते खोटी स्तुती करताहेत, असं अध्यक्षांना वाटायला लागतं.

ऐकण्यात खरा रस आहे असं दाखवायचं असेल तर हात हलकेच गालावर ठेवला जातो. डोक्याला आधार द्यायला त्याचा वापर केला जात नाही. पहिलं बोट जेव्हा गालावर उभं ठेवलं जातं आणि अंगठ्यानं हनुवटीला आधार दिला जातो (चित्रात दाखवल्याप्रमाणे) याचा अर्थ ऐकणाऱ्याला वक्त्याच्या बोलण्याबद्दल किंवा तो मांडत असलेल्या विषयाबद्दल नकारात्मक किंवा टीकात्मक विचार आहेत असा होतो. जर नकारात्मक विचार तसेच मनात येत राहिले तर कधीकधी पहिल्या बोटानं डोळा चोळला किंवा ओढला जातो.

चित्रात दाखवलेल्या संकेताचा अर्थ ऐकणाऱ्याला रस आहे असा चुकीचा लावला जाण्याची शक्यता आहे. पण आधारासाठी हनुवटीखाली

बिल क्लिंटन यांना यापुढे ऐकण्याचा कंटाळा आला आहे किंवा जे चाललं आहे त्यानं ते फारसे प्रभावित झालेले नाहीत.

ठेवलेल्या अंगठ्यामुळं, त्याच्या कृतीचं सत्य काय आहे हे कळतं आणि त्यातून त्याचा टीकात्मक दृष्टिकोन व्यक्त होतो. या हालचालींचा एकत्रित परिणाम व्यक्तीच्या वृत्तीवर पडतो आणि जितका वेळ ती या स्थितीत राहते तितका वेळ तिचे टीकात्मक विचारही टिकून राहतात. या एकत्रित हालचाली वक्त्याला त्वरित काहीतरी कृती करण्याचा इशारा (संकेत) देतात. एक म्हणजे वक्त्यानं श्रोत्याला तो जे काही बोलत आहे त्यात सहभागी करून घ्यावं किंवा भाषण थांबवावं. एक साधी गोष्ट करायची, श्रोत्याला काही तरी द्यायचं, म्हणजे ते घेण्यासाठी तो आपली स्थिती बदलेल आणि स्थिती बदलली की मन:स्थिती (किंवा मनोवृत्ती) बदलेल.

रोदँ या शिल्पकाराचं 'थिंकर' हे गाजलेलं शिल्प. यात व्यक्तीची विचारी आणि मूल्यमापन करण्याची वृत्ती दिसून येते. पण त्याची शरीरस्थिती आणि हातानं डोक्याला दिलेला आधार त्याची खिन्न उदास अवस्थाही व्यक्त करते.

खोटं बोलणारा उमेदवार

आमच्या कंपनीत काम करण्यासाठी अर्ज केलेल्या, परदेशातून आलेल्या माणसाची आम्ही मुलाखत घेतली. संपूर्ण मुलाखत होईपर्यंत तो हातांची घडी घालून आणि पायावर पाय

टाकून बसला होता. त्यानं टीकात्मक मूल्यमापन करणाऱ्या हालचालींच्या समूहाचा वापर केला. हाताच्या तळव्याचा खूपच कमी वापर केला आणि तो वारंवार इकडे तिकडे बघत होता. त्याला नक्कीच कशाची तरी काळजी वाटत होती. पण मुलाखतीच्या सुरुवातीला त्याच्या या नकारात्मक हालचालीचं अचूक मूल्यमापन करण्याइतकी पुरेशी माहिती आमच्याजवळ नव्हती. मायदेशात त्यानं ज्या मालकांकडे काम केलं होतं त्यांच्याबद्दल आम्ही त्याला विचारले. या सर्व प्रश्नांची उत्तरं देताना, सातत्यानं तो डोळे चोळत होता, नाकाला हात लावत होता आणि इतरत्र पाहत होता. तो जे बोलत होता त्याच्या विरोधात त्याच्या हालचाली होत्या. हालचाली आणि बोलणं यात एकवाक्यता नव्हती. शेवटी आम्ही, त्याला कामावर घ्यायचं नाही, असा निर्णय घेतला. आम्हाला त्याच्या लबाडीचं वागणं दर्शवणाऱ्या हालचालींबद्दल अधिक जाणून घ्यावंसं वाटलं. परदेशातल्या त्यानं सांगितलेल्या ओळखी आणि संदर्भ जेव्हा आम्ही तपासले तेव्हा त्यानं भूतकाळाविषयी खोटी माहिती दिल्याचं आम्हाला आढळून आलं. परदेशातील संभाव्य मालक त्याचे संदर्भ तपासणार नाहीत असं त्यानं गृहीत धरलं होतं. त्याच्या देहबोलीच्या संकेतांबद्दल जर आम्ही जागरूक नसतो, तर त्याला कामावर ठेवण्याची चूक केली असती.

हनुवटी कुरवाळणं

पुढच्या वेळी जेव्हा तुमची कल्पना एखाद्या गटासमोर मांडण्याची संधी तुम्हाला मिळेल तेव्हा त्यांचं काळजीपूर्वक निरीक्षण करा. तुमच्या असं लक्षात येईल की बहुतेक जणांनी एक हात चेहऱ्यावर ठेवून नीट ऐकणं (मूल्यमापन) ही कृती केली आहे. सादरीकरणाच्या शेवटी तुमची मांडणी झाल्यावर जेव्हा तुम्ही त्या गटाला तुमच्या कल्पनेविषयी त्यांची मतं किंवा काही सूचना आहेत असं विचारता तेव्हा ऐकण्याची ही कृती थांबवली जाते आणि ते हनुवटीवरून हात फिरवायला किंवा हनुवटी कुरवाळायला लागतात. या कृतीचा अर्थ ऐकणारा आता निर्णय घेण्याच्या प्रक्रियेतून जात आहे असा होतो.

निर्णय घेताना

स्त्रिया अशी हनुवटी कुरवाळतात

तुम्ही श्रोत्यांना त्यांचा निर्णय विचारता. ते हनुवटी कुरवळायला लागतात. त्यांच्या पुढच्या हालचालींवरून त्यांचा निर्णय सकारात्मक आहे की नकारात्मक हे तुम्हाला कळेल. शांत राहून तुम्ही त्यांच्या हालचालींचं केवळ निरीक्षण करण्याचं धोरण ठरवून घ्या. निरीक्षणातून त्यांचा निर्णय झाला आहे हे तुमच्या लक्षात येईल. उदाहरणार्थ, तो हनुवटी कुरवाळायला लागला, त्यानं हातांची आणि पायांची घडी घातली, आणि खुर्चीवर मागे टेकून बसला की खात्रीशीर उत्तर 'नाही' असं येणार आहे हे ओळखा. या त्याच्या संकेतानं इतर लोक 'नाही' म्हणण्याच्या आत आणि करारापर्यंत पोहोचणं कठीण होण्याच्या आत तुम्हाला तुमची कल्पना परत नव्यानं मांडण्याची संधी मिळेल.

जर समोरची व्यक्ती हनुवटी कुरवाळता कुरवाळता पुढे झुकली, हात मोकळे ठेवले, तुमचा 'प्रस्ताव' किंवा 'नमुना' तिनं उचलला तर करार होण्याची शक्यता आहे असं समजा.

स्वच्छ उत्तर देणं टाळण्यासाठी केलेल्या एकत्रित हालचाली

निर्णय घेताना चष्मा घालणारी एखादी व्यक्ती प्रथम चष्मा काढून ठेवते आणि नीट ऐकणं (मूल्यमापन) ही कृती करते आणि हनुवटी कुरवाळण्याऐवजी चष्म्याची एक काडी तोंडात धरते, सिगारेट ओढणारी

व्यक्ती असेल तर ती सिगारेटचा एक झुरका घेऊन धूर सोडते. तुम्ही जेव्हा समोरच्या व्यक्तीला त्याच्या निर्णयाबद्दल विचारता तेव्हा त्यानं जर तोंडात पेन किंवा बोट घातलं असेल तर याचा अर्थ त्यांचा अजून निर्णय होत नाही आणि काही बाबतीत तुम्ही परत एकदा त्याची खात्री करून द्यावी, असं त्याला वाटत आहे .काहीतरी तोंडात धरल्यामुळे स्वच्छ उत्तर देण्याचं टाळण्यासाठी त्याला अधिक वेळ मिळतो आणि मला त्वरित प्रतिसाद देण्याची एवढी निकड आहे असं त्याला वाटत नाही.

काही वेळा कंटाळा, नीट ऐकणं आणि निर्णय घेणं या हालचाली वेगवेगळ्या पद्धतीनं एकत्र येतात आणि प्रत्येक कृती व्यक्तीच्या निरनिराळ्या वृत्ती प्रकट करते.

पुढील चित्रात मूल्यमापन या कृतीतील हात आता हनुवटीकडे गेला आहे आणि हनुवटी कुरवाळायला लागला आहे. व्यक्ती मांडण्यात आलेल्या प्रस्तावाचं मूल्यमापन करत आहे आणि त्याच वेळी काही निष्कर्षही काढत आहे.

मूल्यमापन आणि निर्णय घेणं – एकत्रित हालचाली

श्रोत्यांचा जसजसा वक्त्याच्या बोलण्यातील रस कमी व्हायला लागतो तसतसं त्याचं डोकं हातावर विसावायला लागतं. खालील चित्रात दाखवल्याप्रमाणे श्रोत्यांचा ऐकण्यातला रस कमी व्हायला लागला की तो त्याच्या मूल्यमापन या कृतीबरोबरच डोक्याला अंगठ्यानं आधार देतो.

मूल्यमापन, निर्णय, कंटाळा – एकत्रित हालचाली

अरनॉल्ड श्वारझेनेगेर त्यांचा मुद्दा मांडत आहेत, टीव्हीवरील कार्यक्रमाचा सूत्रसंचालक त्यावर विचार करत आहे

डोकं चोळणे किंवा हाताने स्वत:ला चापटी मारणे

मानेजवळ दुखणे

एखादी व्यक्ती फारच त्रासदायक असली तर इंग्रजीत त्याचं वर्णन 'पेन इन द नेक' असं केलं जातं म्हणजे 'मानेला त्रासदायक'. अशा वेळी तुम्ही प्राचीन काळातील एका क्रियेचा संदर्भ देत असता. त्या वेळी मानेजवळचे अति लहान स्नायू उभारले जायचे. (माणसाच्या पाठीवर लोकर नसली तरी) त्यामुळे आपण भीतीदायक दिसू अशी त्या मागची कल्पना होती. ही भावना तुम्हाला कोणाची तरी भीती वाटल्यावर किंवा कोणाबद्दल राग आल्यावर निर्माण होते. रागावलेला कुत्रा सामर्थ्यशाली शत्रू वाटणाऱ्या कुत्र्याला सामोरा जातो तेव्हा त्याचे केस उभे राहातात तशीच प्रतिक्रिया तुम्हाला मानेजवळ झालेली आढळते. या प्रतिक्रियेमुळं मानेच्या मागे तुम्हाला झिणझिण्या आल्यासारखी भावना होते आणि ती वैफल्य आणि भीतीमुळे निर्माण होते. या भावनेपासून बरं वाटावं यासाठी तुम्ही मानेच्या त्या भागात हात फिरवत राहता.

उदाहरणार्थ, तुम्हाला एखाद्याकडून थोडीशी मदत हवी आहे. तुम्ही त्याला एखादी गोष्ट तुमच्यासाठी करायला सांगितली आहे आणि ती तो करायची विसरून गेला. जेव्हा तुम्ही त्याला त्या गोष्टीचं पुढं काय झालं असं विचारता, तेव्हा तो कपाळावर अथवा मानेच्या मागे हाताने थाप मारतो, जणू काही तो प्रतिकात्मकरीत्या स्वत:ला मारतो. विसरभोळेपणा दर्शवण्यासाठी जरी त्या व्यक्तीनं डोक्यावर थाप (चापट) मारली असली तरी ती नेमकी कपाळावर मारली आहे की मानेवर मारली आहे हे नीट बघा. त्या व्यक्तीनं जर कपाळावर हात मारला असेल तर तिचा विसराळूपणा तुमच्यापुढे व्यक्त करायला त्याला भीती वाटत नाही असा त्याचा अर्थ होतो. जर त्यानं मानेवर हातानं चापटी मारली तर याचा अर्थ त्याला तुमच्या बोलण्याचा त्रास झाला आहे आणि त्यामुळे मानेजवळ झिणझिण्या आल्याची भावना निर्माण झाल्यामुळे ती शमवण्यासाठी तो हे करत आहे आणि जर त्यानं स्वत:च्या पार्श्वभागावर चापट मारली असेल तर...

न्यूयॉर्कमधील निगोशिएशन इन्स्टिट्युटच्या गेरॉर्ड निरेनबर्ग यांना असं आढळून आलं की ज्यांना नेहमी मानेमागे हातानं चोळण्याची सवय आहे त्यांची वृत्ती नकारात्मक आणि टीकात्मक असते. याउलट स्वत:ची चूक कबूल करण्यासाठी जे नेहमी न बोलता कपाळावर हात चोळतात त्यांची वृत्ती खुली आणि सहज असते.

स्वत:ला चापट मारून शिक्षा करून घेणे

समोर असलेल्या परिस्थितीत चेहऱ्यावरून हात फिरवणं या कृतीचा अचूक अर्थ लावण्याची क्षमता मिळवण्यासाठी वेळ लागतो. निरीक्षणाची सवय अंगी बाणवावी लागते. या प्रकरणात चर्चा केलेल्या चेहऱ्यावरून हात फिरवणं या प्रकारातल्या हालचालींपैकी कोणत्याही एका

हालचालीचा अवलंब व्यक्ती करत असेल तर तिच्या मनात नकारात्मक विचारांनी प्रवेश केला आहे, असा अंदाज बांधणं योग्य ठरेल. प्रश्न असा आहे की नकारात्मक विचार म्हणजे काय? तो संशय, लबाडी, अनिश्चितता, अतिशयोक्ती, भीती किंवा निखालस खोटं बोलणं यापैकी काहीही असू शकतो. त्यापैकी नेमका कोणता नकारात्मक भाव आहे हे ओळखण्याचं कसब कमावणं हे खरं कौशल्य आहे. यासाठी चेहऱ्यावर हात फिरवण्याच्या आधी ती व्यक्ती कोणत्या हालचाली करते याचा अभ्यास केला आणि त्या कोणत्या संदर्भात घडल्या हे जर बघितलं तर त्याचा चांगल्या प्रकारे अर्थ लावता येतो.

बॉब बुद्धिबळात नेहमी का हरला

आमचा एक मित्र आहे, बॉब. त्याला बुद्धिबळ खेळायला फार आवडतं. त्याला आम्ही एका स्पर्धेत भाग घ्यायला लावला आणि नंतर त्याच्या देहबोलीचा अभ्यास करता यावा यासाठी त्या खेळाचं गुप्तपणे चित्रीकरण केलं. त्याच्यातून असं दिसून आलं की बॉबला जेव्हा प्याद्याची कोणती हालचाल करायची याविषयी खात्री वाटायची नाही तेव्हाच तो खेळताना कान चोळायचा किंवा नाकाला हात लावायचा. आम्हाला असं आढळून आलं की, जेव्हा आम्ही प्याद्यावर हात ठेवून कोणती खेळी करायची, याचा संकेत द्यायचो त्या वेळी बॉबच्या देहबोलीतून तो नियोजित कोणती खेळी खेळणार आहे याचा संकेत मिळायचा. त्याला जेव्हा कळायचं तो आमचं प्यादं मारणार आहे किंवा आमची खेळी परतवून लावणार आहे तेव्हा तो लगेच प्रतिखेळी कोणती करता येऊ शकते याचा आधीच विचार करून ठेवायचा. त्याचा आत्मविश्वास त्यानं केलेल्या हाताच्या मनोऱ्याच्या संकेतामधून व्यक्त व्हायचा आणि जेव्हा त्याला खात्री वाटायची नाही किंवा आनंद वाटायचा नाही तेव्हा तो तोंड झाकून घ्यायचा, कान ओढायचा किंवा मान खाजवायचा. त्यानं हे संकेत वारंवार दिल्यानं तो काय खेळणार याचा आम्हाला आधीच अंदाज यायचा आणि तशा सूचना आम्ही बॉबबाबत आमच्या बुद्धिबळ संघातील इतर सदस्यांना द्यायचो. त्यामुळे लवकरच बहुतेक बुद्धिबळपटू

बॉबच्या देहबोलीतून त्याचे विचार आधीच ओळखून गरीब बिचाऱ्या बॉबचा पराभव करायचे. बॉबला आम्ही या पुस्तकाची प्रत दिलेली नाही.

सकारात्मक आणि नकारात्मक विचार मनात येणे

आम्ही चित्रीकरण केलेल्या एका रोल प्ले (विविध भूमिका करून बघणे) मुलाखतीत, मुलाखत घेणारा जेव्हा प्रश्न विचारत होता तेव्हा अचानक मुलाखत देणाऱ्यानं तोंड झाकून घेतलं, तो नाक चोळायला लागला, उत्तर द्यायच्या काही सेकंद आधी त्यानं तोंड झाकून घेतलं आणि नंतर तो पुन्हा पूर्वस्थितीत आला (मोकळ्या स्थितीत आला - पूर्ववत झाला). या रोल प्लेमध्ये त्या एका क्षणाच्याआधी मुलाखत देणारा मोकळेपणानं बसला होता. त्यानं कोटाची बटणं लावलेली नव्हती, हाताचे तळवे उघडे होते. तो डोकं हलवत होता, प्रश्नांची उत्तरं देताना पुढं झुकत होता. त्यामुळं आम्हाला त्या हालचाली स्वतंत्र किंवा संदर्भ सोडून वाटल्या. चित्रफीत पाहताना आम्ही त्याला तोंडावर हात फिरवण्याच्या कृतीबद्दल विचारलं. तेव्हा तो म्हणाला की, त्याला ज्या वेळी प्रश्न विचारण्यात आला त्या वेळी त्याच्या मनात विचार आला की तो याची एक नकारात्मक आणि एक सकारात्मक अशी दोन पद्धतीनं उत्तरं देऊ शकेल. जेव्हा नकारात्मक उत्तर देण्याचा विचार त्याच्या मनात आला तेव्हा मुलाखत घेणारा त्यावर काय प्रतिक्रिया देईल, याचा विचार मनात आल्यानं त्यानं तोंड झाकून घेतलं आणि जेव्हा तो सकारात्मक उत्तर द्यायचा विचार करू लागला तेव्हा त्याचा हात तोंडावरून खाली आला आणि तो आधीच्या मोकळ्या स्थितीत परत आला. त्याच्या नकारात्मक उत्तरावर मुलाखत घेणारा काय प्रतिक्रिया देईल याबाबत अनिश्चितता वाटल्यामुळे त्यानं अचानक तोंड झाकून घेतलं.

या उदाहरणावरून असं दिसून येईल की तोंडावर हात ठेवणं या कृतीचा किती सूज्ञपणे चुकीचा अर्थ लावला जाऊ शकतो आणि चुकीचे निष्कर्ष काढले जाण्याची शक्यता असते.

प्रकरण ८
डोळ्यांचे संकेत

काही पुरुषांच्यात अपारदर्शक पदार्थातून आरपार बघण्याची क्षमता असते.

आपला संपूर्ण इतिहास, डोळे आणि त्यांचा माणसाच्या वर्तनावर होणारा परिणाम या विषयानं भरलेला आहे. डोळ्यांनी आपल्या जीवनावर कब्जा घेतलेला आहे, डोळ्यांनी संभाषणावर नियंत्रण ठेवलं जातं, वर्चस्वाची सूचना दिली जाते. तो माझ्याकडे तुच्छतेनं बघतो. व्यक्ती खोटं बोलत आहे याचा संशय मुख्यत: डोळ्यांमुळंच आपल्याला येतो. म्हणून आपण म्हणतो, तू हे माझ्या डोळ्याशी डोळे भिडवून सांग! जेव्हा आपण समोरासमोर भेटतो, तेव्हा आपण त्या व्यक्तीच्या चेहऱ्याकडे पाहण्यात बराच वेळ खर्च करतो, म्हणूनच व्यक्तीची वृत्ती आणि विचार समजून घेण्यासाठी डोळ्यांचे संकेत हा एक महत्त्वाचा भाग ठरतो. जेव्हा लोक पहिल्यांदाच एकमेकांना भेटतात तेव्हा ते एकमेकांबद्दल लगेच काही आडाखे बांधतात, मुख्यत: ते काय पाहतात याच्यावरच अवलंबून असतात.

आपण काही वाक्प्रचार वापरतो – 'तिनं डोळ्यांत खंजीर खुपसल्यासारखं त्याच्याकडे पाहिलं', 'त्याच्या डोळ्यात विशेष चमक दिसत होती', 'तिचे डोळे लहान बाळासारखे गटाणे (गरगरीत) आहेत', 'त्याचे डोळे लबाड आहेत', 'तिचे डोळे आमंत्रण देणारे आहेत', 'तिनं त्याला नजरेनं घायाळ केलं', 'ती बर्फासारख्या थंड नजरेनं त्याच्याकडे

एकटक पाहात राहिली', 'त्यानं माझ्याकडं दुष्टपणाचा कटाक्ष टाकला'. आपण असंही म्हणतो की, त्याचे डोळे बेटी डेव्हिससारखे आहेत. स्पॅनिश डोळे, झोपाळू डोळे, कठोर, रागीट, भावना शून्य, खाजगी, दुःखी, आनंदी, उर्मट, थंड, मत्सरी, क्षमाशील नसलेले, भेदक डोळे. आपण ज्या वेळी असे शब्द वापरतो तेव्हा आपण नकळत व्यक्तीच्या डोळ्यातील बाहुल्यांच्या आकाराबद्दल आणि दृष्टी वर्तनाबद्दल बोलत असतो. डोळे हा सर्व मानवी संवाद संकेतांमधला सर्वांत जास्त स्पष्ट, प्रकट आणि अचूक असा संकेत आहे. डोळे शरीराच्या केंद्रस्थानी असतात आणि बाहुल्या स्वतंत्रपणे, जाणीवपूर्वक नियंत्रण ठेवण्याचं काम करतात.

प्रसरण पावणाऱ्या बाहुल्या

तुमची वृत्ती आणि मन:स्थिती सकारात्मकतेतून नकारात्मकतेकडे किंवा नकारात्मकतेतून सकारात्मकतेकडे जाते. त्यानुसार डोळ्यांच्या बाहुल्यांचं प्रसरण किंवा आकुंचन होत असतं. जेव्हा एखादा उत्साहित किंवा उत्तेजित होतो तेव्हा त्याच्या डोळ्यांच्या बाहुल्या मूळ आकारापेक्षा चौपट मोठ्या होतात, विस्तारतात. या उलट राग, नकारात्मक मन:स्थिती असेल त्या वेळी डोळ्यांच्या बाहुल्या आकुंचन पावतात. त्याला 'लहान मण्यासारखे डोळे' किंवा 'सापासारखे डोळे' म्हणतात. फिकट डोळे जास्त आकर्षक दिसतात कारण त्यांच्यात प्रसरण होताना दिसतं.

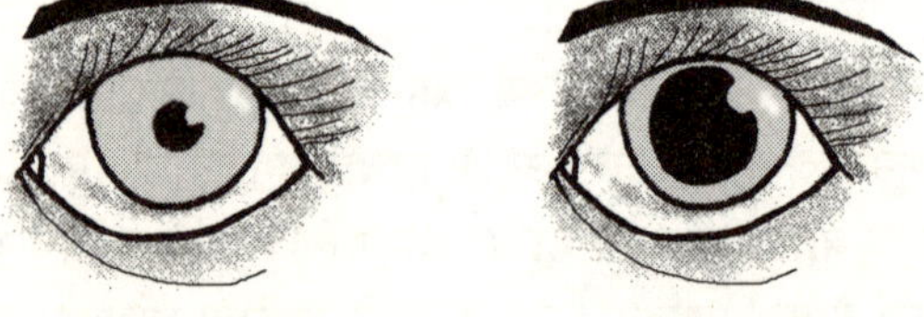

मण्यासारखे डोळे झोपाळू डोळे

शिकागो विद्यापीठातील मानसशास्त्र विभागाचे माजी प्रमुख एकहर्ड हेस यांनी डोळ्यांच्या बाहुल्यांचं शास्त्र (प्युपिलोमेट्री) याविषयीचा अभ्यास सर्वप्रथम सुरू केला. त्यांना असं आढळून आलं की व्यक्तीची अवस्था उत्तेजित झाली की डोळ्यांच्या बाहुल्यांच्या आकारावर परिणाम होतो. सामान्यतः व्यक्तीला उद्दीपित करणारं जर तिनं काही पाहिलं तर, डोळ्याच्या बाहुलीच्या आकारात

वाढ होते. हेस यांना असं आढळून आलं की, स्त्री आणि पुरुष दोघांनीही भिन्न लिंगी व्यक्तीचं भिंतीवर लावलेलं चित्र बघितलं की दोघांच्या डोळ्यांच्या बाहुल्यांचं प्रसरण होतं. लोकांना जेव्हा अन्न, राजकीय व्यक्ती, अपंग मूल, युद्धातील दृश्य अशा आनंदी आणि दुःखी चित्रांकडे पाहायला सांगितलं तेव्हा संगीत ऐकायला सांगितल्यावर अशाच प्रकारचे निष्कर्ष आढळून आले. हेस यांना असंही आढळून आलं की, एखादा प्रश्न सोडवणं यासारख्या मानसिक कृतीशी, बाहुल्यांचा आकार वाढणं याचा सकारात्मक संबंध आहे आणि जेव्हा आपल्याला प्रश्नाचं उत्तर सापडतं तेव्हा बाहुल्या कमाल प्रमाणात विस्तारलेल्या असतात, जास्तीत जास्त प्रसरण पावलेल्या असतात.

आम्ही या संशोधनाचा वापर उद्योगजगतामध्ये केला आणि असं निदर्शनास आणून दिलं की, फोटोतल्या मॉडेल्सचे डोळे साधे दाखवण्यापेक्षा बुबुळाचा भाग मोठा दाखवला तर ती मॉडेल्स लोकांना जास्त आवडतात. स्त्रियांच्या सौंदर्यप्रसाधनांची, केसांची उत्पादनं, कपडे यांच्या जाहिरातीत जर चेहऱ्याचा क्लोजअप - अगदी जवळून घेतलेला फोटो - टाकला तर उत्पादनाच्या विक्रीत वाढ होण्यासाठी फारच परिणामकारक ठरतो. आपण एक उदाहरण घेऊ या. आम्ही रेव्हलॉन लिपस्टिक या उत्पादनाची प्रसिद्धी करण्यासाठी त्याच्या माहिती पुस्तिका पोस्टानं पाठवायचं ठरलं आणि माहिती पुस्तिकेत मॉडेलच्या डोळ्यांच्या बाहुल्या मोठ्या करून छापल्या. यामुळे केवळ कॅटलॉग (यादी) बघून रेव्हलॉन लिपस्टिकच्या विक्रीत ४५ टक्क्यांनी वाढ झाली.

दोन्हीपैकी कोणतं छायाचित्र तुम्हाला जास्त आकर्षक वाटतं?

प्रियाराधनाच्या काळात डोळे हा महत्त्वपूर्ण संकेत ठरतात आणि डोळ्याच्या मेकअपचा उद्देश डोळे विशेषत्वानं दाखवणं हा आहे. स्त्री जर एखाद्या पुरुषाकडे आकर्षित झाली तर ती तिच्या डोळ्यांच्या बाहुल्या मोठ्या करून त्याच्याकडे पाहते आणि पुरुषही नकळत त्या संकेताचा योग्य तो अर्थ लावतो. म्हणूनच प्रेमाच्या भेटीगाठी मंद प्रकाश असलेल्या ठिकाणी होतात. कारण त्या प्रकाशात दोघांच्याही बाहुल्या मोठ्या झालेल्या असतात. त्यामुळे जोडप्यांना एकमेकांच्यात रस आहे असा समज निर्माण होतो.

पुरुष जेव्हा स्त्रीला बघून उत्तेजित होतो तेव्हा त्याच्या शरीराच्या कोणत्या भागाचा आकार जवळजवळ तिपटीनं वाढतो?

प्रेमिक जेव्हा एकमेकांच्या डोळ्यांत डोळे घालून एकटक बघत असतात तेव्हा ते खरं म्हणजे बाहुल्यांचा विस्तार किती झाला आहे या संकेताचा शोध घेत असतात. दोघेही जण परस्परांच्या बाहुलीच्या विस्तार झालेला बघून उत्तेजित होतात. संशोधनातून असं दिसून आलं की पुरुषांना जेव्हा अश्लील चित्रफिती दाखवल्या तेव्हा त्यांच्या डोळ्यांच्या बाहुल्या तिप्पट मोठ्या होतात असं दिसून आलं. स्त्रिया जेव्हा आई आणि बाळाचं चित्र बघतात तेव्हा त्यांच्या बाहुल्यांचा आकार अगदी मोठा होतो. प्रौढांपेक्षा लहान बाळांच्या आणि लहान मुलांच्या डोळ्यांच्या बाहुल्या मोठ्या असतात. प्रौढ समोर असताना लहान बाळं सतत बाहुल्या मोठ्या करून त्यांना आकर्षित करण्याचा प्रयत्न करतात. परिणामी ते कायम प्रौढांचं लक्ष स्वत:कडे वेधून घेण्यात यशस्वी होतात. लहान मुलांच्या खेळण्यांमध्येसुद्धा म्हणूनच ज्याच्या डोळ्यांच्या बाहुल्यांचा आकार वाजवीपेक्षा जास्त मोठा असतो ती खेळणी मोठ्या प्रमाणावर खपतात.

संशोधनात असं दिसून आलं आहे की, बाहुल्यांच्या विस्ताराचा परस्परपूरक असा परिणाम दिसून येतो. म्हणजे व्यक्तीनं समोरच्या व्यक्तीच्या बाहुल्या विस्तारलेल्या बघितल्या तर तिच्याही बाहुल्या विस्तारल्या जातात. बाहुल्या आकुंचित असलेल्या स्त्रियांच्या चित्रांपेक्षा ज्यांच्या बाहुल्या विस्तारलेल्या आहेत अशा स्त्रियांच्या चित्रांकडे बघताना पुरुष बाहुल्या जास्त मोठ्या करून बघतात.

बाहुल्यांची परीक्षा

डोळ्यांच्या बाहुल्यांच्या विस्ताराचा अर्थ लावण्याचं काम मेंदूमध्ये होतं आणि ते संपूर्णतया स्वयंचलितपणे होतं. आपण आता याची परीक्षा घेऊ या. पुढे दोन आकृत्या दिल्या आहेत त्याला आपण 'अ' आणि 'ब' अशी नावे देऊ या.

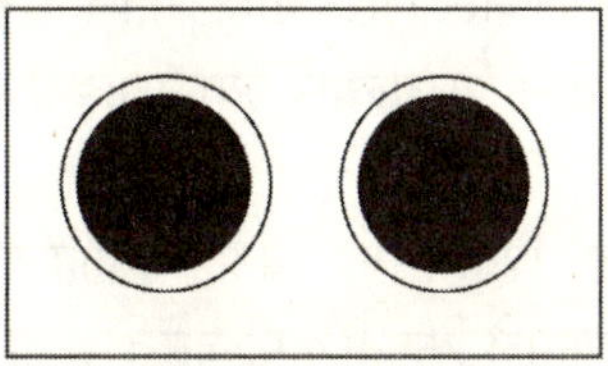

आकृती 'अ'

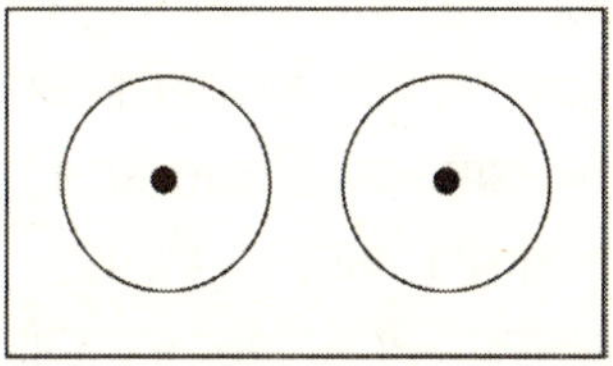

आकृती 'ब'

आता तुम्ही 'ब' आकृती तुमच्या हातानं झाका आणि कोणाला तरी 'अ' आकृतीतील बाहुल्यांकडे बघायला सांगा. नंतर त्यांना 'ब' आकृतीकडे बघायला सांगा. तुमच्या लक्षात येईल की 'अ' आकृतीनंतर 'ब' आकृती बघताना त्याच्या बाहुल्या त्या आकृतीला त्याची नजर जुळण्यासाठी कशा मोठ्या होतात. कारण डोळ्यांकडे बघताना ते आकर्षक दिसतात, असं त्याच्या मेंदूला वाटतं. दुसऱ्या व्यक्तीच्या डोळ्यात पाहतो आहोत याची नोंद स्त्रियांच्या मेंदूत होताच त्याच्याशी एकतान होण्यासाठी स्त्रियांच्या डोळ्यांच्या बाहुल्या पुरुषांपेक्षा वेगानं मोठ्या होतात.

हेस यांनी काही जणांवर बाहुली प्रतिसाद प्रयोग केला. त्यांना त्यांनी नग्न पुरुष, नग्न स्त्री, बाळ, आई आणि बाळ आणि रमणीय भूप्रदेशाचं चित्र अशी पाच चित्रं दाखवली. आमच्या अंदाजाप्रमाणे नग्न स्त्रीकडे बघताना पुरुषांच्या बाहुल्या सर्वांत जास्त विस्तारल्या. समलिंगी संबंध ठेवणाऱ्या पुरुषांच्या नग्न पुरुषाकडे बघून बाहुल्या मोठ्या झाल्या. स्त्रियांच्या बाहुल्या आई आणि बाळाकडं बघताना सर्वांत जास्त विस्तारल्या, त्याखालोखाल नग्न पुरुषाचं चित्रं बघताना त्यांच्या बाहुल्या मोठ्या झाल्या.

पत्ते खेळण्यात तरबेज असणाऱ्यांवर एक प्रयोग करण्यात आला. त्यातून असं दिसून आलं की या खेळणाऱ्यांच्या समोर जे होते त्यांना

काळे गॉगल घालून खेळायला बसवल्यावर या तरबेज लोकांना फारच कमी डाव जिंकता आले. उदाहरणार्थ, पोकर खेळामध्ये जर प्रतिस्पर्ध्याकडे चार एक्के असले तर अशा वेळी त्याच्या बाहुल्यांची ज्या जलद गतीनं हालचाल होते त्याच्यावरून तरबेज माणूस ओळखतो की पुढच्या डावावर पैज लावण्यात अर्थ नाही. पण समोरच्यानं खेळताना काळा गॉगल घातला की बाहुल्यांची हालचाल दिसत नाही आणि तरबेज लोकांना त्यामुळे जे संकेत मिळायचे ते न मिळाल्याने त्यांना नेहमीपेक्षा फारच कमी वेळा जिंकता आलं.

प्राचीन काळात मौल्यवान खडे विकणाऱ्या चिनी जवाहिऱ्यांना बाहुल्यांचा अर्थ लावायचं कसब होतं. त्यामुळे किमती कमी जास्त करताना, किमती ठरवताना खरेदी व्यवहाराच्या वेळी ते विकत घेणाऱ्याची बाहुली किती प्रमाणात मोठी होते याकडे लक्ष द्यायचे. काही शतकांपूर्वी वेश्या बेलाडोना या औषधाचे थेंब डोळ्यात टाकायच्या. त्यामुळं त्यांच्या बाहुल्या मोठ्या दिसायच्या. गिऱ्हाइकांना त्या अधिक हव्याशा वाटाव्यात यासाठी त्या हे करायच्या. गिऱ्हाइकांच्यात वासना निर्माण व्हायला या औषधाची अशी मदत व्हायची.

डेव्हीड बोवीचे डोळे वेगवेगळ्या रंगांचे होते. एक निळा, एक फिक्या तपकिरी रंगाचा आणि एक कायमस्वरूपी मोठा झालेला होता. या अवस्थेला 'हेटेरोक्रोमिआ' म्हणतात. या वैशिष्ट्यपूर्ण लोकांचं प्रमाण लोकसंख्येच्या एक टक्का इतकं आहे. डोळ्यांत होणाऱ्या या विविध बदलांमुळे त्याची वयाच्या १२व्या वर्षीच एका मुलीबरोबर मारामारी झाली.

एक जुनं वाक्य आहे, 'व्यक्तीशी बोलताना त्याच्या डोळ्यात बघून बोला'. पण लोकांशी संवाद साधताना किंवा व्यावसायिक बोलणी करताना खरं तर त्यांच्या बाहुल्यांमध्ये बघण्याचा सराव करा, कारण त्यातूनच व्यक्तीच्या खऱ्या भावनांचं दर्शन घडतं.

नेहमीप्रमाणेच स्त्रियांची कामगिरी चांगली

केंब्रिज विद्यापीठाच्या डॉ. सिनॉन बॅरन-कोहेन यांनी काही परीक्षा घेतल्या. यामध्ये प्रयोगात सहभागी झालेल्यांना काही छायाचित्रं दाखविली पण चेहऱ्याचा फक्त दोन डोळ्यांचा भाग प्रयोगार्थींना दिसत होता बाकी चेहरा झाकलेला होता. त्यावरून त्यांनी छायाचित्रातून 'मित्रत्वाची', 'आरामाची', 'शत्रुत्वाची' आणि 'चिंतेची' यांपैकी कोणती मानसिक अवस्था व्यक्त करण्यात आली आहे हे सांगायचं होतं आणि 'मला तू हवी/हवा आहेस' किंवा 'दुसरी कोणती व्यक्ती हवी आहे' अशी कोणती भावना व्यक्त झाली आहे हे सांगायचं होतं.

संख्याशास्त्रीयदृष्ट्या केवळ अंदाजानं निम्मी उत्तरं बरोबर येण्याची शक्यता होती. पुरुषांना सरासरी २५ पैकी १९ गुण मिळाले तर स्त्रियांना २५ पैकी २२ गुण मिळाले. या चाचणीवरून असं सिद्ध झालं की, स्त्री आणि पुरुष दोघांकडेही शरीराच्या संकेतापेक्षा डोळ्यांच्या संकेतांचा अर्थ लावण्याची क्षमता आहे आणि यात स्त्रिया पुरुषांपेक्षा जास्त चांगला अर्थ लावू शकतात. वैज्ञानिकांना, अजूनही डोळ्यांविषयीची ही माहिती कशी पाठवली जाते आणि त्याचा कसा अर्थ लावला जातो हे माहीत नाही; मात्र ते आपण करू शकतो हे त्यांना माहीत आहे. ऑटिस्टिक लोकांना (बहुतेक सर्व पुरुषच होते) इतरांपेक्षा सगळ्यात कमी गुण मिळाले. इतर लोकांची देहबोली जाणून घेण्याच्या क्षमतेचा अभाव ऑटिस्टीक लोकांच्या मेंदूत जाणवतो. म्हणूनच काही ऑटिस्टिक लोकांचा बुद्ध्यांक (आय क्यू) चांगला असूनही सामाजिक संबंध प्रस्थापित करणं त्यांना अवघड जातं.

मानवाच्या डोळ्यातील पांढऱ्या भागाचं महत्त्व

प्राण्यांच्या सर्वांत श्रेष्ठ जातींमध्ये फक्त मानवामध्येच डोळ्यात पांढरा भाग असतो ज्याला 'स्क्लेरा' असं म्हणतात. पुच्छ नसलेल्या माकडांचे डोळे तर पूर्णत: काळे असतात. संवाद साधण्यासाठी मदत व्हावी म्हणून माणसाच्या डोळ्यांतील पांढरा भाग उत्क्रांत झालेला आहे. या पांढऱ्या भागामुळे इतर लोक कोठे बघत आहेत ते कळतं कारण भावनिक अवस्था दिशेशी निगडित असते. भावना ओळखण्याची क्षमता पुरुषांपेक्षा स्त्रियांच्या मेंदूत

जास्त असते आणि याचा एक परिणाम म्हणजे स्त्रियांचे डोळे पुरुषांपेक्षा जास्त पांढरे असतात. पुच्छ नसलेल्या माकडांच्या डोळ्यांमध्ये पांढरा भाग नसल्यामुळं त्याच्या भक्ष्याला ती कुठे बघत आहेत हे कळत नाही आणि आपण त्यांच्या नजरेच्या टप्प्यात आहोत आणि आपली शिकार करण्यात त्यांना यश येण्याची शक्यता आहे हेही त्यांना कळत नाही.

प्राण्यांच्या प्रगत जातींमध्ये डोळ्यांमध्ये स्पष्ट पांढरा रंग असणारा माणूस हा एकमेव प्राणी आहे.

भुवया उंचावणे

प्राचीन काळापासून सर्वत्र दूर अंतरावरील व्यक्तीचं स्वागत करण्यासाठी 'हॅलो' म्हणण्यासाठी भुवया उंचावणं हा संकेत वापरला जातो. भुवया उंचावणं हा संकेत सार्वत्रिक असून माकडं आणि पुच्छ नसलेली माकडंही सामाजिक स्वागताचा संकेत म्हणून त्याचा वापर करतात. त्यामुळे ही हालचाल जन्मसिद्ध असते हे सिद्ध झालं आहे. या हालचालीमध्ये भुवया एक क्षणभर उंचावल्या जातात आणि नंतर त्या पूर्वपदाला येतात. त्याचा मुख्य उद्देश आपल्या चेहऱ्याकडे लक्ष वेधून घेणं हा असतो. कारण त्यामुळे स्पष्ट संकेतांची देवाण घेवाण करता येऊ शकते. फक्त जपानच्या संस्कृतीत या संकेताचा वापर होत नाही. तिथं ही कृती अयोग्य किंवा असभ्य मानली जाते कारण त्यातून निश्चितपणे लैंगिक अर्थ सूचित केला जातो असं ते मानतात.

भुवया उंचावणे

दुसऱ्या व्यक्तीच्या अस्तित्वाची नकळतपणे दखल 'भुवया उंचावणे' या संकेतातून घेतली जाते आणि ती भीतीने आश्चर्यचकित होऊन व्यक्त

केलेली प्रतिक्रिया असते. जणू काही पहिली व्यक्ती म्हणते की 'मी आश्चर्यचकित झालो आहे आणि घाबरलो आहे' खरं तर 'मी तुझ्या अस्तित्वाची दखल घेतली आहे आणि मला त्याचा धाक वाटत नाही' असा याचा अर्थ असतो. रस्त्यातून जाताना अनोळखी व्यक्तीकडे बघून, किंवा आपल्याला न आवडणाऱ्या व्यक्तीकडे बघून काही आपण भुवया उंचावत नाही. भेटीच्या सुरुवातीला जे लोक भुवया उंचावत नाहीत ते आक्रमक वृत्तीचे असण्याची शक्यता आपल्या मनात निर्माण होते. हा एक साधा प्रयोग करून बघा – एखाद्या हॉटेलच्या प्रतिक्षालयात बसा आणि तुमच्या जवळून जाणाऱ्या प्रत्येकाकडे बघून भुवया उंचावून बघा. तुमच्या असं लक्षात येईल की त्या व्यक्तीही तुमच्याकडे येऊन तुमच्याशी बोलायला सुरुवात करतील. याबाबतचा उत्तम नियम असा की तुम्हाला ज्या व्यक्ती आवडतात त्यांच्याकडे भुवया उंचावून बघा किंवा तुम्ही ज्यांना आवडावेसे वाटता त्यांच्याकडे भुवया उंचावून पाहा.

डोळे मोठे करणे

भुवया खाली झुकवणं हा संकेत इतरांबाबत वर्चस्व किंवा आक्रमकता दर्शवतो तर भुवया उंचावणं हा कमीपणा दर्शवतो. किटींग आणि किटींग यांना असं आढळून आलं की, पुच्छ नसलेली माकडं आणि माकडांच्या अनेक जातींमध्ये अगदी अशाच प्रकारच्या हालचालींचा याच कारणासाठी वापर केला जातो. जाणीवपूर्वक जे भुवया उंचावतात ते कमीपणा दर्शवणारे, माघार घेणारे असतात असा अर्थ माणूस आणि माकड दोघांच्यातही लावला जातो आणि जे भुवया खाली झुकवतात ते आक्रमक आहेत असं मानलं जातं.

आमच्या *व्हाय मेन लाय ॲन्ड विमेन क्राय* या पुस्तकात आम्ही दाखवलं आहे की, आपला चेहरा अगदी लहान बाळासारखा दिसण्यासाठी स्त्रिया भुवया आणि पापण्या उंचावून डोळे मोठे करतात. याचा जबरदस्त परिणाम पुरुषांवर होतो आणि त्यांच्या मेंदूमध्ये हार्मोन्स स्रवू लागतात. त्यामुळे महिलांचं संरक्षण आणि बचाव करावा अशी तीव्र इच्छा पुरुषांच्या मनात निर्माण होते. स्त्रिया आपण दुर्बल आहोत असं दाखवण्यासाठी भुवया

कोरून कपाळावर त्या उंच दिसतील असा आकार त्यांना देतात. त्यांनी असं दिसणं पुरुषांना आवडतं याची जाणीव अबोध मनात का होईना पण त्यांना ती असते. जर पुरुषांनी भुवया कापल्या तर ते वरपासून खाली झुकलेल्या कापतात. ज्यामुळं त्यांचे डोळे लहान वाटून ते अधिकारयुक्त दिसतात.

उंचावलेल्या भुवयांमुळे मेरिलिन मन्रो दुर्बल वाटतेय तर भुवया खाली कापल्यामुळं जेम्स कॅग्ने आक्रमक वाटतोय आणि खाली वळलेल्या भुवयांमुळे जे.एफ्. केनेडींच्या चेहऱ्यावरून अधिकारयुक्त आणि चिंतातुर असे दोन्हीही भाव व्यक्त झालेले दिसत आहेत.

जॉन एफ. केनेडींच्या भुवया मध्यात खाली झुकलेल्या होत्या, त्यामुळे त्यांचा चेहरा कायम चिंतातुर, दुसऱ्याची काळजी आहे असं वाटणारा दिसायचा आणि मतदारांना तो आकर्षक वाटायचा, खूप आवडायचा. जर त्यांच्या भुवया जेम्स कॅग्नेसारख्या दाट असत्या तर मतदारांवर त्यांचा तितकासा प्रभाव पडला नसता.

डोकं खाली झुकवून वर बघणे

प्रिन्सेस डायना आठ वर्षांची असताना इतर लहान मुलींप्रमाणेच तिलाही डोकं खाली झुकवून वर बघण्याचा काय परिणाम होतो हे कोणीही न सांगताच कळलं.

डोकं खाली झुकवणं आणि वर बघणं हे आणखी एक दुर्बलपणा दर्शवणारं लक्षण. ही कृती पुरुषांना आवडते कारण यामध्ये डोळे मोठे वाटतात आणि त्यामुळं स्त्रीचा चेहरा लहान मुलासारखा दिसतो. लहान मूल प्रौढांपेक्षा कितीतरी छान असतं आणि ते त्याचा बराच वेळ मोठ्यांकडे एकटक बघत असतं. या नजरेमुळं स्त्री आणि पुरुष दोघांमध्येही मातृत्वाची आणि पितृत्वाची भावना निर्माण होते.

'वर बघणं' या एकत्रित हालचालींच्या समूहाचा वापर करून प्रिन्सेस डायनानं तिच्या वैवाहिक जीवनातील प्रश्नांबाबत जगभरातील लोकांच्या मनात सहानुभूती निर्माण केली.

वर बघताना प्रिन्सेस डायना हनुवटी खाली ठेवायची आणि तिची सुंदर मान उघडी ठेवायची. तिच्या या हालचालींमधून लहान मुलासारख्या भावना व्यक्त झाल्यानं जगभरातील लाखो लोकांच्या मनात तिच्याबाबत मातृत्वाच्या आणि पितृत्वाच्या भावना उंचबळून आल्या. विशेषत: ब्रिटिश राजघराणं तिच्यावर टीका करण्याची शक्यता दिसू लागली तेव्हा त्यांच्या मनात सहानुभूती निर्माण होऊ लागली. जे लोक चेहऱ्यावरील या हालचालींचा वापर करतात ते सामान्यत: त्याचा जाणीवपूर्वक सराव करून वापर करतात असं नाही. पण त्यांना हे मात्र माहीत असतं की जेव्हा ते याचा वापर करतात तेव्हा त्याचा अपेक्षित परिणाम दिसून येतो.

पुरुषांना चेतवणे

समागमाच्या उत्कटतेपूर्वीच्या स्त्रीत्वाच्या भावना आणि देहबोली व्यक्त करण्यात मेरिलिन मन्रो तरबेज होती आणि आपल्या या अदाकारीनं पुरुष किती घायाळ होतात याची तिला निदान अबोध मनाच्या पातळीवर जाणीव होती.

पापण्या खाली झुकवलेल्या, त्याच वेळी भुवया उंचावलेल्या, वर बघत ओठ किंचित विलग केलेले. गेली अनेक शतकं लैगिंक शरणागती दर्शवण्यासाठी स्त्रिया या एकत्रित हालचालीचा वापर करतात. ग्रीक कथांतील पंखधारी स्त्री, जिच्या गाण्यानं मोहित होऊन खलाशी नाश करून घेत – अशा स्त्रीला आणि पुरुषांना मोह पाडणाऱ्या आणि त्यांच्या नाशास कारणीभूत ठरणाऱ्या कोणत्याही स्त्रीला 'सायरन' असं म्हणतात. मेरिलिन मन्रो, देबोराह हॅरी आणि शेरॉन स्टोन या 'सेक्स सायरन' समजल्या जाणाऱ्या स्त्रियांमध्ये वर उल्लेख करण्यात आलेल्या हालचालींपैकी एकतरी हालचाल हे प्रत्येकीचं खास वैशिष्ट्य मानलं जाई.

या हालचालीमुळे पापण्या आणि भुवया यांच्यात जास्तीत जास्त अंतर निर्माण होतं. एवढंच नाही तर त्यामुळे व्यक्तीचा चेहरा गूढ आणि ती काहीतरी लपवत आहे असा दिसतो. नव्या संशोधनातून असं दिसून आलं आहे, समागमाच्या उत्कटतेच्या किंचित आधी अनेक स्त्रियांच्या चेहऱ्यावर हा भाव झर्रकन उमटतो.

टक लावून पाहाणे

जेव्हा तुम्ही दुसऱ्या व्यक्तीच्या 'डोळ्याला डोळा' भिडवता तेव्हाच खरा संवादाचा पाया घातला जातो. काही लोकांशी बोलताना आपल्याला सहज वाटतं. ते बोलण्यानं मनमोकळं वातावरण निर्माण करतात; काही

लोक अस्वस्थता निर्माण करतात तर काही लोकांचं बोलणं अविश्वसनीय वाटतं. सुरुवातीला ते किती वेळ आपल्याकडे बघतात किंवा बोलताना ते आपली नजर किती वेळ वेधून घेऊ शकतात, यावर पुढे काय होणार हे अवलंबून असतं.

ब्रिटनमध्ये सामाजिक मानसशास्त्रविषयी आणि बोलण्याव्यतिरिक्त इतर संवाद कौशल्याविषयी पहिल्यांदा संशोधन करणारे मायकेल अर्ग्यल यांना असं आढळून आलं की, जेव्हा पाश्चिमात्य आणि युरोपियन एकमेकांशी बोलतात तेव्हा त्यांचा परस्परांकडे पाहण्याचा सरासरी वेळ ९१% इतका असतो. यामध्ये बोलताना ४१% वेळ, ऐकताना ७५% वेळ आणि एकमेकांकडे नजरेस नजर देऊन बोलताना ३१% वेळ यांचा समावेश आहे. दुसऱ्यांकडे बघण्याचा काळ सरासरी २ मिनिटे ९५ सेकंदांचा तर परस्परांकडे बघण्याचा काळ एक मिनिट १८ सेकंद इतका नोंदवण्यात आला. आम्हाला असं आढळून आलं की, वैशिष्ट्यपूर्ण संभाषणामध्ये डोळ्यांच्या संपर्काचं प्रमाण कोण बोलत आहेत आणि ते कोणत्या संस्कृतीचे आहेत यावरून २५% ते १००% या दरम्यान राहातं. आपण ज्या वेळी बोलत असतो त्या वेळी ४० ते ६०% या प्रमाणात डोळ्यांशी संपर्क ठेवला जातो तर ऐकताना मात्र हे प्रमाण सरासरी ८० टक्के होतं. पण या नियमाला लक्षात राहाणारा अपवाद आहे तो जपान, काही आशियाई देश आणि दक्षिण अमेरिकन संस्कृतीतील लोकांचा. त्यांच्याकडे जास्त वेळ डोळ्यांशी संपर्क साधणं हे आक्रमक आणि अनादर दाखवणारं मानतात. जपानी लोक बोलताना दुसरीकडे किंवा तुमच्या घशाकडे बघत असतात. ही बाब सांस्कृतिकदृष्ट्या फारसा अनुभव नसलेल्या पाश्चात्यांना किंवा युरोपिअन लोकांना अस्वस्थ करते.

अर्ग्यल यांना असंही आढळून आलं की जर 'अ'ला 'ब' व्यक्ती आवडली तर तो तिच्याकडे सारखा पाहत राहातो. त्यामुळं 'ब'ला असं वाटतं की 'अ'ला आपण आवडतो, म्हणून मग त्यालाही 'अ' आवडायला लागतो. थोडक्यात, बहुतेक संस्कृतींमध्ये तुम्हाला जर दुसऱ्या व्यक्तीबरोबर चांगले संबंध प्रस्थापित करायचे असतील तर एकूण वेळेच्या ६० ते ७०% वेळ तुम्ही दुसऱ्या व्यक्तीच्या नजरेला नजर देऊन

बोललं पाहिजे. यामुळे तुम्ही त्यांना आवडू लागाल. समोरची व्यक्ती बेचैन, भित्री असली आणि तिने जर १/३ पेक्षा कमी वेळ आपल्याकडे पाहिलं असेल तर त्याच्यावर क्वचितच विश्वास ठेवला, यात आश्चर्य वाटण्याजोगं काही नाही. म्हणूनच बोलणी करताना काळा गॉगल घालणं टाळावं कारण त्यामुळं समोरच्या व्यक्तीला तुम्ही त्यांच्याकडे एकटक बघत आहात असं वाटतं किंवा तुम्ही त्याला टाळण्याचं प्रयत्न करत आहात असं वाटतं.

तिच्या नजरेवर भाळून त्यानं तिच्याशी लग्न केलं पण नंतर मात्र एकदाही तिनं त्या नजरेनं त्याच्याकडं पाहिलं नाही.

बहुतेक देहबोली आणि हालचालींमध्ये एका व्यक्तीनं दुसऱ्या व्यक्तीकडे किती वेळ पाहावं हे सांस्कृतिकदृष्ट्या ठरवलं जाऊ शकतं. कोणतेही निष्कर्ष काढण्यापूर्वी त्या वेळची सांस्कृतिक परिस्थिती कशी होती याचा विचार करणं आवश्यक आहे. सर्वांत सुरक्षित नियम म्हणजे जपानसारख्या ठिकाणी गेल्यावर तुमचे यजमान तुमच्याकडे किती वेळ बघतात तेवढाच वेळ तुम्ही त्यांच्याकडे बघा. थोडक्यात, ते जसे वागतील तसेच आरशात प्रतिबिंब दिसते त्याप्रमाणे वागण्याचा प्रयत्न करा.

दोन व्यक्ती जेव्हा पहिल्यांदा एकमेकांना भेटतात तेव्हा त्यांच्यातला जो कनिष्ठ असतो तो सामान्यत: पहिल्यांदा समोरची व्यक्ती सोडून दुसरीकडे बघायला लागतो. याचा अर्थ दुसरीकडे न पाहता व्यक्तीकडेच बघत राहण्यात समोरच्याच्या मताबद्दल किंवा दृष्टिकोनाबद्दल त्याला आव्हान देण्याची किंवा त्याच्या मताशी सहमत नसण्याची सूक्ष्म छटा व्यक्त होते. जेव्हा समोरच्या व्यक्तीचं स्थान तुमच्यापेक्षा उच्च असतं, उदाहरणार्थ, जर ते तुमचे साहेब असतील आणि त्यांच्या मताशी तुम्ही सहमत नसल्याचा स्पष्ट संदेश तुम्हाला द्यायचा असेल तर सर्वसाधारण जेवढा वेळ परस्परांकडे बघितलं जातं त्याच्यापेक्षा काही सेकंद जास्त त्यांच्या नजरेला नजर भिडवून बघा. मात्र, तुम्हाला जर नोकरी टिकवायची असेल तर असं नियमितपणे साहेबांकडे रोखून बघणं ही काही फार चांगली कल्पना नाही.

नग्न लोकांच्या वसाहतीत डोळ्यांनी संपर्क कसा साधायचा?

आम्ही एकदा नग्न राहत नसलेल्या लोकांच्या गटाला नग्न राहत असलेल्या लोकांच्या वसाहतीत पाठवलं आणि नव्या लोकांशी ओळख करून दिल्यानंतर ते कोठे पाहतात याचं चित्रीकरण केलं. या गटातील नग्न राहत नसलेल्या सर्व पुरुषांनी सांगितलं की, त्यांना समोरच्याच्या खालच्या भागाकडे बघायचं होतं आणि ते बघणं टाळताना त्यांना खूप त्रास झाला. जेव्हा या भागाचं चित्रीकरण पुन्हा बघण्यात आलं त्या वेळी हे लोक अगदी उघडपणे खालीच बघत होते असं दिसून आलं. स्त्रियांना हा प्रश्न भेडसावला नसल्याचं त्यांनी सांगितलं आणि चित्रीकरणातही क्वचितच कोणी समोरच्याच्या खालच्या अर्धभागाकडे पाहताना आढळलं. याचं कारण पुरुषांची नजर एखाद्या बोगद्यासारखी सुसज्ज असते त्यामुळं स्त्रियांपेक्षा जास्त चांगल्या प्रकारे ते समोर असलेल्या व्यक्तीकडे थेट बघत असतात. त्याच वेळी दूर अंतरावरील लक्ष्य हेरण्यातही ते तरबेज असतात. बहुतेक पुरुषांचा जवळचं पाहण्याच्या आणि परिघाबाहेर पाहण्याच्या नजरेचा आवाका स्त्रियांपेक्षा फार कमी असतो. त्यामुळंच रेफ्रिजरेटर, कपाटं आणि ड्रॉवर्समधील वस्तू पाहणं त्यांना अवघड जातं. स्त्रियांची परिघाबाहेरची नजर प्रत्येक बाजूकडे वर, खाली किमान ४५ अंशाने विस्तार पावते याचा अर्थ जर ती एखाद्याच्या चेहऱ्याकडे पाहत असेल तर त्याच वेळी ती त्याच्या इतर वस्तू, जंगम मिळकत यांचंही निरीक्षण करत असते.

परिघाबाहेर बघण्याचा स्त्रियांच्या नजरेचा विस्तार जास्त असल्यानं त्या एका दिशेने बघत आहेत असं वाटत असलं तरी त्या खरंतर दुसरीकडेच बघत असतात.

पुरुषाचं लक्ष कसं वेधून घ्यावं?

एखाद्या स्त्रीला खोलीमध्ये असणाऱ्या पुरुषाचं लक्ष वेधून घ्यायचं असेल तेव्हा ती त्याच्याकडे एकटक बघते, दोन-तीन सेकंद थांबते आणि नंतर दुसरीकडे बघते आणि खाली बघते. तिचं एकटक बघणं इतका वेळ असतं की तिला पुरुषामध्ये रस आहे याचा आणि संभाव्य शरणागतीचा संदेश बरोबर त्याच्यापर्यंत पोहोचतो. वेबस्टर्स विद्यापीठात पीएचडी केलेल्या मोनिका मूर यांनी असं सिद्ध केलं की, बऱ्याच पुरुषांना स्त्रीचा हा पहिल्या नजरेचा संकेत लक्षातच येत नाही. सर्वसाधारण पुरुषाचं तिच्याकडे लक्ष वेधण्यासाठी तिला सामान्यत: तीन वेळा पुन्हा त्यांच्याकडे बघावं लागतं. जे पुरुष खरे मंद असतात त्यांच्याकडे चार वेळा बघावं लागतं आणि याच्यापेक्षा जे विशेष मूर्ख आणि मंद असतात त्यांच्याकडे पाचपेक्षा जास्त वेळा पाहावं लागतं. अखेर जेव्हा त्याची नजर तिच्या नजरेला भेटते तेव्हा ती किंचित डोळा मोठा करण्यासाठी, किंचित भुवई उंचावण्यासाठी हालचाल करते आणि हा संकेत त्याच्यासाठीच आहे हे दर्शवते.

ज्या पुरुषांना याबाबतीत गती नसते, त्यांना सरळ समोरासमोर भेटून तोंडानं, "हाय, मला तू आवडलास!" हे सांगणंच जास्त सोपं जातं.

खोटं बोलणारे बहुतेकजण तुमच्या डोळ्यांत बघतात

यापूर्वी आम्ही म्हटलं होतं की, काही लोक खोटं बोलताना दुसरीकडे पाहतात. आम्ही याबाबत प्रयोगांची एक मालिकाच केली. यामध्ये सहभागी झालेल्यांना सांगितलं की खोट्याची मालिकाच दुसऱ्यांना सांगावी आणि ते आम्ही ध्वनीमुद्रित केलं. आमच्या संवाद चर्चासत्रात आम्ही ही ध्वनीचित्रफित लोकांना दाखवली आणि त्यातील कोण खोटं बोलतं आहे आणि कोण खरं बोलतं आहे याबद्दल अंदाज करायला सांगितलं. मात्र खोटं बोलणाऱ्यांबद्दल जो एक सर्वसाधारण समज होता, त्याच्या उलटाच परिणाम यात दिसून आला. यामध्ये खोटे बोलणारे ३०% लोक सातत्यानं दुसरीकडं बघत खोटे बोलत होते आणि पाहणाऱ्यांनी ८०% वेळा ते ओळखले. स्त्रिया जास्त झटकन कोण खोटं बोलत आहे हे ओळखू शकतात. राहिलेले खोटं बोलणारे ७०% लोक समोरच्याच्या डोळ्यांत

डोळे घालून खोटं बोलत होते. कारण खोटं बोलणारे थेट समोरच्याच्या डोळ्यांत बघत नाहीत असा समज असतो त्यामुळं त्याच्या विरुद्ध जर आपण वागलो तर आपण खोटं बोलत आहोत असं समोरच्यांना वाटणार नाही असं त्यांनी गृहित धरलं आणि त्यांचा अंदाज बरोबर आला. कारणं ते खोटं बोलत आहेत हे ओळखण्याचं प्रमाण एकदम घटलं आणि ते सर्रास २५% इतकं कमी झालं. फक्त १५% पुरुषांनी खोटं बोलणारे लोक ओळखले तर स्त्रियांमध्ये हे प्रमाण ३५% इतकं होतं. खोटं बोलताना त्यांच्या आवाजात होणारे बदल, डोळ्यांच्या बाहुल्यांचा विस्तार आणि इतर सूचना पुरुषांपेक्षा स्त्रियांच्या मेंदूला अंतर्ज्ञानानं जास्त चांगल्या प्रकारे लक्षात येतात. म्हणजे एकटक नजरेनं पाहणं हा खोटं बोलण्याचा एकमेव विश्वसनीय संकेत आहे असं मानता येणार नाही, त्याबरोबर इतर हालचाली ही लक्षात घेणं गरजेचं आहे.

बोलण्याच्या एकूण वेळापैकी २/३ वेळ जर समोरची व्यक्ती तुमच्या नजरेला नजर देऊन बोलत असेल तर त्याची दोन कारणं असतील एक म्हणजे तिला तुम्ही आवडला असाल किंवा ती तुमच्याकडे आकर्षित झाली असेल तर त्यामुळं तिच्या डोळ्यांच्या बाहुल्या मोठ्या होतात किंवा दुसरं म्हणजे तिच्यात तुमच्याविषयी शत्रुत्वाची भावना निर्माण झाली असेल तर ती तुम्हाला आव्हान देऊ शकते अशा वेळी तिच्या डोळ्याच्या बाहुल्या आकुंचन पावतात. आधी उल्लेख केल्याप्रमाणं डोळ्यांच्या बाहुल्यांतील हे बदल स्त्रियांना चांगल्याप्रकारे ओळखता येतात. त्यामुळं समोरच्या व्यक्तीमध्ये आवड निर्माण झाली आहे की आक्रमकता त्यांना कळू शकतं पण पुरुषांची स्थिती याबाबत फारच वाईट असते. त्यामुळे सर्वसाधारण पुरुषाला समोरची स्त्री चुंबन घेणार आहे की तोंडात मारणार आहे याबद्दल काहीच अंदाज करता येत नाही.

दुसरा हल्ला करत असेल किंवा गैरवर्तन करत असेल तर ते कसं टाळावं?

प्राण्यांच्या बहुतेक प्रगत जाती शरणागती दर्शवताना नजरेला नजर देण्याचं टाळतात. पुच्छ नसलेलं माकड आक्रमकता दाखवायची असेल किंवा

हल्ला करायचा असेल तर त्याचा बळी ठरणाऱ्याच्या नजरेला तो आपल्या डोळ्यांच्या नजरेत बंदिस्त करायचा प्रयत्न करतो तर आपल्यावर हल्ला होऊ नये यासाठी बळी ठरू पाहणारा दुसरीकडे पाहायला लागतो आणि आपण त्याच्यापुढे लहान दिसावं यासाठी प्रयत्न करतो. वैज्ञानिक पुराव्यांद्वारे असं दिसून आलं आहे की, स्वत:चं अस्तित्व टिकवण्यासाठी प्राण्यांच्या प्रगत जातींच्या मेंदूमध्ये अशी विशेष व्यवस्था असते की त्यामुळे शरणागती पत्करण्याची भावना निर्माण केली जाते. ज्या वेळी आपल्यावर हल्ला होतो त्या वेळी आपण लहान दिसण्याचा प्रयत्न करतो, त्यासाठी खांदे पाडतो, आपले हात शरीराजवळ ओढून घेतो, दोन्ही गुडघे एकमेकांजवळ दाबून धरतो आणि पायाचे घोटे खुर्चीत अडकवतो, आपल्या गळ्याचं रक्षण करण्यासाठी हनुवटी छातीवर खाली झुकवतो आणि हल्ला करणाऱ्याची नजर टाळून दुसरीकडे बघायला लागतो. आपल्या या सगळ्या हालचालींचा परिणाम आक्रमण करणाऱ्यावर होऊन त्याचा 'आवेग' कमी होऊन 'स्विच ऑफ' होतो आणि तो हल्ला करायची शक्यता मावळते.

हल्लेखोरापुढे जर आपण लहान दिसण्याचा प्रयत्न केला तर त्याचा आवेग कमी होतो आणि त्याच्या मेंदूतील स्विच ऑफ होतो. तो हल्ला करण्याची शक्यता मावळते.

आपले वरिष्ठ ज्या वेळी आपल्याला समज देत असतात आणि ज्यामुळे तुम्हाला बोलणी खावी लागत आहेत ते कारण जर योग्य असेल तर तुम्ही त्यांच्यापुढे लहान दिसणं ही अगदी योग्य स्थिती आहे. पण रस्त्यात अचानक कोणी निरुद्देश तुमच्यावर हल्ला केला तर ते मात्र हानीकारक ठरेल, रस्त्यातून चाललेल्या टोळक्यातून कोणीतरी संभाव्य हल्लेखोरानं तुमच्याकडे बघितलं आणि तुम्ही जर घाबरलेला दिसलात तर त्याला चिथावणी मिळेल. पण तुम्ही ताठ मानेनं, सरळ, शरीराचा पुढचा भाग मोकळा (म्हणजे तो हातानं झाकून न घेत) ठेवलात, हात पाय हवेत हलवले तर या सगळ्या हालचालीतून, गरज पडली तर तुम्ही स्वत:चा बचाव करू शकता हे व्यक्त होतं आणि मग हल्ल्याची शक्यता कमी होते.

तिरक्या नजरेनं पाहाणं

आवड, अनिश्चितता आणि विरोध दर्शवण्यासाठी 'तिरक्या नजरेनं पाहाणं' ही कृती केली जाते. जेव्हा या कृतीबरोबर किंचित भुवया उंचावल्या जातात आणि स्मित हास्य केलं जातं तेव्हा त्यातून 'आवड' ही भावना व्यक्त केली जाते. प्रणयाराधनाचा संकेत म्हणून विशेषत: स्त्रियांकडून याचा बऱ्याच वेळा वापर केला जातो. जर तिरक्या नजरेनं पाहण्याचा वापर भुवया खाली वळवून पाहणं, कपाळाला आठ्या घालणं, तोंडाचे कोपरे खाली झुकवणं, त्याबरोबर एकत्रित केला तर त्यातून संशय, शत्रुत्व किंवा टीकात्मक भावना व्यक्त होते.

जोरात डोळे फडफडवणं

सामान्यत: एका मिनिटामध्ये सहा ते आठ वेळा डोळ्यांची उघडझाप होते आणि केवळ सुमारे १/१० सेकंद इतका वेळ डोळे मिटले जातात. तणावाखाली असणारे लोक म्हणजे उदाहरणार्थ, ते जेव्हा खोटं बोलत असतात, तेव्हा नाट्यमयरित्या त्यांचं डोळ्यांची उघडझाप करण्याचं प्रमाण वाढतं. व्यक्तीला कंटाळा येणाऱ्या नीरस किंवा आपल्यापेक्षा श्रेष्ठ आहेत असं त्याला वाटणाऱ्या इतर व्यक्तींना आपल्या नजरेसमोरसुद्धा न आणण्यासाठी मेंदूकडून अजाणतेपणे, अबोधपणे डोळे बंद करण्याची कृती केली जाते. समोरच्याबरोबर आता याच्यापुढं कोणताही व्यवहार करण्याची व्यक्तीच्या मेंदूची सहनशक्ती जणू काही संपली आहे असं वाटून दुसऱ्या व्यक्तीला नजरेसमोरून पुसून टाकण्यासाठी डोळे दोन ते तीन सेकंद बंद ठेवले जातात किंवा त्या क्षणासाठी तरी त्याच्या मनातून तुम्हाला काढून टाकण्यासाठी ते बंद ठेवले जातात.

तुम्ही डोळ्यासमोर नको म्हणून डोळे बंद करणे

स्वत:ला श्रेष्ठ समजणारे लोकही डोके मागं ठेवून तुमच्याकडे 'दीर्घ कटाक्ष' टाकण्यासाठी ते तिरपे करतात. सामान्यत: याला 'दुसऱ्याला तुच्छ लेखणं' असे म्हणतात. स्वत:चं महत्त्व इतरांना जाणवलं नाही असं वाटणारे लोकही या पद्धतीनं बघतात. ही हालचाल पाश्चात्य संस्कृतीतील आणि स्वत:ला उच्च वर्गातील मानणाऱ्या इंग्रजी लोकांचं खास वैशिष्ट्य आहे. संभाषण चालू असताना जर समोरच्यानं डोकं तिरपं करून तुमच्याकडे कटाक्ष टाकला तर तुमचं बोलणं काही नीट चाललेलं नाही आणि तुमच्या बोलण्याच्या पद्धतीत काही नवीन बदल करण्याची गरज आहे, असा संकेत ते देतं. तुम्हाला जर समोरची व्यक्ती उद्धट, अगदी उद्धट वाटली तर हा प्रयोग करून बघा. ती ज्या वेळी तिसऱ्यांदा किंवा चौथ्यांदा तुम्हाला बघून डोळे बंद करेल त्या वेळी तुम्ही तुमच्या जागेवरून डावीकडे किंवा उजवीकडे दोन पावलं दूर उभे राहा. अनोळखी व्यक्ती जेव्हा तिच्या पापण्या उघडेल तेव्हा तिला तुम्ही अदृश्य झालात किंवा दुसऱ्या जागी गेलात असं वाटेल आणि त्यामुळं तो गडबडून जाईल. समोरची व्यक्ती जर घोरायला लागली तर तुम्हाला संवाद अयशस्वी झाला असं समजायला हरकत नाही.

नजर इकडून तिकडं फिरवणं

जेव्हा व्यक्ती डोळे इकडून तिकडे फिरवते त्या वेळी व्यक्ती खोलीमध्ये काय करायचं याचा शोध घेत आहे असं वाटतं पण खरं तर तिचा मेंदू सुटकेचा मार्ग (माकडे आणि पुच्छ माकडांच्या बाबतीत असं घडतं त्याप्रमाणे) शोधत असतो आणि यातून जे घडतंय त्याबाबत व्यक्तीला वाटणारी असुरक्षितता व्यक्त होते.

जेव्हा तुम्ही एखाद्या कंटाळवाण्या व्यक्तीबरोबर असता तेव्हा तुमची नैसर्गिक इच्छा तिच्यापासून सुटका कशी करून घ्यावी हीच असते. पण त्याच्यापासून असं दुसरीकडे बघणं म्हणजे त्याच्या बोलण्यात रस नाही असं दाखवणं आणि त्याच्यापासून सुटका हवी आहे असं दाखवणं. पण हा संकेत उचित दिसत नाही. मग अशा वेळी आपण त्या कंटाळवाण्या व्यक्तीच्या चेहऱ्याकडे अधिक लक्ष देऊन पाहत आहोत असं दाखवतो

आणि ओठ घट्ट मिटून हसतो आणि त्याच्या बोलण्यात रस असल्याचं ढोंग करतो. खोटं बोलणारे असं स्वत:चं बोलणं समोरच्याला खात्रीशीर वाटावं यासाठी जास्त डोळ्याला डोळे भिडवून बोलतात. त्याला समांतर असंच हे वागणं आहे.

चेहऱ्याचा भूगोल

समोरच्या व्यक्तीच्या चेहऱ्याची आणि शरीराची ठेवण, त्याची भौगोलिक रचना याचा नाट्यमय परिणाम समोरासमोर भेट झाल्यावर घडून येतो.

हा पुढचा भाग वाचून झाला की, आपण चर्चा केलेल्या तंत्रांचा कोणालाही पूर्वसूचना न देता लवकरात लवकर वापर करून बघा आणि तुम्हाला ही कौशल्यं आत्मसात केल्याचा प्रभावी परिणाम दिसून येईल. साधारणपणे एक आठवडाभर डोळ्यांच्या या तंत्राचा तुम्ही सराव केला तर नंतर ती तुमच्या संवाद कौशल्यांचा नेहमीचा भाग बनतील, सवयीची होतील.

नजरेचे तीन मूलभूत प्रकार आहेत - सामाजिक नजर, सलगी दाखवणारी नजर आणि अधिकार दर्शवणारी नजर.

१. सामाजिक नजर

नजरेबाबत केलेल्या प्रयोगांमधून असं दिसून आलं की, सामाजिक वातावरणात ज्या वेळी दोन व्यक्ती भेटतात तेव्हा व्यक्तीचे डोळे दुसऱ्या व्यक्तीच्या चेहऱ्यावर खिळतात व (चित्रात दाखवल्याप्रमाणे) त्रिकोणी क्षेत्रातून बघतात. म्हणजे त्याच्या चेहऱ्याकडे दोन डोळे आणि तोंड यांच्या त्रिकोणी ठेवणीतून बघतात. बोलताना जवळजवळ ६०% वेळ त्यांची नजर या क्षेत्रात राहाते.

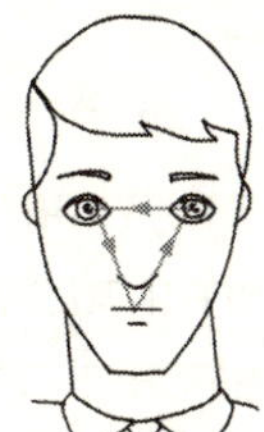

नजरेचं सामाजिक क्षेत्र

आपण कोणाचाही धाक न वाटता निर्भयपणे चेहऱ्यावरील या भागाकडे बघू शकतो. समोरच्या व्यक्तीला तुम्ही आक्रमक आहात असं वाटणार नाही.

२. सलगी दाखवणारी नजर

जेव्हा दोन व्यक्ती कमी अंतरावर पहिल्यांदा एकमेकांना भेटतात तेव्हा ते लगेच दुसऱ्या व्यक्तीचा चेहरा आणि शरीराच्या खालच्या भागांकडे पहिली नजर टाकतात. कारण समोरची व्यक्ती स्त्री आहे की पुरुष हे त्यांना जाणून घ्यायचं असतं आणि तिच्यात आपल्याला किती रस वाटू शकतो हे ठरवण्यासाठी ते दुसऱ्यांदा तिच्याकडे बघतात. या नजरेचं क्षेत्र दोन डोळे ते खाली हनुवटीपर्यंत ते व्यक्तीच्या शरीराच्या खालच्या भागाकडे असं असतं. जवळच्या भेटीत डोळे ते छाती असं पाहाण्याचं नजरेचं त्रिकोणी क्षेत्र असतं आणि दूरच्या भेटीत नजरेचं क्षेत्र डोळे ते दोन्ही मांड्यांच्या मध्ये किंवा खाली असं असतं.

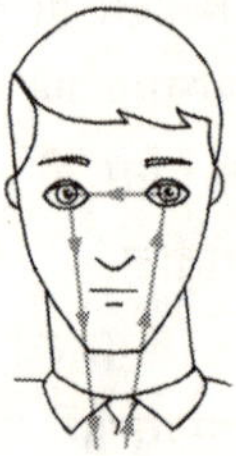

सलगीच्या नजरेचं क्षेत्र

स्त्री–पुरुष एकमेकांच्यात रस आहे हे दाखवण्यासाठी या सलगीच्या नजरेचा वापर एकमेकाला नजर भेट देऊन करतात. सामान्यत: आपण झटकन असं दोनदा बघतो आणि नंतर चेहऱ्याकडे बघतो. काही जणांनी मोठ्या जोरात आपण असं बघत असल्याचं नाकारलं मात्र लपवलेल्या कॅमेऱ्याच्या साहाय्यानं केलेल्या अभ्यासातून प्रत्येक जण, अगदी नन्ससुद्धा असं बघतात हे सिद्ध झालं.

आम्ही याआधी म्हटल्याप्रमाणे स्त्रियांच्या नजरेचा परीघ मोठा असतो. त्यामुळं पुरुषाच्या लक्षात न येता त्यांना त्याचं डोक्यापासून पायाच्या बोटांपर्यंत निरीक्षण करता येतं. पुरुषाची नजर बोगद्यासारखी असल्यानं तो अगदी उघड पद्धतीनं स्त्रीच्या शरीराकडे वरपासून खालपर्यंत बघतो आणि ते तिला कळतं. म्हणूनच पुरुष कामुक नजरेनं सतत स्त्रीचं शरीर न्याहाळत असतात, असा त्यांच्यावर आरोप केला जातो. खरं तर स्त्रिया पुरुषांकडे जास्त बघत असतात असं संशोधनातून दिसून आलं आहे, मात्र त्यांच्यावर क्वचितच हा आरोप होतो. पुरुष स्त्रियांपेक्षा जास्त कामुक असतात असं नव्हे, पण त्यांच्या बोगद्यासारख्या नजरेमुळं ते पकडले जातात.

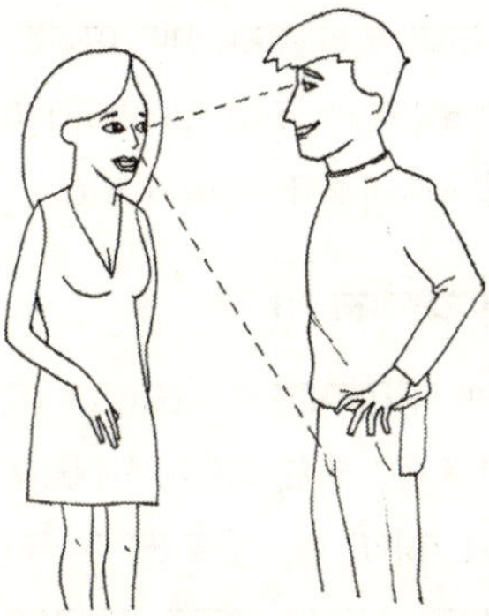

स्त्रियांच्या नजरेचा परीघ मोठा असल्यानं त्या कधीच पकडल्या जाऊ शकत नाहीत तर बोगद्यासारख्या नजरेमुळं पुरुष कायम पकडले जातात.

संभाषणादरम्यान, जमिनीकडे खाली बघणं याचा अर्थ स्त्री आणि पुरुष यांच्यासाठी वेगवेगळा असतो. पुरुषासाठी स्त्रीचं जलद प्राथमिक निरीक्षण करण्याची ती एक संधी असते. तर स्त्रीचं दुहेरी कारण असतं. एक म्हणजे तिला पुरुषाचं निरीक्षण करायचं असतं आणि त्याच वेळी आपण अबोल आहोत असा संकेत देण्यासाठी दुसरीकडे आणि खाली पाहायचं असतं.

पुरुषांना थेट डोळ्यांशी संपर्क साधणं अवघड का जातं?
स्त्रियांच्या वक्षस्थळांना डोळे नसतात.

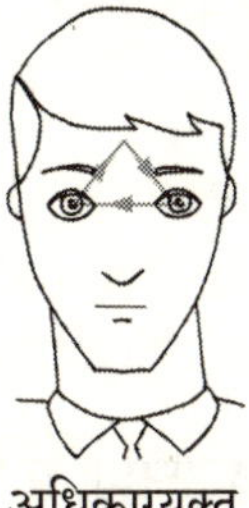

अधिकारयुक्त नजर

३. जरब बसवणारी नजर

कल्पना करा माणसाला त्याच्या कपाळावर बरोबर मध्ये तिसरा डोळा आहे आणि बरोबर त्रिकोण साधून (चित्रात दाखवल्याप'माणे) तीन डोळ्यांच्या क्षेत्रात बघा. या नजरेचा प्रभाव किती पडतो याचा अनुभव घेतल्याशिवाय त्याच्यावर आपला विश्वास बसणार नाही.

या नजरेमुळं वातावरण एकदम गंभीर होतं, एवढचं नाही तर स्मशान शांतता निर्माण होते. तुमची नजर त्या व्यक्तीच्या कपाळावरील त्या भागावर एकाग्र करा, तिथेच निश्चित करा आणि काय परिणाम होतो ते बघा.

मात्र, तुमची नजर त्या व्यक्तीच्या डोळ्यांकडे खाली येता कामा नये, ती वरतीच खिळवून ठेवल्यानं त्याचा ताण व्यक्तीवर येतो. मित्रत्वाच्या

किंवा प्रेमाच्या भेटीगाठीत या नजरेचा वापर कधी करू नका. पण एखाद्या व्यक्तीला घाबरवून टाकायला, धाकदपटशा दाखवायला किंवा जो बोलायचा थांबतच नाही त्याची बोलती बंद करण्यासाठी या नजरेचा उपयोग करा.

विस्तारलेल्या डोळ्यांनी टक लावून पाहाण्यातील ताकद

तुमचे डोळे जर मृदू (सौम्य), अशक्त आणि परिणामशून्य असतील तर विस्तारलेल्या डोळयांनी एकटक पाहाण्याचा सराव करा आणि तुमच्यात किती अधिकार येतो ते पाहा. जर तुमच्यावर कोणी हल्ला केला असेल त्याच्याशी डोळे भिडवताना ते मिचकावू नका. हल्लेखोराकडे पाहताना तुम्ही पापण्या बारीक करा आणि व्यक्तीवर जवळून लक्ष एकाग्र करा. दुसरे प्राणी मारून जगणारे आपल्या शिकारीवर झडप घालण्यापूर्वी असंच करतात. जेव्हा तुम्ही डोळ्याची पापणी न लवता एका व्यक्तीकडून दुसऱ्या व्यक्तीकडे बघता आणि ती व्यक्ती तुमच्या नजरेकडे पाहाते तेव्हा ती दुर्बल, धैर्यहीन होते.

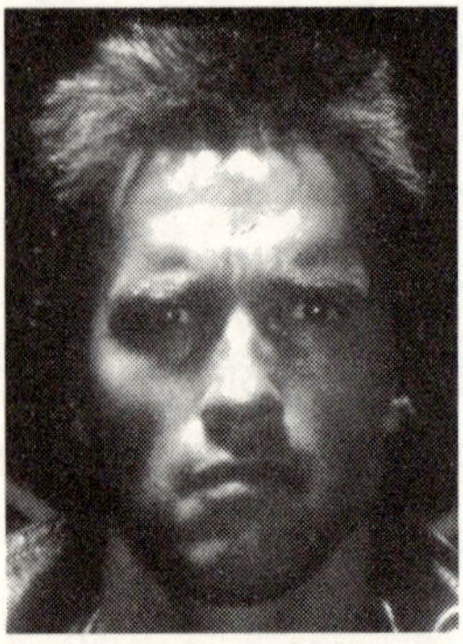

'टर्मिनेटर'शी दोन हात न केलेलेच चांगले!

एकटक बघण्यातली ताकद अजमावताना आधी तुमची बुबुळं फिरवा, मग त्यानुसार डोकं हलवा, तुमचे खांदे मात्र स्थिर ठेवा. एकटक बघण्यातल्या ताकदीचा वापर अरनॉल्ड श्वारझेनेगर यानं 'द टर्मिनेटर' या चित्रपटात केला होता आणि भविष्यात जे दहशत निर्माण करण्याची शक्यता होती त्यांच्या हृदयात भीती निर्माण करण्यात तो यशस्वी झाला. पण शक्यतो आनंदी लोकांना भेटण्याचं धोरण ठेवा म्हणजे हे धाक दाखवणारं अस्त्र तुम्हाला कधीच वापरण्याची गरज पडणार नाही.

राजकारणी व्यक्तीची गोष्ट

जेव्हा एखादा बोलताना आपल्या डोळ्यात बघून न बोलता इकडे तिकडे बघत बोलतो, तेव्हा त्याच्या विश्वासार्हतेवरचा आपला विश्वास नाट्यपूर्णरित्या कमी होतो. भले तो लाजाळूपणामुळं आपल्याकडे बघत नसला तरी. एक राजकारणी आमचा ग्राहक होता. एकदा त्याची टेलिव्हिजनवर मुलाखत होती. टेलिव्हिजन माध्यमाबद्दल तो अगदी नवखा होता. त्याची मुलाखत सुरू असताना वार्ताहर आणि कॅमेरे या दोघांकडे तो बघत असल्यानं सतत त्याचे डोळे फडफडत होते. त्याचा परिणाम तो लबाड आणि अविश्वसनीय आहे असं वाटण्यात झाला. पुढे दर वेळी तो टिव्हीवर दिसला की त्याच्या लोकप्रियतेत घट होत होती. मग आम्ही त्याला प्रशिक्षण दिलं की, बोलताना फक्त वार्ताहरांकडे बघायचं आणि कॅमेऱ्याकडे दुर्लक्ष करायचं. दुसऱ्या एका राजकारणी व्यक्तीला, त्यानं जेव्हा टेलिव्हिजनवरील राजकीय चर्चेत भाग घेतला तेव्हा त्याची मुख्य उत्तरं देताना त्याला आम्ही टेलिव्हिजन कॅमेऱ्याच्या लेन्सकडं पाहून बोलण्याचं प्रशिक्षण दिलं. त्याचा परिणाम असा झाला. टिव्ही स्टुडिओत बसलेल्या १५० प्रेक्षकांकडे न बघता कॅमेऱ्याकडं बघितल्यानं टेलिव्हिजन बघणाऱ्या लाखो प्रेक्षकांवर त्याचा प्रभाव पडला कारण तो राजकारणी थेट त्यांच्याकडे पाहून त्यांच्याशीच बोलत आहे, असं त्यांना वाटलं.

माझ्या डोळ्यात खोलवर पाहा

एका टेलिव्हिजनवरील कार्यक्रमात आम्ही डेटिंग एजन्सीच्या सहकार्यानं (विवाह संस्थेच्या सहकार्यानं) एक प्रयोग केला. आम्ही काही निवडक पुरुषांना सांगितलं की ते जिला भेटणार आहेत, ती त्यांच्यासाठी अगदी योग्य जोडीदार आहे आणि त्यांचा वेळ अगदी मजेत जाणार आहे. मात्र त्यांना आम्ही हे ही स्पष्ट केलं की, त्याची जी जोडीदार आहे तिला लहानपणी एका डोळ्याला जखम झाली होती. पण ती कोणत्या डोळ्याला आहे हे काही आम्हाला कळू शकलं नाही कारण ती त्याबाबत खूप संवदेनशील आहे. आम्हाला ती इजा कोणत्या डोळ्याला आहे याची खात्री नाही, पण जर का तुम्ही तिच्या डोळ्यात जवळून नीट बघितलंत तर तुम्हाला ते कळू शकेल. प्रत्येक स्त्रीलाही आम्ही तिच्या पुरुष जोडीदाराविषयी असंच सांगितलं आणि जर तिनं नीटपणे त्याच्या डोळ्यात निरखून बघितलं तर

कोणता डोळा अधू आहे हे तिला कळेल. आणि मग जेव्हा ती जोडपी प्रत्यक्ष भेटली तेव्हा त्यांनी संपूर्ण संध्याकाळ एकमेकांच्या डोळ्यात पाहत घालवली आणि कोणत्या डोळ्यात दोष आहे याचा शोध घ्यायचा निष्फळ प्रयत्न केला. याचा परिणाम असा झाला की प्रत्येक जोडप्यानं त्यांच्या भेटीत अत्यंत जवळीक आणि प्रेम निर्माण झाल्याचं सांगितलं आणि त्या संस्थेच्या सरासरीपेक्षा त्या जोडप्यांनी पुन्हा दुसऱ्यांदा एकमेकांना भेटण्याच्या प्रमाणात २००% वाढ झाली.

खूप वेळ एकमेकांच्या डोळ्यात डोळे घालून पाहिलं तर जवळिकीची भावना निर्माण होते.

तुम्ही असाच दुसरा प्रयोग जोडप्यांवर करू शकता. त्यांना सांगायचं की ते जिला/ज्याला भेटणार आहेत तिला/त्याला ऐकण्याची समस्या आहे, त्यामुळं त्यांना नेहमीपेक्षा १०% मोठ्यानं बोलावं लागणार आहे. परिणामी, संध्याकाळ जसजशी गडद होत जाते तसतसे जोडप्यांचे आवाज वाढत जातात आणि एका क्षणी ते अक्षरश: एकमेकांच्या अंगावर ओरडायला लागतात, किंचाळून बोलायला लागतात.

मुलाखतीची पहिली २० सेकंदं

बऱ्याच वेळेस उमेदवारांना असं सांगण्यात येतं की मुलाखत घेणाऱ्या व्यक्तीकडे प्रवेश केल्यापासून ते स्थानापन्न होईपर्यंत थेट बघत राहा. वास्तविक हे उमेदवार आणि मुलाखत घेणारी व्यक्ती या दोघांनाही अडचणीचं ठरतं. मुलाखत घेणारी व्यक्ती पुरुष असेल तर येणाऱ्या उमेदवार स्त्रीचे केस, पाय, बांधा आणि एकूणच व्यक्तिमत्त्व यांचं निरीक्षण करायला त्याला वेळ हवा असतो. जर ती स्त्री उमेदवार थेट नजर मिळवून मुलाखत घेणाऱ्या व्यक्तीकडे बघत राहिली तर हे निरीक्षण करणं शक्य होत नाही. त्यामुळे मुलाखती दरम्यान चोरून चोरून आपलं निरीक्षण पूर्ण करण्याचं काम कळत नकळत मुलाखत घेणारी व्यक्ती करत राहते आणि त्यामुळे प्रत्यक्ष मुलाखतीदरम्यान काय बोलणं चाललं आहे याकडे दुर्लक्ष होऊ शकतं. २१व्या शतकात, जिथं व्यवसाय जगतात स्त्री-पुरुष समान असतात असं मानलं जातं तिथं आजही पुरुष असं वागतात हे वाचून काही महिला

उमेदवारांची निराशा होईल. पण आपल्याला आवडो अथवा न आवडो, छुप्या कॅमेऱ्यांनी केलेल्या चित्रीकरणाद्वारे ही वस्तुस्थिती सिद्ध झालेली आहे.

कोणाला आवडो अथवा न आवडो पण स्त्री उमेदवार मुलाखत संपवून बाहेर पडत असताना प्रत्येक मुलाखतकार तिच्या पार्श्वभागाकडे बघत असतो, जरी तिचं रुपडं आवडलं नसलं तरीसुद्धा.

व्हिडिओ कॅमेऱ्यांनी हेही दाखवून दिलं आहे की, मुलाखत घेणाऱ्या स्त्रियाही अशाच प्रकारे स्त्री/पुरुष उमेदवारांचं मूल्यमापन करीत असतात. पण त्यांचा बघण्याचा परीघ विस्तृत असल्यानं, त्या चातुर्यानं उमेदवारकडे बघणं, इतर गोष्टींकडे बघण्यात बेमालूमपणे मिसळतात आणि क्वचितच पकडल्या जातात. स्त्रियांचा मुलाखत देणाऱ्या स्त्री उमेदवारांचं राहणीमान, दिसणं व्यवस्थित नसेल तर त्याबाबतचा दृष्टिकोन पुरुषांपेक्षा जास्त टीकात्मक असतो. पुरुष उमेदवारांच्या केसांची लांबी, कपड्यांची रंगसंगती, पॅन्टची इस्त्री, चपला/बूट यांच्याकडे महिला मुलाखतकरांचं लक्ष असतं. बऱ्याच पुरुषांना हे माहीतही नसेल की स्त्रिया त्यांच्या बुटांच्या मागच्या भागाकडे बघून उमेदवाराच्या एकूण वेशभूषेशी त्याची संगती लावतात. तेव्हा जर तुम्ही पुरुष उमेदवार असाल तर संपूर्ण बूटाला पॉलिश करायची काळजी घ्या, फक्त समोरच्या भागाला नाही.

उत्तम मार्ग

आता हे सगळं लक्षात घेतल्यावर मुलाखत यशस्वी होण्याचं रहस्य असं आहे की तुम्ही मुलाखतीला गेल्यावर मुलाखतकाराशी हस्तांदोलन करा आणि नंतर त्यांना तुमचं निरीक्षण पूर्ण करण्यासाठी दोन-तीन सेकंदाचा वेळ द्या. या वेळेत व्यत्यय आणू नका. त्यांचं निरीक्षण पूर्ण होईपर्यंत तुम्ही तुमच्या हातातील ब्रीफकेस किंवा फाईल/फोल्डर व्यवस्थित खाली ठेवा. तुम्हाला लागणारी कागदपत्रं व्यवस्थित लावून घ्या, तुमचा मोबाईल बंद करा. (कोट अडकवण्यासाठी मागे वळा) किंवा खुर्चीवर बसून ती जवळ ओढा आणि मग मुलाखतकाराकडे बघा. विक्रीवृद्धीसाठी ज्या मुलाखती झाल्या त्याचं आम्ही चित्रीकरण केलं, त्यातून आम्हाला असं आढळून आलं की 'मुलाखत द्यायला आलेल्या विक्रीविभागाशी संबंधित उमेदवारांनी वर

उल्लेख केलेल्या धोरणाचा वापर केला तेव्हा मुलाखतकाराचंही त्यांच्याबद्दल चांगलं मत झालं आणि याचे विक्रीवरही चांगले परिणाम दिसून आले.

कोणतं माध्यम तुम्हाला जवळचं वाटतं?

व्यक्तीच्या डोळ्यांच्या हालचालीवरून तिचा मेंदू कशावर लक्ष केंद्रित करीत आहे हे लक्षात येतं. त्या हालचाली आपल्याला आपण काय पाहिलं, ऐकलं, वास घेतला, चव बघितली किंवा स्पर्श केला याची आठवण करून देतात. अमेरिकन मानसशास्त्रज्ञ ग्राइन्डर आणि बॅन्डलर यांनी हे तंत्र विकसित केलं. ते 'न्यूरोलिंग्विस्टिक प्रोग्रॅमिंग' किंवा 'एनएलपी' या नावानं ओळखलं जातं.

साधं आहे, व्यक्तीला जर काही आठवायला लागलं तर त्याचे डोळे वर जातात (चित्र 'अ'). त्यानं काही ऐकलेलं आठवायला लागलं तर त्याचे डोळे बाजूला वळतात, डोकं जरा तिरपं होतं, जणू काही ते ऐकत आहेत (चित्र 'ब'). जर व्यक्तीला काही भावनांची आठवण झाली तर तिचे डोळे खाली उजवीकडे पाहायला लागतात (चित्र 'क') आणि व्यक्ती मनातल्या मनात स्वत:शी बोलत असेल तर डावीकडे बघते (चित्र 'ड').

अ. पाहिलेल्या चित्राची आठवण

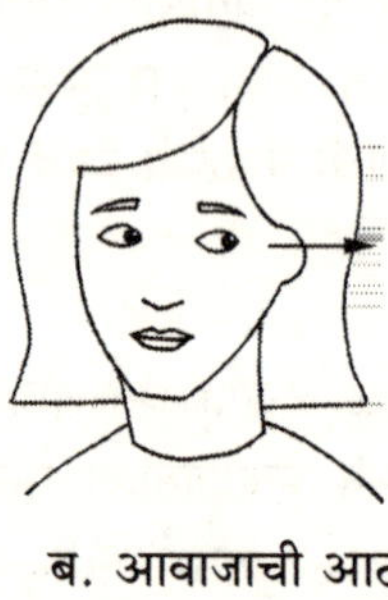

ब. आवाजाची आठवण

क. भावनांची आठवण

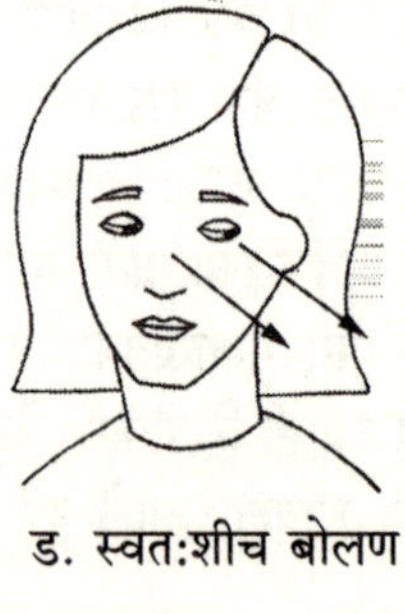

ड. स्वत:शीच बोलण

डोळ्यांच्या या हालचाली अगदी क्षणभर घडतात आणि त्या एकेकट्या घडत नाहीत तर त्या इतर कशाबरोबर तरी होतात. त्यामुळे त्या व्यक्त होताना ओळखणं कठीण जातं. मात्र, याची जर चित्रफीत पुन्हा बघितली तर व्यक्ती जे बोलते आणि तिला त्याबद्दल खरं काय वाटतं यात तफावत दिसून येते.

आपलं मत व्यक्त करण्यासाठी ३५% लोक दृश्य माहिती माध्यमाचा वापर करणं पसंत करतात. उदाहरणार्थ – 'तुला काय म्हणायचंय ते माझ्या लक्षात आलं.', 'तू जरा त्यात लक्ष घालशील का?', 'आता हे संपूर्णतया स्पष्ट आहे.', 'तू मला ते दाखवशील का?' अशा प्रकारचे वाक्प्रचार ते नेहमी वापरतात आणि तुम्ही त्यांना काही तक्ते, नकाशे, आलेख दाखवता आणि विचारता, 'आता चित्र स्पष्ट झालं का?'

२५% लोक श्राव्य माध्यमाला प्राधान्य देतात आणि ते म्हणतात, 'माझ्या डोक्यात घंटा घणघणली', 'मी तुझं ऐकतो आहे', 'ऐकायला हे काही बरं वाटत नाही' आणि 'तुमच्याशी सूर जुळावेत' असं त्यांना वाटतं. इतर ४०% लोक भावना या माध्यमाचा वापर करतात. 'चला ती कल्पना वापरून बघू या.', 'आमच्या विभागाला असा एखादा ठोसा बसायला हवा.', 'तुला काय म्हणायचं हे मला तितकंसं समजत नाही.' त्यांना प्रयोगातील अनेक गोष्टी स्वत:ला करून बघायला आवडतात आणि प्रात्यक्षिकातही सहभागी व्हायला आवडतं. यामुळं एखादी कल्पना ते नीट समजून घेऊ शकतात.

'एनएलपी' हा एक महत्त्वपूर्ण शोध असून संवादाचं ते एक प्रभावी साधन आहे. खरं त्याचा स्वतंत्र विषय म्हणून अभ्यास व्हायला हवा. या विषयासंबंधी आणखी माहिती घेण्यासाठी पुस्तकाच्या शेवटी संदर्भ विभागातील पुस्तकांची यादी दिली आहे. त्यातील ग्राइन्डर आणि बॅन्डलर यांचे पुस्तक वाचा.

श्रोतृवर्गाच्या थेट डोळ्यात बघून कसं बोलावं

व्यावसायिक सभा, संमेलनात श्रोत्यांना आपल्या भाषणात गुंतवून ठेवायचं आणि त्यांचा सहभाग वाढवायचं एक तंत्र आम्ही शोधून काढलं आहे. ५० पर्यंत श्रोत्यांची संख्या असल्यास त्यांच्यातील प्रत्येक व्यक्तीशी

नजरानजर करणं शक्य असतं. मात्र त्यापेक्षा मोठा समूह असल्यास तुम्ही सामान्यत: आणखी मागे उभे राहता. त्यामुळे तुम्हाला वेगळी पद्धत अवलंबावी लागेल. श्रोत्यांच्या समूहाच्या चारही कोपऱ्याच्या ठिकाणी चार बिंदू किंवा काल्पनिक किंवा खऱ्या व्यक्ती हेरा तसंच समूहाच्या मध्यभागी असलेली व्यक्ती हेरा. असं केल्यामुळं तुम्ही पहिल्या रांगेपासून सुमारे १० मीटर लांब जरी उभे असलात तरी ५० जणांच्या समूहातल्या निदान २० लोकांना वाटेल तुम्ही त्यांच्याशी वैयक्तिकरीत्या बोलत आहात. आणि त्यामुळे तुमच्या म्हणण्याकडे ते जास्त लक्ष देतील आणि तुमच्याशी जोडले जातील. ज्या वेळी तुम्हाला तुमचे सहकारी किंवा ग्राहक यांना तुमच्या बाजूला वळवून घ्यायचं असेल तेव्हा ही युक्ती प्रभावी ठरते.

तुमच्या श्रोतृवर्गाच्या थेट डोळ्यांत बघून बोलल्याने तुमच्या विश्वसनीयतेबद्दल त्यांची खात्री पटेल.

दृश्य माध्यमातून माहिती सादर करणे

दृकश्राव्य माध्यमातून सादरीकरण करताना समोरच्या व्यक्तीच्या पाहण्यावर आपलं नियंत्रण ठेवता येणं हे अत्यंत महत्त्वाचं आहे. संशोधनातून असं सिद्ध झालं आहे की दृश्य सादरीकरणातील माहितीपैकी ८३% भाग श्रोते डोळ्यांनी मेंदूपर्यंत पोहोचवतात. ९९% भाग कानांनी ऐकून तर ६% भाग इतर मार्गांनी (ज्ञानेंद्रियांमार्फत) पोहोचवतात म्हणून जर तुम्ही पॉवरपॉईंट, लॅपटॉप, पुस्तके, तक्ते, आलेख अशा दृश्य साधनांचा वापर करणार असाल ते सरळ सोपे माहिती देणारे असावे.

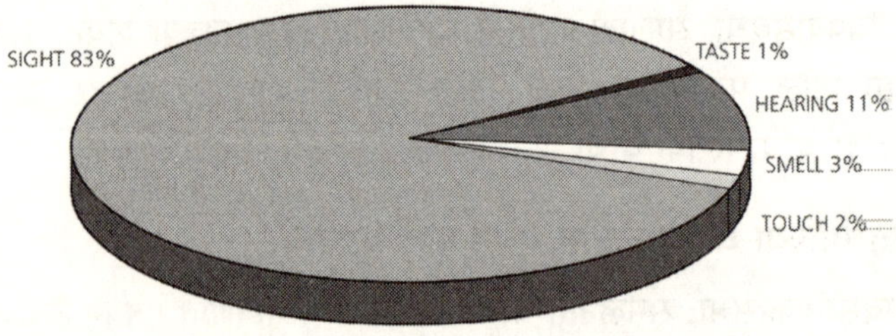

दृकश्राव्य माध्यमांतून मेंदूपर्यंत माहिती पोहोचवण्यात ज्ञानेंद्रियांचा सहभाग

अमेरिकेत व्हार्टनमध्ये झालेल्या एका अभ्यासातून असा निष्कर्ष निघाला आहे की नुसतं तोंडी सादरीकरण केलं तर त्यातील १०% भागच श्रोत्यांच्या लक्षात राहातो. म्हणजेच नुसत्या बोलण्याचा वापर करताना काही महत्त्वाचे मुद्दे पुन:पुन्हा सांगावे लागतात. म्हणजे ते जास्त परिणामकारकरीत्या श्रोत्यांपर्यंत पोहोचतात. त्याच्या तुलनेत दृक आणि श्राव्य माध्यमांचा वापर केला तर श्रोत्यांच्या ५०% पर्यंत लक्षात राहू शकतं. याचाच अर्थ जर सादरीकरणादरम्यान तुमच्या बोलण्याला दृक माध्यमांची जोड दिली तर तुम्हाला श्रोत्यांची आकलन शक्ती ४००% नी वाढलेली दिसून येईल. अभ्यासातून असंही दिसून आलं की, दृकश्राव्य माध्यमांचा वापर केल्यास व्यवसाय बैठकींमधला २५.७ मिनिटे ते १८.६ मिनिटे इतका वेळ वाचू शकतो म्हणजे वेळेची सुमारे २८% बचत होते.

द पॉवर लिफ्ट

जेव्हा दोन व्यक्ती परस्परांशी बोलत असतील तेव्हा बोलणाऱ्या व्यक्तीनं पेनचा वापर त्या दोघांमध्ये असलेल्या लॅपटॉप, कागद-पत्रं, व्हिडिओ सादरीकरण या साधनांवर लक्ष केंद्रित करण्यावर करावा आणि पेनने जे दाखवत आहेत त्याची तोंडानेही माहिती द्यावी. यानंतर बोलणाऱ्या व्यक्तीने पेन वर उचलून त्याच्या दुसऱ्या व्यक्तीच्या डोळ्यांच्या मधे येईल अशा रीतीने धरावं. त्याचा चुंबकीय परिणाम होऊन दुसरी व्यक्ती आपोआप तुमच्याकडे बघेल आणि तुमचं म्हणणं त्याच्या जास्त चांगल्या पद्धतीने लक्षात येईल. बोलताना दुसऱ्या हाताचा पंजा उघडा ठेवा.

समोरच्या व्यक्तीची नजर आपल्या नियंत्रणात ठेवण्यासाठी पेनचा वापर

आम्हाला असं आढळून आलं की, स्त्रिया जेव्हा स्वत: बोलत नसतात तेव्हा त्या पुरुषांपेक्षा जास्त थेट समोरच्याकडे बघतात. याउलट बोलताना मात्र त्या थेट समोरच्याकडे बघणं टाळतात.

पुरुष स्त्रियांकडे जेवढे टक लावून पाहतात, तेवढे स्त्रिया त्यांच्याकडे पाहत नाहीत. पुरुष जेव्हा स्त्रियांचं बोलणं ऐकत असतात तेव्हा ते त्यांच्या डोळ्यात थेट बघतात. मात्र पुरुषांचं बोलणं ऐकताना ते तितके त्यांच्याकडे बघत नाहीत.

सारांश

समोरासमोर भेट झाल्यावर समोरच्याच्या डोळ्यात थेट बघण्याचा जबरदस्त परिणाम होतो. तुम्ही जर व्यवस्थापक असाल आणि तुमच्या हाताखाली काम करणाऱ्या, त्रास देणाऱ्या कर्मचाऱ्याला तुम्हाला दम भरून वठणीवर आणायचं आहे किंवा आई-वडिलांना मुलाला ताकीद द्यायची आहे तर कोणती नजर वापराल? सामाजिक नजरेचा वापर केलात तर कितीही कडक शब्द तुम्ही वापरलेत तरी त्याचा परिणाम होणार नाही. सामाजिक नजर तुमच्या शब्दातली ताकद काढून घेईल. पण नजरेचा वापर केला तर ते घाबरून जातील किंवा त्यांना त्रास होईल. मात्र, अधिकारयुक्त नजर वापरली तर ऐकणाऱ्यावर त्याचा बरोबर परिणाम होईल आणि आपलं काम नीट करायला हवं याची त्याला जाणीव होईल.

योग्य नजरेचा वापर विश्वासार्हता वाढवतो.

पुरुष जेव्हा स्त्रीच्या डोळयात 'आमंत्रण' दिसतं असं म्हणतात तेव्हा ती तिरक्या नजरेनं बघत असते. तिच्या बाहुल्या विस्तारलेल्या असतात आणि सलगी दर्शवणारी नजर असते. स्त्रियांना जर आपण सहजासहजी उपलब्ध नाही हे दाखवायचं असेल तर त्यांनी जवळीक दाखवणारी नजर वापरण्याऐवजी सामाजिक नजरेचा वापर करावा. पण असंही पुरुषांना बहुतेक नजर कोणती आहे हे लक्षात येतंच. प्रणयाराधनाच्या काळात अधिकारयुक्त नजर वापरली तर ते स्त्री-पुरुष थंड आणि मैत्रीची भावना नसलेले मानले जातील. कधी कधी तुमच्या संभाव्य जोडीदारावर

जवळीक दाखवणाऱ्या नजरेचा वापर तुम्ही करता, तरीही तुम्हाला खेळ खेळायला लागतो. स्त्रिया ही नजर वापरण्यात आणि स्वीकारण्यात तरबेज असतात, पण दुर्दैवानं पुरुषांना मात्र यात एवढी गती नसते. पुरुष ज्या वेळी जवळीकतेची नजर स्त्रियांकडे टाकतात तेव्हा ते त्यांना कळतं कारण ती दिखाऊ आणि निर्लज्जपणाची असते. सलगीच्या नजरेनं जेव्हा स्त्री एखाद्या पुरुषाकडे बघते तेव्हा त्याला त्याची जाणीवच होत नाही आणि त्यामुळं त्या स्त्रीला निराशेची भावना निर्माण होते.

प्रकरण ९

प्रदेश आणि वैयक्तिक अवकाश यांच्यावर आक्रमण करणारे

''मला क्षमा करा, पण तुम्ही माझ्या जागेवर बसला आहात.''

प्राणी, पक्षी, मासे आणि प्राण्यांच्या इतर प्रगत जातींकडून भूभागाच्या सीमा ठरवणे, त्याचे रक्षण करणे याविषयी हजारो पुस्तकं, लेख लिहिण्यात आले आहेत, पण अलीकडच्या काही वर्षांतच माणसालाही असा भूप्रदेश (प्रांत) असतो, याचा शोध लागला आहे. याचा ध्वन्यर्थ जर तुम्ही समजावून घेतलात तर आपल्याच वागण्यातील अंतरंगीय यथार्थ ज्ञान तुम्हाला होईल आणि समोरची व्यक्ती कशी प्रतिक्रिया देणार आहे याचा अंदाज बांधता येईल. अमेरिकन मानववंशशास्त्रज्ञ एडवर्ड हॉल हा माणसाच्या अवकाशविषयक गरजांविषयी अभ्यास करणाऱ्या पहिल्या संशोधकांपैकी एक होता आणि त्यांनी १९६०च्या सुरुवातीला 'सान्निध्य' हा नवा शब्द तयार केला. परस्परसंबंधांबाबतचं नवं आकलन हॉल यांच्या या क्षेत्रातील संशोधनामुळे झालं.

प्रत्येक व्यक्तीचंही स्वत:चं असं क्षेत्र किंवा अवकाश असतं. ते त्याचं असतं आणि जणू काही तो त्याच्या शरीराचा वाढवलेला भाग

असतो, विस्तार असतो. या प्रांतामध्ये त्याची मालमत्ता, घर, घराला घातलेलं कुंपण, त्याच्या मालकीचं वाहन, त्यातील जागा, त्याची झोपण्याची खोली किंवा त्याची खुर्ची आणि डॉ. हॉल यांना शोध लागलेलं प्रत्येकाच्या शरीराभोवतीचं निश्चित असं वैयक्तिक वातावरण आणि अवकाश (असं हे जागेचं, वैयक्तिक आयुष्यापासून ते देश, जगापर्यंत व्यापक झालेलं महत्त्व) असतं.

या प्रकरणात आपण मुख्यत: या वैयक्तिक वातावरणाचा आणि अवकाशाचा असलेला संबंध आणि त्यावर जर कोणी आक्रमण करण्याचा प्रयत्न केला तर त्या वेळी लोकांची होणारी प्रतिक्रिया आणि दुसऱ्याशी 'हाताचं अंतर राखून' वागण्याचं महत्त्व याचा विचार करणार आहोत.

वैयक्तिक अवकाश

बहुतेक प्राण्यांना त्यांच्या भोवतीचं विशिष्ट असं वातावरणातील अवकाश असतं आणि ते केवळ त्यांचंच, वैयक्तिक असतं असा त्यांचा दावा असतो. या जागेचा विस्तार कसा होईल हे मुख्यत: तो प्राणी किती गर्दीच्या आणि इतर कोणत्या परिस्थितीत वाढला तसंच तेथील राहणाऱ्यांची (लोकसंख्येची) घनता किती आहे यावर अवलंबून असतं. त्यामुळे स्थानिक परिस्थितीनुसार हे वैयक्तिक अवकाश वाढू शकतं किंवा कमी होऊ शकतं. आफ्रिकेतल्या दुर्गम भागात वाढलेल्या सिंहाचं क्षेत्र तिथं राहाणाऱ्या सिंहांची संख्या किती आहे यानुसार ५० किलोमीटर (३० मैल) किंवा त्यापेक्षा जास्त असू शकतं आणि मलमूत्र विसर्जित करून तो आपल्या क्षेत्राच्या सीमा ठरवून घेतो. याउलट सिंह जर इतर सिंहांबरोबर त्यांच्या नजरबंदीत वाढला तर या गर्दीचा थेट परिणाम त्याच्या वावरण्यावर होतो आणि त्याला काही मीटर एवढंच क्षेत्र हिंडायला उपलब्ध होतं.

इतर बहुसंख्य प्राण्यांप्रमाणेच प्रत्येक माणसासाठी स्वत:चं असं वैयक्तिक 'हवेचं क्षेत्र' असतं आणि त्याचा आकार तो जिथं वाढतो तिथल्या लोकसंख्येच्या घनतेवर अवलंबून असतो.

म्हणूनच 'वैयक्तिक अवकाश' सांस्कृतिकदृष्ट्या निश्चित केलं जातं. जपानसारख्या काही संस्कृती गर्दीला सरावलेल्या असतात तर काही संस्कृतींना खुल्या मोठ्या जागा आवडतात आणि तुम्ही तुमचं अंतर राखून वागलेलं आवडतं.

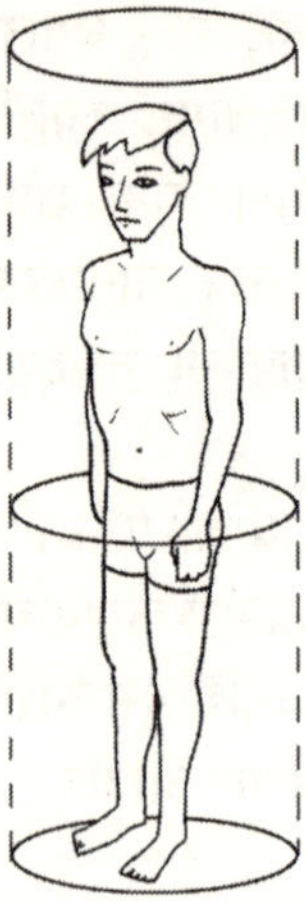

वैयक्तिक अवकाश – 'हवेचा हा फुगा' किंवा 'हवेचं हे क्षेत्र', सुरक्षा कवच आपण प्रत्येक जण आपल्याबरोबर वागवत असतो.

संशोधनातून असं दिसून आलं आहे की कैद्यांना इतर लोकांपेक्षा जास्त वैयक्तिक जागा लागते आणि त्याच्यावर जर कोणी ताबा मिळवायचा प्रयत्न केला तर ते सतत आक्रमकपणे तो परतवून लावतात. मात्र एकांतवासातील जागा ही त्याचीच असल्याने त्याला ती नेहमी शांत ठेवते. १९९० मध्ये विमानानं प्रवास करणाऱ्यांच्यात हिंसाचाराच्या अनेक घटना घडल्या. कारण किमतीत सवलती दिल्यामुळं झालेला महसुली तोटा भरून काढण्यासाठी विमान कंपन्यांनी लोकांना विमानात अगदी जवळ जवळ कोंबून बसवल्यामुळे विमानाने प्रवास करणाऱ्या प्रवाशांच्या हिंसाचाराच्या घटनांमध्ये वाढ झाली.

क्षेत्रीय अंतर

आता आपण ऑस्ट्रेलिया, न्यूझीलंड, ग्रेट ब्रिटन, उत्तर अमेरिका, उत्तर युरोप, स्कॅन्डेनेव्हिया, कॅनडा किंवा इतरत्र कोठेही जिथं पाश्चिमात्य संस्कृती आलेली आहे अशा सिंगापूर, गुआम आणि आईसलँड सारख्या देशांमध्ये उपनगरात राहणाऱ्या मध्यमवर्गीय लोकांच्या 'हवेच्या क्षेत्राचा' अभ्यास करू या. तुम्ही ज्या देशात राहत असाल तिथलं क्षेत्र वर उल्लेख केलेल्या देशांपैकी कमी अगर जास्त असू शकेल, मात्र आपण ज्या देशांबद्दल चर्चा करणार आहोत त्याच्याशी योग्य त्या प्रमाणात त्याचं साधर्म्य असेल. मुलांना साधारणपणे १२ व्या वर्षांपर्यंत जागेचं ज्ञान होतं. जागेविषयीचे संदर्भ त्यांना कळू लागतात. याचे आता आपण चार भाग करू या.

१. जवळिकीचं/निकटचं क्षेत्र – हे क्षेत्र साधारणत: ६ ते ८ इंचाच्या दरम्यान (१५ ते ४५ सेंटीमीटर) असतं. इतर क्षेत्रातील अंतरापेक्षा व्यक्तीला त्याचं सर्वांत जास्त महत्त्व वाटतं आणि ती त्याचं वैयक्तिक मालमत्ता समजून रक्षण करते. भावनिकदृष्ट्या जे अगदी आपल्या निकटचे असतात

त्यांनाच या क्षेत्रात प्रवेश असतो. यामध्ये प्रेमिक, आई, वडील, जोडीदार, मुलं, जवळचे मित्र, नातेवाईक आणि पाळीव प्राणी यांचा समावेश असतो. याच्यात एक उपक्षेत्र असतं आणि ते शरीरापासून ६ इंचांपर्यंत (१५ सेंटीमीटर) एवढंच असतं. अगदी निकटच्या शरीरसंबंधामध्ये या क्षेत्रात प्रवेश केला जाऊ शकतो. याला 'निकटचे जवळिकीचे क्षेत्र' असे म्हणतात.

२. वैयक्तिक क्षेत्र – हे क्षेत्र १८ ते ४८ इंचाच्या (४६ सेंमी ते १.२२ मीटर) दरम्यान असतं. सामान्यत: कॉकटेल पार्टी, ऑफिस पार्टी, सामाजिक कार्यक्रम, स्नेहसंमेलनं यासारख्या कार्यक्रमात आपण इतरांपासून एवढ्या अंतरावर उभे राहातो.

३. सामाजिक क्षेत्र – हे क्षेत्र १.२२ मीटर ते ३.६६ मीटर (४ ते १२ फूट) एवढं असतं. व्यक्ती अनोळखी असेल तर एवढं अंतर राखून आपण उभे राहातो. घरामध्ये काही दुरुस्ती आणि कामासाठी येणारे प्लंबर, सुतार, पोस्टमन, दुकानदार यांच्याशी एवढ्या अंतरावरून बोलतो. याशिवाय कामावर आलेला नवीन कर्मचारी आणि इतर कोणीही – ज्यांचा आपला फारसा परिचय नाही, अशा व्यक्तीशी बोलताना हे अंतर राखलं जातं.

४. सार्वजनिक क्षेत्र – ३-६ मीटर (१२ फूटांच्या वर) किंवा त्यापेक्षा जास्त हे क्षेत्र असतं. जेव्हा आपण मोठ्या समूहाला उद्देशून बोलत असतो तेव्हा एवढ्या अंतरावर उभं राहणं आपल्याला योग्य वाटतं, सहज वाटतं.

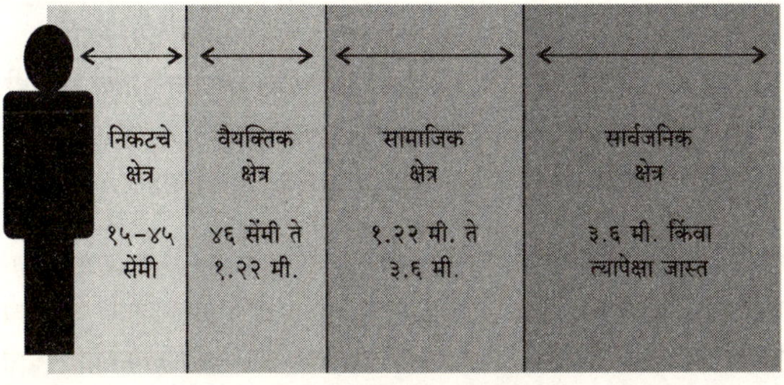

अंतरे – वैयक्तिक क्षेत्राची

ही सर्व अंतरं दोन स्त्रियांमधील असतील तर कमी होण्याची आणि दोन पुरुषांमधील असतील तर वाढण्याची शक्यता असते.

क्षेत्रीय अंतरांचा व्यावहारिक वापर

आपल्या निकटच्या क्षेत्रात (६ ते ८ इंचांच्या दरम्यान, १५-४५ सेंमी) दुसऱ्या व्यक्तीला प्रवेश दोनपैकी एका कारणानं होऊ शकतो. एक म्हणजे ती घुसखोर (आगंतुक) व्यक्ती तुमची जवळची नातेवाईक किंवा मित्र असेल तर किंवा तो किंवा ती लैंगिक गोष्टींना प्रोत्साहन देण्यासाठी प्रयत्न करत असेल तर आणि दुसरं कारण म्हणजे जर व्यक्तीच्या मनात शत्रुत्वाची भावना निर्माण झाली असेल तर तुमच्यावर हल्ला करण्याच्या 'उद्देशानं' तो तुमच्या जवळ येऊ शकतो. तुमच्या वैयक्तिक आणि सामाजिक क्षेत्रात जर अनोळखी व्यक्तींनी प्रवेश केला तर एक वेळ आपण तो सहन करू शकतो पण आपल्या निकटच्या क्षेत्रात जर कोणी प्रवेश केला तर आपल्यात शारीरिक बदल घडून येतात, हृदयाची धडधड वाढते, रक्तप्रवाहात ॲड्रेनलिन पाझरू लागते, मेंदू आणि स्नायूंना रक्तपुरवठा वाढतो आणि संभाव्य लढतीसाठी किंवा पलायन करण्यासाठी ही सगळी शारीरिक तयारी केली जाते. याचा अर्थ सहज भेटलेल्याला तुम्ही पाठीवर मित्रत्वाने थाप मारली तर त्याची तुमच्याबद्दल नकारात्मक भावना निर्माण होण्याची शक्यता असते आणि तुम्हाला अपयशी वाटू नये यासाठी तो वरवर हसून त्यालाही मजा वाटल्यासारखं दाखवेल.

दोन स्त्रिया एकमेकींना भेटल्यावर पुरुषांपेक्षा एकमेकींच्या किंचित जास्त जवळ उभ्या राहतात, एकमेकींकडे जास्त बघतात आणि स्पर्शही जास्त प्रमाणात करतात. याउलट दोन पुरुष एकमेकांना भेटले तर ते एवढ्या सलगीनं एकमेकांशी बोलत, वागत नाहीत.

तुमच्याबरोबर असताना लोकांना सहज वाटण्यासाठी 'योग्य अंतर राखा' या सुवर्ण नियमाचं पालन तुम्ही करा. लोकांशी आपले जेवढे निकटचे संबंध असतील तेवढ्या प्रमाणात ते तुम्हाला त्यांच्या नजीकच्या क्षेत्रात शिरकाव करू देतात. उदाहरणार्थ, नवीन कर्मचाऱ्याला सुरुवातीला इतर

कर्मचारी आपल्याशी थंडपणे वागत आहेत असं वाटतं. पण खरं तर त्याची चांगली ओळख होईपर्यंत ते त्याला सामाजिक क्षेत्रात ठेवतात आणि जसजशी त्याची ओळख वाढत जाते तसतसं त्यांच्यातील अंतर कमी होत जातं आणि हळूहळू तो त्यांच्या 'वैयक्तिक क्षेत्रात' आणि काही जणांच्या बाबतीत 'नजीकच्या क्षेत्रात' प्रवेश करतो.

कोण कोणाला कसे भेटतो

खरं तर दोन व्यक्तींनी भेटल्यावर एकमेकांना मिठी मारल्यानंतर त्यांच्या शरीरांमध्ये ते किती अंतर ठेवतात यावर त्यांचे संबंध कसे आहेत याची सूचना मिळते. प्रेमिक एकमेकांना मिठी मारून शरीराचा खालचा अर्धा भाग एकमेकांना भिडवतात आणि दाबतात आणि एकमेकांच्या नजीकच्या क्षेत्रात फिरत राहतात. ही गोष्ट नव्या वर्षाच्या स्वागतासाठी अनोळखी व्यक्तीनं घेतलेलं चुंबन किंवा सर्वांत जवळच्या मित्र/मैत्रिणीच्या जोडीदारानं घेतलेलं चुंबन किंवा वृद्ध सॅलीनं घेतलेल्या चुंबनापेक्षा वेगळी असते. कारण या सगळ्या प्रसंगात त्यांनी त्यांच्या ओटीपोटाचा भाग तुमच्यापासून किमान ६ इंच (१५ सेंमी) दूर ठेवलेला असतो.

व्यक्तीच्या सामाजिक स्थानावर जेव्हा अवकाशविषयक अंतर अवलंबून असतं तेव्हा दूर किंवा जवळ अंतराविषयी नियमांना काही अपवाद होतात. उदाहरणार्थ, कंपनीच्या मुख्य कार्यकारी अधिकाऱ्यांना वीक एन्डला त्यांच्या कनिष्ठ सहकाऱ्यांबरोबर मासेमारी करायला जायला आवडतं. तेव्हा ते दोघे एकमेकांच्या जवळकीच्या क्षेत्रात असतात. मात्र समाजाच्या काही अलिखित नियमांचं पालन करण्यासाठी कार्यालयात परत आल्यावर मुख्य कार्यकारी अधिकारी आपल्या कनिष्ठ सहकाऱ्यातलं आणि आपल्यातलं सामाजिक अंतर ठेवून वागायला लागतो.

लिफ्टमधून जाताना अवघडल्यासारखं का होतं?

सभा, संमेलनं, चित्रपटगृह, रेल्वे, बस यांसारख्या गर्दीच्या ठिकाणी इतर लोकांचं आपल्या नजीकच्या क्षेत्रात प्रवेश करणं टाळता येत नाही. अशा वेळी लोकांच्या प्रतिक्रिया पाहण्यासारख्या असतात. माणसांनी भरलेली लिफ्ट, खाद्यपदार्थ खरेदीसाठी असलेली रांग, सार्वजनिक वाहतूक

यांसारख्या गर्दीच्या ठिकाणी कसं वागायचं याचे बहुतेक संस्कृतीत काही अलिखित नियम आहेत आणि ते कडकपणे पाळले जातात.

लिफ्टमध्ये असताना पाळायचे काही नियम पुढीलप्रमाणे –

१. कोणाशीही आणि अगदी ओळखीच्या व्यक्तीशीही न बोलणं.
२. केव्हाही लोकांच्या नजरेला नजर न देणं.
३. कोणतीही भावना न दर्शवता चेहरा निर्विकार ठेवणं.
४. हातात पुस्तक किंवा वर्तमानपत्र असेल तर ते वाचण्यात गुंगून गेलो आहे असं दाखवणं.
५. खूप गर्दीच्या ठिकाणी शरीराची कोणतीही हालचाल करायला परवानगी नाही.
६. तुम्ही सतत फक्त मजल्यांच्या बदलणाऱ्या क्रमांकाकडे बघत राहा.

या वर्तनाला 'मुखवटा' धारण करणे केलेले वर्तन असं म्हणतात आणि ते सर्वत्र आढळतं. तटस्थतेचा मुखवटा धारण करून दुसऱ्यापासून आपल्या भावना लपवण्याचा प्रत्येकाचा हा साधा प्रयत्न असतो. गर्दीच्या वेळी सार्वजनिक वाहनांतून प्रवास करणाऱ्या लोकांचं वर्णन आपण 'दुःखी-कष्टी', 'दीन', 'निराश' अशा शब्दांत ऐकतो. अशी 'लेबलं' त्यांना लावली जातात. पण निरीक्षकांचे हे अंदाज चुकीचे असतात. खरं तर प्रवाशांचे चेहरे कोरे आणि भावनाहीन असतात. खरं तर निरीक्षक जे पाहतो ते समूहानं धारण केलेले मुखवटे असतात. गर्दीच्या ठिकाणी आपल्या निकटच्या क्षेत्रात कोणाला शिरू न देण्यासाठी असलेल्या अलिखित नियमांचं ते निष्ठेनं पालन करणं असतं.

सार्वजनिक वाहनांमधून प्रवास करणारे लोक दुःखी नसतात, त्यांनी स्वतःच्या भावना लपवण्यासाठी धारण केलेले ते मुखवटे असतात.

चित्रपटगृहाजवळील गर्दीत तुम्ही एखाद्या वेळेस एकटे जा आणि काय होतं ते पाहा. तुम्ही, अशी एखादी जागा निवडा आणि पाहा. आजूबाजूच्या

अनोळखी लोकांच्या सागरात रोबो जसा आधी फीड केलेल्या प्रोग्रॅमप्रमाणे वागतो तसं सार्वजनिक ठिकाणी चेहरा, मुखवटा धारण करून मख्ख ठेवायचा असतो या अलिखित नियमाचं पालन करायला तुम्ही सुरुवात करता. चित्रपटगृहातील खुर्चीच्या हातावर हात ठेवणं हा तुमचा क्षेत्रीय अधिकार समजून तुम्ही शेजारच्या अनोळखी व्यक्तीशी त्याबाबत स्पर्धा करता तेव्हा तुमच्या लक्षात येतं की लोकांनी भरलेल्या चित्रपटगृहात जेव्हा एखादी व्यक्ती एकटीच चित्रपट बघायला येते तेव्हा तिला स्वत:ची जागा शोधणं फार कठीण जातं आणि हे सगळं होईपर्यंत चित्रपट सुरू होतो. लिफ्ट, चित्रपटगृह किंवा बस यांसारख्या गर्दीच्या ठिकाणी आपण इतर लोकांचं अस्तित्व गृहीत धरत नाही. अनवधानानं ते आपल्या क्षेत्रावर आक्रमण करतील असं वाटून त्यांना आपण कोणताही प्रतिसाद देत नाही.

जमाव का संतापतात?

समान उद्दिष्टांसाठी लढणाऱ्या, रागावलेल्या विरोधकांच्या जमावाची किंवा समूहाची प्रतिक्रिया आणि आपल्या जागेवर दुसऱ्या व्यक्तीनं आक्रमण केलेल्या एकट्या व्यक्तीची प्रतिक्रिया एक नसते. खरं तर अशा वेळी वेगळंच काहीतरी घडतं. गर्दीमुळं घनता वाढते आणि प्रत्येक व्यक्तीला वैयक्तिक जागा कमी पडू लागते, आणि त्यामुळे त्यांच्यात शत्रुत्वाची भावना निर्माण व्हायला लागते. म्हणूनच जमावातील लोकांची संख्या जसजशी वाढत जाते तसतशी त्यांच्यात रागाची, वाईटपणाची भावना वाढायला लागते. इतकी की त्यातून लढ्याचा उद्रेक होण्याचा संभव असतो. म्हणूनच पोलीस जमावाला पांगवण्याचा प्रयत्न करतात, त्यामुळे प्रत्येकाला त्याची वैयक्तिक जागा परत मिळू शकण्याची आणि त्यामुळं ते शांत होण्याची शक्यता निर्माण होते.

सरकारला आणि शहराचं नियोजन करणाऱ्यांना आता गेल्या काही वर्षांत लक्षात यायला लागलं आहे की दाट वस्तीतील घरबांधणी प्रकल्पांमध्ये व्यक्तीचा तिच्या वैयक्तिक प्रदेशाचा हक्क हिरावून घेतला जातो आहे. अति गर्दीच्या ठिकाणी आणि दाटीवाटीने राहणाऱ्या हरणांवर काय परिणाम होतो याचा एक अभ्यास करण्यात आला. अमेरिकेतल्या

चेसापीक उपसागरात मेरीलँड किनारा आहे. तेथून दोन किलोमीटरवर (एक मैल) जेम्स बेट आहे. तिथं हा अभ्यास करण्यात आला. तिथं हरणं मोठ्या प्रमाणावर मरत आहेत असं दिसून आलं. सकृतदर्शनी मरण्याचं कारण काय कळत नव्हतं. कारण तिथं हरणांना खायला भरपूर अन्न होतं, त्यांना मारून खाणारे असे कोणते प्राणी आढळले नव्हते आणि कसला संसर्ग झालेलाही दिसत नव्हता. या आधीच्या वर्षांमध्ये उंदीर आणि सशांवर अभ्यास केला तेव्हाही असंच आढळून आलं होतं. याचा मग पुढे आणखी शोध घेतल्यावर असं आढळून आलं की, हरणांची संख्या वाढल्यामुळे प्रत्येक हरणाला मिळणाऱ्या जागेचं प्रमाण कमी झालं आणि त्यामुळे हरणांवर ताण यायला लागला. त्या ताणामुळे अॅड्रेनल ग्रंथी अति कार्यरत झाल्या आणि हरणं मरू लागली. वाढीवर नियंत्रण ठेवण्यात, पुनरुत्पादनात आणि शरीराचं संरक्षण करण्यात अॅड्रेनल ग्रंथी महत्त्वाची भूमिका पार पाडतात. हरणांची संख्या अति वाढल्यानं आलेल्या ताणाला ही शारीरिक प्रतिक्रिया दिली गेल्यानं हरणांचे मृत्यू झाले. उपासमारी, संसर्ग किंवा इतरांचं आक्रमण ही त्याची कारणं नव्हती. म्हणून लोकसंख्येची घनता जिथं सर्वांत जास्त असते तिथे गुन्हेगारी आणि हिंसाचाराचं प्रमाणही सर्वांत जास्त असतं.

आपली स्वत:ची जमीन असावी अशी प्रत्येकाची उत्कट, खोलवर दडलेली इच्छा असते. आपल्या अनेक इच्छांमधली ती अगदी महत्त्वाची इच्छा असते. या इच्छेचा एवढा प्रभाव आपल्यावर असण्याचं खरं कारण हेच आहे की आपली स्वतंत्र अवकाशाची गरज यामुळे (जमीन मिळाल्यामुळे) पूर्ण होणार असते.

गुन्हेगारांचा, चौकशीला केलेला प्रतिकार मोडून काढण्यासाठी कसून चौकशी करणारे अधिकारी त्यांच्या प्रदेशावर आक्रमण करण्याचं तंत्र वापरतात. ते गुन्हेगाराला, हात नसलेल्या एका स्थिर खुर्चीत उघड्यावर बसवतात आणि त्याच्या निकटच्या, अति निकटच्या क्षेत्रात घुसून त्याची उत्तरं येईपर्यंत त्याला प्रश्न विचारत तिथेच उभे राहतात. गुन्हेगारांचा प्रतिकार मोडून पाडायला या प्रादेशिक छळामुळे फारच कमी वेळ लागतो.

जागेची निवड – एक विचारपूर्वक केलेली कृती

व्यक्ती जेव्हा अनोळखी माणसांमध्ये स्वत:ची जागा किंवा क्षेत्राचा शोध घेते, म्हणजे उदाहरणार्थ, चित्रपटगृहात स्वत:ची जागा शोधणं, कॉन्फरन्स टेबलवर जागा मिळवणं, हेल्थ क्लबमध्ये स्वत:चा टॉवेल अडकवायला हुक शोधणं तेव्हा ती कृती इतरांना कळेल अशा पद्धतीने करते. म्हणजे कॉन्फरन्स टेबलभोवती दोघांमध्ये जी जास्त जागा रिकामी असेल त्याच्याबरोबर मधली जागा ती निवडते. चित्रपटगृहात रांगेतल्या शेवटी अर्ध्या अंतरावर जिथं सर्वात जवळ दुसरी व्यक्ती असेल तिच्या शेजारची सीट (आसन) ती व्यक्ती शोधते. हेल्थ क्लबमध्ये दोन टॉवेल अडकवलेल्या हुकमध्ये जी जास्त ठिकाणी जागा उपलब्ध असते तिथल्या मधल्या हुकवर किंवा अर्ध्या अंतरावर सर्वात जवळ टॉवेल असेल त्याच्या शेजारी किंवा टॉवेल रॅकच्या शेवटच्या हुकवर ती टॉवेल अडकवते. इतका विचार करून एखाद्या धार्मिक विधीसारखा वेळ घालवून ही जागेची निवड केली जाते. त्या वेळी आपल्या कृतीमुळं त्या दुसऱ्या व्यक्तींना त्यांच्या आपण फार जवळ गेलो आहोत किंवा फार दूर गेलो आहोत असं वाटून त्या दुखावल्या जाऊ नयेत हीच भावना ही कृती करणाऱ्या व्यक्तीच्या मनात असते.

डॉक्टर आणि केशभूषा करणाऱ्यांना आपल्या निकटच्या क्षेत्रात प्रवेश करायला आपण परवानगी देतो. तसंच पाळीव प्राणीही कधीही आपल्याजवळ येऊ शकतात. कारण त्यांचा आपल्याला धाक वाटत नाही.

चित्रपटगृहात रांगेतल्या सर्वांत जवळच्या आसनावर जी व्यक्ती बसली आहे तिच्या अगदी शेजारच्या आसनावर जर तुम्ही बसलात तर तुम्ही इतक्या जवळ बसण्याने ती घाबरून जाण्याची शक्यता आहे आणि तुम्ही जर तिच्यापासून दूर बसलात तर ती दुखावली जाण्याची शक्यता आहे. म्हणून जागा निवडणे या कृतीचा मुख्य उद्देश सलोखा निर्माण करणं किंवा तुमचं वागणं सुशिक्षितपणाचं आहे हे व्यक्त होणं हा असतो.

पण सार्वजनिक प्रसाधनगृह (शौचालय) याला अपवाद असतात. सुमारे ९०% वेळा लोक प्रसाधनगृहातील शेवटची जागा निवडतात. जर तिथं कोणी असेल तर मग मधली जागा निवडण्याचं तत्त्व वापरतात. सार्वजनिक मूत्रालयात अनोळखी व्यक्तीच्या शेजारी लघवी-साठी उभं राहणं पुरुष शक्यतो टाळतात आणि अशा व्यक्तीच्या 'डोळ्यांना डोळे भिडवण्यापेक्षा मृत्यू परवडला' (डेथ बिफोर आय कॉन्टॅक्ट) या अलिखित नियमाचं पालन करतात.

जेवताना घेतलेली परीक्षा

कधीतरी दुसऱ्याबरोबर जेवताना हा एक साधा प्रयोग करून बघा. उपाहारगृहात (रेस्टॉरंट) गेल्यावर एक अलिखित नियम असा असतो की जेवणाच्या टेबलाच्या बरोबर मध्यभागी उपाहारगृहातील कर्मचाऱ्यांनी मीठ, मीरपूड, साखर, फुलं किंवा इतर काही गोष्टी काळजीपूर्वक ठेवलेल्या असतात. जेवण करता करता अगदी सूक्ष्मपणे मीठाचा सट समोरच्याच्या बाजूला सरकवा. मग हळूच मिरपुडीची बाटली, मग फुलं आणि आणखी काही समोरच्याच्या दिशेनं सरकवा. जागेवरील हे सूक्ष्म आक्रमण समोर जेवायला बसलेली व्यक्ती फार काळ चालू देणार नाही आणि ती त्याच्यावर प्रतिक्रिया व्यक्त करील. ती एकतर मागे सरकून तिची गेलेली जागा परत मिळवेल किंवा प्रत्येक गोष्ट परत ढकलून मध्यावर ठेवेल.

अंतरावर परिणाम करणारे सांस्कृतिक घटक

एक तरुण इटालियन जोडपं स्थलांतर करून ऑस्ट्रेलियातील सिडनी इथं राहायला आलं. त्यांना तेथील एका सोशल क्लबमध्ये आमंत्रित करण्यात आलं. या क्लबचं सदस्यत्व देण्यात आलं. काही आठवड्यांनंतर तीन महिला सदस्यांनी तक्रार केली की तो इटालियन पुरुष काही लैंगिक चाळे करतो. त्यामुळं तो आजूबाजूला असताना त्यांना अस्वस्थ वाटतं. पुरुष सदस्यांचंही इटालियन स्त्रीबद्दल असंच मत होतं. ती आपल्या वागण्यातून आपण लैंगिकदृष्ट्या उपलब्ध आहोत असं दर्शवते.

या उदाहरणावरून असं लक्षात आलं की जागेबाबत वेगवेगळ्या गरजा असलेल्या संस्कृती एकत्र आल्या तर अशी गुंतागुंतीची परिस्थिती निर्माण होते. काही दक्षिण युरोपियन देशांमधील लोक दुसऱ्यांच्या अगदी जवळ जाऊन म्हणजे अगदी ८ ते ११ इंच (२० ते ३० सेंमी) एवढ्याच अंतरावरून, तर काही ठिकाणी त्याहीपेक्षा कमी अंतरावरून दुसऱ्यांशी बोलतात. म्हणूनच इटालियन जोडपं ऑस्ट्रेलियन लोकांशी १० इंचांचं (२५ सेंमी) अंतर ठेवून बोलायचं तेव्हा ते अगदी सहज आणि आरामात असायचे आणि आपण ऑस्ट्रेलियन लोकांच्या ४६ सेंटीमीटरच्या नजीकच्या क्षेत्रात घुसखोरी करतो आहोत याची त्यांना किंचितही जाणीव नव्हती. इटालियन लोक बोलताना ऑस्ट्रेलियन लोकांपेक्षा जास्त डोळ्यांत डोळे घालून बोलतात आणि स्पर्शही जास्त वेळा करतात. त्यामुळेच इटालियन जोडप्याच्या वागण्याचा चुकीचा अर्थ लावला, त्यांच्या हेतूविषयी शंका घेण्यात आली आणि इटालियन लोकांना जेव्हा हे कळलं तेव्हा त्यांना धक्काच बसला पण बोलताना सांस्कृतिकदृष्ट्या स्वीकारार्ह असलेल्या अंतरावर उभं राहण्याचा निश्चय त्यांनी केला.

भिन्नलिंगी व्यक्तीच्या जवळिकीच्या क्षेत्रात प्रवेश करणं म्हणजे तिच्यात आपल्याला रस आहे असं दाखवणं. मैत्री संपादण्यासाठी पुढाकार घेणं असंही याला म्हणतात. व्यक्तीचं अशी जवळीक दर्शवणारं वर्तन दुसऱ्या व्यक्तीनं नाकारलं तर ती व्यक्ती पाऊल मागे घेऊन पूर्वी ज्या जागेवर ती उभी होती तिथं परत येते आणि पुन्हा एकदा आपल्या जागेवरचा दावा सिद्ध करते. जवळिकीच्या क्षेत्रात आलेल्या व्यक्तीच्या आमंत्रणाचा स्वीकार जिच्या क्षेत्रात ती व्यक्ती आली आहे तिनं केला तर ती तिच्या जागेवर ठामपणे तिथंच उभी राहते. मात्र ती समोरच्या व्यक्तीलाही आपल्या जवळिकीच्या क्षेत्रात उभं राहायला परवानगी देते. पुरुषाचा आपल्यात किती रस आहे हे अजमावण्यासाठी स्त्री त्याच्या नजीकच्या क्षेत्रात प्रवेश करते. आणि परत पाऊल मागे घेते. पुरुषालाही जर तिच्यात रस असेल तर त्याला तिनं केलेली सूचना कळते आणि जेव्हा जेव्हा एखादा मुद्दा त्याला मांडायचा असेल तेव्हा तेव्हा तो तिच्या नजीकच्या क्षेत्रात प्रवेश करतो.

भावनिकदृष्ट्या स्त्री–पुरुषांना जितके आपण एकमेकांच्या जवळ आलो आहोत असं वाटतं तितके ते एकमेकांच्या जास्त जवळ उभे राहातात.

इटालियन जोडप्याला जे वागणं नेहमीचं वाटतं ते ऑस्ट्रेलियन लोकांना लैंगिक पुढाकाराचं वाटतं. तर ऑस्ट्रेलियन लोकांचं इटालियन व्यक्तीपासून सुरक्षित अंतर राखण्यासाठी मागं मागं जाणं, इटालियन लोकांना थंड आणि मित्रत्वाची भावना नसलेलं वाटतं.

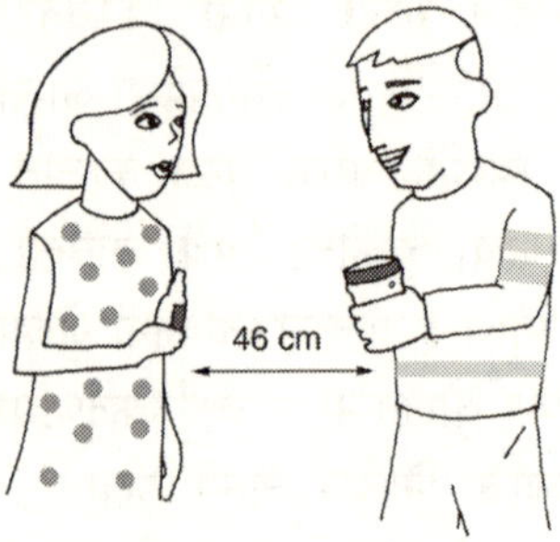

बहुतेक पाश्चात्य देशातील उत्तर युरोपियन आणि स्कॅन्डेनेव्हिन शहरात राहणाऱ्या लोकांना संभाषण करताना स्वीकारार्ह असणारं अंतर.

अवकाशाची अगदी कमी गरज असलेला पुरुष स्त्रीला तिच्या जागेचं संरक्षण करण्यासाठी मागे झुकायला लावतो आहे.

वरील चित्रात आपल्या क्षेत्रावर आक्रमण करणाऱ्या पुरुषांविषयी स्त्री नकारात्मक प्रतिक्रिया व्यक्त करताना दिसत आहे. योग्य ते सुरक्षित अंतर राखण्यासाठी ती मागे झुकलेली दिसते. कदाचित तो माणूस वैयक्तिक क्षेत्रातील अंतर लहान असणाऱ्या संस्कृतीतून आला असण्याची शक्यता आहे; आणि त्याच्या दृष्टीनं योग्य अंतर राखण्यासाठी तो (तिच्या दिशेनं)

पुढे येत आहे. स्त्री त्याचा अर्थ लैंगिकबाबतीत तो पुरुष पुढाकार घेत आहे असा लावण्याची शक्यता आहे.

जपानी लोक पुढाकार घेऊन वॉल्ट्झ करताहेत असं का वाटतं?

आमच्या आंतरराष्ट्रीय परिषदांमध्ये अमेरिकेतील शहरांमध्ये जन्मलेले लोक सामान्यतः बोलताना दुसऱ्या व्यक्तीपासून १८ ते ४८ इंच (४६ ते १२२ सेंमी) अंतरावर आणि एकाच ठिकाणी उभे राहतात. तुम्ही जर जपानी आणि अमेरिकन व्यक्ती एकमेकांशी बोलताना बघितल्यात तर तुमच्या असं लक्षात येईल की बोलता बोलता हळूहळू ते खोलीभर हिंडायला लागतात. अमेरिकन व्यक्ती मागे मागे जाताना दिसतात तर जपानी व्यक्ती पुढे पुढे येताना दिसते. सांस्कृतिकदृष्ट्या योग्य अंतर राखून एकमेकांना सहज वाटण्यासाठी जपानी आणि अमेरिकन व्यक्तीचा हा प्रयत्न असतो आणि त्यात हे घडतं. जपानी लोकांचं निकटचं क्षेत्र १० इंच (२५ सेंमी) इतकं लहान आहे. म्हणून स्वतःची अवकाशविषयक गरज भागवण्यासाठी ती पुढं पुढं पावलं टाकत राहते. पण त्यामुळे तिचं अमेरिकन व्यक्तीच्या निकटच्या अवकाशावर आक्रमण होतं, म्हणून मग स्वतःला त्याच्या दृष्टीने योग्य अवकाश प्राप्त करून देण्यासाठी अमेरिकन व्यक्ती मागे मागे जायला लागते, असं व्हिडिओ चित्रीकरण वेग देऊन बघितलं तर जपानी व्यक्तीनं पुढाकार घेत दोघे जण वॉल्ट्झ नृत्य करत आहेत असा भ्रम निर्माण होतो. म्हणूनच व्यवसायविषयक बोलणी करताना आशियाई, युरोपियन किंवा अमेरिकन लोक अनेकदा एकमेकांकडे संशयानं बघताना आढळतात, प्रत्येकाची जागेची वेगळी गरज हेही कारण असतं. युरोपियन किंवा अमेरिकन लोक आशियाई लोकांचा उल्लेख 'अंगावर येणारे' आणि 'गळेपडू' असा करतात तर आशियाई लोक युरोपियनांना आणि अमेरिकनांना 'थंड', 'अविचलित', 'दूर राहणारे' समजतात. विविध संस्कृतीतील निकटच्या क्षेत्राचे नियम वेगवेगळे असतात आणि जर ते दुसऱ्या संस्कृतीतील लोकांना कळले नाहीत तर एकमेकांच्या संस्कृतीविषयी गैरसमज होण्याची किंवा चुकीचे अंदाज बांधण्याची शक्यता निर्माण होते.

ग्रामीण विरुद्ध शहरी अवकाश क्षेत्र

यापूर्वी उल्लेख केल्याप्रमाणे प्रत्येक व्यक्तीची वैयक्तिक जागेची गरज तो ज्या भागात राहत असतो तेथील लोकसंख्येच्या घनतेशी संबंधित असते. उदाहरणार्थ, ग्रामीण भागात विरळ लोकवस्तीत वाढलेल्या लोकांना शहरातील दाट वस्तीत वाढलेल्या लोकांपेक्षा जास्त वैयक्तिक जागा लागते. हस्तांदोलन करताना ती व्यक्ती हात किती पुढं करते यावरून ती मोठ्या शहरातून आली आहे की खेड्यातून हे समजतं. शहरात राहणाऱ्यांना त्यांचं नेहमीचं १८ इंचाचं (४६ सेंमी) खाजगी हवेचं क्षेत्र असतं आणि हस्तांदोलन करताना मनगट आणि शरीराच्या खालचा भाग यांच्यातील अंतर तेवढंच असतं.

शहरातील दोन व्यक्ती एकमेकांना भेटताना त्यांचं हस्तांदोलन करतानाचं अंतर १८ इंच (४६ सेंमी) इतकं असतं.

हे तटस्थ क्षेत्रातील हस्तांदोलन असतं. खेडेगावात कमी लोकसंख्या असलेल्या प्रदेशात वास्तव्यामुळे त्यांचं हवेचं क्षेत्र ३६ इंच (१ मीटर) किंवा त्यापेक्षा जास्त असतं. त्यामुळे खेडेगावातील लोक जेव्हा हस्तांदोलन करतात तेव्हा त्यांचं मनगट आणि शरीरातील अंतरही जास्त असतं.

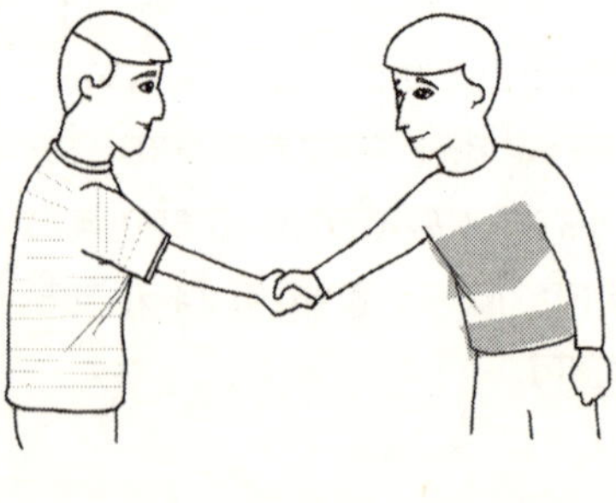

खेडेगावातील दोन व्यक्ती हस्तांदोलन करताना साधारण ३६ इंचाचं (१ मीटर) अंतर असतं.

ग्रामीण भागातील लोक हस्तांदोलन करताना घट्टपणे जमिनीवर उभे राहून, पुढे झुकून तुमच्या हातात हात मिळवतात. याउलट शहरात राहणारा फक्त एक पाऊल पुढे टाकून तुमचं स्वागत करतो. दुर्गम भागात वाढलेल्या लोकांना तर आणखी जास्त वैयक्तिक जागा म्हणजे सुमारे १८ फूट (६ मीटर) जागा लागते आणि हातात हात देऊन हस्तांदोलन करण्यापेक्षा लांब अंतरावर उभं राहून एकमेकांकडे बघून हात हलवणंच (चित्रात दाखवल्याप्रमाणे) त्यांना आवडतं.

विरळ लोकसंख्या असलेल्या प्रदेशात वाढलेले लोक लांब अंतरावरून अभिवादन करताना

अशा प्रकारची माहिती शेतीची अवजारं-साहित्य विकणाऱ्या विक्रेत्याला उपयोगी पडते. मुख्यत: त्यांचं उत्पादन विकत घेणारे विरळ लोकसंख्या असलेल्या ग्रामीण भागात राहणारे शेतकरीच असतात. त्यामुळे त्यांच्याशी वागताना तेथील पद्धतीनुसार वागणंच योग्य ठरतं. उदाहरणार्थ, शेतकऱ्याचं हवेचं वैयक्तिक क्षेत्र ३ ते ६ फूट (१-२ मी.) किंवा त्यापेक्षा जास्त आहे असं मानलं तर हस्तांदोलन करणं हे त्याच्या जागेवर आक्रमण केल्यासारखं होईल आणि त्यामुळे शेतकरी, विक्रेत्याला नकारात्मक किंवा बचावात्मक प्रतिक्रिया देण्याची शक्यता असते. ग्रामीण भागात यशस्वी ठरलेल्या बहुतेक विक्रेत्यांनी एकमुखानं सांगितलं की, शेतकऱ्यांना दुरून हस्तांदोलन केलं किंवा दुर्गम भागाच्या शेतकऱ्यांकडे बघून लांबूनच हात हलवला तर त्यामुळे व्यावसायिक बोलणी करायला चांगलं वातावरण निर्माण होतं.

प्रदेश आणि स्वामित्व

व्यक्तीची मालमत्ता किंवा तो जी जागा नियमितपणे वापरतो त्याला व्यक्तीचा खाजगी प्रदेश असं म्हणतात, आणि त्याच्या वैयक्तिक

क्षेत्राच्या साहाय्यानं तिच्या मालमत्तेचं संरक्षण करण्यासाठी प्रसंगी तो लढाही देईल. व्यक्तीचं घर, कार्यालय आणि कार प्रत्येक गोष्ट एक स्वतंत्र प्रांत आहे आणि त्याच्या सीमा भिंती फाटक, कुंपण आणि दारांनी अधोरेखित केलेल्या असतात. प्रत्येक प्रांताला अनेक उपप्रांत असतात. उदाहरणार्थ, घरात स्वयंपाकघर हा व्यक्तीचा खाजगी प्रांत असू शकतो आणि ती तो वापरत असताना कोणी तिथं घुसलं तर ते त्यावर आक्षेप घेतील. व्यावसायिकाला कॉन्फरन्स टेबलवर त्याची खास, आवडती जागा असू शकते. जेवणाऱ्यांची हॉटेलातील एक विशिष्ट आवडती जागा ठरलेली असते. घरात आई किंवा बाबांची आवडती खुर्ची असते. व्यक्तीच्या स्वत:च्या अशा खास गोष्टी त्या तिच्या आवडत्या जागी किंवा आजूबाजूला ठेवलेल्या असतात किंवा व्यक्ती त्या क्षेत्राचा वारंवार उपयोग करत असते. म्हणजे त्या जागेशी, वस्तूशी तिचं विशिष्ट असं नातं निर्माण होतं. हॉटेलात नेहमी जेवायला जाणारा आणि ठरावीक टेबलावर बसणारा मग स्वत:च्या नावाची आद्याक्षरं तिथं कोरतो, जणू काही ती 'त्याची' जागा आहे हे त्याला सांगायचं असतं. व्यावसायिक कॉन्फरन्स टेबलवरील आपल्या आवडत्या जागेवरील स्वामित्व सिद्ध करण्यासाठी त्याची वैयक्तिक फाईल, पेन, पुस्तक किंवा त्याचे काही कपडे, कोट, नॅपकिन तिथल्या १८ इंचाच्या (४६ सेंमी) नजीकच्या क्षेत्राची सीमा अधोरेखित करण्यासाठी ठेवून देतो.

डेसमॉन्ड मॉरिस यांनी केलेल्या अभ्यासावरून असं दिसून आलं की, ग्रंथालयात आपली एक विशिष्ट जागा आहे हे दर्शवण्यासाठी काही वस्तू ठेवली जाते. उदाहरणार्थ, व्यक्तीनं एखाद्या डेस्कवर पुस्तक किंवा इतर एखादी गोष्ट ठेवली तर ती जागा ७७ मिनिटं त्याच्यासाठी राखून ठेवलेली असते. जर त्यानं तिथल्या खुर्चीवर आपलं जॅकेट ठेवलं तर ती जागा दोन तास त्याची असणार आहे. घरातसुद्धा कुटुंबातील सदस्य तो किंवा ती आपली आवडती खुर्ची आहे हे दाखवण्यासाठी तिच्यावर किंवा शेजारी आपली हॅन्डबॅग किंवा मासिक ठेवून ही माझी जागा आहे असं सांगून त्यावर मालकी प्रस्थापित करते.

एखादा पाहुणा घरात आला की गृहप्रमुख त्याला बसायला सांगतो. तो पाहुणा बिचारा तिथल्याच खुर्चीत निष्पापपणे बसतो आणि ती खुर्ची नेमकी चुकीची निघते. म्हणजे ती त्या गृहप्रमुखाची नेहमीची खुर्ची असते. पाहुणा आपल्या खुर्चीवर बसलेला बघितला की तो आपल्या जागेवर आक्रमण करतो हे बघून गृहप्रमुख बचावात्मक पवित्रा घ्यायची शक्यता असते. असा नकारात्मक परिणाम टाळण्यासाठी बसणाऱ्यानं बसताना साधा प्रश्न विचारावा की 'तुमची कोणती खुर्ची आहे?' म्हणजे मग जागेबाबतची अशी गंभीर चूक न होता पाहुण्याची नम्रता दिसून वातावरण चांगलं राहतं.

मोटार गाडीची मालकी

मोटार चालवताना व्यक्ती तिच्या नेहमीच्या सामाजिक, प्रादेशिक वर्तनापेक्षा संपूर्णतया वेगळी वागू लागते.

स्वत:चं मोटार वाहन असल्याच्या भावनेमुळे व्यक्तीची वैयक्तिक जागेची भावना एकदम मोठी होते. काही घटनांमध्ये तर ही स्वामित्वाची भावना १० पटीनं वाढते आणि स्वत:ची कार चालवताना चालकाला कारच्या पुढील आणि मागील असं एकूण २५ ते ३० फुटांचे (८–१० मीटर) क्षेत्र आपलंच आहे असं वाटायला लागतं. तेवढ्यात दुसऱ्या एखाद्या चालकानं जर आपली गाडी पुढे घातली आणि त्यात धोकादायक असं काही नसलं तरी आधीच्या कारचालकात एकदम शारीरिक बदल होतात. तो रागावतो आणि एखादे वेळेला दुसऱ्या चालकावर हल्ला करण्याची तयारी सुरू करतो. याला 'रोड रेज' (रस्त्यावरील संताप) असं म्हणतात. याच तुलनेत हा दुसरा प्रसंग बघा – हीच पहिली व्यक्ती लिफ्टमध्ये पाऊल टाकते आणि त्याच वेळी ती दुसरी व्यक्ती त्याच्या पुढे येऊन पाऊल टाकते आणि त्याच्या वैयक्तिक जागेवर आक्रमण करते. पण या परिस्थितीत त्याची प्रतिक्रिया क्षमेची याचना करणारी असते आणि तो दुसऱ्या व्यक्तीस आधी लिफ्टमध्ये जायला परवानगी देतो. हाच माणूस उघड्या रस्त्यावर ज्या वेळी त्याची कार पुढे काढतो. त्या वेळच्या प्रतिक्रियेत आणि आत्ताच्या प्रतिक्रियेत नाट्यमयरीत्या फरक पडतो.

कारमध्ये व्यक्तीला ती अदृश्य आहे असं वाटतं आणि म्हणून सगळ्यांच्या डोळ्यांदेखत ती काही खाजगी हालचाली करते.

काही लोकांना कार म्हणजे स्वत:साठी एक संरक्षक घरटं वाटतं, ज्याच्यात ते बाहेरच्या विश्वापासून स्वत:ला लपवू शकतात. काही जण गाडी चालवता चालवता ती फुटपाथच्या कडेला बसवलेल्या दगडांच्या कडेला अगदी गटाराच्या जवळ आणतात आणि चालकानं अशी वैयक्तिक जागा वाढवल्यानं रस्त्यावर मोठीच धोकादायक परिस्थिती निर्माण होते. इटालियन लोकांच्या अवकाशविषयक गरजा लहान असल्यानं रस्त्यावरून कार चालवताना इतरत्र सांस्कृतिकदृष्ट्या मान्य असलेल्या अंतरापेक्षा ते दुसऱ्याच्या गाड्यांच्या जवळून कार चालवतात आणि त्यामुळे त्यांच्यावर ते पुढच्या गाडीच्या फार जवळ जाऊन गाडी चालवतात असा आरोप होतो.

एक चाचणी

खाली दिलेल्या चित्राकडे पाहा. त्या दोघांच्यात जागेच्या अंतराबाबत काय काय घडू शकेल याचा अंदाज करा. काही साधे प्रश्न आणि त्या दोघांचं निरीक्षण यातून तुम्हाला बरोबर उत्तर सापडेल आणि त्यांच्याबद्दल चुकीचे अंदाज करणं टाळलं जाईल.

या व्यक्ती कोण आहेत आणि त्या कुठल्या आहेत?

आपण खालीलपैकी एक अंदाज या दोघांबाबत मांडू शकतो.

१. दोघेही शहरात राहणारे आहेत आणि पुरुष स्त्रीच्या जवळ जाण्याचा प्रयत्न करीत आहे.
२. पुरुषाचं निकटचं क्षेत्र लहान आहे आणि निष्पापपणे तो तिच्या क्षेत्रावर आक्रमण करत आहे.
३. स्त्री निकटचं क्षेत्र लहान असण्याची गरज असलेल्या संस्कृतीतीलआहे.
४. जोडपं भावनिकदृष्ट्या एकमेकांच्या जवळ आहे.

सारांश

समोरच्या व्यक्तीच्या वैयक्तिक अवकाशाबद्दल तुम्हाला किती आदर आहे यावर ते तुम्हाला आमंत्रित करतील की नाकारतील हे अवलंबून आहे म्हणूनच जो माणूस नेहमी आनंदी असतो, तो भेटणाऱ्या प्रत्येकाच्या पाठीवर थाप मारतो किंवा संभाषणाच्या काळात सारखा लोकांना स्पर्श करत असतो. तो मनातून कोणालाच आवडत नाही. व्यक्ती इतरांबाबत जागेविषयी जे अंतर राखते त्यावर अनेक गोष्टींचा प्रभाव असतो. म्हणूनच व्यक्ती अमूक एक अंतर का ठेवत आहे याविषयी काही निर्णय घेण्याआधी प्रत्येक निकष तपासून घेणे शहाणपणाचे ठरेल.

प्रकरण १०

मनाचे कल पायांची स्थिती उघड करतात

हॉटेलातील एका टेबलावर सुरेश बसला होता, समोरच एक तरुणी होती. सुरेश पाय फाकवून बसला होता. एका हातानं टाय प्रेमानं कुरवळत होता, दुसऱ्या हातानं मिठाच्या बाटलीशी खेळत होता. नजर समोर होती. पण त्याच्या हे लक्षात आलं नाही की गेल्या २० मिनिटांपासून त्या तरुणीनं पायाची घडी घातली आहे आणि पायात घातलेल्या सॅन्डल्सची टोकं जवळच असलेल्या बाहेर जाण्याच्या मार्गाकडे वळलेली आहेत.

मेंदूपासून शरीराचा अवयव जितका दूर तितकी आपल्याला तो अवयव काय करत आहे याची जाणीव कमी असते. उदाहरणार्थ, बहुतेक लोकांना आपल्या चेहऱ्याची आणि त्यातून ते कोणत्या भावभावना व्यक्त करत आहेत याची जाणीव असते आणि सरावानंसुद्धा आपण काही भावना व्यक्त करायला शिकतो. उदाहरणार्थ, 'चेहऱ्यावर जरा शूरपणा दाखव' किंवा 'मान्य नसेल तर तसं ते दिसू देत नं', 'हसा आणि सहन करा' किंवा 'तुमच्या वाढदिवसाला अगदी भयानक अंडरवेअर (अंतर्वस्त्र) आजीनं भेट दिल्यावरसुद्धा चेहरा आनंदी ठेवा.' चेहऱ्याखालोखाल आपल्याला बाहू, हात नंतर छाती, पोट याची जाणीव असते आणि नंतर पायाबद्दल अगदी किंचित जाणीव असते आणि पावलं आहेत हे तर आपण जवळजवळ विसरून गेलेले असतो.

याचाच अर्थ, पाय आणि पावलं हे एखाद्याच्या स्वभावाविषयी, कृतीविषयी माहिती कळण्याचं साधन आहे. कारण चेहऱ्यावर व्यक्ती खोटे भाव दाखवू शकते पण पाय, पावलं काय करत आहेत हे माहीतच नसल्यानं त्यातून खोटेपणा व्यक्त होण्याची शक्यताच नसते. एखादी व्यक्ती चेहऱ्यावरून स्थिरचित्त, संयमी दिसत असते. मात्र तिच्या पायाकडे बघितलं तर ती सातत्यानं ते जमिनीवर हळू आपटताना दिसते किंवा हवेत किंचित उडवताना दिसते, यातून ती तिची निराशा आणि यातून सुटकेचा काही मार्ग नाही ही भावना व्यक्त करते.

पाय जलद गतीनं नृत्यासारखे हलवण्याची कृती करून सध्या जे काही व्यक्ती अनुभवत आहे त्यातून सुटका करून घेण्याचा तिच्या मेंदूचा प्रयत्न असतो.

चालण्याच्या नव्या पद्धतीबद्दल सध्या खूप चर्चा आहे

चालताना लोक ज्याप्रमाणे हात हलवतात त्यातून तुम्हाला त्यांच्या व्यक्तिमत्त्वाचं अंतर्ज्ञान होतं किंवा ते त्यातून तुम्हाला दाखवू इच्छितात की मी हा असा आहे. तरुण, निरोगी, उत्साही, म्हाताऱ्या माणसांपेक्षा जोरात हात पुढे मागं हलवत चालतात. त्यामुळं ते काही वेळा संचलन करत आहेत असं वाटतं. त्यांच्यात वयानुरुप अतिरिक्त वेग आणि स्नायूंची जास्त लवचिकता असल्यानं काही प्रमाणात हे घडतं. याचाच परिणाम म्हणून लष्करातील जवान जास्त तरुण, जोमदार, शक्तिशाली आहेत, हे व्यक्त होण्यासाठी जरा जास्तच हात हलवत लष्करी संचलन केलं जातं. स्वत:चं महत्त्व, सामर्थ्य ठसवण्यासाठी अनेक राजकीय, सार्वजनिक क्षेत्रातील व्यक्ती अशा प्रकारे जोरात हात हलवत चालण्याचं तंत्र आत्मसात करतात. म्हणूनच लांब लांब ढांगा टाकत चालण्याची ढब राजकारणी लोकांची आवडती कृती आहे. स्त्रियांचे हात आणखी जोरात पुढे जातात आणि कोपरापासूनही चांगले वाकतात. कारण लहान बाळांना चांगल्याप्रकारे कडेवर घेता येण्यासाठी ही सोय केलेली असते.

पाय खरं काय ते बोलतात

आम्ही व्यवस्थापकांवर काही प्रयोग केले. त्यांना आम्ही काही मुलाखतींमध्ये दुसऱ्याला खात्री वाटेल अशा पद्धतीनं खोटं सांगण्याचा अभिनय करायला सांगितला. आमच्या असं लक्षात आलं की, स्त्री-पुरुष कोणीही असो खोटं बोलताना ते पायांच्या अनेक हालचाली करत होते. बऱ्याच व्यवस्थापकांनी खोटं बोलताना चेहऱ्यावर खोटे भाव आणले. स्वत:च्या हातांवर नियंत्रण ठेवलं पण बहुतेकांना त्यांचे पाय आणि पावलं काय करत आहेत याची जाणीव नव्हती. पॉल एकमन यांनीही या प्रयोगातील निष्कर्षांची सत्यता पडताळून बघितली. त्यांच्या असं लक्षात आलं की, व्यक्तीकडून खोटं बोलताना केवळ शरीराच्या खालच्या भागाचीच जास्त हालचाल केली जाते असं नाही तर संपूर्ण शरीर त्याचे संकेत देतं आणि निरीक्षकांनी जेव्हा संपूर्ण शरीराच्या हालचाली पाहिल्या तेव्हा त्यांना तिचा खोटेपणा उघड करण्यात जास्त यश आलं.

समोरची व्यक्ती खोटं बोलत आहे अशी शंका जर तुम्हाला आली तर टेबलखालील तिचे पाय आणि शरीर काय हालचाली करत आहे याचं निरीक्षण करा.

टेबलाचा खालचा भाग उघडा किंवा काचेचा असेल आणि जर त्यातून आपले पाय संपूर्णपणे दुसऱ्याला दिसत असतील तर त्याचा आपल्यावर जास्त ताण येतो.

पायांचे महत्त्व

दोन कारणांसाठी मानवामध्ये पाय उत्क्रांत झाले. एक म्हणजे अन्न मिळवण्यासाठी पुढं जाणं आणि दुसरं म्हणजे संकटापासून दूर पळणं. या दोन उद्दिष्टांसाठीच्या हालचाली मेंदूतून होतात. आपल्याला जे हवं आहे ते मिळवण्यासाठी पुढं जाणं आणि नको असेल त्यापासून दूर जाणं, या दोन महत्त्वाच्या हालचाली आहेत. व्यक्ती ज्याप्रमाणे पाय आणि पावलांचा वापर करते त्यावरून त्याला या दोन्हीपैकी कोणती हालचाल करायची आहे हे कळतं. एकावर एक न ठेवलेले पाय मोकळेपणा

किंवा वर्चस्वाची वृत्ती दर्शवतात. याउलट एकावर एक ठेवलेले पाय बंद मनोवृत्ती किंवा अनिश्चितता दर्शवतात.

स्त्रीला पुरुषांमध्ये जर रस नसेल तर ती हातांची घडी घालून छातीवर ठेवते आणि पाय एकमेकांवर ठेवते. या देहबोलीतून 'पुढे जाऊ नका' किंवा 'नाही' असा संकेत देते. याउलट जिला होकार दर्शवायचा असेल ती त्याच्यापुढे पाय मोकळे सोडून बसते.

उभे राहण्याच्या चार महत्त्वाच्या अवस्था

१. दक्ष

उभं राहण्याचा दक्ष पवित्रा

उभे राहण्याची ही औपचारिक पद्धत असून ही स्थिती पायांची तटस्थ वृत्ती दर्शवते. यात थांबणं किंवा कुठे जाणं या दोन्हीहीबाबत बांधिलकी नसते. स्त्री आणि पुरुष समोरासमोर आले तर सामान्यत: उभं राहाण्यासाठी पुरुषांपेक्षा स्त्रियांकडून या स्थितीचा जास्त वापर केला जातो. कारण यामुळे पाय परिणामकारकरीत्या जुळवलेल्या स्थितीत ठेवले जातात आणि स्त्रीला यातून 'काही मत व्यक्त करायचं नाही' असा संकेत द्यायचा असतो. सावधानता ही भावनाही यात असते. शाळेतील मुलं शिक्षकांशी बोलताना नेहमी या स्थितीत उभी राहतात. कनिष्ठ अधिकारी वरिष्ठ अधिकाऱ्यांशी बोलताना किंवा सामान्य माणसं राजघराण्यातील लोकांशी बोलताना आणि कर्मचारी साहेबांशी बोलताना अशा पद्धतीनं पाय जुळवून उभे राहतात.

२. दोन्ही पाय अलग ठेवणं

यापूर्वी उल्लेख केल्याप्रमाणे प्रामुख्यानं पुरुष या स्थितीचा वापर दोन्ही पाय अलग ठेवून आपल्या गुप्त इंद्रियाची जागा दर्शवण्यासाठी करतात. अशा पद्धतीनं उभी राहणारी व्यक्ती घट्टपणे दोन्ही पाय जमिनीवर रोवून उभी असते आणि येथून जाण्याचा आपला इरादा नाही असं ठामपणे यातून व्यक्त करत असते. स्वत:चा वरचढपणा (वर्चस्व) सिद्ध करण्यासाठी

पुरुष असे उभे राहातात. यातून त्यांचं लिंगही प्रामुख्याने दिसत असल्याने असं उभं राहण्याचा आपला अविर्भाव मर्दानी दिसत आहे असं वाटतं.

मर्दानीपणाचं दर्शन घडवणारी स्थिती

खेळांच्या सामन्यात सहभागी झालेले पुरुष खेळाडू निम्मा वेळ दोन पाय अलग अशा स्थितीत एकमेकांशेजारी उभे राहातात आणि सातत्यानं आपलं इंद्रिय नीट करताना दिसतात. त्या जागी काही खाज सुटली आहे वगैरे म्हणून नाही तर पुरुषांना आपलं पौरुषत्व यातून दाखवायचं असतं आणि संघाचं दृढ ऐक्य दर्शवण्यासाठी सगळेजण एकच कृती करीत आहेत हेही सांगायचं असतं.

मर्दानीपणा आणि राकटपणा दर्शवणारे पुरुष

३. पाय पुढे टाकणं

शरीराचं वजन एका पार्श्वभागावर आल्यामुळं तो पाय पुढे टाकल्यासारखा वाटतो. मध्ययुगीन चित्रांमध्ये उच्च स्थानांवरील व्यक्ती उभे राहताना दाखवायच्या असतील तर त्या या अवस्थेत पाऊल पुढे टाकून उभे राहिलेल्या अवस्थेत दाखवल्या जायच्या. कारण अशा उभं राहण्यामुळे कॉलर, पायमोजे, विजार, बूट आदी बाबींचं ठळकपणे दर्शन घडवता यायचं.

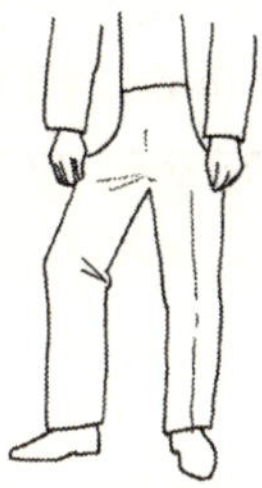

पाऊल पुढे टाकून उभं राहणं – मनाला कुठं जायचं आहे हे दर्शवणारी अवस्था

त्या व्यक्तीला लगेच पुढे काय करायचं आहे यासाठी हा एक मौल्यवान संकेत आहे. कारण आपल्या मनाला ज्या दिशेने जायचं आहे त्या दिशेला पुढचं पाऊल वळलेलं आहे आणि जणू काही हा आता चालायला सुरुवातच करणार आहे असा हा पवित्रा आहे. गटचर्चेमध्ये आपलं पाऊल हे सर्वांत मनोरंजक आणि आकर्षक व्यक्तीकडे वळलेलं असतं. पण आपल्याला जेव्हा निघावंसं वाटतं तेव्हा ते जवळच्या दरवाज्याकडे वळतं.

४. पायांची फुली

तुम्ही एखाद्या कार्यक्रमाला किंवा स्नेहसंमेलनाला गेलात तर काही स्त्री-पुरुषांचे गट हातांची घडी घालून आणि पायांची फुली करून उभे आहेत असं दृश्य तुम्हाला दिसेल. तुम्ही जर त्यांच्याकडे नीट बघितलंत तर तुम्हाला असं दिसून येईल की नेहमीच्या समाजात रूढ असलेल्या उभं राहण्याच्या पद्धतीपेक्षा ते एकमेकांपासून लांब उभे राहिले आहेत.

पायांची फुली करून उभं राहाणं.

वर उल्लेख केलेल्या गटातील व्यक्तींनी कोट किंवा जॅकेट घातलेलं असेल तर त्याची बटणं त्यांनी लावलेली असतात. बहुतेक लोक फारसा परिचय नसलेल्या लोकांच्यात जातात तेव्हा असे हातांची घडी घालून आणि पाय एकमेकांवर टाकून उभे राहतात. त्यांच्याबरोबर जर तुम्ही बोललात तर तुमच्या असं लक्षात येईल की त्या गटातला एकजण इतरांशी किंवा सगळेचजण एकमेकांशी अपरिचित आहेत.

मोकळे पाय खुलेपणा आणि वर्चस्व दर्शवतात तर पायांची फुली करणं हे व्यक्तीची बंदिस्त, कमीपणा घेणारी किंवा बचावात्मक वृत्ती दर्शवते. जणू काही परिणामकारकरीत्या ते आपल्या गुप्त इंद्रियापर्यंत कोणाला पोहोचू देऊ इच्छित नाहीत.

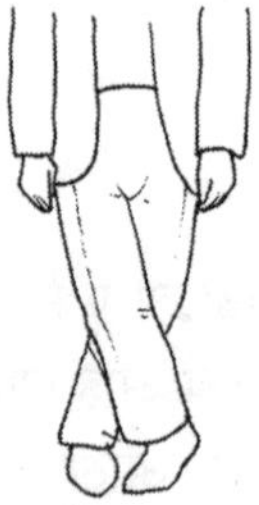

पायांची कात्री – मनाची बंदिस्त अवस्था

जेव्हा स्त्री पायांची कात्री करते किंवा एक पाय आडवा टाकते तेव्हा दोन संदेश ती देऊ इच्छिते. एक, म्हणजे ती इथंच थांबू इच्छिते आणि दोन, तिच्यापर्यंत पोहोचण्याची कोणाला परवानगी नाही किंवा ती सहजी उपलब्ध नाही. पुरुष जेव्हा या स्थितीत उभा राहतो तेव्हा तो हे तर दर्शवतोच की तो त्या स्थानावरच उभा राहणार आहे, पण कात्री केलेल्या स्थितीमुळे 'जिथं दुखापत होण्याची शक्यता आहे तिथं तुम्ही ती करणार नाही' याचीही तो काळजी घेतो. मोकळे पाय पुरुषत्व दाखवतात तर बंद पाय पुरुषत्वाचे संरक्षण करतात. त्याच्यापेक्षा कमी दर्जाच्या पुरुषांबरोबर तो आहे असं व्यक्तीला वाटलं तर इंद्रियाचं दर्शन घडवणं योग्य आहे असं त्याला वाटतं. पण जर तो त्याच्यापेक्षा उच्च दर्जाच्या पुरुषांबरोबर असेल तर त्याच्या मनात स्पर्धेची भावना निर्माण होते आणि त्याच्यावर कशाचाही सहज परिणाम होईल असं त्याला वाटतं. अभ्यासावरून असं दिसून आलं आहे की ज्यांना आत्मविश्वास नसतो ते सुद्धा पायावर पाय ठेवून उभे राहतात.

पाय मोकळे ठेवून उभं राहणं पुरुषांमधील आत्मविश्वास दर्शवतं तर पायावर पाय टाकणं हे त्याच्यामधील घुमेपणा दर्शवतं.

आता तुम्ही दुसऱ्या गटाला भेटला आहात अशी कल्पना करा. या गटातील लोकांनी हात खाली सोडलेले आहेत. हाताचे तळवे ते दाखवताहेत, कोटाची बटणं लावलेली नाहीत, ते अगदी आरामात, एका पायावर भार देऊन आणि गटातील इतरांकडे दुसऱ्या पायानं निर्देश करत उभे असलेले तुम्हाला दिसतील. ते सर्वच जण हाताची हालचाल करत आहेत आणि इतरांच्या वैयक्तिक अवकाशात ये-जा करत आहेत. या गटाची जरा बारकाईनं चौकशी केली तर ते एकमेकांचे मित्र आहेत किंवा ते एकमेकांना चांगल्याप्रकारे ओळखत आहेत, असं आढळून येईल. पहिल्या गटातील लोकांच्या चेहऱ्यावर आरामाचे भाव आहेत, ते मनमोकळेपणे आणि सहजपणे एकमेकांशी संभाषण करत आहेत असं दिसलं तरी ज्या पद्धतीनं ते हातांची घडी घालून आणि पायावर पाय टाकून उभे आहेत त्यावरून एकमेकांशी ते वरवर जरी सहजपणे आणि विश्वासानं बोलत आहेत असं दाखवत असले तरी ते तसे नाहीत हे सिद्ध होतं.

आता हे करून पाहा : तुम्ही कोणालाही ओळखत नाही अशा गटामध्ये जा आणि हातांची घडी घालून, घट्टपणे पायावर पाय टाकून, चेहऱ्यावर गंभीर भाव आणून उभे राहा. हळूहळू त्या गटातील एकेकजण हातांची आणि पायांची घडी घालून उभे राहतील. ती अनोळखी व्यक्ती म्हणजे तुम्ही जोपर्यंत तिथून निघून जात नाही तोपर्यंत ते त्याच अवस्थेत उभे राहतील. काही वेळानंतर तुम्ही तिथून निघून जा आणि आता पाहा. एकामागून एक सर्वजण आपापल्या हातांच्या घड्या सोडून पूर्वीच्या त्यांच्या स्थितीत परत एकदा उभे राहतील.

पायावर पाय टाकून उभं राहणं केवळ नकारात्मक आणि बचावात्मक भावना व्यक्त करतं असं नाही तर त्यामुळे ती व्यक्ती असुरक्षित आहे असं वाटतं आणि त्यामुळे इतरांच्यातही तशीच भावना निर्माण होते.

हातांची किंवा पायांची घडी का घातली जाते?

काही जण असंही म्हणू शकतील की बचावात्मक किंवा असुरक्षित वाटतंय म्हणून नव्हे तर त्यांना थंडी वाजतेय म्हणून त्यांनी हातांची किंवा पायांची घडी घातली आहे. एखाद्याला थंडी वाजत असेल तर तो हातांना उब देण्यासाठी ते काखेमध्ये ठेवेल, संरक्षणात्मक स्थिती घेताना जसे कोपरावर हात आडवे ठेवले जातात तसे ठेवणार नाही. दुसरं असं की व्यक्तीला जर थंडी वाजत असेल तर शरीराला मिठी मारली गेल्याची भावना निर्माण होईल. त्यामुळे ती व्यक्ती ऊब निर्माण होईल असं काही तरी शोधेल. अशा वेळी पायावर पाय ठेवले जातील ते सामान्यत: सरळ, कडक आणि एकमेकांवर जोर देऊन दाबले जातील. याउलट संरक्षक पवित्र्यामध्ये किंवा स्थितीमध्ये पायांची स्थिती ही ढिली, सैलसर असते.

तिला थंडी वाजत असेल किंवा ती टॉयलेट कोठे आहे याचा शोध घेत असेल

हातांची किंवा पायांची नेहमी घडी घालण्याची ज्यांना सवय आहे ते नेहमी आपल्याला थंडी वाजते आहे म्हणून आपण असं करतोय असं सांगतात. ते कधीच आपण बेचैन, काळजीत किंवा बचावात्मक पवित्र्यात आहोत असं कबूल करीत नाहीत. इतर लोक ज्या वेळी अशी घडी घालतात तेव्हा ते सहजपणे म्हणतात की आम्हाला असंच आरामदायी वाटतं आणि ते खरंही असण्याची शक्यता आहे. कारण ज्या वेळी एखाद्याला बचावात्मक किंवा असुरक्षित वाटत असतं, अशा वेळी जर त्यानं हाता-पायांची घडी घातली तर त्याला ते खरंच आरामदायी, सुखकारक वाटतं. कारण त्याच्या भावनिक अवस्थेशी ही स्थिती मिळतीजुळती असते.

एक प्रवास मिटतेपणाकडून खुलेपणाकडे

लोकांना हळूहळू गटामध्ये सहज, सुखदायक वाटू लागतं, त्यांची इतरांशी ओळख होते तसतसा त्यांच्या हालचालींमध्येही फरक पडायला लागतो. आधीच्या हातापायाच्या घडी घालण्याच्या बचावात्मक अवस्थेत बदल होऊन ती खुली, आरामशीर दोन्ही पाय अलग अशा अवस्थेत बदलते. उभं राहण्याच्या या मनमोकळ्या अवस्थेपर्यंत पोहोचण्याचा जो क्रम असतो तो सर्वत्र सारखा असतो.

१. एकमेकांबद्दल खात्री वाटत नसताना

२. खुलेपणा आणि स्वीकार

बंदिस्त अवस्थेपासून याची सुरुवात होते. यामध्ये हातापायांची घडी घातलेली असते (चित्र क्रमांक १ मध्ये दाखवल्याप्रमाणे). जसजसा त्यांना एकमेकांबद्दल विश्वास वाटू लागतो, सहजपणा येऊ लागतो तसतसा बदल होतो. पहिली पायाची घडी काढली जाते आणि दोन्ही पाय सरळ ठेवले जाऊन दक्ष अवस्थेत उभं राहिलं जातं. यानंतर हातांची घडी काढली जाते, बोलताना क्वचित प्रसंगी तळहातही दाखवले जातात. पण तरीही त्यांचा अडथळा म्हणून वापर केला जात नाही. याऐवजी तळहाताचा वापर दुसरा हात म्हणजे कोपराचा वरचा हात पकडण्यासाठी जसं एका हाताचा अडथळा अवस्थेत केला जातो तसा करण्यात येतो. यानंतर दोन्ही हात मोकळे सोडले जातात. एक हात पार्श्वभागावर किंवा खिशात ठेवला जातो. शेवटी, एक व्यक्ती 'पाऊल पुढे अवस्था' घेते

म्हणजे एक पाऊल पुढे टाकते (चित्र क्र. २ मध्ये दाखवल्याप्रमाणे) आणि दुसऱ्या व्यक्तीचा स्वीकार करते.

पायांची घडी घालण्याची युरोपिअन पद्धत

एक पाय व्यवस्थितपणे दुसऱ्या पायावर टाकून बसणाऱ्यांत ७०% लोक डावा पाय उजव्या पायावर टाकून बसतात. युरोपिअन, आशियाई आणि ब्रिटिश संस्कृतीमध्ये पायावर पाय टाकून बसण्याची ही नेहमीची रूढ पद्धत आहे.

पायावर पाय ठेवून बसण्याची युरोपिअन/ब्रिटिश पद्धत

जेव्हा व्यक्ती दोन्ही पायांची आणि हातांची घडी घालते तेव्हा याचा अर्थ संभाषणातून भावनिकदृष्ट्या तिनं आपलं लक्ष काढून घेतलं आहे असा होतो आणि जेव्हा ती अशी बसते तेव्हा तिची खात्री पटवणं अत्यंत अवघड असतं. आपलं बोलणं अशा वेळी निष्फळ ठरतं.

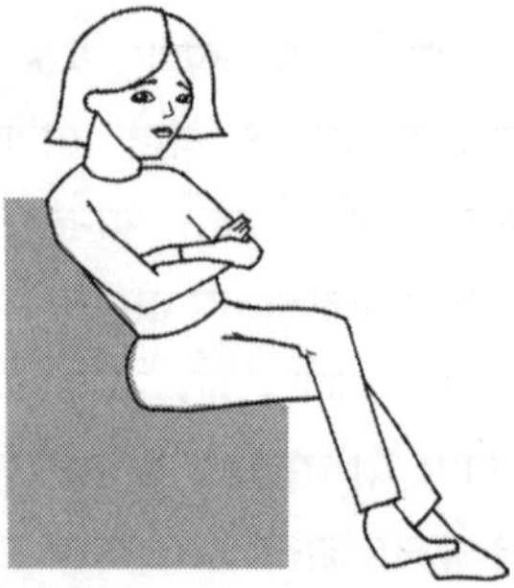

कोणत्याही पातळीवर संवाद साधण्यासाठीचा मोकळेपणा नाही

आम्हाला असं आढळून आलं आहे की, व्यावसायिक संदर्भात बोलणी चालू असताना जर कोणी असं बसलं तर ती व्यक्ती मोजकी वाक्यं

बोलते, अनेक प्रस्तावांना नकार देते आणि ज्या व्यक्ती हात आणि पाय मोकळे सोडून बसल्या आहेत त्यांच्यापेक्षा या व्यक्तींना अशा बैठकीतले अनेक तपशील फार कमी आठवतात.

इंग्रजी 'फोर'प्रमाणे बसण्याची अमेरिकन पद्धत

अमेरिकन लोकांची इंग्रजी ४ (फोर) या आकाराची बसण्याची स्थिती ही गुप्त इंद्रियं दाखवणं या प्रकाराची बसण्याची स्थिती आहे. यामध्ये अमेरिकन पुरुषांचा आपले लिंग दाखवण्यावर भर असतो, आणि अमेरिकन संस्कृतीचा प्रभाव पडलेल्या सिंगापूर, जपान आणि फिलिपिन्ससारख्या संस्कृतीतील तरुणांमध्येही बसण्याच्या अशाच पद्धतीचा वापर केला जातो. यातून वादविवाद प्रिय किंवा स्पर्धात्मक वृत्ती अजूनही टिकून आहे हे दिसून येतं. माकडांच्यात आणि चिंपांझींमध्येही ते जेव्हा आक्रमक होतात तेव्हा आपलं लिंग दाखवण्याची प्रवृत्ती आढळते. कारण त्याच्या योग्य प्रदर्शनामुळं संभाव्य शारीरिक लढाईमुळं होणारं नुकसान टाळलं जाऊ शकतं. प्राण्यांच्या प्रगत जातींमध्ये जो नर, लिंगाचं प्रभावी प्रदर्शन करतो त्याच्याकडे इतर प्राणी नेता म्हणून बघतात. ऑस्ट्रेलिया आणि न्यूझीलंडमध्ये युरोपिअन पायावर पाय टाकून बसण्याची पद्धत आणि *अमेरिकन इंग्रजी फोर* बसण्याची पद्धत, दोन्हींचाही वापर केला जातो. दुसऱ्या जागतिक महायुद्धाच्या काळात नाझी सैनिक इंग्रजी फोर आकारात कोण बसतं याकडे लक्ष ठेवून असायचे. कारण त्यावरून ती व्यक्ती जर्मन नाही हे स्पष्टपणे कळायचं आणि तिनं काही काळ अमेरिकेत घालवला आहे हे ही कळायचं.

इंग्रजी फोर प्रमाणे बसण्याची अमेरिकन पद्धत–कोणत्याही मुद्यांवर वाद घालण्यासाठी तयार

ब्रिटन आणि युरोपमध्ये आजही वृद्ध लोकांकडून बसण्याची ही अमेरिकन फिगर फोर पद्धत तितकीशी वापरली जात नाही. मात्र अमेरिकन चित्रपट आणि टेलिव्हिजनच्या अधीन गेलेल्या रशिया, जपान, सार्दिनिया आणि माल्टा यांसारख्या भिन्न संस्कृतीमधील तरुण पिढी अशाप्रकारे अमेरिकन बसण्याच्या पद्धतीचे, ते जे पाहतात त्याचे, आरशातल्याप्रमाणे अनुकरण करतात. अशा पद्धतीनं बसणारे पुरुष केवळ अधिकार गाजवणारे वाटतात असं नाही तर ते आरामशीर वृत्तीचे आणि तरुणही वाटतात. मध्यपूर्वेकडील आणि आशियातील काही भागांमध्ये अशाप्रकारे बसणं अपमानकारक मानलं जातं, कारण या फिगर फोर बसण्यामुळं बुटाचा तळवा दुसऱ्याला दाखवला जातो आणि हा भागच घाणीतून चालताना वापरला जातो म्हणून असं बसणं त्यांना तितकंसं मान्य होत नाही.

पँट किंवा जिन्स घालणाऱ्या स्त्रिया कधीकधी फिगर फोर या स्थितीत बसताना दिसतात. सामान्यत: त्या इतर स्त्रिया आजूबाजूला असतानाच या स्थितीत बसतात. या स्थितीत त्या जास्त पुरुषी वाटू नयेत तसंच त्या लैंगिकदृष्ट्या उपलब्ध आहेत असा संकेतही पुरुषांना मिळू नये यासाठी स्त्रिया पुरुषांपुढे कधीच फिगर फोर स्थितीत बसत नाहीत.

अभ्यासातून असंही आढळून आलं आहे की, बहुतेक लोक काही करण्याबाबतचा अंतिम निर्णय त्यांचे दोन्ही पाय जमिनीवरच असताना घेतात त्यामुळं एखाद्याला निर्णय घ्यायला सांगायचा असेल तर अशा वेळी फिगर फोर अवस्था उपयोगी पडत नाही.

शरीर बंद झालं की मनही बंद होतं

आम्ही एका परिषदेला उपस्थित राहिलो होतो. त्यामध्ये स्त्री आणि पुरुषांची संख्या निम्मी निम्मी होती. यामध्ये १०० व्यवस्थापकांचा आणि ५०० विक्रेत्यांचा समावेश होता. 'संघटित संस्थांकडून विक्रेत्यांना दिली जाणारी वागणूक' अशा वादग्रस्त विषयावर चर्चा सुरू होती. विक्रेत्यांच्या संघटनेची प्रमुख असणारी प्रसिद्ध व्यक्ती या गटाला उद्देशून बोलण्यासाठी उभी राहिली. ती उभी राहताक्षणी उपस्थित असणाऱ्या जवळजवळ सर्व पुरुष व्यवस्थापकांनी आणि सुमारे २५% महिला व्यवस्थापकांनी ती

व्यक्ती काय बोलणार याची भीती वाटून हात आणि पायांची घडी घालून बचावात्मक पवित्रा घेतला. त्यांची भीती सार्थ ठरली. त्यांनी व्यवस्थापनाच्या सुमार दर्जाबाबत जोरदार टीका केली आणि उद्योगाच्या कर्मचारी वर्गाच्या समस्यांचं ते एक महत्त्वाचं कारण कसं आहे हे ही सांगितलं. श्रोत्यांमध्ये असलेले बहुतेक विक्रेते त्यांचं भाषण एकतर पुढे झुकून विशेष रस घेऊन ऐकत होते. पण व्यवस्थापकांनी आपला बचावात्मक पवित्रा कायम ठेवला होता.

जेव्हा मन बंद होतं,
तेव्हा शरीर त्याचं अनुकरण करतं.

विक्रेत्यांच्या प्रमुखानं विक्रेत्यांच्या संदर्भात व्यवस्थापकाची भूमिका काय असावी याचीही चर्चा आपल्या बोलण्यात केली. या वेळी बहुतेक व्यवस्थापकांनी वाद्यवृंदातील संचालकानं आज्ञा द्यावी त्याप्रमाणे एकाच पद्धतीनं एकाच वेळी बसायची 'फिगर फोर' अवस्था घेतली. मानसिकरीत्या ते आता विक्रेत्यानं मांडलेल्या मुद्यावर वादविवाद करू लागले आणि आपल्या बाजूची सत्यता पटवून देऊ लागले. आमच्या असं लक्षात आलं की, काही व्यवस्थापकांनी ते ज्या स्थितीत बसले होते त्यात बदल केला नाही. मात्र त्याची कारणं वेगळी होती. त्यातले बहुतेक जण जरी विक्रेत्याच्या मुद्यांशी सहमत नव्हते तरी शारीरिक किंवा वैद्यकीय कारणांमुळे म्हणजे काहींना जाडीमुळे, पायाचे काही प्रश्न असल्यामुळं किंवा सांधेदुखीमुळं 'फिगर फोर' स्थितीत बसता येत नव्हते.

तुम्ही एखाद्याचं मन वळवू इच्छित आहात आणि तो यापैकी एखाद्या स्थितीत बसला असेल तर तुमचा मुद्दा पुढे मांडत राहण्याआधी तो ही अवस्था कशी बदलेल यासाठी प्रयत्न करा. म्हणजे जर तुम्हाला काही दाखवायचं असेल तर त्याला बोलावून तुमच्या जवळ बसायला सांगा किंवा त्याला काहीतरी करायला सांगा, किंवा काहीतरी धरायला सांगा म्हणजे उदाहरणार्थ, त्याला टिपणं (नोट्स) काढायला सांगा, लिहायला सांगा, माहितीपत्रकं, उत्पादनाचे नमुने हातात धरायला सांगा

जेणेकरून तो आधीची अवस्था सोडून ही नवीन कृती करण्यासाठी पुढे झुकेल. अशा वेळी त्या व्यक्तीला चहा किंवा कॉफी देणंही उचित ठरेल म्हणजे ते घेण्याच्या निमित्तानं तो त्याची हातापायांची घडी सोडेल आणि तुमच्या बोलण्याकडे लक्ष देईल.

फिगर फोर अवस्थेत पाय एका किंवा दोन्ही हातांनी घट्ट पकडणे

ज्या व्यक्तीची स्पर्धात्मक वृत्ती असते ती फिगर फोर अवस्थेत तर बसतेच पण त्या अवस्थेत आडवा असलेला पाय एक किंवा दोन हातांनी घट्ट पकडून ती अवस्था बंदिस्त करून टाकते (पुढे चित्रात दाखवल्याप्रमाणे), यातून व्यक्तीचं स्वत:शिवाय इतरांचं कोणतंही मत खोडून काढणारा, नाकारणारा कणखर आणि हट्टी स्वभाव व्यक्त होतो.

पाय एका किंवा दोन्ही हातांनी घट्ट पकडून स्पर्धात्मक वृत्ती आणखी ठाम करणं

पायाचे घोटे एकमेकात अडकवणं

पुरुषांची ही स्थिती स्त्रियांपेक्षा जरा वेगळी असते. पायांचे घोटे एकमेकांत अडकवणं या स्थितीबरोबरच ते हातांच्या मुठी घट्ट आवळून मांडीवर ठेवतात किंवा हातांनी खुर्चीचे दोन्ही हात घट्ट पकडून ठेवतात आणि बसताना गुप्त इंद्रिय दाखवतात (चित्रात दाखवल्याप्रमाणे). स्त्रिया या स्थितीत वेगळ्या प्रकारे बसतात. त्या दोन्ही गुडघे एकमेकांजवळ ठेवतात (चित्रात दाखवल्याप्रमाणे). पायाचे घोटे एकमेकांत अडकवून ते पाय त्या एका बाजूला ठेवतात. दोन्ही हात मांडीवर एकमेकांशेजारी ठेवतात किंवा मांडीवर एक हात आणि त्यावर दुसरा हात ठेवतात.

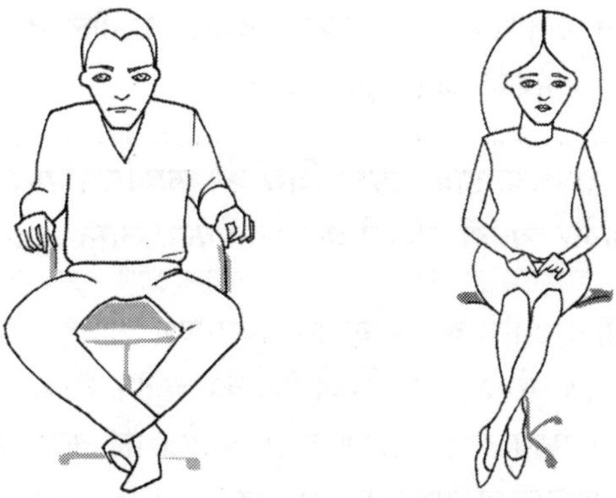

पायाचे घोटे एकमेकांत अडकवणे स्थितीत स्त्री पायातलं
अंतर कमी करते तर पुरुष हे अंतर जास्त वाढवतो

गेल्या तीन दशकांतील मुलाखती घेण्याचा किंवा लोकांना कल्पना विकण्याचा आमचा अनुभव लक्षात घेता आमच्या असं लक्षात आलं आहे की मुलाखत देणारा जेव्हा पायांचे घोटे एकमेकांत अडकवतो तेव्हा तो मानसिकरीत्या 'ओठही चावत असतो'. या हालचालीतून तो स्वत:ची नकारात्मक भावना, अनिश्चितता किंवा भीती रोखायचा प्रयत्न करत असतो. पाय खुर्चीच्या खाली तो मागे घेतो म्हणजे या सगळ्यातून भावना काढून घेण्याची त्याची वृत्ती दिसून येते. लोक ज्या वेळी संभाषणात गुंतलेले असतात त्या वेळी ते त्यांचे पायही संभाषणात सहभागी करून घेतात.

आम्ही वकिलांबरोबर जे काम केलं त्यात असं आढळून आलं की न्यायालयाबाहेर जे प्रतिवादी असतात ते सुनावणीच्या आधी स्वत:च्या भावनांवर नियंत्रण ठेवण्यासाठी फिर्यादीपेक्षा तिप्पट वेळा खुर्चीवर बसताना पायाचे घोटे एकमेकांच्यात अडकवून बसतात. आम्ही ३१९ दंतरुग्णांचा अभ्यास केला तेव्हा त्यातले ८८% रुग्ण दातांवर उपचार करून घेण्यासाठी खुर्चीत बसले की पायाचे घोटे एकमेकांत अडकवतात ते त्यांच्या दातांवरील काम पूर्ण होईपर्यंत तसेच ठेवतात. दातांची नुसती तपासणी असेल तर ८८% लोक त्यांचे घोटे एकमेकांत अडकवतात.

त्यामुळेच जर दातांचे डॉक्टर इंजेक्शन देणार असतील तर ९८% रुग्ण पायांचे घोटे एकमेकांत अडकवून बसतात.

दातांच्या डॉक्टरांपेक्षा जिथं कर कार्यालयामध्ये गेल्यानंतर व्यक्ती पायांचे घोटे एकमेकांत जास्त अडकवते.

पोलीस, जकात आणि कर कार्यालय यांसारख्या कायदा अंमलबजावणी करणाऱ्या आणि सरकारी संस्थांमध्ये गेलं की बहुतेक लोक तिथं होणाऱ्या मुलाखतीवेळी सुरुवातीला आपण दोषी आहोत की काय या भीतीपोटी पायांचे घोटे एकमेकांत अडकवून बसतात.

मानवी साधनसंपत्ती व्यवसायाचा अभ्यास केल्यावर आम्हाला असं दिसून आलं की मुलाखत देताना बहुतेक उमेदवार बरोबर एखाद्या मुद्यापाशी आले की ते भावना आणि वृत्ती रोखून धरत आहेत हे दर्शवण्यासाठी पायाचे घोटे एकमेकांच्यात अडकवत होते. निरेनबर्ग आणि कॅलेरो यांना असं आढळून आलं की दोन व्यक्तींमध्ये जर व्यवसायविषयक बोलणी चालू असतील आणि जर एका व्यक्तीनं पायांचे घोटे एकमेकांत अडकवले तर त्याचा अर्थ एखादी महत्त्वपूर्ण सवलत देण्याचा निर्णय ती राखून ठेवत आहे. पण प्रश्न विचारण्याच्या तंत्राचा वापर करून त्यांनी त्याला पाय मोकळे करायला लावले आणि नंतर तो सवलत द्यायलाही तयार झाला.

लोकांना काय वाटत आहे याबद्दल सकारात्मक प्रश्न विचारल्यास, त्यांना मोकळं वाटून ते एकमेकांत अडकवलेले पायाचे घोटे मोकळे करू शकतात.

घोटे एकमेकांत अडकवणं याविषयीच्या प्राथमिक अवस्थांचा अभ्यास केल्यावर आम्हाला असं आढळून आलं की प्रश्न विचारण्याचा मुलाखत देणाऱ्यावर योग्य आणि प्रभावी परिणाम होऊन एकदम तो जरा आरामशीर मन:स्थितीत येतो आणि पायाचे घोटे सोडवून बसतो. आम्हाला आणखी असंही आढळून आलं की, मुलाखत घेणारा एका जागी बसण्याऐवजी चालत चालत मुलाखत देणाऱ्यापाशी आला आणि त्यानं त्या दोघांमध्ये

असलेलं डेस्क काढून टाकलं आणि त्याच्या शेजारीच बसला तर डेस्कचा अडथळा दूर झाल्यामुळे मुलाखत देणाऱ्याला सहज वाटू लागतं आणि तो अडकवलेले घोटे मोकळे करतो. आता त्यांचं बोलणं जरा मनमोकळेपणानं होतं आणि त्यात वैयक्तिक आस्थापण दिसून येते.

आम्ही एका कंपनीला ग्राहकांशी दूरध्वनीवरून कसा प्रभावीपणे संपर्क साधता येईल याविषयी सल्ला देत होतो त्या वेळी आम्हाला एक जण भेटला. त्याचं काम होतं ग्राहकांकडून कर्ज वसुली (संकलन) करणं. आम्ही त्याचं निरीक्षण करत होतो. तो कामानिमित्त खूप जणांशी फोनवरून बोलत होता. तो जरी वरवर पाहता सहज आणि आरामात बोलतो आहे असं वाटत असलं तरी ग्राहकांशी बोलताना खुर्ची खाली तो त्याचे पायाचे घोटे सातत्यानं एकमेकांत अडकवूनच बोलत होता. पण आमच्याशी बोलताना मात्र तो असं करत नव्हता. आम्ही जेव्हा त्याला विचारलं की, 'तुला हे काम कसं वाटतं?' त्यावर त्यानं उत्तर दिलं, 'मस्त, खूप मजा आहे.' हे बोलताना त्याचं दिसणं आणि त्याचा आवाज जरी खात्रीशीर वाटत असला तरी तो जे बोलत होता त्याच्याशी त्याच्या इतर हालचाली सुसंगत नव्हत्या. आम्ही त्याला विचारलं, 'खरंच, तुला मजा वाटते?' तो एक क्षणभर थांबला. त्यानं पाय मोकळे केले आणि हाताचे तळवे उघडे करून तो म्हणाला, 'खरं तर या कामानं मला वेडं केलंय!' दिवसात त्याला ग्राहकांचे कितीतरी फोन येत असतात आणि ते उद्धटपणे आणि आक्रमकपणे बोलले तरी त्यांच्याशी नीटच बोलावं लागत असल्यानं तो स्वतःच्या खऱ्या भावना रोखून धरून बोलतो आणि त्याचा परिणाम फोनवरून बोलताना पायाचे घोटे एकमेकांत अडकवण्यात होतो. ज्या विक्रेत्यांना फोनवर बोलण्याची तितकीशी आवड नसते ते सर्वसाधारणतः फोनवरून बोलत असताना पायांचे घोटे एकमेकांत अडकवून बोलतात.

आखूड, तोकडे कपडे घालण्याची मानसिकता

ज्या स्त्रिया तोकडे कपडे (मिनी स्कर्टसारखे) घालतात त्या नेहमी पायावर पाय टाकून आणि पायाचे घोटे एकमेकांत अडकवून बसतात. याचं कारण उघड आहे की या कपड्यांमुळे काही दिसू नये यासाठी त्या पाय एकावर एक टाकतात म्हणजे अशा प्रकारे बसणं ही त्यांची गरजही असते.

वर्षानुवर्षांच्या सवयीमुळं अजूनही वयस्क स्त्रिया या स्थितीत बसतात. त्यामुळे त्यांनी स्वत:ला बंधनात ठेवलं आहे असं वाटतं आणि इतरांचाही त्यांच्याकडे बघण्याचा दृष्टिकोन त्या 'नकारात्मक' आहेत असा होतो आणि ते त्यांच्याशी जास्त सावधपणे, विचारपूर्वक वागतात.

आखूड, तोकडे कपडे घालणाऱ्या स्त्रियांच्या कपड्यांतून राखीवपणा, बंदिस्तपणा व्यक्त होतो त्यामुळं त्यांच्याशी सहज जाऊन बोलता येईल असं वाटत नाही.

काही माणसं असा दावा करू शकतात की, पायांचे घोटे एकमेकांत अडकवून बसणं किंवा हातांच्या आणि पायांच्या इतर कोणत्याही नकारात्मक स्थितीत बसणं त्यांना आरामदायी, सुखकारक वाटतं. तुम्ही जर याच वर्गातले असाल तर लक्षात ठेवा की कोणतीही बचावात्मक, नकारात्मक किंवा बंदिस्त भावना जर तुमच्या मनात असेल तर हाताच्या किंवा पायाच्या कोणत्याही स्थितीत तुम्हाला आरामशीर वाटेल, बरं वाटेल.

नकारात्मक हालचाल वाढत राहिली किंवा नकारात्मक वृत्ती दीर्घकाळ राहिली तर तुम्ही भयभीत झालेले आहात, तुम्ही बचावात्मक पवित्रा घेतला आहे आणि तुम्हाला कशात सहभागी व्हायची इच्छा नाही, असं इतरांना वाटेल. खुल्या, मनमोकळ्या हालचाली करण्याचा सराव करा. यामुळे तुमचा आत्मविश्वास वाढेल आणि इतरांचाही तुमच्याकडं बघण्याचा दृष्टिकोन सकारात्मक होईल.

एका पायानं दुसऱ्या पायाला विळखा घालणं

बहुतांश वेळा फक्त स्त्रियांच्यात आढळणारी ही स्थिती आहे. लाजाळू, भित्र्या स्त्रियांचं हे खास वैशिष्ट्य आहे. एका पावलाच्या वरच्या भागानं दुसऱ्या पायाला विळखा घालणं अशी ही स्थिती आहे. यातून असुरक्षिततेची भावना प्रामुख्यानं व्यक्त केली जाते. जणू काही जगापासून अलिप्त होऊन कासवासारखं स्वत:च्या कवचामध्ये जाण्याची भावना स्त्रीमध्ये निर्माण होते. तिच्या शरीराचा वरचा भाग जरी आरामशीर वाटला तरी शरीराच्या खालच्या भागातून असुरक्षिततेची भावना या स्थितीतून

व्यक्त होते. प्रेमळ, मित्रत्वाच्या भावनेनं, जरा खालचा स्वर लावून समजूतदारपणे वागल्यास या स्त्रिया त्यांच्या या स्थितीतून बाहेर येऊ शकतात. कवच फोडून किडा शिंपल्यातून बाहेर येऊ शकतो.

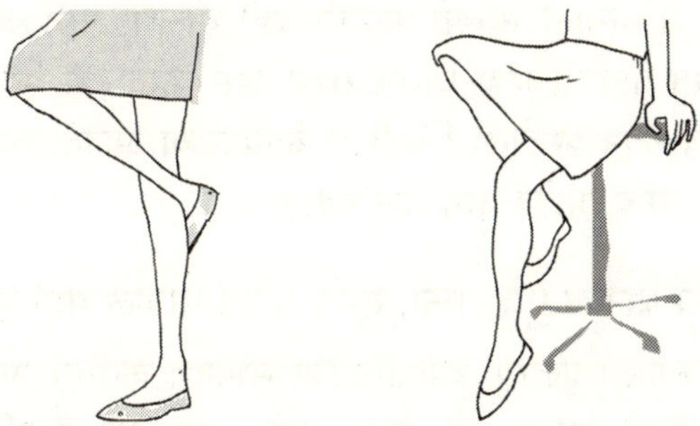

लाजाळू, भित्रे लोक असा एका पायाचा दुसऱ्या पायाला विळखा घालतात

समांतर पाय

स्त्रियांच्या पायांतील आणि पार्श्वभागातील हाडांच्या विशिष्ट रचनेमुळे स्त्रिया या स्थितीत बसू शकतात. बहुतेक पुरुष अशा स्थितीत बसू शकत नाहीत त्यामुळे ही स्थिती हा स्त्रीत्वाचाच प्रबळ संकेत बनली आहे. आम्ही यासंबंधी एक सर्वेक्षण केलं. त्यात ८६% पुरुषांनी स्त्रियांची बसण्याची ही सर्वांत आकर्षक स्थिती आहे, असं सांगून त्याला पायाच्या इतर स्थितीपेक्षा सगळ्यात जास्त वरचा दर्जा दिला, जास्त गुण दिले.

पाय समांतर ठेवून बसलेल्या स्त्रियांची ही स्थिती पुरुषांनी त्यांची सर्वांत आवडती स्थिती सांगून प्रथम क्रमांक दिला.

एक पाय दुसऱ्यावर दाबून ठेवणं (वर चित्रात दाखवल्याप्रमाणे). या स्थितीतून स्त्रियांच्या पायांचं निरोगी, तरुण, उत्साही दर्शन घडतं आणि

पुनरुत्पादनाच्या दृष्टिकोनातून पुरुषांना ते आकर्षित करते. मॉडेलिंग आणि बोलण्या-चालण्याच्या पद्धती शिकवणाऱ्या क्लासेसमध्ये ही स्थिती स्त्रियांना शिकवली जाते. एखादी स्त्री तिला आवडणाऱ्या पुरुषाचं लक्ष वेधून घेण्यासाठी सारखी पायांची घडी घालणं, परत पाय मोकळे सोडणं, परत पायांची घडी घालत राहणं असं करते. ही स्थिती आणि समांतर पाय ठेवून बसलेली स्थिती या वेगवेगळ्या आहेत. त्यात गोंधळ करून त्या एकच आहेत असं मानू नये.

तुमचं उजवं पाऊल पुढे टाका, तुमचं उजवं पाऊल मागे घ्या

जेव्हा आपल्याला एखाद्या व्यक्तीबरोबर संभाषण करायचं असतं किंवा त्या व्यक्तीमध्ये रस वाटतो तेव्हा आपण त्या व्यक्तीमधील आणि आपल्यातील अंतर कमी करण्याच्या दृष्टीने त्याच्या दिशेने एक पाऊल पुढे टाकतो आणि जर आपल्याला आपल्या मनाचा थांगपत्ता लागू द्यायचा नसेल किंवा आपल्याला एखाद्यात रस नसेल तर आपण विशेषत: खुर्चीवर बसलेले असलो तर आपली पावलं मागं घेतो.

प्रबळ इच्छाशक्तिनिशी त्यानं एक पाऊल पुढं टाकलं आहे, गुप्त इंद्रियही तो दाखवत आहे. एकतर तिनं काहीच ठरवलेलं दिसत नाही किंवा तिला कशाचंच फारसं काही वाटत नाही किंवा तितकीशी उत्सुकता तिला वाटत नाही.

वरील प्रसंगात पुरुषांच्या प्रियाराधनाची नेहमीची देहबोली वापरून तो पुरुष ती आपल्याला आवडली आहे, तिच्यात आपल्याला रस आहे हे दाखवतो आहे. त्यासाठी त्यानं एक पाऊल पुढं टाकलं आहे. दोन्ही पावलं अलग ठेवली आहेत, गुप्त इंद्रियाचं दर्शन तो घडवत आहे.

स्वत:चं आकारमान जास्त वाढावे यासाठी त्यात हात तिरके ठेवले आहेत आणि जास्त जागा व्यापून तो उभा राहिला आहे.

तिनंही त्याला खास स्त्रिया देतात तसा 'काही शक्यता नाही' असा देहबोलीचा संकेत दिला आहे. तिनं पाय एकत्र ठेवले आहेत, शरीर त्याच्यापासून दूर आहे. हाताची घडी घातली आहे. बहुतेक तो त्याचा वेळ वाया घालवतो आहे (तिच्याकडून फारसा प्रतिसाद मिळताना दिसत नाही).

सारांश

आपल्याला कुठे जावंसं वाटतंय हे आपले पाय इतरांना सांगत असतात. आपल्याला कोण आवडतंय आणि कोण आवडत नाही हेही ते सांगतात. तुम्ही जर स्त्री असाल तर व्यावसायिक बैठकींमध्ये तोकडा, आखूड पोषाख घालून आणि पायाची घडी घालून पुरुष व्यावसायिकांपुढे बसण्याचं टाळा किंवा किमान गुडघ्याच्या खाली येईल असा पोषाख घाला. स्त्रियांच्या मांड्यांचं दर्शन झालं तर जवळजवळ सर्व पुरुषांचं चित्त विचलित होतं. त्यामुळे त्या काय बोलत आहेत याकडे दुर्लक्ष होण्याची शक्यता असते, कमी लक्ष देण्याची शक्यता असते. ती कोण आहे हे त्याच्या लक्षात राहील पण ती काय म्हणाली हे त्यांना फारसं आठवणार नाही. प्रसारमाध्यमांचं सातत्यानं आपल्याकडेच लक्ष राहावं यासाठी व्यवसायविषयक बैठकांमध्ये काही स्त्रिया आखूड किंवा देहप्रदर्शन करणारे कपडे घालतात. टीव्हीवरून कार्यक्रम सादर करणाऱ्या ९०% पेक्षा जास्त स्त्रियांचे कपडे आखूड आणि उघडे पाय दाखवणारे असतात. अभ्यासावरून असं दिसून आलं आहे की त्यामुळं अशा प्रकारचे कार्यक्रम पुरुष जास्त वेळ बघतात, पण अभ्यासावरून हेही दिसून आलं आहे की स्त्री जेवढे जास्त तिचे पाय दाखवते तेवढे ती काय म्हणाली त्याचा आशय पुरुषांच्या कमी लक्षात राहतो (स्त्रीच्या देहप्रदर्शनामुळे आशयाकडं दुर्लक्ष होण्याची शक्यता असते). इथला नियम साधा आहे. सामाजिक संदर्भात उघडे टाकलेले पाय छानच वाटतात. पण व्यावसायिक बोलणी यशस्वी होण्यासाठी त्याचा उपयोग होत नाही. तुम्ही पुरुष असाल आणि स्त्रियांबरोबर व्यवसायविषयक बोलणी करणारे असाल तर तुम्हाला तोच नियम लागू होतो – बोलणी करताना तुमचे गुडघे एकत्र ठेवा.

प्रकरण ११

दररोज आढळणाऱ्या १३ महत्त्वाच्या हालचाली

कामाच्या ठिकाणी (चित्रात दाखवल्याप्रमाणे) पुरुषांच्या अशा एकत्रित हालचाली स्त्रिया सहज करू शकत नाहीत.

दिसायला साध्या साध्या वाटणाऱ्या गोष्टी आपण करतो. त्याचा काय परिणाम होतो याबाबत जाणीवपूर्वक विचार लोक क्वचितच करतात. उदाहरणार्थ, एक व्यक्ती दुसऱ्या व्यक्तीला मिठी मारते, मिठीच्या शेवटी ती दुसऱ्याच्या पाठीवर थोपटते. पाहणारे बरेच जण मूकपणे हा प्रेम दर्शवण्याचा एक भाग आहे असं मानतात. यानंतर हवेत घेतलेली चुंबनं आणि दुसऱ्याच्या गालावर चुंबन घेताना होतो तसा आवाज काढणं - हे ही प्रेमच आहे असा इतरांचा समज होतो. व्यावसायिक कुस्तीगीर मारतात तशी थाप पाठीवर मारली यामागची खरी परिस्थिती अशी आहे, वास्तव असं आहे की, ती व्यक्ती दुसऱ्या व्यक्तीला सांगू इच्छिते की ही मिठी आता सोडवू या. तुम्हाला समोरच्या व्यक्तीला मिठी मारण्यात विशेष रस नाही. पण समोरची व्यक्तीच तुमच्याकडे आली आणि तिनं तुम्हाला जबरदस्तीनं मिठी मारली तर मिठी सुरू व्हायच्या आधीच तुम्ही त्याच्या पाठीवर हवेत थोपटायला सुरुवात कराल म्हणजे मिठी लवकर

सोडवण्याचा प्रयत्न कराल. आवाज करून हवेत चुंबन घेतलं जातं याचा अर्थ आपल्याला खरं चुंबन घ्यायचं नसतं. म्हणून आपण हा पर्याय निवडतो.

मिठी सोडवण्यासाठी बहुतेक जण खांद्यावर थोपटतात. जे खरे मिठी मारणारे आहेत ते घट्ट पकडतात. छायाचित्रात तिनं घट्ट पकडलं आहे, पण तो मात्र वेगानं थोपटतो आहे.

या प्रकरणात आपल्याला सर्वत्र नेहमी आढळणाऱ्या डोक्याच्या हालचाली आणि दैनंदिन व्यवहारात दिसणाऱ्या देहबोलीच्या एकत्रित हालचाली याविषयी माहिती आपण घेणार आहोत.

मान डोलावणे

बहुतेक संस्कृतीमध्ये मान डोलावणे याचा अर्थ 'होय' किंवा 'सहमती' असा होतो. मान तुकवणं किंवा आदरानं नमस्कारार्थ वाकण्याचं, मान डोलावणं हे छोटं रूप आहे. यामध्ये व्यक्ती प्रतिकात्मकरित्या आदरानं खाली मान झुकवायला लागते. पण मध्येच थांबते आणि त्याचं डोकं हलवण्यात रूपांतर होतं. मान झुकवणं ही शरणागती पत्करणारी हालचाल आहे तर डोकं डोलवणं ही हालचालसुद्धा असं दर्शवते. जे जन्मत: मुके, बधीर आणि अंध आहेत त्यांच्यावर एक संशोधन करण्यात आलं. त्यातून असं दिसून आलं की 'होय' म्हणण्यासाठी ते सुद्धा मान डोलावतात याचाच अर्थ शरणागती दर्शवणारी ही जन्मजात हालचाल आहे.

भारतात या बाजूकडून त्या बाजूकडे डोके हलवणे, 'डोक्याची अस्थिर हालचाल करणे' हा 'होय' असं दर्शवण्यासाठी दिलेला संकेत आहे. पाश्चिमात्य आणि युरोपियन लोकांना गोंधळात टाकणारी ही हालचाल आहे. कारण ते 'हो' किंवा 'नाही' अशा दोन्हीही शक्यता असतील तर त्यासाठी अशा प्रकारे संकेत देतात. आम्ही या आधीच

सांगितल्याप्रमाणे, जपानी लोक मान डोलावतात त्या वेळी त्याचा अर्थ 'मी तुमच्याशी सहमत आहे' असा असतोच असे नाही. ते सामान्यत: 'मी तुमचे ऐकतो आहे' हे दर्शवण्यासाठी हा संकेत देतात.

मान डोलावणे याचं मूळ 'खाली मान झुकवून' आपण कमी आहोत किंवा शरण आलो आहोत, या हालचालीमध्ये सापडते.

अरब देशामध्ये डोकं वर घेण्याची हालचाल एकदाच करणे याचा अर्थ 'नाही' असा होतो, तर बल्गेरियन लोक सर्वसाधारण 'नाही' म्हणण्यासाठी प्रचलित असलेली हालचाल 'हो' म्हणण्यासाठी वापरतात.

'मान डोलावणे' ही कृती तुम्ही शिकणं का आवश्यक आहे

मान डोलावण्यात दुसऱ्याचं मन वळवण्याची ताकद असते हे बऱ्याच लोकांना समजत नाही. संशोधनातून असं सिद्ध झालं आहे की, जेव्हा ऐकणारा ठरावीक मध्यंतरात एकत्रितपणे तीन वेळा मान डोलावतो तेव्हा लोक नेहमीपेक्षा तिप्पट ते चौपट वेळ जास्त बोलतात. ऐकणाऱ्याची सहनशक्ती किती आहे किंवा त्याच्यात सहनशीलतेचा अभाव आहे हे डोकं डोलावण्याच्या पद्धतीच्या वेगावरून कळतं. मान हळू हलवणं याचा अर्थ बोलणारा जे सांगतो आहे यात ऐकणाऱ्याला रस आहे, त्यात काही तथ्य आहे हे दर्शवण्यासाठी तो हळू जाणीवपूर्वक तीन वेळा डोकं हलवण्याच्या सामूहिक हालचालीचा वापर करतो. ऐकणारा जेव्हा मान जोरात डोलावतो तेव्हा त्यानं बोलणाऱ्याचं पुरेसं ऐकलेलं आहे आणि त्यानं आता ते थांबवावं किंवा ऐकणाऱ्याला बोलण्याची संधी द्यावी असा त्याचा अर्थ होतो.

सहमतीला प्रोत्साहन कसं द्याल

मान डोलावण्याचे दोन प्रभावी उपयोग आहेत. देहबोली हे मनातील भावनांचं बाह्य प्रकटीकरण असतं. तुम्हाला जर सकारात्मक आणि होकारात्मक वाटत असेल तर तुम्ही बोलायला लागलात की मान डोलावली जाते. याउलट, तुम्ही जर हेतुत: मान डोलवायला लागलात तर

तुमच्या मनात सकारात्मक भावना निर्माण व्हायला लागतात. थोडक्यात सकारात्मक भावनांमुळे मान डोलावली जाते आणि उलटंही खरं आहे की मान डोलावल्यामुळे सकारात्मक भावना निर्माण होतात. परत एकदा कारण आणि परिणाम असा हा प्रकार आहे.

मान डोलावणं संसर्गजन्य आहे. एखाद्यानं जर तुमच्यापुढे मान डोलावली तर तुम्हीही सामान्यत: तो जे बोलत आहे त्याच्याशी सहमत नसला तरी मान डोलावता. मान डोलावणं हे समोरच्यात आणि आपल्यात साहचर्य, एकतानता निर्माण करण्याचं, दुसऱ्याकडून सहमती आणि सहकार्य मिळवण्याचं महत्त्वाचं साधन आहे. प्रत्येक वाक्याचा शेवट आपण जर होकारार्थी उद्गारांनी केला, उदाहरणार्थ, 'नाही का?', 'तुला काय वाटतं?', 'हे खरं आहे का?', 'हे न्याय्य आहे का?' तर बोलणारा आणि ऐकणारा दोघेही मान डोलावतात, ऐकणाऱ्याच्या मनात सकारात्मक भावना निर्माण होतात आणि ते तुमच्या मताशी सहमत व्हायची शक्यता निर्माण होते.

मान डोलावल्यामुळे सहकार्य आणि सहमतीला प्रोत्साहन मिळते.

तुम्ही एखाद्याला प्रश्न विचारला आणि ऐकणारा उत्तर द्यायला लागला तर त्याचं उत्तर देणं चालू असताना तुम्ही मान डोलवा. तो जेव्हा त्याचं बोलणं संपवतो तेव्हा तुम्ही मान डोलावणं चालूच ठेवा. साधारण एका सेकंदाला एकदा याप्रमाणे आणखी पाच वेळा मान डोलवा. साधारणपणे तुम्ही चौथ्यांदा मान डोलवायच्या सुमारास ती व्यक्ती पुन्हा बोलायला लागते आणि तुम्हाला आणखी माहिती द्यायला लागते आणि जोपर्यंत तुम्ही मान डोलवत राहता, शांतपणे हात हनुवटीवर ठेवून मूल्यमापन अशी स्थिती घेता तोपर्यंत तुम्हाला काही बोलायचं आहे असा ताण तुमच्यावर येत नाही आणि तुम्ही कोणीतरी चौकशी करणारे, प्रश्न विचारणारे अधिकारी आहात असंही समोरच्या बोलणाऱ्या व्यक्तीला वाटत नाही. पूर्वी सांगितल्याप्रमाणे संशोधनातून असं सिद्ध झालं आहे की ऐकताना जर तुम्ही हनुवटीवर हात ठेवून, तो जर हळुवारपणे फिरवत राहिलात तर तुमची ही कृती इतरांना बोलणं चालू ठेवण्यास प्रोत्साहन देते.

डोकं हलवणे

संशोधनातून असं सिद्ध झालं आहे की डोकं हलवणं म्हणजे 'नाही' म्हणणं ही सुद्धा जन्मसिद्ध कृती असण्याची शक्यता आहे आणि उत्क्रांतीसाठी जीवशास्त्रज्ञांच्या मते माणूस डोकं हलवणं ही हालचाल सर्वांत पहिल्यांदा शिकतो. या सिद्धांताच्या म्हणण्यानुसार, लहान बाळ आईचं दूध पित असताना, त्याचं दूध पुरेसं पिऊन झालं की आईच्या स्तनापासून दूर होण्यासाठी डोकं एका बाजूने दुसऱ्या बाजूकडे हलवतं. त्याचप्रमाणे बाळाला जर आपण चमच्याने भरवत असू तर त्याचं पुरेसं खाणं झालं की चमच्यातून अन्न भरवणं आता बास करा असं सांगण्यासाठी ते डोकं हलवतं.

डोकं हलवणे या कृतीची मूळ सुरुवात स्तनपानात सापडते.

तुम्हाला जर कोणी एखाद्या गोष्टीची खात्री पटवत असेल तर पाहा, की त्या गोष्टीशी तो सहमत आहे हे सांगायचं असेल तर तो डोकं हलवतो की नाही. एखादी व्यक्ती डोकं या बाजूकडून त्या बाजूकडे हलवता हलवता तुम्हाला जेव्हा म्हणत असेल की, 'तुझा या मागचा विचार काय आहे हे माझ्या लक्षात येतंय' किंवा 'हे चांगलं वाटतंय' किंवा 'आपण हे काम नक्की करू'आणि त्याचा आवाजही खात्रीशीर वाटतोय पण तरीसुद्धा डोकं हलवणं ही कृती नकारात्मक वृत्ती दर्शवते म्हणून त्याच्या या बोलण्याकडे जरा संशयखोर वृत्तीनंच बघा असा सल्ला देणं जास्त उचित ठरेल.

डोकं हलवत ज्या वेळी एखादा पुरुष स्त्रीला म्हणतो, 'मी तुझ्यावर प्रेम करतो', तेव्हा कोणतीही स्त्री त्यावर विश्वास ठेवत नाही किंवा क्लिंटन यांनी मोनिका लेविन्स्की प्रकरणात जेव्हा कोर्टातील कायदेशीर चौकशीदरम्यान त्यांचं ते प्रसिद्ध वाक्य उच्चारलं की, 'माझे त्या स्त्रीबरोबर लैंगिक संबंध नव्हते' त्या वेळी त्यांनी डोकं हलवलं नव्हतं.

डोक्याच्या प्राथमिक अवस्था

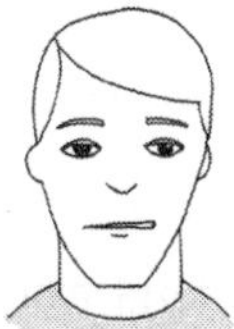

तटस्थ वृत्ती दर्शवणारी डोक्याची स्थिती

१. डोकं वर

डोक्यासंबंधीच्या तीन मूलभूत अवस्था आहेत. यापैकी पहिली अवस्था 'डोकं वर' अशी आहे. जे काही म्हटलं जात आहे त्याबद्दल तटस्थ वृत्ती दर्शवायची असेल तर डोकं वर ही स्थिती घेतली जाते आणि डोकं स्थिर असतं आणि संभाषणादरम्यान क्वचितप्रसंगी किंचित मान डोलावली जाते. हात गालावर ठेवणं या मूल्यमापन पद्धतीचा या स्थितीत नेहमी वापर केला जातो.

मागरिट थॅचर यांचा हनुवटी वर केलेला चेहरा (यामध्ये डोकंही वर आहे) बेपर्वा वृत्ती दर्शवतो

डोकं वर उंच उचललेलं आहे, हनुवटी पुढे आलेली आहे या अवस्थेतून श्रेष्ठत्व, निर्भयपणा किंवा उद्धटपणा व्यक्त होतो. यामध्ये व्यक्ती जाणीवपूर्वक गळा उघडा ठेवते, त्यामुळे तिला एक अतिरिक्त उंची मिळते. त्यामुळं त्याचं नाकही वर जातं आणि ते तुम्हाला कमी लेखत आहेत अशी भावना त्याच्या चेहऱ्यावर निर्माण होते. टेस्टोस्टेरॉनचं प्रमाण जास्त असलं की हनुवटी मोठी दिसते म्हणूनच पुढे आलेली हनुवटी सत्ता आणि आक्रमकपणा व्यक्त करते.

२. डोकं तिरपं करणं

डोकं एका बाजूला तिरपं करणं हा शरणागती दर्शवणारा संकेत आहे. यामध्ये गळा आणि मान उघडे दिसतात आणि त्यामुळे व्यक्ती लहान दिसते आणि तिची फारशी भीती वाटत नाही. लहान बाळ आई-बाबांच्या खांद्यावर किंवा छातीवर डोकं टेकवतं यामध्ये या हालचालीचं मूळ असण्याची शक्यता आहे. या स्थितीतून दिसणारी शरणागती आणि

त्याचा फारसा धाकही न वाटणं हे बहुतेक लोकांना विशेषत: स्त्रियांना न सांगताही चांगल्याप्रकारे समजतं.

डोकं तिरपं केल्यास मान उघडी दिसते त्यामुळं व्यक्ती लहान वाटते आणि जास्त दुर्बल दिसते.

चार्ल्स डार्विन यांनी पहिल्यांदा असं निरीक्षण लिहून ठेवलं आहे की, माणसांना तसंच प्राण्यांना विशेषत: कुत्र्याला जर कशात रस वाटत असेल तर ते डोकं एका बाजूला तिरपं करतात. स्त्रिया त्यांना आवडणाऱ्या पुरुषांमध्ये रस आहे हे दर्शवण्यासाठी अशी मान तिरपी करत त्यांच्याकडे बघतात. त्यांचा सौम्य आणि दुर्बलता दर्शवणारा हा अविर्भाव बहुतेक पुरुषांना आकर्षक वाटतो.

डोकं तिरपं केल्यानं मान सहजी उघडी दिसते आणि ती किती परिणामकारक, आकर्षक दिसते ते बहुतेक लोकांना अंतर्ज्ञानानं कळतं.

गेल्या दोन हजार वर्षांमधील चित्रांचा अभ्यास केला तर त्यामध्ये पुरुषांपेक्षा तिप्पट वेळा स्त्रियांनी डोकं तिरपं करणं ही स्थिती वापरल्याचे दाखवण्यात आलं आहे. जाहिरातींमध्येसुद्धा पुरुषांपेक्षा स्त्रिया तिप्पट वेळ जास्त डोकं तिरपं करताना दाखवतात. यातून हे सिद्ध होतं की, मान उघडी दाखवणं शरणागती दर्शवतं हे बहुसंख्य लोकांना अंतर्ज्ञानानं माहीत असतं. मात्र पुरुषांबरोबर व्यावसायिक बोलणी करताना स्त्रियांनी नेहमी डोकं वर ठेवलं पाहिजे.

तुम्ही एखादं सादरीकरण करत आहात किंवा भाषण देत आहात तर बोलताना श्रोत्यांकडे बघा आणि त्यांच्यात असं डोकं तिरपं करून, जरा पुढं झुकून आणि गालावर हात ठेवून कोणी मूल्यमापन कृती करत तुमचं बोलणं ऐकत आहे का याचा शोध घ्या आणि या स्थितीत जर बरेच जण दिसले तर तुमचं भाषण किंवा सादरीकरण व्यवस्थित चाललं आहे असं समजा. तुम्ही जेव्हा इतरांचं बोलणं ऐकाल तेव्हा डोकं तिरपं ठेवणं, मान डोलावणं यासारख्या हालचाली करत राहा. त्यामुळं तुमचं एकूण दिसणं सौम्य, भीती न वाटणारं दिसून तुमच्याबद्दल बोलणाऱ्याला विश्वास वाटायला लागेल.

३. डोकं खाली ठेवणं

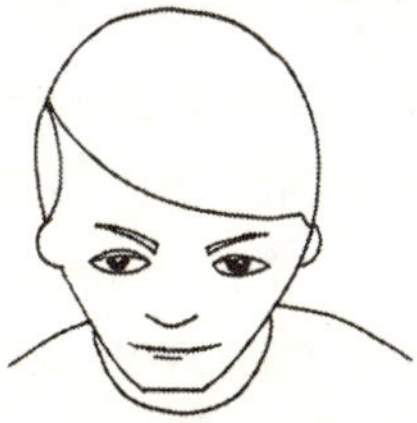

डोकं खाली ही अवस्था नापसंती आणि औदासिन्य दर्शवते.

हनुवटी खाली केली की त्यातून नकारात्मक, निर्णायक आणि आक्रमक वृत्ती आहे असा संकेत दिला जातो. अशा प्रकारे डोकं खाली करून टीकात्मक मूल्यमापन करण्याच्या एकत्रित हालचाली व्यक्त केल्या जातात आणि जोपर्यंत व्यक्ती डोकं वर उचलत नाही किंवा तिरपं करत नाही तोपर्यंत तुमच्यापुढे मोठा अवघड प्रश्न निर्माण होतो. व्यावसायिक सादरीकरण करणाऱ्यांना आणि प्रशिक्षण देणाऱ्यांना नेहमी अशा डोकं खाली ठेवलेल्या आणि हातांची घडी घालून छातीवर ठेवलेल्या श्रोत्यांना तोंड द्यावं लागतं.

परिषदांमधून बोलणारे जे अनुभवी वक्ते आणि सादरीकरण करणारे असतात ते असे श्रोते दिसल्याबरोबर ते सादरीकरण करण्यापूर्वी त्यांना आपल्या बोलण्यात गुंतवण्यासाठी, सहभागी करून घेण्यासाठी लगेचच काही कृती करतात, युक्ती शोधून काढतात. त्यानिमित्तानं लोकांनी डोकी वर करावीत आणि आपल्या बोलण्याकडे लक्ष द्यावं हा त्यामागे उद्देश असतो. वक्त्याची ही युक्ती जर यशस्वी झाली तर श्रोते त्यांची स्थिती बदलून डोकं तिरपं करून त्याचं बोलणं ऐकायला लागतात.

इंग्लिश लोकांची स्वागत करण्याची एक वैशिष्ट्यपूर्ण पद्धत आहे. त्याला ते 'हेड ट्विस्ट' असं म्हणतात. यामध्ये डोकं खाली ठेवून ते एकाच वेळी एका बाजूला गर्रकन वळवलं जातं. मध्ययुगीन काळाकडून ही पद्धत आलेली आहे. त्या वेळी स्वागताची एक पद्धत म्हणून पुरुष डोक्यावरची हॅट काढायचे, डोकं तात्पुरतं झुकवून चटकन पुन्हा वर करायचे आणि हॅटला स्पर्श करायचे. आत्ताचं तिचं आधुनिक रूप म्हणजे 'हेड ट्विस्ट'. यामध्ये कोणी भेटल्यावर सॅल्यूट (सलाम) केला जातो किंवा कपाळावर हात सहजपणे टेकवून नमस्कार केला जातो.

खांदे उडविणे

खांदे उंचावणं आणि डोकं खाली घेणं यामध्ये आपल्या मानेचं आणि गळ्याचं दुखापत होण्यापासून संरक्षण करणं हे या कृतीचं वैशिष्ट्य आहे. जेव्हा व्यक्तीला त्याच्या पाठीमागे कसला तरी मोठा आवाज झाल्याचं ऐकू येतं किंवा आपल्या अंगावर काहीतरी पडणार आहे असं तिला वाटतं तेव्हा या एकत्रित हालचाली केल्या जातात. जेव्हा वैयक्तिक किंवा व्यवसायविषयक संदर्भात ही कृती केली जाते तेव्हा त्याचा अर्थ शरणागती, क्षमायाचना असा असतो आणि तुम्ही जिथं आत्मविश्वासपूर्ण दिसणं आवश्यक आहे अशा कोणत्याही प्रसंगाशी सामना करण्याची शक्यता अशा कृतीनं काढून घेतली जाते.

लोक बोलत असतात, एखाद्या प्रसंगाचं कौतुक करत असतात किंवा वक्त्याचं भाषण ऐकत असतात. अशा वेळी एखादी व्यक्ती डोकं खाली घालून, खांदे पाडून आपण स्वतः लहान आणि कमी महत्त्वाचं

'द हेड डक' – इतरांना दुखावायचं कारण आपण ठरू नये यासाठी लहान दिसणं.

दिसावं या उद्देशानं या लोकांच्या इथून त्यांना ओलांडून जाताना दिसते. याला 'हेड डक' असं म्हणतात. वरिष्ठांपुढे जातानाही कनिष्ठ लोक ही स्थिती वापरताना दिसतात. यातून व्यक्ती व्यक्तींमध्ये असणारं दर्जा आणि अधिकाराचं, सत्तेच्या खेळाचं स्वरूप उघड होतं.

कपडे झटकण्याचा आव आणणे

व्यक्तीला जेव्हा इतरांची मतं किंवा वृत्ती मान्य नसतात पण त्याविषयी त्याला काही बोलायचंही नसतं त्या वेळी वेगळ्याच हालचाली तिच्याकडून घडण्याची शक्यता असते. वरकरणी त्या देहबोलीच्या निष्पाप हालचाली वाटतात आणि त्यातून त्यानं स्वत:चं मत व्यक्त करायचं राखून ठेवलेलं असतं. स्वत:च्या कपड्यांवरचे सुटे धागे, तंतू झटकण्याचा आव आणणं असं याला म्हणतात. धागे उचलणारे (लिंट पिकर) सामान्यत: ही क्षुल्लक आणि अप्रासंगिक कृती करताना खाली आणि इतरांपासून दूर बघत असतात, नापसंती दर्शवण्याचा हा सर्वसाधारण संकेत आहे. यामध्ये व्यक्ती प्रत्येक गोष्टीशी सहमत आहे असं वाटत असलं तरी जे काही म्हटलं जात आहे ते तिला आवडत नाही हे दाखवण्याचा, नापसंती दर्शवण्याचा हा चांगला संकेत आहे.

कपड्यावरचे (नसलेले) धागे झटकणं - स्वत:चं गुप्त मत असतं पण ते व्यक्त करणं टाळलं जातंय

तुमच्या हाताचे तळवे उघडा आणि 'तुम्हाला काय वाटतं?' किंवा 'मला असं वाटतं की याबाबत तुमचे काही विचार आहेत, ते काय आहेत हे तुम्ही सांगू शकाल का?' असं म्हणून मागे टेकून बसा. हात मोकळे ठेवा आणि काय उत्तर येतंय याची वाट पाहा. व्यक्ती जर म्हणाली की ती तुमच्याशी सहमत आहे पण तरीही काल्पनिक धागा उचलायची

कृती करीत राहिली तर याचा अर्थ तुम्हाला आणखी थेट पद्धत वापरून व्यक्तीच्या मनात लपलेले आक्षेप काय आहेत याचा शोध घ्यावा लागेल.

एखादी कृती करण्यासाठी सिद्ध आहोत हे आपण कसे दाखवतो

लढण्यासाठी किंवा प्रियाराधनाच्या काळात मोठे दिसण्यासाठी पक्षी त्यांचे पंख फुलवतात, पिसं हलवून गुबगुबीत करतात, मासे पाणीं ओढून घेऊन त्यांच्या शरीराचा आकार वाढवू शकतात. मांजरं आणि कुत्र्यांच्या अंगावरचे केस उभे राहातात, विशेषत: शेपट्या फुगतात. केस नसलेल्या मनुष्य प्राण्यात मात्र जेव्हा तो घाबरलेला किंवा रागावलेला असेल तेव्हा भव्य दिसण्यासाठी प्राण्यांसारखं केसाळ कातडं नसल्यानं त्याच्या शरीराचा विस्तार होऊ शकत नाही. जेव्हा आपण भीतीदायक चित्रपट बघतो तेव्हा आपण त्याचं वर्णन करताना म्हणतो, 'तो चित्रपट पाहाताना माझ्या अंगावरचे केस उभे राहिले'. आपण जर कोणावर रागावलो तर म्हणतो, 'त्याच्यामुळं माझ्या मानेवरचे केस उभे राहिले' म्हणजे मला त्याचा खूप राग आला. आपल्यावर एखाद्या व्यक्तीचा अंमल असेल तर आपण म्हणतो की तो मला 'गूज बम्पस' देऊ शकतो. या सर्व आपल्या शरीरानं विशिष्ट परिस्थितीत दिलेल्या यांत्रिक प्रतिक्रिया आहेत. या सर्व प्रसंगात आपण मोठं दिसावं अशी आपली अपेक्षा असते. त्यामुळं आपल्या त्वचेवरील स्नायू फुगतात आणि आपली अस्तित्वात नसलेली

हाताचे कोपरे वर, बाहेर आहेत आणि वर्चस्व गाजवण्यासाठी तयारी दर्शवत आहेत. कोपरे आत आणि डोकं तिरपं ही कृती शरणागती दर्शवते.

प्राण्यांसारखी केसाळ कातडी उभी राहायला मदत होते. पण आधुनिक माणसानं एका नव्या हालचालीचा शोध लावला. यामुळं त्याचं रूप रूबाबदार आणि भारदस्त दिसतं. तो शारीरिकदृष्ट्या मोठा वाटतो. या हालचालीला *'कमरेवर हात ठेवणं (हॅन्डस ऑन हिप्स)'* असं म्हणतात.

मूल आईकडे वाद घालताना, खेळाडू त्याचा खेळ कधी सुरू होणार याची वाट पाहाताना, मुष्टियोद्धा चढाओढ कधी सुरू होणार याची वाट बघत असताना आणि आपल्या प्रदेशात प्रवेश केलेल्या इतर पुरुषांना आव्हान देण्यासाठी पुरुष 'कमरेवर हात ठेवणं' या पद्धतीचा वापर करतो. वरील प्रत्येक उदाहरणात व्यक्ती जेव्हा कमरेवर हात ठेवणं या सार्वत्रिक कृतीचा वापर करते तेव्हा आपण निश्चयपूर्वक एखादी कृती करण्यासाठी तयार आहोत हे तिला इतरांना सांगायचं असतं. यामध्ये व्यक्तीला जास्त जागा लागते. त्याच्या हातांच्या कोपरांची टोकं दिसत असल्यानं ते धमकी देण्याचा आणि प्रसंगी शस्त्र म्हणून वापरता येईल असा संकेत देत असल्यानं इतरांना त्या व्यक्तीच्या जवळपास येण्यास किंवा तिच्या तिथून जाण्यास मज्जाव करतात. अर्धे उभे राहिलेले हात हल्ल्याची तयारी दर्शवतात आणि बंदुकीच्या लढाईत काऊबॉईज नेहमी अशा स्थितीत उभे राहातात. एक हात कमरेवर ठेवला तरी, विशेषत: त्याचं टोक जर ज्याच्यावर हल्ला करायचा आहे त्याच्या दिशेला असेल तर त्यातून अपेक्षित संदेश संबंधित व्यक्तीला दिला जातो. कमरेवर हात ठेवणं ही स्थिती सर्वत्र वापरली जाते. विशेषत: फिलिपिन्स आणि मलेशियामध्ये तर तिचा अर्थ प्रभावीपणे राग आणि निंदा दर्शवण्यासाठी केला जातो.

यालाच 'तयारी' दर्शवणारी हालचाल असंही म्हणतात. यामध्ये व्यक्ती निश्चयपूर्वक एखादी कृती करण्यासाठी तयार असते. यातल्या मूळ अर्थामध्ये किंचित आक्रमकपणाची छटाही सर्वत्र आढळून येते. काही साध्य करू पाहणाऱ्या व्यक्तीचा पवित्रा असंही या स्थितीला म्हणतात आणि ध्येयाच्या दिशेनं कार्य करणाऱ्या व्यक्तीशी संबंधित तो वापरला जातो. उद्दिष्टपूर्ती कशाप्रकारे साध्य करायची याची तयारी असलेली किंवा एखाद्या घटनेबाबत कृती करण्याची तयारी हे सर्व

अर्थ कमरेवर हात ठेवणं या एका हालचालीतून व्यक्त होतात. स्त्रिया आजूबाजूला असताना, पुरुषी अरेरावी वृत्ती दाखवण्यासाठी पुरुष नेहमी या हालचालीचा वापर करतात.

'कमरेवर हात ठेवणं' या कृतीमुळे तुम्ही मोठे दिसता आणि असं उभं राहत असताना जास्त जागा लागत असल्यामुळे सर्वांचं लक्षही तुमच्याकडे जातं.

'कमरेवर हात ठेवणं' या स्थितीचा विचार करताना ती कोणत्या संदर्भात केली आहे आणि ही कृती होण्यापूर्वी आधी त्या व्यक्तीची इतर देहबोली काय होती याचा विचार करणं त्या व्यक्तीच्या वृत्तीचं अचूक मूल्यमापन करण्यासाठी महत्त्वाचं ठरतं. उदाहरणार्थ, असं उभं राहताना त्याच्या कोटाची बटणं लावलेली नव्हती आणि तो मागे झुकलेला होता का? की त्या व्यक्तीनं आक्रमक स्थिती घेताना कोटाची बटणं लावली होती? 'कोटाची बटणं लावून जी तयारी दर्शवली जाते' *(क्लोजड् कोट रेडीनेस)* त्याच्यातून निराशा, वैफल्य व्यक्त होत तर कोटाची बटणं उघडी ठेवून तो मागे कमरेवर ढकलणं यातून थेट आक्रमकपणा व्यक्त होतो. कारण निर्भयपणा दर्शवण्यासाठी तिनं आपल्या शरीराचा पुढचा भाग उघडा ठेवलेला आहे. व्यक्तीने या स्थितीबरोबरच तिचे पाय जमिनीवर सारख्या अंतरावर ठेवले असतील तर आणि हाताच्या मुठीही आवळल्या असतील तर कमरेवर हात ठेवणं ही स्थिती आणखी मजबूत होते.

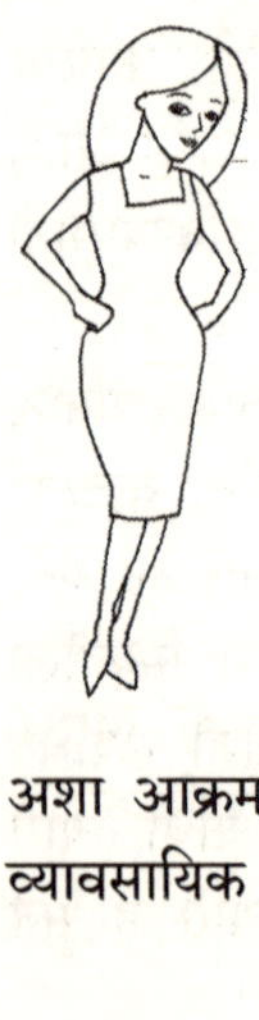

मॉडेल्स ज्या वेळी कमरेवर हात ठेवणं ही स्थिती वापरतात त्या वेळी आपले कपडे जास्त आकर्षक दिसावेत हा त्यांचा उद्देश असतो.

अशा आक्रमक आणि तयारी दर्शवणाऱ्या एकत्रित हालचालींचा वापर व्यावसायिक मॉडेल्सकडून केला जातो, कारण आपल्या कपड्यांतून

आधुनिक, निश्चयी, पुढारलेल्या विचारांच्या स्त्रीची प्रतिमा त्यांना समाजात ठसवायची असते. कधी कधी ही कृती काहीजणी एक हात कमरेवर ठेवून करतात आणि दुसरा हात दुसरीच हालचाल व्यक्त करण्यासाठी वापरतात. ज्या स्त्रियांना लोकांचं लक्ष ही कृती केल्यानं आपल्याकडं जावं असं वाटत असतं त्या याच हालचालींबरोबर ओटीपोटाचा भाग तिरपा करतात, जेणेकरून त्यांचा कमरेचा भाग, पार्श्वभाग येथील आकार जास्त लक्षात राहतील आणि त्यातून त्यांची मातृत्वक्षमता व्यक्त होईल. कमरेवर हात ठेवणं ही कृती स्त्री आणि पुरुष दोघंही त्यांच्या प्रियाराधनाच्या काळात त्यांच्याकडे लक्ष वेधण्यासाठी नियमितपणे वापरतात.

काऊबॉय पवित्रा (काऊबॉय हे अमेरिकन चित्रपटातलं, लोकसाहित्यातलं एक बेधडक, बेपर्वा, अविवेकी तरुणाचं पात्र आहे)

काऊबॉय पवित्रा – त्याची बोटं तुमच्या नजरेस जे आणून द्यायचं आहे ते बरोबर दाखवत आहेत.

दोन्ही हातांचे अंगठे पँटच्या पट्ट्यात किंवा खिशात अडकवलेले किंवा पँटच्या खिशातून बाहेर काढलेले असतात. पुरुषाच्या गुप्त इंद्रियाचा भाग ठळकपणे दिसेल असा ठेवून आपण लैंगिकदृष्ट्या आक्रमक आहोत अशी वृत्ती दर्शवली जाते. पाश्चात्य टेलिव्हिजन शोमध्ये त्यांच्या आवडत्या बंदूकधारी पात्राचे पौरुषत्व दाखवण्यासाठी ही स्थिती नेहमी दाखवली जाते.

या स्थितीला विनोदानं *'लांब अंगठे असलेल्या माणसाची हालचाल' (मॅन ऑफ द लाँग थम्ब्स)* असंही म्हटलं जातं आणि यातील हात पुरुषाचं इंद्रिय ठळकपणे दाखवतात. पुरुष आपला प्रांत निश्चित करण्यासाठी आणि आपण कोणाला घाबरत नाही हे दाखवण्यासाठी ही हालचाल वापरतात. पुच्छ नसलेली गोरिला, चिंपांझीसारखी माकडंही अशी हालचाल करतात पण साहजिकच पँट न घालता.

या हालचालीतून 'मी मर्द आहे आणि मी वर्चस्व गाजवू शकतो' असा संदेश दिला जातो म्हणूनच भक्ष्याच्या शोधार्थ भटकणाऱ्या पुरुषांचं हे खास वैशिष्ट्य आहे. या स्थितीत एखादा पुरुष उभा राहून स्त्रीशी बोलत असेल, त्याच्या डोळ्याच्या बाहुल्या मोठ्या झाल्या असतील आणि एक पाय त्यानं तिच्या दिशेनं ठेवला असेल तर त्याच्या मनात काय आहे हे कोणतीही स्त्री सहजपणे ओळखते. काही पुरुष अगदी उघडपणे पण त्यांना त्याची जाणीव नसताना या कृतीतून आपल्या मनात काय आहे ते सांगत असल्यामुळे 'खेळ संपला' असाच संकेत स्त्रियांकडून मिळण्याची शक्यता आहे.

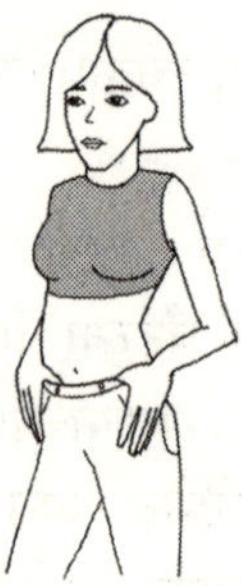

लैंगिकता दर्शवणारी स्त्री

'कमरेवर हात ठेवणं' ही मुख्यत: पुरुषांकडून वापरली जाणारी हालचाल आहे. पण आजकाल जीन्स किंवा पँट घालणाऱ्या स्त्रियाही कधीकधी या स्थितीचा वापर करताना दिसतात. आपली लैंगिकता दर्शवू इच्छिणाऱ्या स्त्रिया जेव्हा स्कर्ट, इतर ड्रेस घालतात तेव्हा त्यांच्या पट्ट्यामध्ये किंवा खिशामध्ये एक किंवा दोन्ही अंगठे अडकवतात.

एकमेकांचा अंदाज घेणे

पुढील चित्र पाहा. हे दोन्ही पुरुष एकमेकांचा अंदाज घेण्यासाठी कमरेवर हात ठेवणं आणि अंगठे पट्ट्यात अडकवणं या अवस्थेत उभे आहेत. ते दोघेही एकमेकांपासून दूर कोनात उभे आहेत. त्यांच्या दोघांचेही कमरेखालचे भाग आरामशीर वाटत आहेत. नकळतपणे ते दोघं एकमेकांचं मूल्यमापन करत आहेत, अजमावत आहेत आणि दोघांचं एकमेकांसमोर येणं, त्यांच्यात स्पर्धा होणं, संघर्ष होणं असंभवनीय आहे असं वाटत आहे.

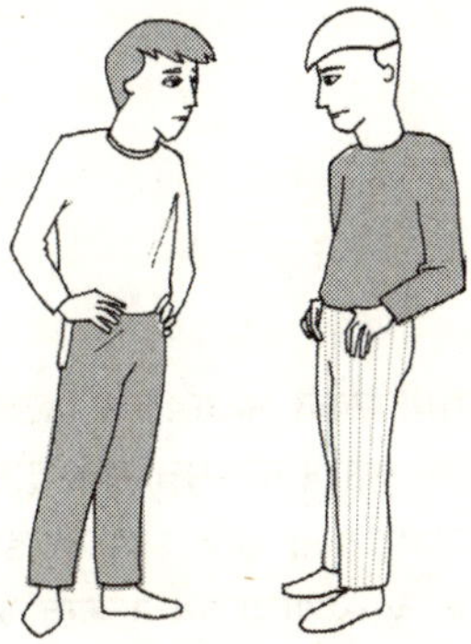

स्पर्धेसाठी एकमेकांचा अंदाज घेणं.

त्यांच्यातील संभाषण जरी सहजगत्या आणि मित्रत्वाच्या नात्यानं चाललं आहे असं वाटलं तरी जोपर्यंत ते कमरेवरचे हात खाली सोडत नाहीत किंवा डोकं तिरपं करण्याची कृती करीत नाहीत तोपर्यंत त्यांच्यातलं वातावरण मोकळं आणि आरामदायी होणार नाही.

जर दोन व्यक्ती थेट एकमेकांकडे पाहत, हात कमरेवर ठेवून, पाय सरळ अलग आणि जमिनीवर घट्ट रोवून उभ्या असतील तर याचा अर्थ दोघांच्यात संघर्ष होणं शक्य आहे.

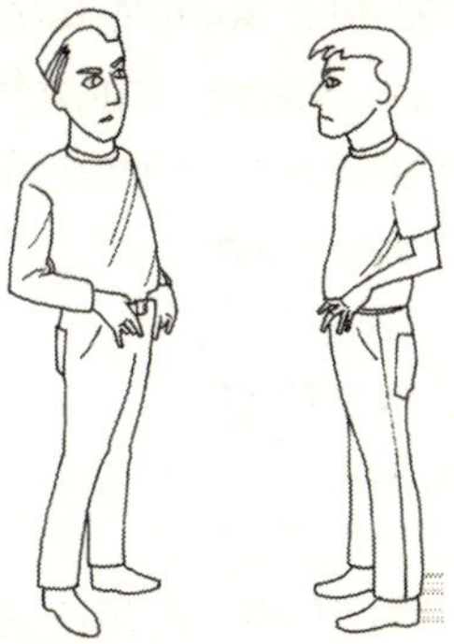

एकत्रित हालचाली आक्रमक वृत्ती दर्शवतात.

प्रसिद्धीसाठी काढलेल्या छायाचित्रात ॲडॉल्फ हिटलरनं स्वत:ची अधिकारयुक्त प्रतिमा दर्शवण्यासाठी कमरेवर हात ठेवण्याची कृती केली आहे पण त्याच वेळी डावा हात आडवा ठेवून त्याचं एकच असलेलं वृषण झाकण्याचा तो प्रयत्न करीत आहे.

परस्परविरोधी संकेत – ॲडॉल्फ हिटलरचा उजवा हात कमरेवर आणि कोपराचं टोक दाखवून आक्रमकपणा व्यक्त करत आहे तर डाव्या हातानं पुढचा भाग झाकण्याचा प्रयत्न करत आहे.

पाय पसरणे

ही संपूर्णत: पुरुषी कृती असून पुच्छ नसलेल्या माकडांमध्येही ती इतर माकडांवर अधिकार प्रस्थापित करण्यासाठी वापरली जाते. लढाईमध्ये दुखापत होण्याचा धोका पत्करण्याऐवजी यामध्ये पाय पसरून पुढचा भाग (गुप्त इंद्रिय) ठळकपणे दाखवणे हीच वर्चस्व सिद्ध करण्याची मोठी कृती ठरते. पुरुषही अशीच कृती पण नकळतपणे करतात आणि त्यातून प्रभावी संदेश दिला जातो. जर एक व्यक्ती पाय फाकवून उभी राहिली तर इतर व्यक्तीही स्वत:चा दर्जा राखण्यासाठी तिचं अनुकरण करतात. पण स्त्रियांपुढे पुरुषाने जर असे पाय पसरले तर, विशेषत: व्यावसायिक बैठकीत, जर तो असं बसला तर त्याचा फार नकारात्मक परिणाम होतो. कारण स्त्री काही या स्थितीचं अनुकरण करू शकत नाही.

व्यावसायिक ठिकाणी पुरुष पाय फाकवून बसला तर स्त्री घाबरून जाते.

आम्ही अशा बैठकींचं चित्रीकरण केलं तेव्हा त्यातून असं आढळून आलं की पुरुष असे बसले असले तर स्त्रिया हातांची आणि पायांची घडी घालून लगेच बचावात्मक पवित्रा घेतात. त्यामुळे उद्योग-व्यवसायविषयक बैठकींमध्ये पुरुषांनी पाय एकत्र ठेवणं आवश्यक आहे असा स्पष्ट सल्ला पुरुषांना यातून दिला जातो. तुम्ही स्त्री असाल आणि पुरुष सतत स्वत:च्या

पुढच्या भागाचं प्रदर्शन करत असेल तर लगेच त्याला प्रतिक्रिया देऊ नका. कारण तुम्ही जर त्याला बचावात्मक प्रतिसाद दिलात तर त्याचा तुमच्यावर उलट परिणाम होईल. त्यापेक्षा तो जे दाखवायचा प्रयत्न करतो आहे त्याच्याशीच बोलायचा प्रयत्न करा. त्याला म्हणा, 'बॉब, तू जे म्हणतो आहेस त्यात चांगला मुद्दा आहे आणि तुझं हे बोलणं कुठून येतं आहे हे मला कळतंय.' तुमचं असं बोलणं त्याला महत्त्वाचा धडा शिकवेल आणि योग्य वेळी तुम्ही त्याचा वापर केल्यानं तुमचा स्वभाव घाबरट नसून जरा दंगामस्ती करण्याचा, गडबड करण्याचा आहे असं वाटून हसण्याचं हलकं फुलकं वातावरण निर्माण होईल.

खुर्चीच्या हातावर पाय ठेवणे

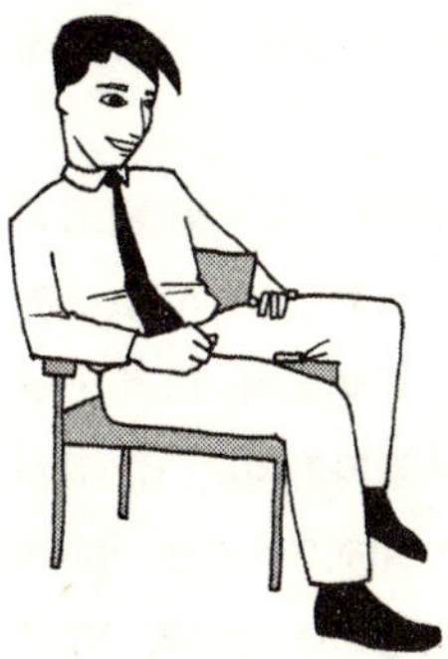

अनौपचारिकता, बेपर्वाई आणि दुसऱ्याविषयी अनास्था.

ही बसण्याची स्थितीही पुरुषच वापरतात कारण यात पाय पसरण्याचाही समावेश आहे. यातून त्या खुर्चीवर त्यांची मालकी आहे एवढंच सिद्ध होत नाही तर तो यातून अनौपचारिक, आक्रमक वृत्तीचाही संकेत देतो.

दोन मित्र खुर्च्यांवर असे पाय टाकून हास्यविनोद करत बसले आहेत हे आपण बऱ्याचदा पाहतो पण वेगळ्या परिस्थितीत अशा बसण्याचा वेगळा परिणाम होऊ शकतो. उदाहरणार्थ, एखाद्या कर्मचाऱ्याला काही समस्या उद्भवली आहे आणि त्याविषयी सल्ला घेण्यासाठी तो साहेबांकडे गेला आहे. कर्मचारी जेव्हा त्याच्या अडचणींबद्दल साहेबांना सांगू लागतो तेव्हा तो खुर्चीत पुढे झुकून बसतो, त्याचे हात गुडघ्यावर असतात, डोकं खाली असतं, चेहऱ्यावर खिन्न भाव असतो आणि आवाज खालावलेला असतो. साहेब त्याचं बोलणं ऐकत असतात, ते काहीही हालचाल न करता बसलेले असतात. नंतर ते खुर्चीवर मागे झुकतात आणि एक पाय खुर्चीच्या हातावर ठेवतात. आता त्यांचा दृष्टिकोन

बदलतो. त्यात बेपर्वाई येते. कर्मचाऱ्याच्या बोलण्यात त्याला कणभरही आस्था वाटत नाही. थोडक्यात ते कर्मचाऱ्याविषयी, त्याच्या प्रश्नाविषयी उदासीन झालेला, उलट त्यांना 'नेहमीचीच रडकथा' पुन्हा सांगून आपला वेळ वाया घालवला असंही वाटण्याची शक्यता आहे.

साहेबांना एवढी बेपर्वाई वाटण्याचं कारण काय? त्यांनी कर्मचाऱ्यांच्या प्रश्नाबाबत विचार केला असेल आणि या प्रश्नात तथ्य नाही असं वाटल्यानं त्यांचा त्यातला रस गेला असेल. त्यानं कर्मचाऱ्याला सांगायला हवं होतं की अरे, एवढं चिंतेचं कारण नाही, तो प्रश्न सहज सुटून जाईल. जोपर्यंत साहेबांचा पाय खुर्चीवर आहे तोपर्यंत त्याची बेपर्वा वृत्ती पण कायम राहणार आहे. जेव्हा कर्मचारी तिथून निघून जातो तेव्हा साहेब सुटकेचा नि:श्वास टाकतात आणि म्हणतात, 'देवा, तुझे उपकार झाले. सुटलो रे बाबा. तो गेला एकदाचा!' आणि खुर्चीच्या हातावरचा स्वत:चा पाय काढून घेतात.

व्यावसायिक वाटाघाटींच्या वेळी जर असं कोणी खुर्चीच्या हातावर पाय टाकून बसलं तर ते इतरांना त्रासदायक आणि राग आणणारं ठरू शकतं. त्यामुळे लवकरात लवकर ती व्यक्ती ही स्थिती कशी बदलेल यासाठी प्रयत्न करणं आवश्यक असतं कारण जितका वेळ तो तशा अवस्थेत बसेल तितका वेळ त्याची बेपर्वा आणि आक्रमक वृत्ती कायम राहणार आहे. अशा वेळी त्याला काही तरी दाखवावं म्हणजे तो ते बघण्यासाठी पुढं झुकेल आणि खुर्चीवरचा पाय काढून घेईल किंवा तुम्हाला जर क्रूर थट्टा करायची विनोदबुद्धी असेल तर त्याला तुझी पँट फाटली आहे असं सांगा.

उलट्या बाजूनी खुर्चीवर बसणे

अनेक शतकांपूर्वी शत्रूंच्या भाल्यांपासून आणि काठ्यांपासून संरक्षण करण्यासाठी ढालीचा वापर करण्यात येई. आजच्या सुसंस्कृत काळातील माणूस वाचिक आणि कायिक हल्ल्यापासून संरक्षण करण्यासाठी हाती येतील त्या साधनांचा वापर करतो. यामध्ये फाटक, दार, कुंपण, त्याच्या मोटारीचा उघडा दरवाजा, टेबलाच्या मागे आणि उलट्या बाजूनी खुर्चीवर बसणं आदींचा सावेश आहे.

उलट्या बजूने खुर्चीवर बसणाऱ्या व्यक्ती प्रसंगी स्वतःचं वर्चस्व प्रस्थापित करण्याचा, स्वतःचं नियंत्रण ठेवण्याचा आणि त्याच वेळी स्वतःच्या पुढच्या भागाचं संरक्षण करण्याचा प्रयत्न करतात.

उलट्या बाजूनी खुर्चीवर बसण्यानं व्यक्ती खुर्चीच्या पाठीचा ढालीसारखा उपयोग करून आपलं व्यक्तिमत्त्व आक्रमक बनवू शकते. या स्थितीत पाय फाकवले गेल्यानं पुरुषांना पुढचा भाग दाखवण्याची संधी मिळून पुरुषत्वाचं निश्चित विधान करता येतं. अशा तऱ्हेनं उलट्या बाजूनी खुर्चीवर बसलेल्या व्यक्ती प्रसंगी कंटाळवाण्या संभाषणाचा ताबा घेऊ शकतात. अशा वेळी खुर्चीच्या पाठीमुळे समूहाच्या इतर व्यक्तींकडून होऊ शकणाऱ्या संभाव्य 'हल्ल्यापासून' त्यांना संरक्षण मिळतं. अशा पद्धतीनं बसणारे हे धोरणी आणि दूरदर्शी असल्यानं ते कोणाच्याही नकळत पटकन या स्थितीत बसतात.

अशा पद्धतीनं उलट्या बाजूनी खुर्चीवर बसून संभाषणाचा ताबा घेऊ इच्छिणाऱ्या व्यक्तीला निष्प्रभ करण्याचा सर्वांत सोपा मार्ग म्हणजे तुम्ही त्याच्या समोर ठाम उभे राहा किंवा त्याच्या पाठी मागे बसा. यामुळे त्याच्यात असुरक्षिततेची भावना निर्माण होईल आणि तो आपली बसण्याची स्थिती (अवस्था) बदलण्यास प्रवृत्त होईल. सामूहिक चर्चेमध्ये याचा फार उपयोग होईल कारण इतरांपुढे आपली पाठ दिसते आहे म्हटल्यावर त्याला स्थितीत बदल करणं भाग पडेल.

अशा पद्धतीनं जर एखादी व्यक्ती फिरत्या खुर्चीवर उलटी बसली तर तुम्ही काय कराल? अशा फिरणाऱ्या खुर्चीत बसलेल्या आणि आक्रमकपणे पुढचा भाग दर्शवणाऱ्या व्यक्तीशी शब्दानं वाद घालणं निरर्थक आहे, म्हणून इतर मार्गांनी त्याला गारद करा आणि स्वतःचं संरक्षण करा. तुम्ही त्या व्यक्तीशी उभं राहून आणि जरा उंच जागे वरून संभाषण करा म्हणजे तिच्याशी बोलताना तुम्हाला खाली बघावे

लागेल. त्याचप्रमाणे त्याच्या वैयक्तिक सुरक्षा कवचात शिरकाव होईल इतके त्याच्या जवळ जा. यामुळे त्याचा आत्मविश्वास डळमळीत होऊन तुमच्यापासून दूर होण्याच्या प्रयत्नात तो खुर्चीतून खालीसुद्धा पडू शकेल.

पुढे जर कधी अशी उलट्या बाजूनी खुर्चीवर बसणारी व्यक्ती तुम्हाला भेटायला आली तर तिला न फिरणाऱ्या आणि हात असलेल्या खुर्चीवर बसवा. खुर्चीच्या हातामुळे ती तिच्या आवडत्या स्थितीत बसू शकणार नाही. जेव्हा ती व्यक्ती उलट्या बाजूनी खुर्चीत बसू शकणार नाही तेव्हा ती दोन्ही हात वर करून डोक्यामागे घेऊन आरामात बसणे या आसनाचा वापर करेल.

दोन्ही हात डोक्यामागे घेऊन आरामात बसणे

कमरेवर हात ठेवणं या स्थितीची ही बसलेली आकृती आहे. फक्त यामध्ये हात डोक्यामागे घेतले जातात आणि हाताच्या कोपराची टोकं दिसतात. त्यामुळे इतरांना धमकी देण्याची भावना यातून व्यक्त होते. धोक्याचा इशारा दिला जातो. असं बसणं ही पुन्हा एकदा संपूर्णतया पुरुषी सवय आहे. असं करण्यामागे समोरच्या व्यक्तीच्या मनात दुर्बलतेची भावना निर्माण करणं किंवा एकदम ताण हलका करणं आणि असं झाल्यावर दबा धरून हल्ला करणं हा उद्देश असू शकतो.

दोन्ही हात वर डोक्यामागे घेऊन आरामात बसणारे पुरुष. असे पुरुष विचलित, स्वत:बद्दल जरा जादा आत्मविश्वास असणारे आणि इतरांपेक्षा स्वत:ला जास्त शहाणे समजणारे असतात. चिंपांझीसुद्धा याचा वापर करताना आढळतात.

अकाऊन्टंट्स (लेखा अधिकारी), वकील, विक्री व्यवस्थापक, मार्केटिंग अधिकारी यांसारखे बरेचसे व्यावसायिक बसण्याचं हे तंत्र वापरतात. एकूणच ज्या व्यक्ती स्वत:ला इतरांपेक्षा वेगळ्या, श्रेष्ठ समजतात

किंवा इतरांवर प्रभुत्व गाजवायला ज्यांना आवडतं आणि ज्यांना दांडगा आत्मविश्वास असतो अशा व्यक्ती बसण्याची ही पद्धत वापरतात. जर यांच्या मनातले विचार वाचता आले तर ते नक्कीच 'मला सगळ्याची उत्तरं माहीत आहेत' किंवा 'प्रत्येक गोष्ट नियंत्रणाखाली आहे' किंवा 'माझ्याइतकं हुशार व्हायला तुला वेळ लागेल' अशाच अर्थाचे असणार. व्यवस्थापन क्षेत्रातील कर्मचारी नेहमी याचा वापर करतात. नव्यानं रुजू झालेले पुरुष व्यवस्थापकही अचानकपणे याचा वापर करायला लागतात. खरं तर त्यांना बढती मिळण्याआधी असं वागण्याची संधी क्वचितच मिळते. 'मला सर्व माहीत आहे' अशा व्यक्तीकडून या हालचालीचा वापर केला जातो, त्यामुळे बऱ्याच जणांना त्यांची भीती वाटते. 'आपण किती ज्ञानी आहोत' हे तुम्हाला पटवण्यासाठी तर असं बसणं हे काही लोकांचं खास वैशिष्ट्य आहे. वेगळ्या क्षेत्रावर आपला अधिकार प्रस्थापित करण्यासाठी काही जण दोन्ही हात डोक्यामागे घेऊन बसतात.

बसण्याची ही स्थिती पायांची 'फिगर फोर' अवस्था किंवा 'पुढचा भाग' दर्शवणं या स्थितीबरोबरही वापरली जाते. तेव्हा त्यातून व्यक्तीचं श्रेष्ठत्व सिद्ध होतं असं नाही. तर त्याला वाद घालायला किंवा वर्चस्व गाजवायलाही आवडतं हे तो व्यक्त करतो. अशा पद्धतीनं हात डोक्यामागे घेऊन बसणाऱ्यांना निष्प्रभ करण्यासाठी त्या त्या परिस्थितीनुसार काही उपाय आहेत. त्यांच्या समोर वाकून तळहात वर करून त्यांना म्हणा, 'मला असं वाटत आहे की तुम्हाला याची माहिती आहे. मग तुम्ही त्याविषयी तुमचं मत का सांगत नाही?' असं म्हणून मागे टेकून शांत बसा आणि उत्तराची वाट बघा.

व्यवसायविषयक बैठकीत दोन्ही हात डोक्यामागे घेऊन बसणारे पुरुष स्त्रियांच्या मनात सुरुवातीलाच अढी निर्माण कतात आणि त्यांना आवडेनासे होतात.

अशा बसणाऱ्या व्यक्तींबाबत आणखी एक करता येईल. त्या व्यक्तीचा हात पोहोचणार नाही अशा अंतरावर एखादी वस्तू ठेवा जी घेण्यासाठी त्याला पुढे वाकावं लागेल. 'तू हे बघितलं आहेस?' असं म्हणून त्याला ती वस्तू

घ्यायला उद्युक्त करा. तुम्ही जर पुरुष असाल तर त्याच्याच पद्धतीने बसून तुम्ही त्याला प्रत्युत्तर देऊ शकता. अशा पद्धतीनं तुम्ही स्वत:ला त्यांच्या पातळीवर आणू शकाल. समानता निर्माण करू शकाल. पण स्त्रियांच्या बाबतीत हे शक्य नाही कारण हात वर घेऊन डोक्यामागे घेण्यात त्यांच्या शरीराची उभारी अधोरेखित होऊन त्याचा विपरीत परिणाम होण्याची शक्यता जास्त असते. सपाट छाती असलेल्या स्त्रियांनी या स्थितीत बसण्याचा प्रयत्न केला तरी पुरुष आणि स्त्रिया दोघेही तिचं वर्णन आक्रमक असंच करतात.

दोन्ही हात डोक्यामागे ठेवून आरामात बसणं ही बसण्याची पद्धत स्त्रियांना, अगदी सपाट छाती असलेल्या स्त्रियांना देखील उपयोगाची नाही.

तुम्ही जर स्त्री असाल आणि पुरुष जर असा बसला असेल तर अशा परिस्थितीत तुम्ही उभं राहून संभाषण चालू ठेवा. असं केल्यानं बोलणं चालू ठेवण्यासाठी त्याला स्वत:ची बसण्याची पद्धत बदलावी लागेल. जेव्हा तो हात खाली घेईल तेव्हाच तुम्ही खुर्चीवर बसा. पुन्हा त्याने तेच सुरू केलं तर पुन्हा उठून उभे राहा. अशा पद्धतीने समोरच्या व्यक्तीला तुम्ही न चिडता, न रागावता, आक्रमक न होता तुम्हाला न घाबरवण्याचं प्रशिक्षण देऊ शकता. उलटपक्षी जर हात डोक्यामागे ठेवून बसणारी व्यक्ती तुमची वरिष्ठ असेल आणि ती जर तुम्हाला दम देत असेल तर तुम्हीच त्यांच्यासारखं वागून त्यांना अस्वस्थ कराल, घाबरवून टाकाल. दोन समान पातळीवरील व्यक्ती अशा स्थितीत बसल्यावर ते समानता आणि सहमती दर्शवणारं असतं पण एखादा खोडकर शाळकरी मुलगा जर शाळेच्या मुख्याध्यापकांसमोर असा बसला तर मात्र त्यांना चांगलाच राग येईल.

एका विमा कंपनीत आम्हाला ३० पैकी २७ पुरुष विक्री व्यवस्थापक त्यांच्याभोवती वावरणाऱ्या विक्री क्षेत्रातील व्यक्तींपुढे आणि त्यांच्या कनिष्ठ सहकाऱ्यांपुढे नेहमी अशा स्थितीत बसताना आढळून आले. मात्र त्यांच्या वरिष्ठांपुढे ते क्वचितच असे बसताना दिसले. हेच व्यवस्थापक त्यांच्या वरिष्ठांपुढे मात्र शरणागती दर्शवणाऱ्या आणि स्वत:ला गौण, कनिष्ठ मानणाऱ्या एकत्रित हालचाली करताना दिसले.

वाटाघाटींसाठी तयारी दर्शवणारी बसण्याची अवस्था

व्यावसायिक वाटाघाटीत समोरची व्यक्ती कशा पद्धतीनं बसली आहे किंवा तिच्या बसण्यातून तयारी किंवा सिद्धता व्यक्त होते आहे की नाही हे ओळखायला शिकणं अत्यंत महत्त्वाचं असतं. उदाहरणार्थ, तुम्ही एखादा प्रस्ताव सादर केलात आणि सादरीकरणाच्या शेवटी समोरच्या व्यक्तीनं अशी तयारी दर्शवणारी स्थिती घेतली आणि त्या क्षणापर्यंत तुमची बोलणीही व्यवस्थित झाली आहेत तर तुम्ही समोरच्या व्यक्तीला तिची सहमती विचारा. तुमच्या प्रस्तावाला नक्कीच होकार मिळेल.

कृती करण्यासाठी सज्जता
दर्शवणारी बसण्याची स्थिती

विक्रेते संभाव्य ग्राहकांशी बोलताना आम्ही चित्रीकरण केलं आणि नंतर ते पाहिलं त्या वेळी असं लक्षात आलं की बघण्यातून ज्यांनी तयारी दर्शवली आणि निर्णय घेण्यासाठी हनुवटीवरून हात फिरवला. त्यातल्या निम्म्यापेक्षा जास्त ग्राहकांनी प्रस्तावाला होकार दिला. याउलट विक्रीविषयी बोलणं संपवताना जर ग्राहकानं हनुवटीवरून हात फिरवताना लगेचच हातांची घडी घातली तर तो विक्री व्यवहार होत नाही, बोलणी फिसकटतात. रागावलेली व्यक्तीसुद्धा अशाप्रकारे बसण्याच्या स्थितीतून तयारी दर्शवते पण तिची तयारी वेगळ्या कारणासाठी – तुम्हाला बाहेर फेकून देण्यासाठी किंवा तुमच्या प्रस्तावाला नकार देण्यासाठी असते. बसण्याच्या या स्थितीच्या आधी ज्या हालचाली केल्या जातात त्यातून व्यक्तीचे खरे हेतू स्पष्ट होतात.

उठण्याची तयारी

बसण्याच्या स्थितीतून उठण्याची तयारी दर्शवणं यातून ती व्यक्ती बैठक संपवण्याचा संकेत देते. यामध्ये ती पुढे झुकते आणि दोन्ही हात गुडघ्यांवर ठेवते किंवा पुढे झुकून दोन्ही हातांनी खुर्ची पकडते. जणू

काही आता पळण्याच्या स्पर्धेत भाग घेताना कोणत्याही क्षणी पळायला सुरुवात करण्याची तयारी त्यातून दिसते. या दोन्हीपैकी कोणतीही स्थिती दुसऱ्याच्या निदर्शनास आली तर बोलण्यात तुम्ही पुढाकार घ्या, विषय पुन्हा वेगळ्या पद्धतीनं मांडण्याचा प्रयत्न करा, दिशा बदला, उभं राहाण्याची स्थिती बदला किंवा संभाषण संपवा.

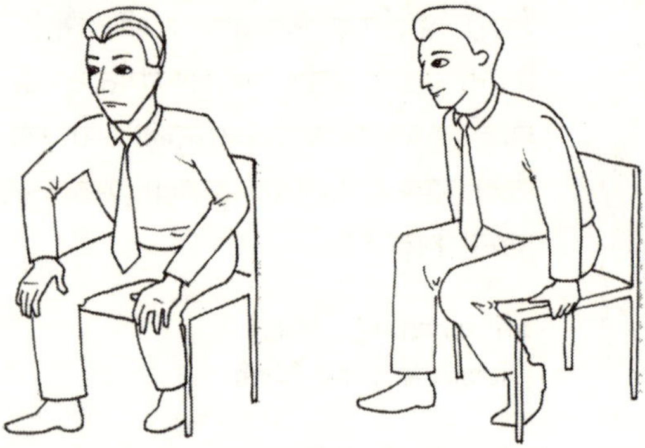

उठायचं तर आहे पण उठता येत नाही, संभाषण कधी संपणार आणि आपण कधी उठतोय त्याची ही तयारी. संभाषण संपवण्यासाठी 'उठण्याची तयारी' हा संकेत दिलेला आहे.

सारांश

या प्रकरणात देहबोलीच्या ठळक आणि मोठ्या हालचालींबद्दल आपण चर्चा केली. त्यामुळं या हालचाली ओळखणं किंवा त्यांचं निरीक्षण करणं सोपं आहे असं तुमच्या लक्षात येईल. या संकेतांचं महत्त्व समजून घेणं आवश्यक तर आहेच पण त्याचबरोबर चांगल्या प्रकारे संवाद साधण्यासाठी तुमच्या नव्या नकारात्मक हालचाली काढून टाकणं गरजेचं आहे. शेवटी सकारात्मक परिणाम दिसण्यासाठी तशा प्रकारच्या हालचालींचा सराव करणं आवश्यक आहे.

प्रकरण १२

अनुकरणातून भावबंध निर्माण करणे

ते सगळे सारखे दिसत आहेत, त्यांचा पोषाखही सारखा आहे, चेहऱ्यावरही एकच भाव आहे, देहबोलीही सारखीच आहे. पण तरीही प्रत्येक जण तुम्हाला सांगेल की तो 'त्याचं त्याचं काम करत आहे.'

जेव्हा आपण पहिल्यांदाच इतरांना भेटतो तेव्हा, बहुतेक प्राणी स्वत:च्या अस्तित्वासाठी ज्याप्रमाणे दुसऱ्याकडे बघतात, त्याप्रमाणे आपण समोरच्याकडे बघतो, आणि त्याचं आपल्याबद्दल सकारात्मक मत झालं की नकारात्मक ते अजमावून पाहतो. आपण यासाठी दुसऱ्या व्यक्तीचं शरीर नीट निरखून पाहतो. आरशात जसं आपण आपलं हुबेहूब प्रतिबिंब पाहतो तसंच आपण समोरच्याकडे तो आपल्यासारख्याच हालचाली, हावभाव करतो का हे आपल्याशी ताडून पाहतो. याला 'मिररिंग' म्हणतात. आपण एकमेकांच्या देहबोलीचं अनुकरण करतो, कारण आपल्यात एक भावबंध निर्माण व्हावा, आपण एकमेकांचा स्वीकार करावा, आपल्यात संपर्क प्रस्थापित व्हावा असं वाटत असतं, मात्र असं काही आपण करत असतो याची आपल्याला जाणीव नसते. प्राचीन काळी अनुकरण करणं ही एक सामाजिक पद्धती होती. तिचा आपल्या पूर्वजांना मोठमोठ्या समूहात यशस्वीपणे सामावून जाण्यासाठी उपयोग झाला. प्राचीन काळात आपण

बऱ्याचशा गोष्टी अनुकरणातून शिकलो, त्याचं आजच्या काळातलं हे रूप आहे, तीच पद्धती आजही वापरली जाते.

याचं सगळ्यात लक्षात येण्यासारखं उदाहरण म्हणजे जांभई देणं. एखाद्या व्यक्तीनं जांभई देण्याचाच अवकाश की बाकीच्या व्यक्ती जांभई द्यायला सुरुवात करतात. रॉबर्ट प्रोव्हीन्स यांना याबाबत असं आढळून आलं की जांभई देणं इतकं संसर्गजन्य आहे की, तुम्हाला दुसऱ्या व्यक्तीला जांभई देताना बघण्याचीसुद्धा गरज नसते. नुसता तोंडाचा आऽऽ बघितलं तरी आपल्याला जांभई येते. असा एकदा विचार केला गेला होता की, शरीराला ऑक्सिजन देण्यासाठी जांभई दिली जाते पण आता असं लक्षात आलं आहे की तो अनुकरण करण्याचाच एक भाग आहे. दुसऱ्या व्यक्तीनं आपल्यावर हल्ला करू नये म्हणून जसं आपण माकड आणि चिंपांझीच्या बाबतीतही करतो. तसं अनुकरण इथं केलं जातं. आपल्यात आणि दुसऱ्या व्यक्तीत भावबंध निर्माण करण्याचा तो भाग आहे.

दुसऱ्या एखाद्या स्त्रीनं घातला आहे तसाच पोषाख धारण करतो म्हणजे अनुकरण करणं नव्हे. हो, पण पार्टीमध्ये दोन पुरुषांनी अगदी सारखा पेहराव केला असेल तर ते मात्र अनुकरण असेल आणि ते दोघे जीवश्च कंठश्च मित्र असण्याचीही शक्यता आहे.

अनुकरणातून व्यक्ती जणू दुसऱ्या व्यक्तीला शब्दांशिवाय सांगू इच्छिते, 'माझ्याकडे पाहा, मी तुझ्यासारखाच आहे. मलाही तुझ्यासारखंच वाटतं. आपल्या दोघांचेही स्वभाव, कृती सारख्याच आहेत' म्हणूनच 'रॉक कॉन्सर्ट' मध्ये सर्व प्रेक्षक एकाच वेळी उड्या मारत असतात, टाळ्या वाजवत असतात किंवा 'मेक्सिकन वेव्ह' करतात. गर्दीतून प्रकटणारी एकवाक्यता, एकाच वेळी दिली जाणारी प्रतिक्रिया, सहभागी झालेल्या सर्वांच्यात एक सुरक्षित भावना निर्माण करते, एकतानता निर्माण करते, त्याचप्रमाणे रागावलेला समूह असेल तर तो आक्रमक भावनांचं अनुकरण करतो. म्हणूनच एरवी शांत असणारे लोक अशा समूहात, अशा परिस्थितीत गेले की अशांत होतात.

रांगेचंही एक मानसशास्त्र आहे आणि तिथेही अनुकरण करण्याची भावना हाच रांगेचा मूलभूत पाया असतो. रांगेमध्ये असताना पूर्वी कधी न भेटलेल्या आणि पुढेही कधी भेटण्याची शक्यता नसलेल्या व्यक्तींशी लोक आपण होऊन सहकार्यानं वागतात. वागण्याविषयीच्या अलिखित नियमांचं काटेकोर पालन करतात. मग ते बससाठी वाट पाहणं असो, आर्ट गॅलरीमध्ये जाण्याची रांग असो, बँक असो किंवा युद्धकाळातील रांग असो – रांगेची शिस्त पाळली जाते. मिशिगन विद्यापीठातील प्रोफेसर जोसेफ हेनरिच यांना असं आढळून आलं की इतरांचं अनुकरण करण्याच्या तीव्र इच्छेचं केंद्र मेंदूत असतं. कारण एकमेकांच्या सहकार्यानंच अधिक अन्न, चांगलं आरोग्य मिळणार असतं. या मुद्यांचा आर्थिक विकास होणार असतो. अत्यंत शिस्तबद्धरीतीने अनुकरण करणाऱ्या ब्रिटिश, जर्मन आणि प्राचीन रोमन यांसारख्या लोकांनी यशस्वीपणे अनेक वर्षं जगावर का राज्य केलं याचंही स्पष्टीकरण यामुळं मिळतं.

लहान वयातच आपण आई-वडिलांचं अनुकरण करायला शिकतो. प्रिन्स फिलिप आणि तरुण प्रिन्स चार्लस अगदी बरोबर, एकाच प्रकारे पाऊल टाकताना.

अनुकरण करण्यामुळे इतरांचाही ताण कमी होतो. दुःख कमी होण्यास मदत होते. संपर्क बांधणीचं ते एक शक्तिशाली माध्यम आहे. संशोधनाची एक चित्रफित आम्ही 'स्लो–मोशन' मध्ये हालचालींचा वेग कमी करून बघितली. यामध्ये लोक एकाच वेळी डोळ्यांची उघडझाप करणं, नाकपुड्या फुगवणं, भुवया उंचावणं आणि अगदी डोळ्यांच्या बाहुल्या विस्तारणं यासारख्या सूक्ष्म हालचालीसुद्धा करताना आढळले

आणि या त्यांच्या हालचाली सहजपणे घडून आल्याचं जाणवलं कारण जाणीवपूर्वक तर त्यांचं अनुकरण करता येऊ शकत नाही.

योग्य तारा जुळणे

एकाच वेळी घडून येणाऱ्या देहबोली वर्तनाचा अभ्यास केल्यावर असं आढळून आलं की, ज्या लोकांना सारख्याच भावनांचा अनुभव येतो किंवा ज्यांच्यात सारख्याच उर्मी दाटून आल्या आहेत त्यांच्यात एक प्रकारचा भावबंध निर्माण होतो आणि यातूनच ते दुसऱ्याच्या देहबोलीशी आणि भावभावनांशी मिळत्या जुळत्या अशा हालचाली करतात. दुसऱ्यांशी असे एकाच वेळी बंध जोडण्याची व्यक्तीची सुरुवात आईच्या गर्भाशयात होते. कारण त्या वेळी आपल्या शरीराचं कार्य, हृदयाचे ठोके आपल्या आईशी मिळतेजुळते होऊन एकाच वेळी, एका तालात पडतात. म्हणजेच अनुकरण करणे ही आपली नैसर्गिक मन:प्रवृत्ती आहे.

प्रियाराधनाच्या पहिल्या काळात जोडप्याच्या हालचाली इतक्या एकाच प्रकारे, एकमेकांशी मिळत्या जुळत्या होत असतात की ते नृत्य करत आहेत की काय असं वाटावं. उदाहरणार्थ, स्त्रीनं खाण्याचे पदार्थ भरलेला चमचा तोंडात घातला की पुरुषच त्याच्या ओठाच्या कडा पुसतो किंवा तो एखादं वाक्य सुरू करतो आणि त्याचा शेवट ती करते. जेव्हा तिला मासिक पाळीपूर्वीचा ताण येतो तेव्हा याला प्रकर्षानं चॉकलेट खावंसं वाटतं, आणि जेव्हा तिला पोट फुगल्यासारखं वाटतं तेव्हा तोच गॅसेस सोडतो.

जेव्हा एखादी व्यक्ती म्हणते की, 'माझ्या आणि त्याच्या तारा जुळल्या आहेत' किंवा 'तो आजूबाजूला असला की मला बरं वाटतं' तेव्हा ती नकळतपणे अनुकरण करते, अनुरूप आणि एकाच वेळी केलेल्या वर्तनाचा संदर्भ देत असते. उदाहरणार्थ, हॉटेलमध्ये एकटंच जाऊन काही खायला किंवा प्यायला सहसा कोणाला आवडत नाही कारण आपली आवड इतरांशी जुळली नाही तर आपण एकटे पडू अशी भीती आपल्याला वाटते. जेव्हा जेवणाची ऑर्डर द्यायची असते तेव्हा प्रत्येक जण दुसरा काय ऑर्डर देतो आहे हे बघत असतो. 'तू काय घेणार

आहेस?' असं प्रत्येक जण दुसऱ्याला विचारत असतो. इथंसुद्धा सर्वजण जे खातील तेच खाण्याचं आपण अनुकरण करतो. जेव्हा एखादं जोडपं हॉटेलमध्ये एकमेकांना भेटतं, त्या वेळी जर मागे संगीत चालू असेल तर ते खूप परिणामकारक ठरतं. संगीतामुळे नृत्य करताना दोघांना एकाच वेळी ठेका धरता येतो. जमिनीवर पाय तालात टाकता येतात आणि या एकतानतेमुळं त्यांची ही भेट अविस्मरणीय ठरते.

दुसऱ्या व्यक्तीच्या देहबोलीचे आणि दिसण्याचे अनुकरण करणे, आणि दोघांनी एकाच प्रकारच्या हालचाली करणे यामुळं संयुक्त आघाडी दिसून येते आणि कोणी कोणापेक्षा श्रेष्ठ आहे असं दिसत नाही. दोघेही समान दिसतात.

पेशींच्या पातळीवरील अनुकरण

अमेरिकन हृदय शल्यचिकित्सक डॉ. मेमहेट ओझ यांना हृदयरोपण केलेल्या रुग्णांमध्ये काही विलक्षण गोष्टी आढळून आल्या. त्यांना असं आढळून आलं की, शरीरातील इतर अवयवांप्रमाणे, हृदयातल्या पेशींच्या आठवणी राहतात आणि त्यामुळे ज्यानं हृदयदान केलं आहे त्यानं अनुभवलेल्या काही भावनांचा अनुभव ज्यांना हृदय बसवण्यात आलं आहे त्या रुग्णांनाही येतो. आणखी लक्षणीय बाब म्हणजे नव्यानं हृदय बसवण्यात आलेल्या काहींच्या हालचाली आणि बसण्याची स्थिती यात आणि ज्यानं हृदय दिलं आहे त्याच्या हालचालीत, रुग्णानं त्याला कधी बघितलेलं नसतानाही साम्य आढळून आलं. त्यांचा निष्कर्ष असा होता

की, हृदयाच्या पेशी नव्यानं हृदय बसवलेल्याच्या मेंदूला हृदयदात्याची देहबोली वापरण्याच्या सूचना देतात. याउलट ऑटिझमसारखा आजार झालेल्यांच्यामध्ये दुसऱ्यांच्या हालचालींचं अनुकरण करण्याची किंवा इतरांच्या वागण्याशी मिळत्या जुळत्या हालचाली करण्याची क्षमता नसते. त्यामुळे त्या इतरांशी संवाद साधू शकत नाहीत, कारण बोलण्याचं कोणतंही आदान-प्रदान यात होत नाही. दारू प्यायलेल्या माणसांबाबतही असंच होतं. ते जे बोलत असतात आणि ज्या हालचाली करत असतात त्यांच्यात एकवाक्यता नसते, त्यामुळे त्यांच्या हालचालींचं अनुकरण करणं अशक्य असतं.

कारण आणि परिणामांच्या वैशिष्ट्यपूर्ण तत्त्वानुसार जर आपण जाणीवपूर्वक देहबोलीच्या काही अवस्था केल्या तर त्याच्याशी संबंधित अशा भावनांचा आपल्याला अनुभव यायला लागतो. उदाहरणार्थ, तुम्हाला जर आत्मविश्वास वाटत असेल तर नकळतपणे तुम्ही हातांचा उभा मनोरा ही कृती करता. ज्यातून तुमचा आत्मविश्वास व्यक्त होतो. पण जर तुम्ही जाणीवपूर्वक हातांचा मनोरा केलात तर तुम्हाला जास्त आत्मविश्वास वाटायला लागेलच पण इतरांनाही तुम्ही धीट आणि आत्मविश्वासपूर्ण वाटायला लागता. म्हणूनच जाणीवपूर्वक जर आपण इतरांशी मिळत्या जुळत्या देहबोली आणि हालचाली केल्या तर त्यांच्यात आणि आपल्यात भावबंध निर्माण होण्याचा हा प्रभावी मार्ग ठरतो.

स्त्री-पुरुषांच्यातली अनुकरणाबाबतची भिन्नता

मँचेस्टर विद्यापीठात काम करणारे जेफ्री बेट्टी यांना असं आढळून आलं की, एका स्त्रीने दुसऱ्या स्त्रीचं सहजप्रवृत्तीनं अनुकरण करण्याचं प्रमाण हे एका पुरुषानं दुसऱ्या पुरुषाचं अनुकरण करण्याच्या चौपट आहे. त्यांना असंही दिसून आलं की, स्त्रिया पुरुषांच्याही देहबोलीचं अनुकरण करतात, पण पुरुष मात्र प्रियाराधनाच्या काळाचा अपवाद वगळता एरवी स्त्रियांच्या हालचालींचं, स्थितींचं अनुकरण करायला नाखूष असतात.

जेव्हा एखादी स्त्री म्हणते की, गटातील कोणीतरी इतरांच्या मताशी सहमत नाही असं तिला दिसतंय (वाटतंय), याच्यातलं जे दिसणं आहे

ते स्त्रीला खरंच जाणवत असतं. गटातला एखादा इतरांच्या मताशी सहमत नाही हे त्याच्या देहबोलीवरून स्त्री लगेच ओळखते. कारण त्याच्या हालचाली इतरांशी मिळत्या जुळत्या नसतात. एखाद्याचे इतरांशी मतभेद आहेत, तसंच राग, खोटं बोलणं किंवा दुखावलं जाणं या भावना स्त्रिया झरकन कशा काय ओळखतात याचं बहुतेक पुरुषांना आत्यंतिक आश्चर्य वाटतं. याचं कारण बहुतेक पुरुषांचे मेंदू इतरांच्या देहबोलीतील एवढे बारकावे ओळखण्यासाठी सुसज्ज नसतात आणि अनुकरणातील भिन्नताही त्यांच्या विशेष लक्षात येत नाही.

व्हाय मेन डोन्ट लिसन ॲन्ड विमेन कान्ट रीड मॅप्स या आमच्या पुस्तकात आम्ही म्हटल्याप्रमाणे स्त्रिया आणि पुरुषांच्या मेंदूमध्ये चेहऱ्यावरील हालचाली आणि देहबोलीच्या माध्यमातून भावना व्यक्त करण्याच्या वेगवेगळ्या पद्धती आहेत. स्त्रियांचं वैशिष्ट्य असं की, दहा सेकंदांच्या ऐकण्यामध्ये त्या मुख्य असे सहा प्रकारचे चेहऱ्यावरील हावभाव व्यक्त करतात आणि बोलणाऱ्याच्या भावनांना प्रतिसाद देतात. बोलणाऱ्यांच्या भावनांचं प्रतिबिंब तिच्या चेहऱ्यावर दिसेल. त्यांच्याकडे पाहणाऱ्याला ज्या प्रसंगाची चर्चा चालली आहे ते त्या दोघींच्याही बाबतीत घडत आहे असं वाटतं. इतक्या त्या दोघींच्या – बोलणारीच्या आणि ऐकणारीच्या भावभावना एकसारख्या दिसतात.

बोलणाऱ्याच्या आवाजाच्या पद्धतीवरून आणि देहबोलीतून व्यक्त होणाऱ्या त्याच्या भावनिक स्थितीवरून स्त्रिया त्या व्यक्तीच्या बोलण्याचा अर्थ काय आहे हे ओळखतात. पुरुषांना स्त्रियांचं लक्ष आपल्याकडे वेधून घेण्यासाठी आणि आपल्या बोलण्यात तिला कसा रस वाटेल आणि ती ऐकत राहील यासाठी नेमकं हेच करण्याची गरज आहे. (बहुतेक पुरुष ऐकताना भविष्यातील भीतीनं चेहऱ्यावरील प्रतिक्रिया व्यक्त करायला घाबरतात. पण अशा प्रतिक्रिया जे चांगल्या प्रकारे व्यक्त करू शकतात, त्याचा त्यांना मोठा लाभांश मिळतो.)

काही पुरुष म्हणतात की, 'ती मला नामर्द, बायल्या समजेल.' पण या तंत्रांच्या साहाय्याने केलेल्या संशोधनातून असं दिसून आलं आहे की, स्त्री बोलत असताना पुरुष जेव्हा तिच्या चेहऱ्यावरील भावनांचं अनुकरण

करतो तेव्हा ती त्याचं वर्णन काळजी घेणारा, बुद्धिमान, मनोरंजक आणि आकर्षक असं करते.

याउलट स्त्रियांपेक्षा १/३ पेक्षाही कमी प्रमाणात पुरुष आपल्या चेहऱ्यावर भावभावना व्यक्त करू शकतात. सामान्यत: पुरुषांचे चेहरे विशेषत: सार्वजनिक ठिकाणी भावनाहीन, निर्विकार असतात. उत्क्रांतीच्या काळात अनोळखी लोकांचा संभाव्य हल्ला टाळण्यासाठी भावना रोखून धरण्याची गरज असायची कारण अशा वेळी भावनांवर नियंत्रण आहे हे दिसणं महत्त्वाचं असायचं. म्हणूनच बहुतेक पुरुष ऐकताना ते जणू काही पुतळेच आहेत असं वाटतं.

परिस्थिती नियंत्रणाखाली आहे असं दर्शवण्यासाठी ऐकताना पुरुष जरी भावनाहीनतेचा किंवा निर्विकारपणाचा मुखवटा धारण करत असले तरी त्यांना भावनांचा अनुभवच घेता येत नाही किंवा त्यांना कशाचंच काही वाटत नाही असं म्हणणं बरोबर नाही. मेंदूचं निरीक्षण केलं तेव्हा असं दिसून आलं की, स्त्रियांइतक्याच पुरुषांनाही भावना प्रभावीपणे जाणवतात, पण ते सार्वजनिकरीत्या त्या व्यक्त करण्याचं टाळतात.

तुम्ही स्त्री असाल तर काय करायचं?

पुरुषांच्या वर्तनाचं अनुकरण करायचं तर एक गोष्ट लक्षात घ्यायला हवी की, पुरुष त्याच्या भावना, वृत्ती याचे संकेत व्यक्त करायला त्याच्या चेहऱ्याचा वापर करत नाही. तो यासाठी शरीराचा वापर करतो. बहुतेक स्त्रियांना पुरुषांच्या भावनाहीन चेहऱ्याचं अनुकरण करणं अवघड जातं. पण इतर पुरुषांना त्याची आवश्यकताच भासत नाही. तुम्ही जर स्त्री असाल तर तुम्ही भावनाप्रधान, अतिशय भावनाशील आणि घाबरणाऱ्या आहात असं जर इतरांना दर्शवायचं नसेल तर तुम्ही चेहऱ्यावरून व्यक्त होणाऱ्या भाव-भावनांचं प्रमाण कमी करणं गरजेचं आहे. सर्वांत महत्त्वाचं म्हणजे, त्याला काय वाटेल असा विचार तुमच्या मनात आला तर तो चेहऱ्यावर दाखवू नका, त्याचं अनुकरण करू नका. ते जर तुमच्याकडून चुकीच्या पद्धतीने व्यक्त केलं गेलं तर ते अनर्थकारक ठरू शकतं आणि तुमचं वर्णन 'गोंधळलेल्या' किंवा 'अतिचंचल' वृत्तीच्या, 'निष्काळजी'

असं केलं जाण्याची शक्यता असते. व्यवसायविषयक बैठकीत ज्या स्त्रिया जास्त गंभीर चेहरा ठेवून ऐकत असतात, त्यांचं वर्णन पुरुष बुद्धिमान, धोरणी, समंजस असं करतात.

स्त्री आणि पुरुष केव्हा सारखे दिसू लागतात?

जेव्हा दोन व्यक्ती दीर्घ काळ एकत्र राहतात आणि त्यांच्यातले नातेसंबंध चांगले असतात, तेव्हा ते बऱ्याच वेळा परस्परांसारखे दिसायला लागतात. असं घडण्याचं कारण म्हणजे ते कायम एकमेकांच्या चेहऱ्यावरील भाव-भावनांचं अनुकरण करत असतात. कालांतरानं चेहऱ्यावरील त्या त्या ठिकाणचे स्नायू तिथं निश्चित केले जातात. जोडपी चेहऱ्यानं एकमेकांसारखी दिसत नसली तरी फोटोत सारखी दिसतात कारण दोघंही एकाच पद्धतीनं हसतात.

बेकहॅम जोडपं जोपर्यंत हसत नाहीत तोपर्यंत ते अजिबात एकमेकांसारखे दिसत नाहीत.

४० वर्षं एकमेकांचं अनुकरण केल्यानंतर. बेकहॅम पती-पत्नी निवृत्तीनंतर त्यांच्या कुत्र्यासोबत (स्पॉट)

सिॲटल येथील वॉशिंग्टन विद्यापीठात इसवी सन २००० मध्ये डॉ. जॉन गॉटमॅन आणि त्यांच्या सहकाऱ्यांना असं आढळून आलं की विवाह अयशस्वी होण्याचं कारण म्हणजे दोघांपैकी एक जोडीदार दुसऱ्याच्या आनंदी राहण्याच्या वृत्तीचं अनुकरण न करता तिरस्काराची भावना दर्शवतो. याविरुद्ध वागण्याचा हसणाऱ्या जोडीदारावर परिणाम होतो. मात्र

जोडपी असं जाणीवपूर्वक वागत नाहीत. त्यांनाही नेमकं असं का झालं ते कळत नाही.

आपल्या पाळीव प्राण्यात आणि आपल्यात सारखेपणा दिसतो का?

काही लोक त्यांनी पाळलेल्या प्राण्यांचं अनुकरण करताना दिसतात. प्राण्यांच्यात आणि आपल्यात शारीरिक साम्य असतं आणि प्राणी आपल्या भावना व्यक्त करतात हे बघून आपल्या नकळत आपण त्यांचे अनुकरण कधी करायला लागतो हे आपल्याला समजत देखील नाही.

आपला हा मुद्दा स्पष्ट करणारी ही काही उदाहरणं :

आपल्यात साम्य असलेल्या पाळीव प्राण्यांची आपण निवड करतो का?

मंकी सी, मंकी डू

पुढच्या वेळी तुम्ही जेव्हा एखाद्या समारंभाला किंवा सहज फिरायला म्हणून कोठे जाता तेव्हा किती माणसं ते बोलत असलेल्या व्यक्तींप्रमाणेच शरीराच्या हालचाली आणि हातवारे करीत असतात, याचं निरीक्षण करा. दुसऱ्याच्या हालचालींचं अनुकरण करून एक प्रकारे व्यक्ती समोरच्या व्यक्तीच्या विचारांच्या आणि बोलण्याच्या, बघण्याच्या पद्धतीशी आपण सहमत असल्याचा संदेश पोहोचवत असतात. देहबोलीतून ते सांगतात, 'बघ माझ्याकडे, तुला दिसेलच की मीही तुझ्यासारखाच विचार करतोय'. उच्च स्थानावरील व्यक्ती नेहमी पहिल्यांदा काही हालचाली करते आणि सामान्यत: इतर जण तिचं आज्ञाधारकपणे त्या प्रमाणात अनुकरण करतात.

एका पद्धतीनं विचार करणे

उदाहरणार्थ, वरील चित्रात बघा दोन माणसं एका बारमध्ये उभी आहेत. ती दोघं एकाच पद्धतीनं उभी आहेत. म्हणजे जणू काही एकमेकांच्या आरशातील प्रतिमा. यावरून अंदाज करता येईल की ती दोघं, त्यांचं एकमत असलेल्या एखाद्या विषयावर बोलत आहेत. एका व्यक्तीनं मूल्यमापन करण्याची स्थिती घेतली की दुसरीही तशीच घेतो. एका व्यक्तीनं त्याची उभं राहायची पद्धत बदलली तर दुसरी व्यक्ती लगेच अनुकरण करेल. एकानं खिशात हात घातला की दुसरा पण लगेच खिशात हात घालतो. बोलण्यामध्ये जोपर्यंत दोघांचं एकमत आहे तोपर्यंत ते एकमेकांचं अनुकरण करीत राहतील.

राष्ट्राध्यक्ष बुश आणि शिराक बोलताना एकमेकांशी सहमत नसले तरी परस्परांबद्दल आदर व्यक्त करण्यासाठी ते शारीरिक हालचालींचं मात्र अनुकरण करताना दिसत आहेत.

चित्रामध्ये, समान दर्जा असलेल्या व्यक्तींमध्ये अनुकरणाची प्रक्रिया घडून येते. लग्न झालेली जोडपी चालताना, उभं राहाताना, बसताना एकाच पद्धतीनं हालचाली करताना आपल्याला नेहमी दिसून येतं. अल्बर्ट शेफ्लेन यांना असं आढळून आलं की, अनोळखी व्यक्ती मात्र विचारपूर्वक एकमेकांसारखी स्थिती घेण्याचं, अनुकरण करण्याचं टाळतात.

एकमेकांशी आवाज जुळवणे

परस्परांच्या कृती जुळण्यासाठी, भावबंध निर्माण होण्यासाठी, चांगला संपर्क प्रस्थापित करण्यासाठी अनुकरणामध्ये, आवाजातील चढ-उतार, बोलण्याची पद्धत, वेग, शब्दांवर दिले जाणारे आघात, बोलण्याची लकब यातही साधर्म्य निर्माण होतं. याला 'एकमेकांबरोबरीनं जाणं' असं म्हणतात. यातून एवढी एकतानता होते की दोघंही एका सुरात गात आहेत असं वाटतं. तुम्हाला नेहमी असं दिसतं की बोलणारा हातवारे करून जणू काही गाणं म्हणत आहे, आणि ऐकणारा मान डोलावून त्यावर ताल धरत आहे. तुमच्यातील नातं जसजसं दृढ होत जातं, एकमेकांचा परिचय वाढत जातो, तसतसं बोलताना देहबोलीच्या मुख्य हालचालींचं अुनकरण कमी होत जातं. कारण दुसरी व्यक्ती कशी वागणार हे आता त्यांना माहीत झालेलं असतं. त्यामुळे मुख्यत: बोलण्यातील गती आणि चढउतारातूनच एकमेकांच्यात भावबंध कायम ठेवला जातो.

कधीही दुसऱ्यापेक्षा जास्त गतीनं, वेगानं बोलू नका. अभ्यासातून असं दिसून आलं आहे की, 'असं आपल्यापेक्षा जलदगतीनं बोलणाऱ्याचा आमच्यावर 'ताण येतो' असं इतरांनी सांगितलं. व्यक्तीचा मेंदू जाणीवपूर्वक किती प्रमाणात माहितीचं पृथक्करण करतो हे त्या व्यक्तीच्या बोलण्याच्या वेगावरून दिसून येतं. समोरची व्यक्ती ज्या गतीनं बोलते त्याच प्रमाणात किंवा त्यापेक्षा किंचित हळू आणि तिच्या आवाजातील चढ-उतारांचं अनुकरण करत तुम्ही बोलत जा. बोलण्यातील ही एकमेकांची गती सांभाळणं फोनवर झालेल्या भेटीत अवघड जातं कारण तिथं तुम्हाला पलीकडची व्यक्ती दिसत नसते, तिचा आवाज हेच फक्त तुमचं संवादाचं माध्यम असतं.

हेतुपुरस्सर संपर्क निर्माण करणे

अनुकरणाचं महत्त्व हा देहबोलीचा एक अत्यंत महत्त्वाचा धडा तुम्ही शिकू शकता कारण यातून समोरची व्यक्ती आपल्याशी सहमत आहे किंवा नाही किंवा आपण तिला आवडलो आहोत की नाही हे स्पष्टपणे कळतं. समोरची व्यक्ती आपल्याला आवडली आहे हे सांगण्याचा उत्तम मार्ग म्हणजे तिच्या देहबोलीचं सहजी अनुकरण करणं.

साहेबांना आपल्या कर्मचाऱ्यांबरोबर भावबंध निर्माण करून बेचैन असलेल्या कर्मचाऱ्याला जर आरामदायी अवस्थेत आणायचं असेल तर त्यांचा हेतू सफल होण्यासाठी कर्मचाऱ्याच्या स्थितीचं ते अनुकरण करू शकतात. त्याचप्रमाणे नव्यानंच कामावर रूजू झालेला कर्मचारीही साहेबांच्या हालचालींचं अनुकरण करून ते जे मत मांडत आहेत त्याच्याशी आपण सहमत आहोत हे दाखवू शकतो. या ज्ञानाचा उपयोग करून लोकांच्या हालचालींचं, त्यांच्या वागण्याच्या पद्धतींचं अनुकरण करून तुम्ही त्यांच्यावर प्रभाव टाकू शकता. अनुकरणाच्या या पद्धतीमुळे समोरच्या व्यक्तीची मानसिकता चटकन ग्रहण करणारी आणि आरामशीर अशी होते. कारण तिचा दृष्टिकोन तुम्हाला समजत आहे हे तिला तुमच्या हालचालींवरून कळतं.

दुसऱ्या व्यक्तीनं आपल्याला स्वीकारावं यासाठी त्याच्या देहबोलीचं अनुकरण करणे.

मात्र एखाद्या व्यक्तीच्या देहबोलीचं अनुकरण करण्यापूर्वी त्याच्याशी तुमचं कशा प्रकारचं नातं आहे, हे विचारात घेणं अत्यंत आवश्यक आहे. उदाहरणार्थ, खाजगी कंपनीत काम करणाऱ्या एका कनिष्ठ कर्मचाऱ्यानं पगार वाढीसाठी विचारणा केली होती तेव्हा व्यवस्थापकांनी त्याला कार्यालयात बोलावून घेतलं. कर्मचारी जेव्हा त्यांना भेटायला गेला तेव्हा ते स्वत:चं वर्चस्व, श्रेष्ठत्व दाखवण्यासाठी दोन्ही हात डोक्यामागे आणि पायाची फिगर फोर स्थिती करून बसले होते. पण संभाव्य पगार वाढीसंबंधी चर्चा करण्यासाठी कनिष्ठ कर्मचारीही त्यांच्यासारखाच वर्चस्व दर्शवणाऱ्या स्थितीत बसला तर काय होईल?

साहेबांचं अनुकरण कनिष्ठ कर्मचाऱ्यानं करणे हे त्यांना उद्धटपणाचं वागणं वाटेल.

साहेबांसारखं बसून कर्मचाऱ्यानं जरी स्वत:कडे कमीपणा घेऊन बोलणी केली तरी त्याच्या देहबोलीमुळं साहेबांना स्वत:चा अपमान झाला असं वाटेल आणि त्याची नोकरी धोक्यात येईल. तुमच्यावर नियंत्रण ठेवू पाहाणाऱ्या, स्वत:ला श्रेष्ठ समजणाऱ्यांना घाबरवण्यासाठी किंवा त्यांना मवाळ करण्यासाठी 'अनुकरण करणं' ही पद्धत प्रभावी ठरते. अकाऊंटंट, वकील आणि व्यवस्थापक हे इतर लोक त्यांच्यापेक्षा कमी आहेत असं ते समजतात. अशा लोकांमध्ये वावरताना कायम श्रेष्ठत्व दर्शवणाऱ्या देहबोलीच्या हालचाली वापरण्यासाठी ते कुप्रसिद्ध असतात. अशा वेळी

त्यांचं अनुकरण करून, त्यांचं मन:स्वास्थ्य ढासळवून तुम्ही त्यांना त्यांचं आसन बदलायला भाग पाडू शकता. पण तुमच्या साहेबांपुढे मात्र असं कधीच वागू नका.

शेजारील छायाचित्रात तिघांच्याही शरीरांची ढब, देहबोली आणि त्यांच्यात कमी असलेल्या अंतरावरून ते एकमेकांचे मित्र आहेत आणि ते त्यांच्या कामासाठी एकाच पद्धतीनं, एकाच प्रकारची उद्दिष्टं घेऊन चालले आहेत, असं जाणवतं.

कोण कोणाचे अनुकरण करते?

संशोधनातून असं आढळून आलं आहे की, गटाचा नेता ज्या हालचाली करतो किंवा ज्या स्थितींचा अवलंब करतो, त्याच्यापेक्षा स्थानानं कमी असणारे लोक त्याच क्रमानं नेत्याचं अनुकरण करतात. एखाद्या दारातून आत जायचं असेल तर नेते मंडळी कायम प्रथम आत जातात आणि सोफ्यावर, टेबलावर किंवा बाकावर बसायचं असेल तर ती कडेला बसतात, मध्ये बसत नाहीत. वरिष्ठ कार्यकारी अधिकाऱ्यांचा गट जेव्हा एखाद्या खोलीत प्रवेश करतो, तेव्हा त्यांच्यातला सर्वोच्च स्थानावरचा अधिकारी साधारणत: पहिल्यांदा आत जातो. एक्झिक्युटिव्हजच्या बोर्डरूम मीटिंगमध्ये त्यांचे जे साहेब असतात ते टेबलाच्या मुख्य ठिकाणी, दरवाजापासून अगदी दूर बसतात. साहेब जर दोन्ही हात डोक्यांमागे घेऊन बसले तर त्यांचे कनिष्ठ सहकारीही त्यांच्या गटामध्ये असणाऱ्या महत्त्वाच्या स्थानानुसार साहेबांसारखे बसण्याची शक्यता असते. बैठकीमध्ये आपापल्या नेत्यांचे अनुकरण करून आपण 'त्यांच्या

बाजूनं' आहोत हे दर्शवताना तुम्ही बऱ्याच वेळा पाहिलं असेल. त्यानुसार कोण कोणाच्या बाजूने मत देणार आहे आणि कोण विरोधात देणार आहे हे तुमच्या लक्षात येतं.

सादरीकरण करणाऱ्या संघाचा जर तुम्ही भाग असाल तर अनुकरण करणं हे सगळ्यात चांगलं धोरण ठरू शकतं. संघाचा प्रवक्ता आधी बोलताना, ज्या हालचाली करेल आणि जी स्थिती घेईल तसंच अनुकरण इतर सदस्यांनी करायचं हे आधीच ठरवून घ्या. यामुळे तुमचा संघ प्रभावी ठरेल. तुमच्यातील एकी दिसून येईल. तुमचे स्पर्धक तुमच्या संघाच्या कामगिरीनं घाबरून जातील आणि यामागे काय कारण याचा शोध घेण्याचा ते प्रयत्न करतील. पण त्यांना ते ओळखता येणार नाही.

बिल क्लिंटन जगामध्ये जरी सर्वात शक्तिशाली पुरुष ठरले असले तरी हिलरी क्लिंटन ज्या हालचाली, हातवारे करतात त्याचं ते अनुकरण करतात व हातात हात घालून जेव्हा ते चालतात त्या वेळी हिलरी क्लिंटन कायम पुढे असतात.

जोडप्यांपुढे कल्पना, उत्पादनं आणि सेवा सादर करताना त्याविषयी माहिती देताना, कोण कोणाचं अनुकरण करत आहे इकडे नीट लक्ष द्या. कारण अंतिम निर्णय घेण्याची क्षमता आणि अधिकार कोणाकडे आहे हे त्यातून तुम्हाला समजून येईल. अगदी लहान वाटणाऱ्या पण प्राथमिक हालचाली स्त्री करताना दिसली, उदाहरणार्थ, पायांची घडी घालणं, बोटांशी खेळणं किंवा टीकात्मक मूल्यमापन करणाऱ्या हालचाली आणि पुरुषानं जर त्याचं अनुकरण केलं तर पुरुषाला अंतिम निर्णय घेण्याबाबत विचारण्याचा काहीच उपयोग होणार नाही हे तुमच्या लक्षात येईल.

डावीकडील पहिल्या छायाचित्रात, प्रिन्स चार्लस् पुढे चालत आहे आणि कॅमिला त्यांच्या जरा मागून चालत आहेत, दोघांची चालण्याची पद्धत एकच आहे. दुसऱ्या छायाचित्रात सन २००३मध्ये इराकविरुद्ध संघर्षाच्या सुरुवातीला टोनी ब्लेअर यांनी जॉर्ज बुश यांच्या पट्ट्यामध्ये अंगठे खुपसण्याच्या पद्धतीचं अनुकरण करायला सुरुवात केली होती.

सारांश

एखाद्याच्या देहबोलीचं अनुकरण केल्यानं त्याचा स्वीकार केल्याची भावना त्याच्यात निर्माण होते आणि एक भावबंध निर्माण होतो. मित्र आणि समान दर्जाच्या लोकांमध्ये अनुकरणानं सहजच ही अपूर्व अशी घटना घडून येते. याउलट आपल्याला ते आवडत नाहीत किंवा लिफ्टमध्ये आपल्याबरोबर असणाऱ्या वा चित्रपटाच्या रांगेत भेटलेल्या अनोळखी व्यक्तींचं अनुकरण करू नका, असं आम्ही आपल्याला सांगू इच्छितो. व्यक्तीशी जलद गतीनं संपर्क साधण्याचा, भावबंध निर्माण करण्याचा प्रभावी मार्ग म्हणजे तिच्या देहबोलीचे आणि बोलण्याच्या पद्धतीचे अनुकरण करणं हा होय. एखाद्याची पहिल्यांदाच भेट होऊन नव्यानं ओळख झाली तर त्याची बसण्याची स्थिती, ढब, शरीराचा कोन, हालचाली, भावभावना आणि

आवाजातील चढ-उतार याचं अनुकरण करा. थोड्या वेळातच तुमच्यात असं काहीतरी आहे की ते त्याला आवडायला लागलं आहे आणि तो तुमचं वर्णन 'तुमच्याबरोबर खूप सहज वाटतंय' असं करेल. कारण त्याला स्वत:चंच प्रतिबिंब तुमच्यात पाहायला मिळेल. जाता जाता एक इशारा - 'देहबोली'विषयी आमचं एक मूळ पुस्तक 'बॉडी लँग्वेज' हे प्रकाशित झालं आहे; आणि १० कोटींपेक्षा जास्त लोकांनी त्यानंतर त्यावर आधारित दूरचित्रवाणीवर मालिकाही (टेलिव्हिजन सिरीज) पाहिली आहे तेव्हा धोक्याची सूचना ही की नवी व्यक्ती भेटल्या भेटल्या अनुकरणाबाबतचे प्रयोग लगेच तिच्यावर करायला जाऊ नका. कारण वर उल्लेख केल्याप्रमाणे आमच्या पुस्तकामुळे तिला त्याविषयी आधीच माहिती असण्याची शक्यता आहे. त्यामुळं व्यक्ती पहिल्यांदा भेटल्यावर जरा अंदाज घ्या. ती कोणती स्थिती घेते आहे ते बघा. तुमच्यापुढे तीन पर्याय असतात. तिच्याकडे दुर्लक्ष करा, दुसरंच काहीतरी करा किंवा त्या व्यक्तीचं अनुकरण करा. पण लक्षात ठेवा समोरच्या व्यक्तीच्या नकारात्मक संकेतांचं कधीच अनुकरण करू नका.

प्रकरण १३

सिगारेट, चष्मा आणि मेकअप यांचे गुप्त संकेत

धूम्रपान हा अंतर्गत गडबडगोंधळ, अस्वस्थता किंवा संघर्ष दर्शवणारा बाह्य संकेत आहे. धूम्रपान हे निकोटीनचं व्यसन लागलं म्हणून फार कमी वेळा केलं जातं. बहुतेक वेळा ते स्वत:ला धीर देण्यासाठी केलं जातं. धूम्रपान ही आजच्या भरपूर दबाव असलेल्या समाजात, सामाजिक आणि व्यावसायिक क्षेत्रातील घटनांना तोंड देताना येणाऱ्या ताण-तणावापासून सुटका मिळण्यासाठी केलेली एक कृती आहे. उदाहरणार्थ, दातांच्या डॉक्टरांकडे दात काढण्यासाठी गेल्यानंतर बाहेर आपला नंबर कधी येतो आहे याची वाट बघत असताना बऱ्याच लोकांना अंतर्गत ताण येतो. धूम्रपान करणारा सिगारेट ओढून त्या धुरावाटे आपल्या चिंतेला, ताणाला वाट मोकळी करून देतो. धूम्रपान न करणारे आपली अस्वस्थता अंगसफाई, च्युईंगगम चघळणं, नखं खाणं, बोटं आणि पावलं आपटणं, शर्टच्या बाहीची कफलिंक्स नीट करणं, डोकं खाजवणं, कशाशी तरी खेळणं या किंवा यांसारख्या अनेक हालचाली करून व्यक्त करतात.

कारण त्यांना धीर देणाऱ्या कृतीची आवश्यकता असते. कशामुळे तरी अस्वस्थता कमी होऊन धीर मिळावा असं व्यक्तीला वाटत असतं. दागदागिनेसुद्धा याच कारणासाठी फार लोकप्रिय असतात. आपल्या मनातील असुरक्षितता, भीती, अशांतता किंवा आत्मविश्वासाचा अभाव या सगळ्यांसाठी दागदागिन्यांचा वापर केला जातो. वरील गोष्टींमुळं वाटणारी अस्वस्थता दागदागिन्यांना कुरवाळून त्याच्यातून आधार शोधला जातो.

लहानपणी छोट्या बाळाला मिळालेलं स्तनपान आणि प्रौढपणी त्याला धूम्रपानाची सवय लागण्याची शक्यता याचा संबंध असतो, असं अभ्यास करणाऱ्यांना स्पष्टपणे दिसून आलं आहे. लहानपणी जे बाटलीच्या दुधावर वाढले आहेत, ते प्रौढपणी धूम्रपान करणारे आणि मोठ्या प्रमाणावर धूम्रपान करणारे झाल्याचं आढळून आलं. याउलट लहानपणी जे बाळ आईच्या दुधावर वाढलेलं आहे ते मोठेपणी धूम्रपान करण्याची शक्यता कमी असते. लहानपणी आईचं दूध पिताना बाळाला संरक्षण मिळतं, समाधान मिळतं आणि स्तनांमुळे आईमध्ये आणि त्याच्यात एक बंध निर्माण होतो. या सर्व गोष्टी बाटलीतून दूध पिणाऱ्याला बाटलीकडून मिळत नाहीत. त्यामुळे याचा परिणाम म्हणून मोठेपणीही ते ओढून घेता येणाऱ्या गोष्टींचा शोध घेऊन त्यातून समाधान शोधण्याचा प्रयत्न करतात. लहानपणी याच कारणासाठी जे ब्लँकेट किंवा अंगठा चोखतात ते मोठेपणी यासाठी सिगारेटचा वापर करतात.

स्तनपान करणाऱ्या बाळांपेक्षा, बाटलीनं दूध पिणारी बाळं मोठेपणी धूम्रपान करण्याची शक्यता तिप्पट असते.

लहानपणी अंगठे चोखणारे मोठेपणी धूम्रपान करणारे झाल्याचं प्रमाण, हे धूम्रपान न करणाऱ्यांपेक्षा तिप्पट जास्त असल्याचं आढळून आलं. एवढंच नव्हे तर त्यांच्यात काही मज्जाविकृतीही आढळून आल्या. त्यांची ही तोंडानं काहीतरी चोखायची, चावायची सवय बऱ्याच गोष्टींतून आढळून येते. उदाहरणार्थ, चष्म्याची काडी, नखं, पेन, ओठ आणि पेन्सिल चावणं इत्यादी.

लहानपणी आईचं दूध प्यायल्यामुळं त्या बाळाचं तोंडानं काही ओढून घेण्याच्या, चोखण्याच्या क्रियेचं समाधान झालेलं असतं. त्याच्यात एक सुरक्षिततेची भावना निर्माण झालेली असते. या दोन्हीही इच्छा बाटलीनं दूध पिणाऱ्यांच्यात अपूर्ण राहतात आणि त्याचे परिणाम मोठेपणी अशा काही वस्तू चावण्यात किंवा धूम्रपानाची सवय जडण्यात झालेले दिसून येतात. त्यांच्यात हे प्रमाणही लहानपणी अंगावर दूध पिणाऱ्यांपेक्षा जास्त आढळून येतं.

धूम्रपान करणाऱ्यांचे दोन प्रकार

धूम्रपान करणाऱ्यांचे दोन मूलभूत प्रकार आढळतात. एक – व्यसन म्हणून करणारे, दोन – सामाजिक कारणांसाठी.

अभ्यासातून असं आढळून आलं आहे की सिगारेटचे लहान आणि जलद घेतलेले झुरके मेंदूला उद्दिपित करतात, आणि जाणिवांची तीव्रता वाढवतात तर सिगारेटचे दीर्घ आणि हळू घेतलेले झुरके मनावरील ताण कमी करतात. ते उपशामक असतात. धूम्रपानाच्या आधीन झालेले धूम्रपानाचा उपयोग मनावरील ताण कमी करण्यासाठी आणि त्यातील निकोटीनमुळं होणाऱ्या परिणामासाठी करतात. ते एकटेच सिगारेटचे दीर्घ आणि खोल झुरके घेत ती ओढतात. सामाजिक ठिकाणी सिगारेट ओढणारे सामान्यतः इतरांबरोबर सिगारेट ओढतात किंवा 'मला कधी कधी ड्रिंकबरोबर ती लागते' म्हणून ओढतात. अशा प्रकारे सिगारेट ओढणं ही एक सामाजिक कृती असते आणि इतरांवर त्याचा विशेष परिणाम व्हावा यासाठी ती ओढली जाते. सामाजिक ठिकाणी सिगारेट पेटवली की ती संपेपर्यंत तिच्यातील केवळ २०% भाग लहान लहान आणि जलद झुरके घेण्यासाठी वापरला जातो आणि इतर ८०% भाग अशा प्रसंगात केल्या जाणाऱ्या देहबोलीच्या विशेष हालचालींसाठी आणि त्यासंबंधीच्या इतर काही उपचारांसाठी खर्च केला जातो.

सामाजिक ठिकाणी केलेले धूम्रपान हा सामाजिक उपचाराचा भाग असतो.

ईस्ट लंडन विद्यापीठातील अँडी पॅरट यांनी यासंबंधी एक अभ्यास केला. त्यांनी धूम्रपान करणाऱ्या ८०% लोकांनी धूम्रपान केल्यामुळं त्यांचा ताण कमी होतो असं सांगितलं. अशीही धूम्रपान करणाऱ्या प्रौढाच्या ताणाची पातळी धूम्रपान न करणाऱ्यांपेक्षा किंचित जास्तच आढळून आली. आणि धूम्रपानाची नियमित सवय झाल्यानंतर तर ताणाची पातळी आणखी वाढल्याचं दिसून आलं. पॅरट यांना असंही आढळून आलं की धूम्रपान करायचं थांबवलं तर ताण कमी होतो. विज्ञानानं आता असं दाखवून दिलं आहे की, मन:स्थिती नियंत्रणासाठी धूम्रपान मदत करत नाही. कारण त्यातल्या निकोटिनवरील अवलंबित्वामुळं ताणाची पातळी वाढते, असंच निष्पन्न झालं आहे. धूम्रपानामुळे ते करणाऱ्याला तथाकथित आरामशीर वाटतं असं म्हणतात. पण निकोटिनचं प्रमाण कमी झाल्यानं बरोबर उलट परिणाम होऊन ताण वाढल्याचं आणि धूम्रपान करणाऱ्याच्या चिडचिडीत वाढ झाल्याचं दिसून आलं. थोडक्यात काय तर धूम्रपान करताना करणाऱ्याची मन:स्थिती नेहमीसारखी होती, मात्र धूम्रपान केलं नसताना त्याचा ताण वाढल्याचं दिसून आलं. याचाच अर्थ धूम्रपान करणाऱ्याला नेहमीसारखं वाटायचं असेल तर, त्याच्या तोंडात सिगारेट सारखी पेटती राहायला हवी. याउलट आणखी महत्त्वाची गोष्ट म्हणजे धूम्रपान करणारा जेव्हा सिगारेट ओढायचं सोडून देतो तेव्हा हळूहळू कालांतरानं त्याचा ताण कमी व्हायला लागतो. रक्तामध्ये निकोटिनचा अभाव निर्माण झाला तर धूम्रपानामुळे ताण तणावाचा उलटा परिणाम दिसून येतो.

अभ्यासातून असं आढळून आलं आहे की धूम्रपान सोडल्यानंतर पहिले काही आठवडे व्यक्तीची मन:स्थिती फार वाईट होते. पण नंतर मात्र एकदा का शरीरातील निकोटिन पूर्णत: निघून गेलं की, तो पदार्थ हवाच ही भावना कमी होते आणि त्यामुळं येणारा ताणही कमी होऊन व्यक्तीमध्ये आमूलाग्र सुधारणा घडून येते.

धूम्रपान म्हणजे तुम्ही स्वत:च्या डोक्यावर हातोड्यानं घाव घालण्यासारखं आहे, कारण जेव्हा ते तुम्ही थांबवता तेव्हा तुम्हाला चांगलं वाटायला लागतं.

आज जरी अनेक ठिकाणी धूम्रपानाला बंदी घालण्यात आली आहे, तरीसुद्धा धूम्रपानाचे देहबोली संकेत आणि व्यक्तीची कृती यामध्ये काय संबंध असतो हे समजण्यासाठी धूम्रपानाविषयी अधिक जाणून घेणं उपयोगाचं ठरतं. व्यक्तीची भावनिक अवस्था जाणून घेण्यासाठी धूम्रपानाच्या हालचाली महत्त्वाची भूमिका बजावू शकतात. कारण सामान्यत: त्या ठरावीक पद्धतीनं केल्या जातात आणि त्याविषयी आपण आधी अंदाज बांधू शकतो. या हालचालीतून व्यक्तीची मन:स्थिती कशी आहे आणि तिला नेमकं काय मिळवायचं आहे याच्या सूचना मिळू शकतात. सिगारेट ओढणं ही एक विधीवत करायची गोष्ट आहे, आणि यामध्ये आपटणं, वळवणं, टिचकीनं उडवणं, हलवणं किंवा इतर अनेक छोट्या छोट्या हालचालींचा समावेश असतो. या हालचालींवरून व्यक्तीला नेहमीपेक्षा जास्त ताण आला आहे असं दिसून येतं.

स्त्री आणि पुरुषांमधले फरक

स्त्रिया धूम्रपान करताना नेहमी सिगारेट हाताच्या बोटात उंच आणि मनगट मागे वाकवलेल्या स्थितीत धरतात. यातून त्या आपलं मनगट पूर्ण दाखवण्याची हालचाल करतात आणि शरीराचा पुढचा भाग उघडा ठेवतात. पुरुष सिगारेट ओढताना, आपण नेभळट दिसू नये म्हणून मनगट सरळ, ताठ ठेवतात आणि झुरका घेतल्यानंतर धूम्रपान करणारा हात खाली छातीजवळ ठेवून शरीराच्या पुढच्या भागाचे कायम संरक्षण करतात (चित्रात दाखवल्याप्रमाणे).

काही स्त्रिया पुरुषांपेक्षा दुप्पट जास्त सिगारेट ओढतात आणि दोघंही प्रत्येक सिगारेटचे सारख्याच प्रमाणात झुरके घेतात. पण पुरुष तो धूर जास्त वेळ त्यांच्या फुफ्फुसात धरून ठेवतात त्यामुळं स्त्रियांपेक्षा त्यांना फुप्फुसाचा कर्करोग होण्याची शक्यता जास्त असते.

 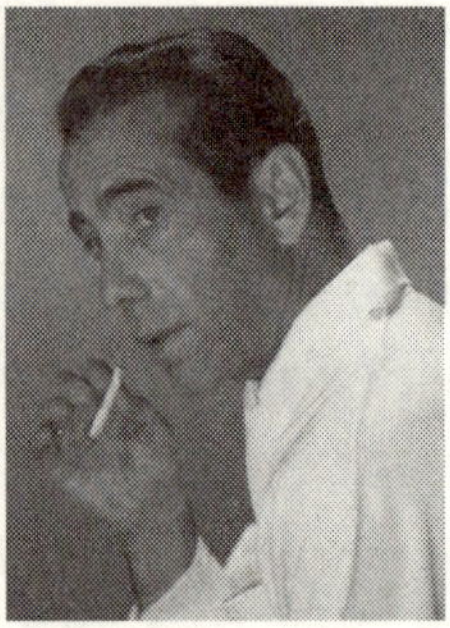

सिगारेट ओढताना शरीर उघडं ठेवून आणि मनगट दाखवून स्त्रिया सिगारेट ओढण्याचं सामाजिक प्रदर्शन मांडतात. तर पुरुष सिगारेट ओढताना शरीर झाकून घेतात आणि सिगारेट धरण्यातही एक गुप्तपणा बाळगतात.

सिगारेट ओढताना पुरुष बऱ्याच वेळा ती 'पिंच होल्ड' पद्धतीनं धरतात. विशेषत: त्यांना जर काही खाजगी गोष्टी मनातच ठेवायच्या असतील तर ते सिगारेट तळव्यामध्ये लपवतात. चित्रपटातील नट त्यांना जर राकट, कणखर पुरुषाची भूमिका करायची असेल आणि कृतीत चोरटेपणा, संशयी वृत्ती दाखवायची असेल तर ते अशी सिगारेट पकडतात.

धूम्रपान – लैंगिकतेचं प्रदर्शन करण्याचा एक मार्ग

चित्रपट आणि प्रसारमाध्यमांनी नेहमीच धूम्रपान हे लैंगिकता दर्शवण्याचं एक माध्यम मानलं आहे. स्त्री-पुरुषांमधील लैंगिकतेच्या वैशिष्ट्यांबाबतची भिन्नता ठळकपणे मांडण्यासाठी धूम्रपान ही एक चांगली संधी मानली जाते. स्त्रिया सिगारेट ओढताना मनगट दाखवतात आणि पुरुषांना शरीर उघडे दाखवतात आणि सिगारेट अशा आकर्षकपणे ओठात धरतात की जणू त्या सिगारेटच्या रूपानं पुरुषाच्या लिंगाची लहान प्रतिमाच चोखत आहेत. पुरुष आपला मर्दानीपणा ठळकपणे दाखवण्यासाठी सिगारेट गुप्तपणे आणि आकर्षकपणे धरतो. पूर्वीच्या पिढ्यांमध्ये धूम्रपान हा प्रियाराधनाचा एक आकर्षक आणि स्वीकारार्ह भाग मानला जायचा. धूम्रपान हा एक विधीच असायचा – म्हणजे स्त्रीनं सिगारेट अशी तोंडात घेतली आहे, पुरुष ती पेटवण्यासाठी लाईट देत आहे, तेव्हा ती त्याच्या

हाताला स्पर्श करून, नेहमीपेक्षा जास्त वेळ त्याच्या डोळ्यात डोळे घालून एकटक बघत राहते आणि नजरेनंच त्याला धन्यवाद देते वगैरे वगैरे. आजकाल मात्र अनेक ठिकाणी धूम्रपानाचं महत्त्वच कमी झाल्यानं प्रियाराधनात त्याचा विधीवत उपयोग जवळजवळ संपुष्टात आला आहे. आजकाल काही भागात धूम्रपान करणं हे अंतराळात वापरायच्या कपड्यांमध्ये (स्पेससूटमध्ये) अपानवायू सोडल्यासारखं मानलं जात असल्यानं कालबाह्य झालं आहे. धूम्रपान करण्याच्या कृतीतून स्त्रियांचं लैंगिक आकर्षण वाटण्याचं महत्त्वाचं कारण म्हणजे त्यातून त्यांची दुर्बल वृत्ती प्रकट होते. यातून धूम्रपान करणाऱ्या स्त्रीला तिच्या अगदी हिताच्या नसलेल्या गोष्टी करण्यासाठी आपण भाग पाडू शकतो, असा सूक्ष्म संदेश पुरुषांना मिळतो. सिगारेटचा धूर दुसऱ्या व्यक्तीच्या चेहऱ्यावर सोडणे ही बाब सर्वत्र अयोग्य मानली जाते. सिरियामध्ये पुरुष जेव्हा असा धूर स्त्रीच्या तोंडावर सोडतो तेव्हा तो तिला लैंगिक आमंत्रण देतो, असं मानलं जातं.

धूम्रपानातून सकारात्मक किंवा नकारात्मक निर्णय कसे ओळखायचे

व्यक्तीला त्याच्या परिस्थितीबद्दल सकारात्मक वाटतं की नकारात्मक हे ती व्यक्ती धूम्रपानाच्या वेळी धूर बाहेर सोडताना कोणत्या दिशेनं वर सोडते की खाली सोडते यावरून ठरतं. इथं आपण असं गृहीत धरतो आहोत की धूम्रपान करणारा इतरांना त्रास होऊ नये म्हणून धूर वरच्या दिशेनं सोडायचं टाळतो आहे आणि तो इतरांना त्रास न होईल अशा रितीनं दुसऱ्या दिशेला तो सोडू शकतो. व्यक्ती तो जे काही पाहत आहे, ऐकत आहे त्याबद्दल जर त्याला सकारात्मक, श्रेष्ठ आणि आत्मविश्वासाची भावना वाटत असेल तर तो बहुतेक वेळा सिगारेटचा धूर वरच्या दिशेनं सोडेल. याउलट जर व्यक्ती नकारात्मक, चोरटेपणाच्या किंवा संशयी मन:स्थितीत असेल तर ती बहुतेक वेळ धूर खालच्या दिशेनं सोडेल. धूर खालच्या दिशेनं आणि तोंडाच्या एका कोपऱ्यातून सोडणं हे तर ती व्यक्ती जास्त नकारात्मक आणि जास्त काहीतरी लपवू पाहत आहे असं दर्शवते.

धूर वरती सोडणं - आत्मविश्वास, श्रेष्ठ, सकारात्मक भावना
धूर खाली सोडणं - नकारात्मक, गुप्त, संशयग्रस्त भावना

चित्रपटांमधून मोटारसायकल गँगचा किंवा गुन्हेगारांच्या गटाचा प्रमुख कायम मजबूत, आक्रमक पुरुष दाखवतात. तो नेहमी डोकं तिरपं करून मागे ठेवतो आणि ऐटीत, अगदी नियंत्रित अचूकपणानं त्याच्या टोळीतल्या इतरांना त्याचं श्रेष्ठत्व दाखवण्यासाठी छताच्या दिशेनं सिगारेटचा धूर सोडतो. याउलट प्रसिद्ध अभिनेता हम्फ्रे बोगार्ट कायम गुंडाच्या किंवा कणखर व्यक्तीच्या भूमिकेत तुरूंग तोडायच्या किंवा अशाच काही तरी कुटिल योजनांची आखणी करताना सिगारेट हातात उलटी धरायचा आणि तोंडाच्या कोपऱ्यातून खाली धूर सोडायचा. व्यक्ती ज्या वेगानं नाकातून धूर बाहेर सोडते त्याचा आणि तिला वाटणाऱ्या सकारात्मक किंवा नकारात्मक भावनांचा संबंध असतो. जर व्यक्ती वेगानं धूर वरती सोडत असेल तर तिला श्रेष्ठ आणि आत्मविश्वासपूर्ण वाटत असतं आणि जर ती जोरजोरात, भकाभका खाली धूर सोडत असेल तर तिला नकारात्मक वाटत आहे हे ओळखावं.

धूम्रपान करणारा जर पत्ते खेळत असेल आणि त्याला चांगली पाने आली असतील किंवा त्याची सरशी होत असेल तर तो वरच्या दिशेनं सिगारेटचा धूर सोडतो आणि खेळी मनासारखी झाली नाही, किंवा पानं चांगली नसतील, खेळात अपयश यायला लागलं तर तो धूर खाली सोडतो. पत्ते खेळणारे काही जण देहबोलीचे काहीच संकेत व्यक्त होऊ नयेत यासाठी निर्विकार चेहरा ठेवून पत्ते खेळत असतात. कारण त्यांच्या शरीराच्या संकेतांतून इतरांना सूचना मिळून त्यांची खेळी यशस्वी झाली

तर या व्यक्तीला अपयश यायची शक्यता असते किंवा देहबोलीच्या संकेतांचा चुकीचा अर्थ इतर खेळाडूंनी लावला आणि आपण सुरक्षित आहोत यात ते गाफिल राहण्याचीही शक्यता आहे. उदाहरणार्थ, निर्विकार चेहऱ्यानं पत्ते खेळणाऱ्यानं स्वत:ला पाने चांगली आल्यावर इतर खेळाडूंना फसवण्यासाठी त्याचे चार पत्ते टेबलावर पालथे ठेवले आणि तिरस्कार व्यक्त करून शिव्याशाप देत त्यानं हातांची घडी घातली. यातून तो आपल्याला काही पानं चांगली आली नाही, असं तोंडानं न सांगता हालचालीतून दर्शवत होता. पण नंतर तो शांतपणे मागे टेकून बसला, त्याची सिगारेट काढली, पेटवली आणि धूर वरती सोडायला लागला. नंतर दोन हातांचा मनोरा केला. या सगळ्या हालचालींमधून इतर खेळाडूंनी पुढच्या हातावर पैज लावणं शहाणपणाचं ठरणार नव्हतं कारण त्यांचा पराभव होण्याची शक्यता होती. विक्रीच्या ठिकाणी धूर सोडण्याच्या हालचालीचा अभ्यास केला तर असं आढळून आलं की, सिगारेट ओढणाऱ्यांना आपण काही विकत घ्यायला सांगितलं आणि ते विकत घ्यायचं या सकारात्मक निर्णयाप्रत आले तर ते धूर वरच्या दिशेने सोडतात, याउलट ज्यांचा निर्णय विकत घ्यायचं नाही असा होतो ते धूर खाली सोडतात.

१९७८मध्ये धूम्रपान करणाऱ्यांविषयीचा एक अभ्यास करण्यात आला. त्यातून असं आढळून आलं की वाटाघाटींदरम्यान धूम्रपान न करणाऱ्यांपेक्षा धूम्रपान करणारे निर्णय घ्यायला जास्त वेळ लावतात. व्यवसायविषयक या वाटाघाटींमध्ये ताणांचे काही क्षण आले तर वेळोवेळी धूम्रपानाचा साग्रसंगीत विधी केला जातो. अशा बैठकीत निर्णय घ्यायला अधिक वेळ मिळावा म्हणून जर तुम्हाला धूम्रपान करणाऱ्यांच्याकडून लवकर निर्णय हवा असेल तर त्यांना 'धूम्रपानास मनाई' (नो स्मोकिंग) असा मोठा फलक लावलेल्या खोलीत बसवा.

सिगार ओढणारे

'सिगार' हा त्याची किंमत आणि आकार लक्षात येऊन नेहमी श्रेष्ठत्व दाखवण्यासाठी वापरला जातो. मोठ्या उद्योगांमध्ये काम करणारे

कार्यकारी अधिकारी, टोळीचे दादा आणि उच्च पदस्थ, कायम सिगार ओढताना दाखवतात. एखाद्या गोष्टीत विजय मिळाला असेल, काही चांगली कामगिरी झाली असेल, महत्त्वाची आनंदाची घटना घडली असेल तर या चांगल्या गोष्टी साजऱ्या करण्यासाठी सिगारचा वापर केला जातो. यामध्ये मग लहान बाळाचा जन्म असेल, व्यवसायातील एखादा मोठा व्यवहार यशस्वीपणे पार पडला असेल किंवा लॉटरी लागली असेल तर असे आनंद सिगार ओढून साजरे केले जातात. सिगार ओढताना बहुतेकवेळा धूर हा वरच्या दिशेनेच सोडला जातो. यात आश्चर्य वाटायला नको. कारण सामान्यत: आनंदाच्या प्रसंगीच सिगार ओढले जातात. अशाच एका समारंभात रात्रीच्या जेवणाच्या वेळी आम्ही सिगारामधून बाहेर सोडलेल्या धुरांची नोंद केली. त्या वेळी असं आढळून आलं की, त्यापैकी ३२० सिगारांमधून बाहेर सोडलेला धूर वरच्या दिशेने सोडण्यात आला होता.

धूम्रपान करणारे सत्र कसे समाप्त करतात

धूम्रपान करणारे बहुतेक जण त्यांची सिगारेट ॲश ट्रेमध्ये विझण्यापूर्वी एका ठरावीक लांबीपर्यंत ओढतात. स्त्रिया सिगारेटचे थोटूक हळुवारपणे विझवण्याची तर पुरुष सिगारेट अंगठ्यानी चिरडून विझवण्याची शक्यता असते. धूम्रपान करणाऱ्यानं सिगारेट पेटवली आणि तो नेहमी विझवतो त्यापेक्षा त्यानं ती अचानकपणे लवकर विझवली तर याचा अर्थ त्यानं हे संभाषण आता संपवावं असा त्याचा निर्णय या संकेतातून दिला आहे असं समजावं. त्याचा हा संकेत लक्षात घेऊन तुम्हाला तुमच्या संभाषणावर नियंत्रण ठेवावं लागेल किंवा संपवावं लागेल. मात्र ते संपवताना ती तुमचीच कल्पना आहे असं इतरांना दिसू द्या.

चष्म्याचा वापर

व्यक्ती त्याला मदत करणाऱ्या प्रत्येक कृत्रिम साधनाचा वापर म्हणजे त्याच्या साहाय्यानं वेगवेगळ्या प्रकारच्या हालचाली दर्शवण्याची संधी आहे असं मानते. चष्मा घालणाऱ्या व्यक्तींच्या बाबतीत तर ते अगदी

खरं आहे. चष्म्याबाबत नेहमी आढळणारी हालचाल म्हणजे चष्म्याच्या फ्रेमची एक काडी तोंडात धरणे.

अधिक वेळ मिळावा म्हणून, स्पष्ट उत्तर देणं टाळण्यासाठी चष्म्याचा वापर

डेसमन्ड मॉरिस यांनी असं निदर्शनास आणून दिलं की, एखादी वस्तू ओठांवर ठेवणं किंवा तोंडात घालणं यातून व्यक्ती लहानपणी आईचं दूध पिताना तिच्या स्तनाची जी सुरक्षितता अनुभवते तशीच सुरक्षितता मोठेपणी क्षणभर का होईना अनुभवण्याचा प्रयत्न करते. याचाच अर्थ चष्म्याची काडी तोंडात घालणं ही स्वत:ला धीर देण्याची कृती आहे.

तुम्ही चष्मा घालायला लागलात की कधीकधी तुम्हाला असं वाटतं की टॉयलेट पेपरच्या दोन रोलमधून तुम्ही आयुष्याकडं बघताहात. पण जेव्हा नव्यानं काही लोक तुम्हाला भेटतात तेव्हा सुरुवातीसुरुवातीला त्यांना तुम्ही खूप बुद्धिमान, अभ्यासू आहात असं वाटतं. एका अभ्यासात, प्रयोगात सहभागी झालेल्यांनी चष्मा घातलेल्या व्यक्तींच्या छायाचित्रांना, चष्मा न घातलेल्या व्यक्तींच्या छायाचित्रांपेक्षा १४ बुद्ध्यंक गुण जास्त दिले. मात्र हा परिणाम केवळ पाच मिनिटापेक्षा कमी वेळ टिकला. म्हणून तुम्हाला जर कोणाला थोडा वेळच भेटायचं असेल तरच चष्मा घालणं हा शहाणपणाचा निर्णय ठरू शकेल.

नेहमीपेक्षा जास्त आकाराच्या भिंगाच्या चष्म्यामुळं तुमचं जे 'बुद्धिमान' दिसणं असतं ते जरा कमी होतं. एल्टन जॉन यांच्याप्रमाणे रंगीत फ्रेम किंवा डिझायनर फ्रेम वापरल्यास फ्रेमकडेच लक्ष खेचलं जातं. चेहऱ्यापेक्षा एक साइजने मोठी चष्म्याची फ्रेम वापरल्यास तुम्ही वयस्क, अधिक अभ्यासू आणि अधिक अधिकारयुक्त दिसता.

जाड फ्रेमच्या (आकाराच्या) चष्म्यामुळं तुम्ही जास्त प्रामाणिक आणि बुद्धिमान दिसता, वरती वळलेल्या फ्रेममुळं मात्र तसे दिसत नाही.

आम्ही लोकांच्या चेहऱ्यांच्या छायाचित्रांचा अभ्यास केला तेव्हा असं दिसून आलं की व्यावसायिक बैठकींमध्ये जर तुम्ही चेहऱ्यावर चष्मा घातलात तर पाहणारे तुम्ही अभ्यासू, बुद्धिमान, जुन्या वळणाचे, सुशिक्षित आणि प्रामाणिक आहात असं तुमचं वर्णन करतात. चष्म्याची फ्रेम जेवढी जाड तेवढं वरील प्रकारचं वर्णन जास्त वापरलं जातं. असा चष्मा घालणारी व्यक्ती स्त्री आहे की पुरुष यानं या वर्णनात फारसा फरक पडत नाही. म्हणूनच व्यवसायविषयक बैठकीत चष्मा घालणं हे अधिकार दर्शवण्याचं विधान ठरतं. चौकट नसलेला, लहान किंवा लांब आणि बारीक चष्मा हा अधिकार नसलेली प्रतिमा व्यक्त करतो. तुम्हाला उद्योग व्यवसायापेक्षा फॅशनमध्ये जास्त रस आहे, असं त्यातून व्यक्त होतं, तर सामाजिक संदर्भात याउलट मत व्यक्त होतं. पण त्या वेळी तुम्ही मित्र, सोबती या नात्यानं वावरत असता. अधिकाराच्या पदावर काम करणाऱ्यांना आर्थिक अंदाजपत्रक (अर्थसंकल्प) वाचण्यासारख्या गंभीर गोष्टी करताना आम्ही मजबूत फ्रेमचा चष्मा घालायला सांगतो आणि 'चांगला मुलगा आहे' (नाइस गाय) किंवा 'इतर मुलांसारखा एक मुलगा' असं जर दिसायचं असेल तर आम्ही फ्रेमलेस स्टाइलचा चष्मा घालायला सांगतो.

वेळ काढण्यासाठी चष्म्याचा वापर

अधिक वेळ मिळावा म्हणून स्वच्छ उत्तर देणं टाळण्यासाठी किंवा निर्णय घ्यायला उशीर करण्यासाठी सिगारेट ओढत असताना त्याबरोबर चष्म्याची काडी तोंडात धरण्याची कृतीही केली जाते. वाटाघाटींच्या वेळी, बोलणी चालू असताना एखाद्या व्यक्तीला त्याचा निर्णय काय असं विचारलं की तो वारंवार ही कृती करताना दिसतो. याशिवाय, निर्णय घेण्यासाठी वेळ मिळावा यासाठी बरेच जण चष्मा काढून त्याची भिंगं पुसतात. आपण एखाद्याला त्याचा निर्णय विचारला आणि जर तो चष्मा काढून ही कृती करायला लागला तर त्यावर शांत राहणं हाच उत्तम उपाय.

चष्म्याची काडी तोंडात धरण्याच्या संकेतानंतर होणाऱ्या हालचालीतून व्यक्तीचा काय हेतू आहे हे कळू शकतं. तो लक्षात घेऊन वाटाघाटी करणाऱ्यानं सावधपणे त्यानुसार बोलणी करावीत. उदाहरणार्थ, व्यक्तीनं चष्मा परत घातला तर याचा अर्थ तो पुन्हा एकदा वस्तुस्थिती काय आहे हे पाहू इच्छितो. चष्म्याच्या काड्या दुमडून, त्यानं तो चष्मा बाजूला ठेवला तर याचा अर्थ तो संभाषण संपवू इच्छितो आणि चष्मा जर त्यानं टेबलावर फेकल्यासारखा ठेवला तर याचा अर्थ प्रतिकात्मकरित्या त्यानं प्रस्ताव नाकारला आहे असा होतो.

चष्मा नाकावरून जरा खाली घेऊन त्याच्यावरून पाहणे

सन १९२० ते १९३० या काळातील चित्रपटातले कलाकार, इंग्लिश पब्लिक स्कूलमधील शिक्षक, ज्याला समीक्षात्मक किंवा काही निर्णय घेण्याचं काम करायचं असतं - यासारख्या भूमिका साकारताना नेहमी चष्मा नाकावरून जरा खाली घेऊन वरून पाहण्याचा अभिनय करायचे. व्यक्ती यामध्ये वाचण्यासाठीचा चष्मा तर घालते पण समोरच्या व्यक्तीकडं पाहायचं असेल तर चष्मा काढून त्याच्याकडं न बघता, चष्मा जरा खाली घेऊन त्याच्या वरून पाहते. पण जिच्याकडे अशा पद्धतीनं बघितलं जातं त्या व्यक्तीला आपलं निरीक्षण करून आपल्याबद्दल काही मत बनवलं जात आहे किंवा आपली काळजीपूर्वक पाहणी केली जात आहे असं वाटतं. पण अशा प्रकारे चष्म्यावरून पाहण्याची सवय अतिशय

महागात पडू शकते. अशा बघण्यामुळे समोरची व्यक्ती हातापायांची घडी घालणं किंवा वादासाठी तयार होणं यासारखे नकारात्मक पवित्रे घेण्याची शक्यता असते. तुम्ही जर चष्मा वापरत असाल तर बोलताना तो काढून ठेवा आणि ऐकताना तो परत घाला. या कृतीमुळे समोरच्या व्यक्तीला आरामदायी वाटतं आणि संभाषणाची सूत्रं तुमच्या हातात राहतात. ऐकणाऱ्याला लगेचच तुमच्या या कृतीची सवय होते. तुम्ही चष्मा काढलात की तुम्ही बोलणार नाही आणि घातलात की आता बोलण्याची तुमची पाळी आहे, हे त्याला समजायला लागतं.

चष्म्यावरून पाहण्याची कृती इतरांना घाबरवते

कॉन्टॅक्ट लेन्सेस लावल्यामुळे तुमच्या डोळ्यांच्या बाहुल्या मोठ्या आणि ओलसर दिसतात आणि त्यातून प्रकाश परावर्तित होण्याची शक्यता असते. यामुळे तुम्ही सौम्य, मृदू आणि विषयासक्त दिसता. सामाजिक ठिकाणी असं दिसणं चालून जातं पण व्यावसायिक बैठकीत, विशेषत: स्त्रियांना ते फार अनर्थकारक ठरतं. स्त्री एखाद्या उद्योजकाला आपल्या कल्पना विकत घ्या असं सांगून त्याचं मन वळवण्याचा प्रयत्न करीत असते. पण कॉन्टॅक्ट लेन्सेसमुळे विषयासक्त दिसणाऱ्या तिच्या नजरेची भुरळ पडून तो त्यात हरवून जातो आणि ती बोलतेय त्याच्यातला एक शब्दही तो ऐकत नाही.

व्यवसायविषयक बोलण्यांमध्ये रंगीत किंवा उन्हात वापरायचे गॉगल्स कधीही घालू नयेत. त्या वातावरणात ते स्वीकारले जात नाहीत आणि सामाजिक ठिकाणी किंवा इतर कार्यक्रमांत ते घातले तर उगाचच संशयाचं

वातावरण निर्माण होतं. जेव्हा तुम्हाला समोरच्यांना सांगायचं असतं की 'गोष्टी मला स्पष्ट दिसत आहेत आणि मला नेमकं हेच मांडायचं आहे' अशा वेळी साध्या काचांचा चष्मा वापरणं योग्य ठरतं. रंगीत चष्मा, रंगीत लेन्सेस, उन्हाचे गॉगल्स हे बाहेर जाताना वापरायला ठीक असतात.

चष्मा डोक्यावर ठेवणे

बैठकींमध्ये काळे उन्हाचे गॉगल्स घातले तर त्या व्यक्तींबद्दल संशय निर्माण होतो. ती गुप्त आणि असुरक्षित आहे असं वाटतं. याउलट तोच गॉगल डोक्यावर ठेवला तर तुम्ही उत्साही, आरामदायी, तरुण, स्थिरचित्त आणि नुकतेच क्लबमधून आला आहात असं वाटतं. याचं कारण म्हणजे चष्मा किंवा गॉगल डोक्यावर ठेवल्यानं तुम्हाला डोक्यावर विस्तारलेल्या बाहुल्या असलेले आणखी दोन मोठे डोळे आहेत असं वाटतं आणि या चार डोळ्यांच्या परिणामामुळे एखाद्या लहान मुलासारखे निरागस आणि खेळण्यातल्या गोजिरवाण्या बाहुल्या जशा डोळे मोठ्या केलेल्या असतात तसे, कोणालाही न घाबरवणारे असे दिसतात.

गॉगल डोक्यावर ठेवल्याने डोळ्यांच्या बाहुल्या मोठ्या झाल्यासारखं वाटून 'चार डोळे' असल्यासारखे वाटतात.

चष्मा आणि मेकअप

मेकअपमुळे तुमच्या विश्वासार्हतेला, विशेषत: व्यावसायिक क्षेत्रात काम करणाऱ्या स्त्रियांच्या विश्वासार्हतेला आणखी उठाव येतो. हे सिद्ध करण्यासाठी आम्ही एक साधा प्रयोग केला आणि चार सारख्या दिसणाऱ्या स्त्री साहाय्यकांना एका चर्चासत्रात आमची प्रशिक्षणविषयक उत्पादनं विकण्यासाठी कामावर घेतलं. त्यासाठी एक स्वतंत्र विक्रीकक्ष उभारला होता. प्रत्येकीला तिच्या विक्रीची उत्पादनं ठेवण्यासाठी स्वतंत्र टेबल देण्यात आलं होतं आणि सर्वजणींनी सारखे आणि चांगल्या

पद्धतीचे पोषाख केले होते. एका स्त्री साहाय्यकानं चष्मा घातला होता आणि मेकअप केला होता. दुसरीनं चष्मा घातला होता पण मेकअप केला नव्हता, तिसरीनं मेकअप केला होता पण चष्मा घातला नव्हता आणि चौथीनं मेकअपही केला नव्हता आणि चष्माही घातला नव्हता. ग्राहक प्रत्येकीच्या टेबलाकडे जायचे आणि कार्यक्रमांविषयी त्या स्त्री साहाय्यकांशी सरासरी चार ते सहा मिनिटं बोलयचे. ग्राहकांची माहिती घेऊन झाल्यानंतर ते तिथून आले की, त्यांना ज्या स्त्रीनं माहिती दिली होती तिचं व्यक्तिमत्त्व, दिसणं कसं होतं हे आठवायला सांगितलं. त्या स्त्रियांचं सर्वांत चांगल्या प्रकारे वर्णन करणाऱ्या विशेषणांची यादी प्रत्येकाला देण्यात आली आणि त्यांना भेटलेल्या स्त्रीला लागू पडणाऱ्या विशेषणांची निवड करायला सांगितली. ज्या स्त्रीनं मेकअपही केला होता आणि चष्माही घातला होता तिचं वर्णन ग्राहकांनी आत्मविश्वासपूर्ण, बुद्धिमान, अत्याधुनिक, बहिर्मुख असं केलं होतं. काही स्त्री ग्राहकांनी तिचा उल्लेख आत्मविश्वासपूर्ण असा केला पण त्याचबरोबर त्यांना ती थंड, उद्धट, अहंकारीही वाटली असं त्यांनी सांगितलं. याचं एक कारण म्हणजे त्यांना ती संभाव्य स्पर्धक वाटली असावी. कारण एकाही पुरुषाने तिचं तसं वर्णन केलं नाही. ज्या साहाय्यक स्त्रीनं मेकअप केला होता पण चष्मा घातला नव्हता तिला दिसण्याबाबत आणि वैयक्तिक सादरीकरणाबाबत चांगले गुण मिळाले पण ऐकणं, भावबंध निर्माण करणं, संपर्क यासारख्या वैयक्तिक कौशल्यांमध्ये तिला कमी गुण मिळाले.

मेकअपमुळे स्त्रीचं व्यक्तिमत्त्व आणखी उठावदार होतं आणि ती आत्मविश्वासपूर्ण आहे असं इतर पाहणाऱ्यांना वाटतं.

ज्या स्त्री साहाय्यकांनी मेकअप केला नव्हता त्यांना वैयक्तिक कौशल्य आणि वैयक्तिक सादरीकरण या दोन्हीतही सर्वांत कमी गुण मिळाले. जिनं चष्मा घातला होता पण मेकअप केला नव्हता त्यांच्यामुळे ग्राहकांच्या वृत्तीत काही विशेष फरक पडला नाही आणि त्यांना तिची विशेष आठवणही राहिली नाही. बहुतेक स्त्री ग्राहकांनी त्यांनी मेकअप केलेला नाही हे लगेच ओळखलं, बहुतेक पुरुषांना मात्र त्या स्त्रियांनी मेकअप

केला आहे की नाही हे आठवलंही नाही. आणखी एक मनोरंजक गोष्ट म्हणजे ज्या दोघींनी मेकअप केला होता त्यांनी मेकअप न केलेल्या साहाय्यकांपेक्षा तोकडे कपडे घातले होते. यातून मेकअप न केलेल्यांपेक्षा मेकअप केलेल्या स्त्रियांची प्रतिमा जास्त आकर्षक दिसत होती, असंही दिसून आलं. यातून हेच महत्त्वाचं सूत्र स्पष्ट झालं की, मेकअपमुळे स्त्रीची प्रतिमा जास्त बुद्धिमान, आत्मविश्वासपूर्ण आणि आकर्षक अशी दिसते. व्यवसायक्षेत्रात तर चष्मा आणि मेकअपचा योग्य मेळ घातला गेला तर पाहणाऱ्यांवर त्याचा अत्यंत सकारात्मक आणि अविस्मरणीय असा परिणाम होतो. त्यामुळे व्यवसायविषयक बैठकींमध्ये बिना नंबरचा चष्मा घालणं हे सर्वोत्कृष्ट धोरण ठरू शकतं.

ओठ काय सांगतात?

आमच्या एका टेलिव्हिजन कार्यक्रमासाठी आम्ही नऊ स्त्रियांना मुलाखतींसाठी बोलावलं. मुलाखत घेणाऱ्यांमध्ये स्त्री आणि पुरुष दोघांचाही समावेश होता. मुलाखतीच्या पहिल्या अर्ध्या भागात प्रत्येक स्त्रीनं लिपस्टिक लावली होती. पण नंतरच्या अर्ध्या भागात लावली नाही. मुलाखत घेणाऱ्यांची या स्त्रियांबद्दल काय मतं होती हे प्रयोग झाल्या झाल्या लगेचच स्पष्ट झालं. ज्या स्त्रियांनी लाल लिपस्टिक लावून ओठ जास्त जाड रंगवले होते त्या स्त्रियांना स्वत:मध्ये जास्त रस असल्याचं जाणवलं आणि पुरुषांचंही लक्ष त्यांच्याकडे वेधलं जात होतं. ज्या स्त्रियांनी ओठ बारीक आणि सौम्य रंगानी रंगवले होते अशा स्त्रिया स्वत:च्या कारकीर्दीला, करिअरला जास्त महत्त्व देणाऱ्या व्यवसायविषयक दृष्टिकोन बाळगणाऱ्या होत्या. लिपस्टिक न लावणाऱ्या स्त्रिया कामाबाबत पुरुषांपेक्षा जास्त गंभीर होत्या पण वैयक्तिक कौशल्यात त्या कमी पडल्या. मुलाखत घेणाऱ्या सर्व स्त्रियांनी, कोणत्या उमेदवारांनी लिपस्टिक लावली आहे आणि कोणत्या उमेदवारांनी नाही हे बरोबर ओळखलं होतं. याउलट मुलाखत घेणाऱ्या निम्म्याच पुरुषांच्या स्त्रियांनी लिपस्टिक लावली नाही हे लक्षात आलं. याचा अर्थ प्रेमाच्या भेटीगाठीच्या वेळी स्त्रियांनी गडद लाल लिपस्टिक लावावी पण व्यावसायिक बैठकींच्या वेळी कमी, फारशी न दिसेल अशी लिपस्टिक लावावी. मात्र स्त्री जर स्त्रियांची प्रतिमा वाढवणाऱ्या उत्पादनांच्या

व्यवसायात – जसं कपडे, सौंदर्यप्रसाधने, केशभूषा – तर अशा व्यवसायात असेल तर काम करताना ठळकपणे लिपस्टिक लावणं सकारात्मक मानलं जाते. कारण त्या स्त्रियांचा आकर्षकपणाच विकत असतात.

ब्रीफकेसचे संकेत

ब्रीफकेसच्या आकारावरून तिच्या मालकाची मन:स्थिती कशी आहे याचा अंदाज येतो, दर्जाही काय आहे ते कळतं. जे लोक मोठी, सामानानं भरलेली ब्रिफकेस घेऊन जातात, त्याचा अर्थ सगळं काम एकट्यानंच करायचं अशी त्यांची वृत्ती असते. बहुतेक ते काम घरीही घेऊन जात असावेत आणि याचा अर्थ वेळेचं व्यवस्थापन करण्याबाबत ते ढिसाळ आहेत, असा होतो. छोटी ब्रीफकेस घेऊन जाणाऱ्यांमध्ये कामाचा नेमकेपणा आहे असं दिसतं. त्यामुळे त्यांचा दर्जाही जरा वरचा असतो (दिसायलाही ते सुटसुटीत दिसतात). ब्रिफकेस नेहमी एका बाजूला विशेषत: डाव्या हातात घ्या, म्हणजे उजव्या हातानं हस्तांदोलन करता येईल आणि अशा वेळी होणारी गडबड, गोंधळ टाळता येईल. तुम्ही जर स्त्री असाल तर ब्रिफकेस आणि पर्स असं दोन्हीही घेऊन जाऊ नका. तसं नेल्यास व्यवसायासाठी आवश्यक अशी जी प्रतिमा असते, तशी तुमची प्रतिमा न दिसता तुमच्यातला विस्कळीतपणा यामुळं दिसून येईल. सर्वांत महत्त्वाचं म्हणजे ब्रीफकेसचा वापर तुमच्या आणि दुसऱ्या व्यक्तीत अडथळा म्हणून करू नका.

सारांश

हाताळण्यासाठी, घालण्यासाठी किंवा धूम्रपान करण्यासाठी आपण कोणत्याही एक प्रकारची वस्तू किंवा गोष्ट निवडली तरी काही विशेष असे संकेत आणि विधी किंवा हालचाली असतात. ज्या आपल्याकडून नकळतपणे घडतात. जितका जास्त आपण त्या वस्तूंचा वापर करू तितके जास्त आपण आपले हेतू आणि भावनांचे संकेत देतो. हे संकेत कसे ओळखायचे हे जर आपण शिकलो तर देहबोलीच्या दुसऱ्या संचाच्या सूचनांचं आपल्याला नीट निरीक्षण करता येतं.

प्रकरण १४

मनाला जिकडे जायचे असते ती दिशा शरीर दर्शवते

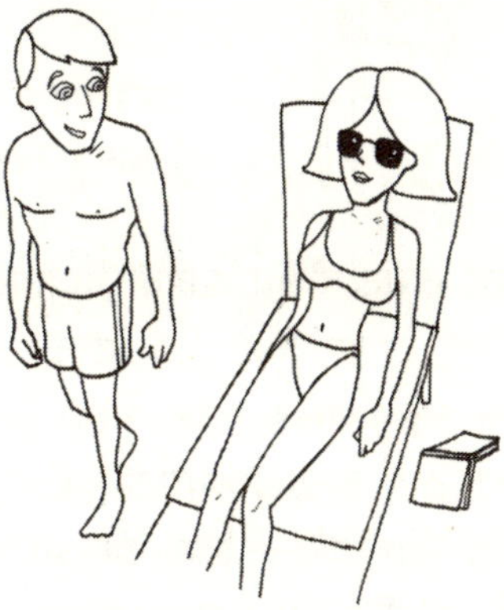

अनेकदा शरीर एका मार्गानं जात असतं,
तर मन मात्र वेगळाच मार्ग पकडतं.

तुम्हाला असा कधी अनुभव आला आहे का की तुम्ही एखाद्याशी बोलत आहात, त्याला तुमच्याशी गप्पा मारायला मजा वाटते आहे, असं दिसतं तरीसुद्धा त्याचं मन कुठंतरी दुसरीकडेच आहे असं तुम्हाला जाणवलंय. या प्रकाराचं स्थिर छायाचित्र काढलं तर दोन गोष्टी दिसून येतात. एकीकडे व्यक्तीचं डोकं तुमच्या दिशेनं असतं आणि हसणं, मान डोलावणं असे चेहऱ्यावरचे संकेतही ती तुम्हाला देत असते. पण दुसरीकडे व्यक्तीचं शरीर आणि पावलं मात्र दुसऱ्या व्यक्तीकडे जाण्यासाठी किंवा तुमच्या इथून निघून जाण्याच्या दिशेनं वळलेली असतात. व्यक्तीचं शरीर आणि पावलं ज्या दिशेचा संकेत देतात तिकडंच व्यक्तीला खरं तर मनातून जाण्याची इच्छा असते.

उजवीकडचा माणूस त्याला आता निघायचं आहे, असं दर्शवतो आहे

वरील चित्रात दोघेजण दारात बोलत आहेत. डावीकडचा माणूस दारावर हात ठेवलेल्याचं लक्ष आपल्याकडे वेधण्याचा प्रयत्न करीत आहे. ऐकणारा त्याचं लक्ष बोलण्याकडे आहे आणि त्याच्या अस्तित्वाची आपण दखल घेतली आहे हे दाखवण्यासाठी डोके त्याच्याकडे करून उभा आहे. मात्र त्याचं शरीर बाहेरची दिशा दाखवत आहे आणि तिकडेच त्याला जायचं आहे. उजवीकडचा माणूस आपलं शरीर ज्या वेळी पूर्ण डावीकडच्या माणसाकडे वळवेल त्या वेळी दोघांनाही बोलण्यात रस आहे असं संभाषण सुरू होईल.

दोघं जण समोरासमोर भेटले आणि त्यातल्या एकाला संभाषण संपवून तिथून निघायचं आहे, तर तो तिथला सगळ्यात जवळचा जो बाहेर जायचा मार्ग असेल त्या दिशेनं आपले शरीर आणि पाय वळवतो. या संभाषणात जर तुम्ही सहभागी असाल आणि समोरच्या व्यक्तीनं असा संकेत दिला असेल तर त्याला तुमच्या बोलण्यात पुन्हा रस उत्पन्न व्हावा यासाठी तुम्हाला काहीतरी करावं लागेल किंवा संभाषणावर तुमचं नियंत्रण राहण्यासाठी तुमच्या अटींवर तुम्ही संभाषण आवरतं घ्या.

शरीराचे कोन काय सांगतात

१. खुली, मोकळी अवस्था

याआधीच आम्ही स्पष्ट केलं आहे की, एकमेकांच्यात किती रस आणि जवळीक आहे याचा आणि त्यांच्यातल्या अंतराचा संबंध असतो. व्यक्ती

कोणत्या दिशेने स्वत:ची शरीरं कोनामध्ये ठेवतात यातून त्यांची वृत्ती आणि संबंध यांबाबत शब्दांविना काही सूचना मिळतात.

बहुतेक प्राणी दुसऱ्या प्राण्याबरोबर लढायचं असेल तर असं कोनात उभं राहून डोकं वर काढत काही संकेत देतात. जर दुसऱ्या प्राण्यांनी हे आव्हान स्वीकारलं तर तोही डोकं वर करून त्याला प्रतिसाद देतो. माणसांमध्येही असंच घडतं. पण एक प्राणी दुसऱ्याला हल्ला करण्याच्या उद्देशानं नव्हे, पण नुसतं पाहायचं असेल तर मैत्री करणारी कुत्री जशी मित्रत्वानं जवळ येतात तसा हा प्राणी जवळ जाऊन बाजूला उभा राहातो. माणसांबाबतही असंच घडतं. वक्ता ज्या वेळी ऐकणाऱ्यांबाबत कडक दृष्टिकोन स्वीकारतो तेव्हा तो सरळ उभं राहून थेट त्यांच्याकडे पाहतो, त्या वेळी ऐकणाऱ्याला तो आक्रमक वाटतो. दुसरा वक्ता ज्या वेळी वरचा वक्ता बोलला तसाच बोलतो मात्र ऐकणाऱ्यांपासून त्याचं शरीर जरा लांबच्या दिशेला ठेवतो तेव्हा तो वक्ता आत्मविश्वासपूर्ण, ध्येयामुख वाटतो, पण आक्रमक वाटत नाही.

आपण आक्रमक न दिसता मित्रत्वाच्या नात्यानं जेव्हा दुसऱ्याबरोबर उभं राहतो, त्या वेळी प्रत्येक जण ४५ अंशाच्या कोनात उभं राहून दोघांमध्ये ९० अंशाचा कोन करून काटकोनात उभा राहतो.

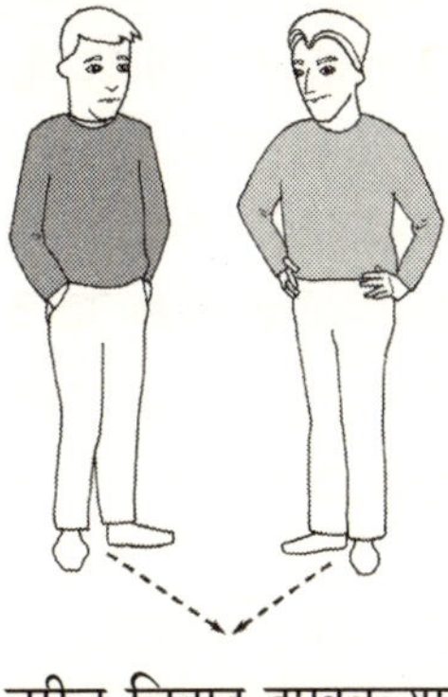

समोरासमोर उभं राहिल्यास आपण आक्रमक वाटू शकतो म्हणून प्रत्येक जण ४५ अंशाचा कोन करून उभा राहिला आहे.

वरील चित्रात दाखवल्याप्रमाणे दोघेही जण काल्पनिक असा तिसरा बिंदू घेऊन उभे आहेत आणि त्यामुळे त्रिकोणाचा आकार झाला आहे. ते दोघेही ज्या कोनात उभे आहेत त्यावरून त्यांच्यात काही आक्रमक चाललं आहे असं वाटत नाही, दोघात साधं संभाषण सुरू आहे आणि

ते दोघंही एकमेकांचं अनुकरण करताना दिसत आहेत. त्यावरून हीच मन:स्थिती स्पष्ट होते. अशा प्रकारच्या त्रिकोणी रचनेमुळे तिसऱ्या व्यक्तीला संभाषणात सहभागी होण्यासाठी आमंत्रित केलं जाऊ शकतं. गटात जर चौथी व्यक्ती आली तर चौकोन तयार होऊ शकतो आणि जर पाचवी किंवा सहावी व्यक्ती आली तर गोल तयार होतो किंवा दोन त्रिकोण अशी रचना होऊ शकते.

लिफ्ट, गर्दी असलेल्या बस किंवा भुयारी रेल्वे अशांसारख्या बंदिस्त ठिकाणी जागेची मर्यादा असते आणि गर्दीही असते. त्यामुळे अनोळखी व्यक्तीबरोबर आपल्याला ४५ अंशाच्या कोनात उभं राहता येतं, अशा वेळी डोक्याचा कोन बदलतो.

२. बंदिस्त अवस्था

जेव्हा दोन व्यक्ती एकमेकांशी अती जवळीक साधू इच्छितात त्या वेळी ते त्यांच्या शरीराचा ४५ अंशाचा कोन शून्य अंशावर आणतात, म्हणजेच ते एकमेकांसमोर येतात. स्त्री किंवा पुरुष दुसऱ्या व्यक्तीचं लक्ष पूर्णपणे आपल्यावर केंद्रित करण्यासाठी या स्थितीचा आणि त्यांचा प्रेमाचा खेळ सुरू झाला की प्रियाराधनाच्या इतर हालचालींचा वापर करतात. पुरुष स्त्रीच्या दिशेनं स्वत:चं केवळ शरीरच वळवत नाही तर तो त्यांच्यातलं अंतर संपवून टाकून तिच्या वैयक्तिक आणि खाजगी क्षेत्रात प्रवेश करतो. त्यांचं हे असं जवळ येणं स्वीकारण्यासाठी तिला फक्त शरीराची दिशा बदलून कोन शून्य अंशावर आणावा लागून त्याला आपल्या क्षेत्रात प्रवेश करू देता येतो. खुल्या रचनेपेक्षा या बंदिस्त स्थितीमध्ये दोन व्यक्तीतील उभं राहण्याचं अंतर सामान्यत: कमी असतं.

समोरच्याला नजरकैद करण्याचा प्रयत्न करण्यासाठी बंदिस्त अवस्थेत शरीराची दिशा थेट समोरासमोर केली जाते.

दोघे जण जर प्रेमात पडलेले असतील आणि त्यांना एकमेकांच्यात रस असेल तर ते दोघं एकमेकांच्या हालचालींचं अनुकरण करतात. परस्परांच्या डोळ्यांशी संपर्क वाढवतात. एकमेकांच्यात वैरभाव निर्माण झालेल्यांच्यातही दुसऱ्याला आव्हान देण्यासाठी अशी बंदिस्त स्थिती दिसून येते.

संशोधनातून असं दिसून आलं आहे की, पुरुषांना नेहमी पुढून हल्ल्याची भीती वाटते, त्यामुळे ते नेहमी पुढून कोणी येत असेल तर त्याबद्दल जागरूक असतात. याउलट स्त्रियांना नेहमी पाठीमागून हल्ल्याची भीती वाटते. त्यामुळे मागून कोणी येत असेल तर त्याबद्दल त्या विशेष जागरूक असतात. म्हणून नव्यानं ओळख झालेल्या पुरुषांपुढे उभं राहू नका. तुम्ही पुरुष असाल तर तुम्ही त्याच्यावर हल्ला कराल असं त्याला वाटतं किंवा स्त्री असाल तर तुम्हाला त्याच्यात लैंगिक रस आहे असं त्याला वाटतं. तुम्ही जर पुरुष असाल तर स्त्रियांच्या जवळ जाताना पाठीमागून जाऊ नका, पुढून जा आणि ४५ अंशाचा कोन करून त्यांच्याजवळ उभे राहा.

आपण इतरांना कसे टाळतो

पुढच्या चित्रात पहिल्या दोन व्यक्ती एकमेकांजवळ ४५ अंशाचा कोन करून खुल्या स्थितीत उभ्या राहिल्यास तिसऱ्या व्यक्तीला ते संभाषणात आमंत्रित करू शकतात.

दोन व्यक्ती एकमेकांशी कोन साधून उभ्या राहिल्यास खुल्या त्रिकोणाची स्थिती निर्माण होऊन तिसरी व्यक्ती त्यांच्या संभाषणात सहज प्रवेश करू शकते.

दोघं जण बंदिस्त स्थितीत उभे आहेत आणि त्यांनी जर शरीराचे कोन बदलून त्रिकोणाची स्थिती निर्माण करून आमंत्रण दिलं तरच तिसरी व्यक्ती संभाषणात सहभागी होऊ शकते. इतर दोघांना तिसऱ्या व्यक्तीनं संभाषणात येऊ नये असं वाटत असेल तर, ते दोघं बंदिस्त स्थितीतच उभे राहतील आणि फक्त डोकीच तिसऱ्याच्या दिशेनं वळवून त्याची दखल घेतली आहे असं दाखवण्यासाठी बघतील आणि कदाचित ओठ घट्ट मिटवून हसतील.

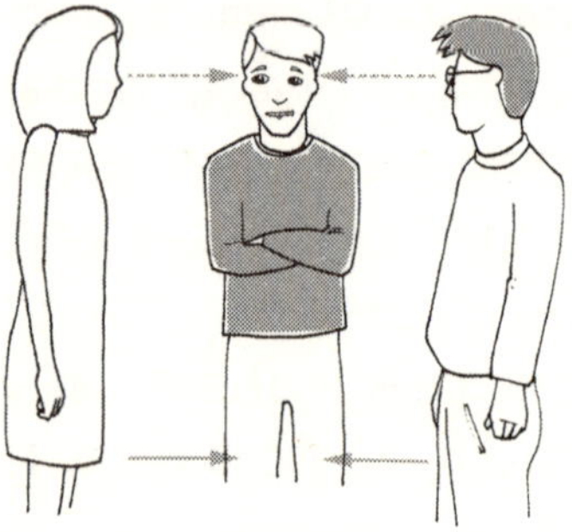

आधीचे दोघे जण ज्या पद्धतीनं सरळ रेषेत उभे राहिले आहेत त्यावरून नव्या व्यक्तीचा स्वीकार करण्याची त्यांची इच्छा नाही हे दिसून येते. तिसऱ्या व्यक्तीला 'आता निघा' असाच संकेत दिलेला असतो.

खुल्या त्रिकोणी स्थितीतच तीन व्यक्तींमध्ये संभाषण होऊ शकतं. तिसऱ्या व्यक्तीला दूर ठेवायचं असेल तर मात्र ते दोघं जण बंदिस्त स्थिती घेऊ शकतात. हे दोघं ज्या पद्धतीनं उभे राहिले आहेत त्यावरून तिसऱ्या व्यक्तीनं तिथून निघून जाऊन येणारा पेचप्रसंग टाळावा असाच संकेत दिला जातो.

बसण्याच्या पद्धतीवरून दिले जाणारे संकेत

गुडघे एकमेकांवर ठेवून ते दुसऱ्या व्यक्तीच्या दिशेनं ठेवणं हे त्या दुसऱ्या व्यक्तीत रस दर्शवण्याचा किंवा तिचा स्वीकार करण्याचा संकेत दर्शवतात. जर दुसऱ्या व्यक्तीला पहिल्या व्यक्तीत रस असेल तर तीही गुडघे एकमेकांवर ठेवून तिच्या दिशेने ठेवेल. एकदा का त्या दोन व्यक्ती एकमेकांत गुंतल्या की त्या एकमेकांच्या हालचाली आणि हावभावांचं अनुकरण करायला सुरुवात करतात.

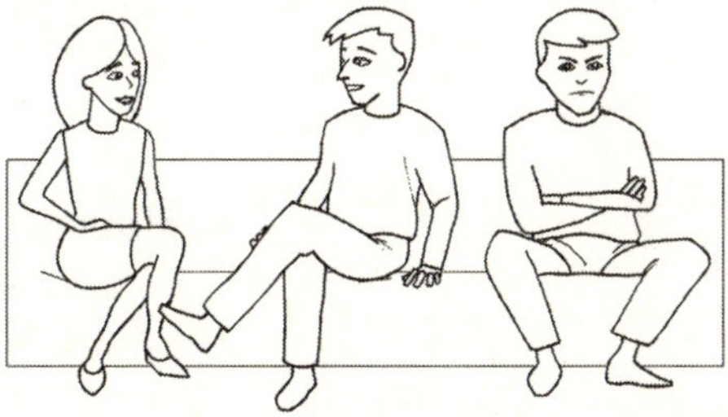

जोडप्यातील दोघांच्या शरीराची बसण्याची स्थिती एकमेकांच्या दिशेनं बंदिस्त आहे. तर उजवीकडे बसलेल्या माणसाला त्यांनी आपल्यापासून दूर ठेवलं आहे.

वरील चित्रात डावीकडील स्त्री आणि पुरुषानं, दोघांची इतरांना दूर ठेवणारी अशी बंदिस्त स्थिती घेतली आहे. त्यामुळे उजवीकडे बसलेला माणूस वेगळा दिसत आहे. त्याला जर त्यांच्या संभाषणात सहभागी व्हायचं असेल तर त्यानं एक खुर्ची घेऊन ती त्या जोडप्याच्या समोर ठेवून त्रिकोण साधत बसायला हवं किंवा मग त्या दोघांची बंदिस्त अवस्था मोडण्यासाठी काहीतरी वेगळी कृती करायला हवी. पण आत्ता तरी त्यांना त्या व्यक्तीला लांब कुठेतरी हवा खाण्यासाठी फिरायला जावं असं वाटत आहे.

पावलांची दिशा

व्यक्तीचं मन ज्या दिशेनं जात आहे ती दिशा त्याची पावलं दाखवत असतात, आपल्याला ज्या व्यक्ती आवडल्या आहेत किंवा आकर्षक वाटत आहेत, त्यांच्या दिशेनं आपली पावलं आपोआप वळतात. तुम्ही अशी कल्पना करा की, तुम्ही एखाद्या समारंभात गेला आहात आणि तिथं तीन पुरुष आणि एक स्त्री असा एक गट आहे. संभाषणावर पुरुषांचंच वर्चस्व आहे आणि स्त्री फक्त ऐकण्याची भूमिका बजावत आहे. नंतर तुमच्या असं लक्षात येईल की, तिघांचंही पुढचं पाऊल स्त्रीच्या दिशेनं टाकलेलं आहे.

व्यक्तीच्या मनात काय चाललं आहे याचे संकेत त्याच्या पावलांकडून दिले जातात.

वरील चित्रात, पावलाच्या या साध्या संकेतामधून प्रत्येक पुरुष ती स्त्री त्याला आवडली असल्याचं तिला सांगत आहेत. मनाच्या सुप्त भागात ती स्त्री त्यांच्या पावलाच्या हालचाली बघत आहे आणि जितका वेळ या पुरुषांचं आपल्याकडे लक्ष आहे तितका वेळ ती स्त्री तिथं त्या गटात थांबण्याचा प्रयत्न करेल. आता सध्या ती स्त्री दोन्ही पाय जुळवून तटस्थ अशा स्थितीत उभी आहे, मग हळूहळू तिला जो पुरुष सगळ्यात जास्त आवडला आहे त्याच्या दिशेनं ती पावलांची दिशा वळवेल.

सारांश

शरीर आणि पावलं जी दिशा दाखवतात त्यातून इतरांच्या वृत्ती आणि प्रतिक्रियांवर परिणाम घडून येतो याचा फारच थोडे जण विचार करतात. इतरांना सहज आणि आरामदायी वाटावं यासाठी तुम्ही खुल्या स्थितीत ४५ अंशांचा कोन करून उभे राहा. मात्र, तुम्हाला, दुसऱ्याला स्वतःचा दाब वाटावा असं वाटत असेल तर थेट शरीर त्याच्या दिशेनं ठेवा. ४५ अंशाच्या स्थितीत उभं राहिल्यानं दुसऱ्या व्यक्तीला तुमचा दबाव न वाटता ती स्वतंत्रपणे विचार आणि कृती करू शकते. पुरुषांच्या थेट समोर किंवा स्त्रियांच्या मागून कधीही येऊन त्यांच्याशी संपर्क साधू नका.

शरीराची दिशा दर्शवणारी ही कौशल्यं आत्मसात करायला जरा सराव करावा लागतो, मात्र एकदा ती प्राप्त झाली की थोड्या काळात नैसर्गिकपणे ती आपल्या वागण्याचा भाग बनतात. तुमच्या

रोजच्या आयुष्यात इतरांना भेटताना पायाची दिशा, शरीराची दिशा आणि सकारात्मक हालचालींचा समूह यांचा वापर केल्यास इतरांना तुमच्याबरोबर वागताना सहज वाटतं. सकारात्मक हालचालींमध्ये हात मोकळे ठेवणं, तळवे दाखवणं, पुढे झुकणं, डोकं तिरपं ठेवणं आणि हसणं यांचा समावेश आहे. या हालचालींमुळे इतरांना सहज वाटून ते तुमच्या सहवासात आनंदात तर राहतातच पण त्याच बरोबर तुमच्या दृष्टिकोनाचाही त्यांच्यावर प्रभाव पडण्याची शक्यता आहे.

प्रकरण १५
प्रियाराधन आणि आकर्षणाचे संकेत

स्त्री आणि पुरुष समुद्रकिनाऱ्यावरून समोरासमोरून येत आहेत.

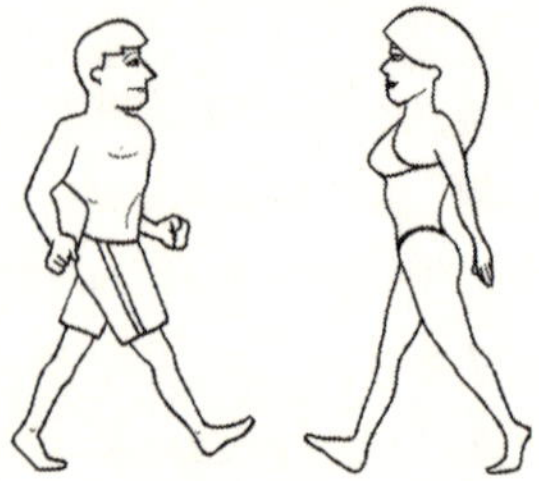

ते एकमेकांकडे पाहतात

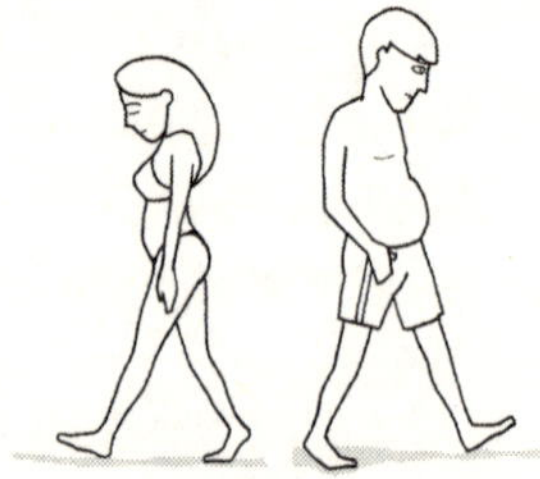

आणि निघून जातात.

बॉडी लँग्वेज अँन्ड द सोशल ऑर्डर या पुस्तकाचे लेखक डॉ. अल्बर्ट शेफ्लेन यांना असं आढळून आलं की, एखादी व्यक्ती जेव्हा भिन्नलिंगी व्यक्तीच्या सहवासात येते तेव्हा तिच्यात काही शारीरिक बदल घडून येतात. भिन्नलिंगी व्यक्ती भेटण्याच्या शक्यतेनं पूर्वतयारीसाठी स्नायूंच्या स्थितीत बदल घडून येतात. चेहरा आणि डोळ्यांभोवतीचा फुगलेला भाग कमी होतो. शरीराची लोंबणारी कातडी दिसेनाशी होते, छाती पुढे येते, पोट आपोआप आत ओढलं जातं, फुगलेलं पोट एकदम कमी होतं, शरीर ताठ होतं आणि व्यक्ती एकदम तरुण दिसायला लागते. शेफ्लेन यांनी

असंही लिहिलं आहे की, स्त्री आणि पुरुष एकदम उत्साहात, आनंदात चालायला लागतात. आपलं आरोग्य आणि सामर्थ्य व्यक्त करायला लागून आपण कसे योग्य जोडीदार आहोत हे एकूण हालचालीतून सांगायला लागतात. पुरुष उंच उभा राहील, जबडा पुढे काढील आणि आपला अधिकार सिद्ध करण्यासाठी छाती रुंदावेल. तिला जर पुरुष आवडला असेल तर ती वक्षस्थळे ठळकपणे दाखवून प्रतिसाद देईल. डोकं तिरपं ठेवेल, केसांना हात लावेल, तिची मनगटं दाखवेल आणि एकूणच शरणागतीची भावना व्यक्त करेल.

स्त्री-पुरुषांमध्ये होणाऱ्या या सगळ्या बदलांचं निरीक्षण करण्याचं आदर्श ठिकाण म्हणजे समुद्रकिनारा. बीचवर जरा दूर अंतरावर उभे राहा आणि समोरासमोरून जाणाऱ्या स्त्री-पुरुषांकडे बघा. ते जेव्हा एकमेकांच्या जवळ येतात तेव्हा त्यांच्या नजरा एकमेकांशी भिडतात, शरीरात इतरही बदल होतात आणि ते दोघं एकमेकांना ओलांडून पुढे जाईपर्यंत हे बदल राहतात. एकदा का ते एकमेकांना ओलांडून पुढं गेले की त्यांची शरीरं पूर्वस्थितीला येतात (१, २, ३ या चित्रांमध्ये दाखवल्याप्रमाणे).

देहबोली हा प्रणयराधनातील मूलभूत भाग आहे. कारण देहबोलीतूनच आपण कसे उपलब्ध, आकर्षक, तयार, उत्साही, कामातुर किंवा उतावळे आहोत आणि त्यासाठी अगदी जिवावर उदार झालेलो आहोत हे दाखवता येतं. प्रणयाराधनातील काही संकेत अभ्यासानं आणि जाणीवपूर्वक केलेले असतात. तर वर उल्लेख केलेले काही संकेत संपूर्णतः आपल्या नकळत, अबोधपणे, आपल्याकडून दिले जातात. अजूनही आपण हे संकेत कसे शिकतो हे अस्पष्ट आहे. पण संशोधनातून आता असं दिसून आलं आहे की यापैकी काही संकेत जन्मसिद्ध असतात.

रंगीत, आकर्षक नराचा उदय

बहुसंख्य सस्तन प्राण्यांमध्ये नर त्याच्यापेक्षा कमी आकर्षक असलेल्या माद्यांवर छाप पाडण्यासाठी, आकर्षित करण्यासाठी तयारी करतो. मानव प्राण्यांमध्ये मात्र हे वेगळ्या पद्धतीनं होतं. गेली अनेक शतके स्त्रियांनीच बहुतेक वेळा रंगीबेरंगी कपडे, दागदागिने घालून, स्वतःचे चेहरे रंगवून

स्वत:च्या लैंगिकतेची जाहिरात केली आहे. मात्र याला अपवाद आहे तो सोळाव्या, सतराव्या शतकातील युरोपचा. कारण त्यांच्याकडे त्या वेळी सुंदर दिसण्यासाठी पुरुष स्वत:चे शरीर सुशोभित करायचे, रंगीबेरंगी कपडे घालायचे, सुंदर केसांचे टोप घालायचे आणि सर्वसाधारण स्त्रीपेक्षा चांगला पोषाख करायचे. मात्र हे लक्षात ठेवायला हवं की ऐतिहासिकदृष्ट्या स्त्रियांनी नेहमी पुरुषांना आकर्षित करण्यासाठी कपडे घातले आहेत. तर पुरुषांनी स्वत:चं स्थान दर्शवण्यासाठी किंवा शत्रूला घाबरवून पळवून लावण्यासाठी कपडे घातले आहेत. मात्र, आजही स्वत:चं महत्त्व वाढवणाऱ्या, व्यापून टाकणाऱ्या पुरुषांचा परत एकदा उदय होताना दिसत आहे. ते स्वत:ला एखाद्या मोराप्रमाणे सजवतात. फुटबॉल खेळणारे, चेहऱ्याची काळजी घेणारे फेशियल करतात, हातांची काळजी घेणारे मॅनीक्युअर करतात तर कुस्तीगीर स्वत:चे केस हलक्या रंगाने रंगवतात. अमेरिकेत 'मेट्रो सेक्शुअल' पुरुषांचा उदय होताना दिसत आहे - यांना हिटरोसेक्शुअल असंही म्हणतात - ते स्त्रियांच्या वागण्याच्या पद्धतीचं अनुकरण करताना दिसतात. स्त्रिया जशी सौंदर्याची काळजी घेतात त्याप्रमाणं हे पुरुषही मॅनीक्युअर, पेडिक्युअर करतात, केस रंगवतात, रंगीबेरंगी कपडे घालतात. सेंद्रिय, शाकाहारी अन्न घेतात, स्वत:चा चेहरामोहरा बदलतात आणि थोडे 'बायकी दिसतात'. इतर साध्यासरळ पुरुषांना हे मेट्रो सेक्शुअल लोक जरा 'विक्षिप्त' वाटतात. आमच्या निरीक्षणानुसार मेट्रो सेक्शुअल लोकांचे तीन प्रकार आहेत. समलिंगी संबंध ठेवणारे पुरुष, नेभळट नामर्द दिसणारे पुरुष आणि तिसरे पारंपारिक पद्धतीने बायकी वागल्यास आपल्याला भरपूर स्त्रियांना भेटण्याची संधी मिळेल असं मानणारे पुरुष.

ग्रॅहमची गोष्ट

ग्रॅहमनं असं काही कौशल्य विकसित केलं होतं की बहुतेक पुरुषांना त्याचा हेवा वाटायचा.

काय होतं हे कौशल्य? कोणत्याही समारंभात तो हजर झाला की तिथं हजर असलेल्या स्त्रियांकडं एक जलद दृष्टिक्षेप टाकून त्यातून

कोणाची निवड करता येईल हे तो ठरवायचा आणि अक्षरश: विक्रमी कमी वेळात तो तिला घेऊन बाहेर पडण्याच्या दरवाजात उभा असायचा. मग तो कारपर्यंत तिला संरक्षण देत, आपल्या अपार्टमेंटमध्ये घेऊन जायचा. नंतर तो समारंभात परत यायचा आणि परत वरील प्रसंगाची पुनरावृत्ती करायचा. कधी कधी तर एकाच संध्याकाळी ही गोष्ट अनेक वेळा घडायची. त्याच्यात रडारसारखी काही यंत्रणा कार्यरत असावी अशा पद्धतीनं तो बरोबर कोणती स्त्री कोणत्या वेळी उपलब्ध आहे आणि ती त्याच्या बरोबर कशी येऊ शकेल हे ओळखायचा. कोणालाच तो हे कसं करायचा काही माहीत नव्हतं.

प्राणीशास्त्रज्ञ आणि वर्तनविषयक अभ्यास करणाऱ्या वैज्ञानिकांनी प्राण्यांमधील प्रणयाराधनाच्या वर्तन पद्धतीबाबत संशोधन केलं. त्यातून असं आढळून आलं की, प्राण्यांमधले नर-मादी काही गुंतागुंतीच्या हालचालींची मालिकाच प्रणयाराधनाच्या काळात वापरतात. यातल्या काही उघड असतात तर काही सूक्ष्म असतात आणि या हालचाली त्यांच्या नकळत घडून येतात. प्राणीजगतात प्रत्येक जातीत प्रणयाराधन काही विशिष्ट आणि पूर्वनियोजित पद्धतीनं होतं. उदाहरणार्थ, पक्ष्यांच्या अनेक जातींमध्ये, नर मादीभोवती, तिचं लक्ष आपल्याकडे वेधण्यासाठी काही आवाज काढत, अंगावरची पिसं गर्वानं फुलवत, काही गुंतागुंतीच्या शारीरिक हालचाली करत आपल्याच तोऱ्यात चालत असतो. मादी मात्र याच्यात आपल्याला विशेष किंवा अजिबातच रस नाही असं दाखवते. मानवामध्येही प्रणयाराधनाच्या काळात हाच विधी अशाच पद्धतीनं घडून येतो.

वन्यजीव कार्यक्रमांमध्ये पक्ष्यांची आणि प्राण्यांची प्रणयाराधनाची नृत्यं आपण पाहतो, त्याचप्रमाणे माणसाच्या प्रणयाच्या खेळात अनेक हालचाली आणि भावभावना ठरावीक क्रमानं घडून येतात.

थोडक्यात, भिन्नलिंगी व्यक्तीला आकर्षित करून घ्यायचं असेल तर व्यक्ती आपल्यातील लैंगिक भिन्नता प्रकर्षाने दाखवते आणि ज्या वेळी भिन्न लिंगी व्यक्ती आकर्षित होऊ नये असं वाटतं, त्या वेळी ती हे फरक फारसे न दाखवता झाकण्याचाच प्रयत्न करते.

स्त्री आणि पुरुष म्हणून असलेली आपली भिन्न वैशिष्ट्यं ठळकपणे दर्शवणाऱ्या व्यक्ती अतिशय आकर्षक आणि कामातुर दिसतात.

स्त्रियांच्या देहबोलीवरून कोणत्या स्त्रिया उपलब्ध आहेत हे ओळखून काढायचं हा ग्रॅहमच्या तंत्राचा पहिला भाग होता. त्यानंतर तो त्यांना आपल्या पुरुषी प्रणयाराधनाच्या हालचालींनी साद घालायचा. ज्यांना तो आवडायचा त्या योग्य ते स्त्रीत्वाचे संकेत दर्शवून त्याला प्रतिसाद द्यायच्या आणि पुढच्या कृतीसाठी ग्रीन सिग्नल दाखवायच्या.

पुरुषांबरोबरच्या भेटीमध्ये त्यांच्याबद्दल विशेष जवळीक वाटू लागली तर त्यांना प्रणयाराधनाचे संकेत ज्या स्त्रिया समर्थपणे थेट त्यांच्यापर्यंत पोहोचवतात आणि त्यांच्याकडून आलेल्या संदेशाचा योग्य अर्थ लावतात त्या स्त्रिया प्रणयाराधनाच्या या खेळात यशस्वी होतात. पुरुषालाही या खेळात यशस्वी व्हायचं असेल तर स्त्रीकडून मिळणाऱ्या संकेतांचा अर्थ लावता येण्याची क्षमता त्याच्यात असायला हवी आणि त्याचबरोबर दुसऱ्या व्यक्तीनुरूप पुढाकार घेऊन स्वत:ही काही हालचाली करायला हव्यात. प्रणयाराधनातील संकेतांची बऱ्याच स्त्रियांना जाणीव असते पण पुरुषांना याचं फारसं आकलन होत नाही, काही जण तर याबाबतीत पूर्ण अंध असतात. त्यांना यातलं काही दिसतच नाही, त्यामुळे त्यांना संभाव्य जोडीदाराचा शोध घेण्यातही अडचणी येतात. स्त्रियांना जोडीदाराची निवड करताना संकेत ओळखता न येणं ही काही अडचण नसते, पण त्यांना त्यांच्या कसोटीला उतरेल असा किंवा त्यांच्या निकषानुसार, आवडीनिवडीनुसार जोडीदार मिळणं अवघड असतं.

ग्रॅहमला मात्र प्रणयाराधनाचा हा खेळ सहजी जमला होता. स्त्रिया तर त्याचं वर्णन आकर्षक, मर्दानी, विनोदी आणि 'ज्यानं मला माझ्या स्त्रीत्वाची जाणीव करून दिली' अशा शब्दांत करायच्या. तो ज्या पद्धतीचे प्रणयाराधनेचे संकेत वापरायचा आणि सतत त्यांच्याकडे लक्ष द्यायचा, त्याला प्रतिसाद म्हणून त्या असं बोलायच्या तर, दुसरीकडे पुरुष मात्र त्याचं वर्णन आक्रमक, अप्रामाणिक, उद्धट आणि 'एवढा काही गमतीदार

वगैरे नाही' असा करायचे. पण त्यांची ही प्रतिक्रिया ग्रॅहम त्यांच्यात निर्माण करत असलेल्या स्पर्धात्मक भावनेमुळे होती. परिणामी, ग्रॅहमला पुरुष मित्र कमी होते आणि त्याची कारणं उघड होती. कोणत्याही पुरुषाला आपल्या आवडत्या स्त्रीचं लक्ष या संभाव्य प्रतिस्पर्ध्याकडे जाऊ नये असं वाटत असतं. या संपूर्ण प्रकरणात आपण प्रणयाराधनाचे स्त्रियांनी दिलेले संकेत ग्रॅहमनं कसे ओळखले आणि त्याला प्रतिसाद म्हणून त्यानं कोणती देहबोली वापरली याचीच चर्चा करणार आहोत.

स्त्रियांचा नेम नेहमी कसा बरोबर येतो

सामान्यत: प्रणयाराधनामध्ये पहिली खेळी करणाऱ्या कोणत्याही पुरुषाला तुम्ही विचारलंत तर यात पुरुषच पुढाकार घेतो असं तो लगेच ठामपणे उत्तर देईल. मात्र, प्रणयाराधनाच्या सर्व अभ्यासांत असं आढळून आलं आहे की, ९०% वेळा स्त्रियाच याबाबतीत पुढाकार घेतात. स्त्री आपलं लक्ष्य असलेल्या पुरुषाकडे बघून डोळ्यांचे, शरीराचे, चेहऱ्याचे अनेक सूक्ष्म संकेत देते, समोरच्याला जर पुरेशी आकलनशक्ती असेल तर त्याचा स्वीकार करून तो तिला प्रतिसाद देतो. क्लब किंवा बारमध्ये काही पुरुष त्यांना स्त्रियांकडून हिरवा संकेत मिळालेला नसला तरी त्यांना विचारतात आणि याच्यामध्ये काही जण जरी जोडीदार मिळवण्याबाबत नियमितपणे यशस्वी होत असले तरी त्यांचं एकूण संख्याशास्त्रीय यश कमी असतं. कारण त्यांना काही स्त्रियांनी पहिलं आमंत्रित केलेलं नसतं. स्त्रिया हा आधी हवा, हा नंतर असा नंबर गेम खेळत असताना त्यांचा नंबर लागलेला असतो.

प्रणयाराधनात बहुतेक वेळा स्त्रिया धून वाजवतात आणि पुरुष त्या तालावर बराच काळ नृत्य करत राहतात.

अशा प्रकारच्या प्रसंगात, काही वेळा पुरुषांना एखाद्या स्त्रीबाबत आपली खेळी चुकली आणि त्यात आपण अपयशी ठरणार आहोत असा अंदाज आला तर ते लगेचच आपण तिच्याशी दुसऱ्याच कोणत्या तरी विषयावर चर्चा करायला आलो आहोत असं दाखवतात आणि काही

तरी मूर्खासारखं बोलतात किंवा बुरसटलेली मतं व्यक्त करणारे प्रश्न विचारत राहातात. म्हणजे, 'तू नॅशनल बँकेत काम करतेस, होय ना?', 'अरे, तू त्या जॉन स्मिथची बहीण आहेस होय?' पुरुष जर दिसायला ब्रँड पिटसारखा असेल तर काही प्रश्न नाही पण तो चारचौघांसारखा असेल तर प्रणयाराधनात यशस्वी होण्यासाठी त्याला बरेच प्रयत्न करावे लागतात. हा नंबर गेम खेळताना स्वत:च्या विक्रीसाठी बऱ्याच स्त्रियांना भेटावं लागतं. स्त्रीनं देहबोलीच्या संकेतातून केलेल्या विनंतीनुसारच सामान्यत: पुरुष आपल्या जागेवरून तिच्याशी गप्पा मारायला जातो. तो आपल्या जागेवरून हलून तिच्याकडे जातो त्यामुळं 'दिसताना' त्यानं पहिली खेळी केली आहे असं दिसतं. प्रणयाच्या खेळात ९०% वेळा स्त्रियाच पुढाकार घेतात. पण ते इतकं सूक्ष्मपणे असतं की बहुतेक पुरुषांना त्यांनीच पुढाकार घेतला असं वाटतं.

स्त्री आणि पुरुषांमधील फरक

स्त्रियांच्या देहबोलीतून व्यक्त होणाऱ्या अगदी सूक्ष्म सूचनांचा अर्थ लावणं पुरुषांना अवघड जातं. संशोधनातून असं सिद्ध झालं आहे की, मैत्री आणि हसण्याचा, पुरुष लैंगिक आवड असा चुकीचा अर्थ घेण्याची शक्यता असते. याचं कारण म्हणजे स्त्रियांपेक्षा पुरुष जगाकडे नेहमी लैंगिक संदर्भातच जास्त बघत असतात. पुरुषांमध्ये स्त्रियांपेक्षा टेस्टोस्टेरॉनचे प्रमाण १० ते २०% जास्त असतं. त्यामुळे ते लैंगिक संदर्भात जगाकडे बघतात.

काही पुरुषांना, स्त्री जेव्हा 'नाही' म्हणते तेव्हा त्याचा अर्थ 'कदाचित' असा असतो. ती जेव्हा 'कदाचित' असं म्हणते तेव्हा त्याचा अर्थ 'हो' असा असतो पण जर ती 'होय' असं म्हणाली तर ती सभ्य स्त्री नाही असं वाटतं.

स्त्रिया जेव्हा संभाव्य जोडीदाराला भेटतात तेव्हा त्या प्रणयाराधनाचे सूक्ष्म पण फसवे संकेत देतात. कारण तो त्या संकेतांचा पाठपुरावा करण्याच्या योग्यतेचा आहे की नाही हे त्यांना पाहायचं असतं. स्त्रिया

भेटल्यानंतर पहिल्या काही मिनिटांतच पुरुषांवर प्रणयाराधनाच्या संकेतांचा मारा करण्याची शक्यता असते. या संकेतांचा चुकीचा अर्थ लावून पुरुष काहीतरी बेडौल हालचाली करण्याची शक्यता असते. पुरुषांना भेटल्यानंतर सुरुवातीच्या काळात स्त्रिया काही विलक्षण आणि संदिग्ध संकेत देऊन पुरुषांचा खरा हेतू काय आहे, हे कौशल्यानं जाणून घेतात. या कारणामुळेच काही स्त्रियांना पुरुषांना आपल्याकडे आकर्षित करून घेणं त्रासदायक होतं कारण त्यांच्या संदिग्ध संकेतांमुळे पुरुष गोंधळून जातात आणि ते त्यांना भेटायचं टाळतात.

आकर्षणाची प्रक्रिया

प्राण्यांप्रमाणेच माणसांच्यातही प्रणयाराधनाच्या आधीच सांगता येतील अशा पाच पायऱ्यांचा क्रम असतो आणि जेव्हा आपण आकर्षक व्यक्तीला भेटतो तेव्हा आपल्याला या पाच पायऱ्या पार कराव्या लागतात.

पहिली पायरी. डोळ्यांशी संपर्क : खोलीमध्ये ती सभोवताली पाहते आणि तिची नजर एका पुरुषावर स्थिरावते. तिच्या कल्पनेतल्या पुरुषाला तिनं शोधून काढलेलं असतं. त्याचं लक्ष तिच्याकडे जाईपर्यंत ती थांबते आणि मग सुमारे पाच सेकंद एकटक त्याच्या नजरेला नजर भिडवून ती बघत राहते. मग नजर दुसरीकडे वळवते. ती पुन्हा आपल्याकडे पाहील या अपेक्षेनं तो तिच्याकडे पाहत राहातो. सर्वसाधारण पुरुषाला काय चाललं आहे हे कळण्यासाठी स्त्रीनं साधारण तीन वेळा तरी पुरुषाकडे एकटक बघायला हवं. ही नजरभेट अनेक वेळा घडून येते आणि प्रणयाच्या खेळाला सुरुवात होते.

दुसरी पायरी. स्मितहास्य : ती एक-दोनदा त्याच्याकडे बघून अगदी क्षणभर स्मितहास्य करते. हे जे अस्फुट हास्य आहे तो आपल्याला दिलेला ग्रीन सिग्नल आहे असं या संभाव्य पुरुषानं समजावं आणि तिच्याकडे यावं. दुर्दैवानं, अनेक पुरुष या संकेतांना प्रतिसाद देत नाहीत त्यामुळं स्त्रीला त्याला आपल्यात रस नाही असं वाटतं.

तिसरी पायरी. नीटनेटकेपणा : आपल्या शरीराचे चढ-उतार ठळकपणे त्याच्या नजरेला यावेत यासाठी ती प्रयत्न करते. तिची वक्षस्थळं दाखवते, तोकडे कपडे असतील तर ती पाय एकमेकांवर टाकते, त्यातून पायांचा आकार, पायांचे घोटे तिला दाखवता येतात. उभी असेल तर तिरपी उभी राहून नितंबांचा आकार दाखवायचा प्रयत्न करील. डोकं एका खांद्यांकडे तिरपं करून उघडी मान दाखवेल. साधारण सहा सेकंद ती तिच्या केसांशी खेळेल. या सर्वांतून तिच्यासाठी असलेल्या पुरुषासाठी तिनं तिच्या शरीराची नीट निगा राखली आहे असं तिला सांगायचं असतं. आतुरता व्यक्त करण्यासाठी ती ओठांवरून जीभ फिरवेल, केसांना झटका देईल, कपडे ठीकठाक करील, दागदागिने नीट करील. पुरुष तिला प्रतिसाद देताना सरळ, ताठ उभा राहील, पोट आत ओढेल, छाती फुगवेल, कपडे नीट करील, केसांवरून हात फिरवेल आणि दोन्ही अंगठे पट्ट्याबाहेर ठेवेल. ते दोघेही त्यांची पावलं किंवा संपूर्ण शरीर एकमेकांच्या दिशेनं करतील.

चौथी पायरी. बोलणे : तो तिच्या दिशेने येतो, बोलण्याचा प्रयत्न करतो. वाक्य नेहमीचंच, ज्याचं नाविन्य पार लोप पावलं आहे असं. 'मी तुम्हाला पूर्वी कुठंतरी पाहिलं आहे, कुठं बरं?' आणि अशीच काहीतरी झिजून गेलेली वाक्य संभाषणाला सुरुवात व्हावी म्हणून तो म्हणतो.

पाचवी पायरी. स्पर्श : त्याच्या खांद्याजवळील हाताला हलकाच स्पर्श करण्याची आणि हा स्पर्श 'अपघातानं' म्हणजे नकळत घडला किंवा जाणूनबुजून केला असं दाखवण्याची संधी ती शोधत असते. हाताला केलेला स्पर्श हा दंडाला केलेल्या स्पर्शापेक्षा जास्त जवळीक व्यक्त करणारा असतो. हळूहळू प्रत्येक पातळीवरील स्पर्श पुन:पुन्हा केला जातो. उद्देश असा की समोरच्या व्यक्तीला अशा प्रकारच्या जवळिकीचा आनंद वाटतो की नाही हे बघायचं असतं, शिवाय पहिल्यांदा केलेला स्पर्श हा 'अपघात' नव्हता हे ही त्याला सांगायचं

असतं. पुरुषाच्या खांद्याला हलकाच स्पर्श करण्यातून स्त्रीला त्याच्या आरोग्याची, तब्येतीची काळजी आहे, त्याच्या दिसण्याबद्दल आस्था आहे असं व्यक्त केलं जातं. हस्तांदोलन हा स्पर्शाचा टप्पा झटकन गाठण्याचा मार्ग आहे.

प्रणयाराधनाचे हे पाच टप्पे दिसायला किरकोळ वाटले किंवा कमी महत्त्वाचे वाटले तरी नवीन नातेसंबंध सुरू करण्याच्या दृष्टीनं ते निर्णायक ठरतात. हे टप्पे बऱ्याच लोकांना विशेषत: पुरुषांना अवघड वाटतात. आता यापुढे या प्रकरणात आपण स्त्री-पुरुषांकडून नेहमी दिलेल्या संकेतांबद्दल आणि या टप्प्यांमध्ये ग्रॅहमनं काय काय केलं त्याची माहिती घेणार आहोत.

स्त्रियांकडून प्रियाराधन करण्यासाठी वापरण्यात येणाऱ्या, नेहमी आढळणाऱ्या १३ महत्त्वाच्या हालचाली आणि संकेत

पुरुष करतात तशाच नीटनेटकेपणाच्या हालचाली स्त्रियाही करताना दिसतात. यामध्ये केसांना स्पर्श करणं, कपडे नीट करणं, एक किंवा दोन्ही हात कमरेवर ठेवणं, पाऊल आणि शरीरानं पुरुषाकडे निर्देश करणं, दीर्घ काळ डोळ्यात डोळे घालून एकटक बघणं आणि डोळ्यांशी संपर्क वाढवणं आदींचा समावेश होतो. काही स्त्रिया पुरुषांची अरेरावी दर्शवणारी पट्ट्यांतून अंगठे बाहेर काढण्याची हालचाल ही खास पुरुषी मानली गेली आहे ती वापरतात. पण त्या जास्त सूक्ष्मपणे वापरतात आणि सामान्यत: एकच अंगठा पट्ट्यातून किंवा हँडबॅगमधून किंवा खिशातून बाहेर काढतात.

स्त्रिया त्यांच्या मासिक पाळी चक्राच्या मधल्या टप्प्यात जेव्हा त्यांना गर्भधारणा होण्याची जास्त शक्यता असते त्या काळात लैंगिकदृष्ट्या जास्त कृतीशील असतात, या काळात त्या जास्त तोकडे कपडे घालण्याची, उंच टाचेचे सॅन्डल्स वापरण्याची शक्यता असते. त्यांचं चालणं, बोलणं, नृत्य करणं आणि वागणं जास्त भावना चेतवणारं असतं. त्या जे संकेत वापरतात त्याविषयी आता आपण चर्चा करणार

आहोत. स्त्रियांकडून प्रियाराधन करण्यासाठी वापरण्यात येणाऱ्या नेहमी आढळणाऱ्या १३ महत्त्वाच्या हालचाली आणि संकेतांची यादीच आता आम्ही देत आहोत. सर्वच स्त्रिया संकेतांचा उपयोग पुरुषांना त्या उपलब्ध आहेत असं सांगण्यासाठी करतात.

१. डोकं वर उडवणे आणि केसांचा फलकारा उडवणे

सामान्यत: स्त्रीला एखादा पुरुष आवडला की त्याच्या आसपास असताना ती पहिली कृती करते, डोकं किंचित झटका देऊन मागं घेते. त्यामुळे खांद्यावर आलेले केसही मागे उडवले जातात. चेहऱ्यावर आलेले केस हातांनी उगाचच सावरायचा प्रयत्न करते. थोडक्यात डोक्याला हेलकावा देऊन आणि केसांशी खेळून ती त्याचं लक्ष आपल्याकडे वेधायचा प्रयत्न करते. छोटे केस असणाऱ्या स्त्रियासुद्धा या हालचालीचा वापर करतात. यातून सूक्ष्मपणे आपण पुरुषाला कसे दिसू याची स्त्री विशेष काळजी घेत आहे, हे तिला दाखवायचं असतं. डोक्यावरील केस सावरताना तिचा हात वरती गेला की तिची काखही उघडी दिसते. त्यातून तिनं लावलेला 'सेक्स परफ्युम' सुगंधाचा दरवळ तिचं 'लक्ष्य' असलेल्या पुरुषापर्यंत पोहोचतो.

हात अशाप्रकारे डोक्यामागे ठेवल्यामुळं त्यांनी लावलेल्या 'फेरेमोन' परफ्युमचा सुगंध दरवळून तो त्याची योग्य ती जादू करतो

२. ओठ ओले करणे, बाहेर काढणे, तोंड किंचित उघडणे

वयात आल्यानंतर मुलांच्या चेहऱ्यावरील हाडांच्यात नाट्यमयरीत्या फरक पडतो. त्यांच्या जबड्याची ठेवण रूंदावते, बाहेर आल्यासारखी होते, नाक मोठं होतं, कपाळ स्पष्टपणे दिसायला लागतं. चेहऱ्याची एकूण ठेवणच प्राणी किंवा इतरांनी हल्ला केला तर त्यापासून संरक्षण करता येईल अशी बदलते. मुलीच्या चेहऱ्यावरील हाडांची ठेवण फारशी बदलत नाही. ती लहान मुलीसारखी गुटगुटीत, जाड, मऊ अशीच राहाते. विशेषत: ओठ जाड आणि मांसल दिसतात. पुरुषांच्या ओठांच्या आकाराच्या तुलनेत स्त्रियांचे ओठ जाड आणि मोठे असतात आणि ते निर्भयपणाचा संकेत देतात. काही स्त्रिया कोलाजेनचे इंजेक्शन ओठांवर घेऊन दोघांच्या ओठातील हा फरक जास्त ठळक करतात. ओठ बाहेर काढल्याने त्यांचं अस्तित्व प्रकर्षाने जाणवतं.

स्त्रियांच्या लैंगिक गुप्त भागातील ओठांची ठेवण चेहऱ्यावरील ओठांसारखी जाड असते. डेस्मंड मॉरिसनं याचे वर्णन 'सेल्फ-मिमिक्री' असं केलं आहे. कारण चेहऱ्यांवरील ओठ खालच्या ओठांचं प्रतीक आहेत, असं दर्शवलं जातं. ओठ लाळेच्या साहाय्यानं किंवा सौंदर्य प्रसाधन वापरून ओले ठेवले जातात. त्यामुळे स्त्री लैंगिकदृष्ट्या आमंत्रण देत आहे असं वाटतं. स्त्रीमध्ये जेव्हा लैंगिक भावना जागृत होते तेव्हा तिचे ओठ, छाती, गुप्त अवयव (योनीमार्ग) मोठे होतात आणि तिथं रक्तप्रवाह जास्त असल्याने ते लाल दिसतात. चार हजार वर्षांपूर्वी इजिप्तमध्ये लिपस्टिकच्या वापराचा शोध लागला. लैंगिक भावना जागृत झालेल्या स्त्रीचे गुप्त लैंगिक अवयव ज्या प्रमाणे लाल झालेले दिसतात त्याचीच आठवण यावी म्हणून ओठ लिपस्टिकने रंगवण्याची प्रथा सुरू झाली. विविध प्रयोगांत पुरुषांना वेगवेगळ्या रंगाच्या लिपस्टिक लावलेल्या स्त्रियांचे फोटो दाखवले त्या वेळी पुरुषांना नेहमी गडद लिपस्टिक लावलेल्या स्त्रियांचे फोटो सर्वांत जास्त आकर्षक आणि विषयासक्त का वाटले याचं स्पष्टीकरण वर लिपस्टिक संदर्भात दिलेल्या माहितीवरून लक्षात येतं.

सुंदर स्त्रियांना पुरुषांचं लक्ष आकर्षित करून घेण्यासाठी तोंड आणि ओठांचा वापर कसा करायचा याचं उपजतच ज्ञान असतं.

३. स्वत:ला स्पर्श करणे

यापूर्वीच सांगितल्याप्रमाणे, आपलं मन आपल्या ज्या सुप्त तीव्र इच्छा असतात त्या आपल्या शरीराकडून व्यक्त करवून घेतं. स्वत:ला स्पर्श करणे ही अशीच एक हालचाल आहे. स्पर्शाचा अनुभव घेताना स्त्रियांमधील मज्जातंतू पुरुषांपेक्षा नाट्यमयरित्या जास्त तीव्र संवेदनावाहक असतात. त्यामुळं स्पर्शाच्या निर्माण होणाऱ्या जाणिवेबाबत स्त्रिया जास्त संवेदनशील असतात. स्त्री जेव्हा प्रेमाने हळुवारपणे आणि विषयासक्तपणे तिच्या मांड्या, मान आणि गळ्यावरून हात फिरवते तेव्हा ती सुचवते की पुरुषानं जर ही खेळी खेळायची ठरवली तर तो अशाच प्रकारे तिला स्पर्श करू शकतो. त्याच वेळी पुरुषाने जर स्पर्श केला तर तो कसा वाटेल याचीही कल्पना स्वत:च्या स्पर्शातून ती करून घेत असते.

विषयासक्त स्थितीमध्ये काढलेल्या बऱ्याच फोटोंमध्ये स्त्रिया स्वत:ला स्पर्श करताना दिसून येतात.

४. मनगट मरगळल्यासारखे ठेवणे

चालताना किंवा बसताना *मनगट मरगळल्यासारखे ठेवणे* फक्त स्त्रियांचा आणि समलिंगी संबंध ठेवणाऱ्या पुरुषांचा स्वत:ची शरणागती आणि कमकुवतपणा दाखवण्यासाठी वापरला जाणारा संकेत आहे. भक्ष्य आपल्या हातून सुटून जाऊ नये म्हणून पक्षी आपल्या पंखाला दुखापत झाल्याचे ढोंग करतो, तशाच प्रकारे मनगट मरगळलेलं दाखवणं ही स्त्रियांची कृती असते. थोडक्यात आपल्याकडे लक्ष वेधून घेण्याची ही नामी युक्ती आहे.

आपल्याकडे लक्ष वेधून घेण्यासाठी पक्षी जसा आपल्या पंखाला दुखापत झाल्याची बतावणी करतो, तशाच प्रकारे लोकांचं लक्ष वेधण्यासाठी स्त्री मरगळलेल्या मनगटाचा उपयोग करते.

आपण स्त्रीवर वर्चस्व गाजवू असं या कृतीतून पुरुषांना वाटतं म्हणून त्यांना ही स्थिती खूप आकर्षक वाटते. मात्र, उद्योग-व्यवसायाच्या, कामाच्या ठिकाणी असं मरगळलेलं मनगट दाखवल्यास त्याचा स्त्रियांच्या विश्वासार्हतेवर विपरीत परिणाम होण्याची शक्यता असते आणि तिला कोणी गंभीरपणे घ्यायची शक्यता नसते. असं जरी असलं तरी काही पुरुष तिला 'डेट'साठी वेगळ्या कारणासाठी भेटणार का? असं विचारण्याची शक्यता असते.

५. दंडगोलाकार वस्तू कुरवाळणे

सिगारेट, बोट, वाइन ग्लासचा निमुळता भाग (दांडी), लोंबणारी कानातली किंवा पुरुषाच्या लिंगाच्या आकारसदृश उभ्या आकाराच्या कोणत्याही वस्तूला कुरवाळणं या कृतीतून तुमच्या मनात काय आहे हे दिसून येतं. बोटातील अंगठीची काढघाल करणं हेसुद्धा मनातील लैंगिक कृतीचं प्रतिनिधीत्व करतं. स्त्री जेव्हा असे संकेत देते तेव्हा पुरुषही तिच्या सिगारेट लायटरला कुरवाळतो, कारच्या किल्ल्यांशी खेळतो किंवा तिच्या वैयक्तिक वस्तूंना हात लावून तिच्यावर ताबा मिळवण्याचा आपला प्रयत्न आहे हे प्रतिकात्मकरित्या स्पष्ट करतो.

वाइन ग्लासचा निमुळता भाग (दांडी) कुरवाळणे, ही पुढं घडू पाहाणाऱ्या प्रसंगाची नांदी आहे.

६. मनगट दाखवणे

पुरुषांमध्ये रस उत्पन्न झालेली स्त्री हळूहळू आपल्या मनगटाखालील मऊ, मृदू त्वचा तिच्या संभाव्य जोडीदाराला दाखवायला सुरुवात करेल आणि जसजशी तिची आवड वाढत जाईल तसतसं मनगट दाखवण्याचं तिचं प्रमाण वाढेल. मनगटाजवळचा मऊ भाग हा स्त्रीच्या शरीराचा नाजूक त्वचेचा एक महत्त्वाचा भाग असल्यानं तो प्रेमाची आणि वैयक्तिक भावना उद्दिपित करणारा एक महत्त्वाचा घटक ठरतो. अशा प्रकारे मनगटाचा भाग दर्शवणं हे शिकलेलं वर्तन आहे की जन्मजात याबाबत निश्चित असं

'मनगटाच्या खालचा भाग दाखवणं' हा पुरुषाला आकर्षित करण्याचा महत्त्वाचा संकेत मानला जातो.

काही निष्पन्न झालेलं नसलं तरीही एक मात्र खरं की हे वर्तन जाणीव नसताना, सुप्त मनाच्या पातळीवर असतं. पुरुषाशी बोलताना ती स्त्री आपल्या हाताचे तळवेही सर्वसाधारणपणे त्याला दाखवते. सिगारेट ओढणाऱ्या स्त्रीला ही कृती करणं सोपं जातं. सिगारेट बोटात धरलेला हात आणि तळवा असा उघडा करून वर नेऊन खांद्याजवळ धरू शकते. यातून ती मनगटाच्या खालचा भाग आणि तळवा दोन्हीही समोरच्याला दाखवू शकते. मनगट उघडं दाखवणं आणि डोकं उडवणं या दोन्हीही कृती बायकी असल्यानं समलिंगी संबंध ठेवणाऱ्या पुरुषांकडून, ज्याला आपण स्त्रीसारखं दिसावं असं वाटतं त्याच्याकडून केल्या जातात.

मनगटाच्या खालच्या भागातील नाडीचे ठोके सुगंध पसरवतील अशा विश्वासानं काही स्त्रिया या भागाला परफ्युम (सेंट) लावतात. पण याचं खरं कारण आपलं मनगट संभाव्य जोडीदाराच्या दिशेनं पुढे नेणे हेच असतं. परफ्युमच्या सुगंधानं पुरुषाचं स्त्रीकडे लक्ष जाऊन तो तिच्या मनगटाखालील भागाकडे पाहायला लागतो.

७. खांदे उचलून तिरक्या नजरेने पाहाणे

खांदे उचलणं हे स्त्रीनं स्वत:च्या वक्षस्थळांच्या गोलाईचं केलेलं अनुकरण आहे. खांदे उचलण्याबरोबरच पापण्या काहीशा खाली झुकलेल्या स्थितीत स्त्री तिरक्या नजरेनं पुरुषाच्या नजरेला क्षणभर नजर भिडवते आणि त्याची नजर आपल्याकडे वेधून घेतली की ती लगेच दुसरीकडे पाहायला लागते. या कृतीतून स्वत:कडेच डोकावून बघण्याची कृती स्त्री करते. मात्र ही डोकावणारी नजर ती ज्याच्या नजरेचा वेध घेऊ पाहात आहे असं ती भासवते.

खांदे उचलण्याच्या कृतीतून स्त्रीच्या शरीराची गोलाई आणि वळणं ठळकपणे दिसतात.

८. नितंबांना हेलकावे देत चालणे

बाळाला जन्म द्यायचा असल्यानं स्त्रियांचा कटीप्रदेश पुरुषांपेक्षा जास्त रूंद असतो आणि दोन मांड्यामधल्या पुढच्या भागातलं अंतरही जास्त असतं. त्यामुळं ती चालताना पार्श्वभागाला हेलकावे दिले जातात आणि ओटीपोटाचा भाग ठळकपणे दिसतो. पुरुष अशा प्रकारे चालू शकत नाहीत. त्यामुळं स्त्रीकडे हा एक लैंगिकतेतील फरक दर्शवणारा प्रभावी संकेत असतो. यावरून काही स्त्रिया चांगल्या प्रकारे का पळू शकतात याचंही कारण स्पष्ट होतं. कारण त्यांचा कटीप्रदेश रुंद असल्यानं त्या त्यांचे पाय, बाहेरच्या बाजूने रुंद करून जोरात पळू शकतात. स्त्रियांनी पार्श्वभागाला, नितंबांना हेलकावे देणं यात किंचित प्रियाराधनाची छटा असल्यानं गेली अनेक शतकं या हालचालीचा वापर वस्तू आणि सेवा विक्रीच्या जाहिरातींमध्ये केला जातो. ज्या स्त्रिया या जाहिराती बघतात त्यांना त्यातल्या मॉडेल्सना बघून आपणही तसंच व्हावं अशी तीव्र इच्छा होते आणि त्यामुळे ज्या उत्पादनाची जाहिरात करायची असते त्याबद्दलही जागरूकता निर्माण होऊन ते जास्त विकलं जाण्याची शक्यता निर्माण होते.

शरीराला हेलकावे देऊन चालण्यानं स्त्री-पुरुषातील भेद ठळकपणे व्यक्त होतो.

९. ओटीपोटाचा भाग तिरपा करणे

वैद्यकीय पुराव्यातून असं आढळून आलं आहे की, ज्या स्त्रियांचं आरोग्य चांगलं आहे आणि ज्यांच्यात मूल जन्माला घालण्याची क्षमता आहे, त्यांच्यात कंबर ते नितंबाचं गुणोत्तर ७०% इतकं असतं. म्हणजे तिच्या कमरेचा आकार नितंबांच्या आकाराच्या ७०% इतका असतो. हे प्रमाण तिच्या शरीराला 'अवर ग्लास'सारखा – वाळूच्या घड्याळासारखा – आकार देतं. आत्तापर्यंत नोंदवल्या गेलेल्या इतिहासात शरीराचं हे प्रमाण नाट्यमयरीत्या पुरुषांचं लक्ष खेचून घेणारं ठरलं आहे. हे प्रमाण ८०% इतकं वाढलं की पुरुषांचं लक्ष कमी व्हायला लागतं. हे प्रमाण कमी अगर जास्त झालं तर बहुतेक पुरुषांचं त्या स्त्रियांकडे लक्ष देण्याचं प्रमाण कमी होतं. हे प्रमाण १००% म्हणजे कमरेचा आणि नितंबाचा आकार सारखा होतो तेव्हा पुरुषांचा त्या स्त्री मधला रस संपूर्णतया संपतो. हे प्रमाण ७०% पेक्षा कमी असलं तरी पुरुषांना त्या स्त्रियांमध्ये रस वाटतो. पण पुनरुत्पादनाच्या यशस्वितेसाठी ७०% हेच प्रमाण आवश्यक आहे. जेव्हा ते प्रमाण स्त्रीला ठळकपणे दाखवायचं असतं त्या वेळी ती तिचा ओटीपोटाचा भाग तिरपा करून उभी राहते.

स्त्रीनं ओटीपोटाचा भाग तिरपा करून उभं राहाण्यानं मुलांना जन्म देण्याची तिची क्षमता ठळकपणे व्यक्त केली जाते.

टेक्सास विद्यापीठातील उत्क्रांतीविषयी अभ्यास करणारे मानसशास्त्रज्ञ प्रोफेसर देवेंद्र सिंग यांनी मिस अमेरिका सौंदर्य स्पर्धेतील स्पर्धकांचा आणि 'प्लेबॉय'मध्ये मधल्या पानांवर छापल्या गेलेल्या साधारण ५० वर्षांतील छायाचित्रांचा अभ्यास, त्यांचं शारीरिक आकर्षण नेमकं कशामुळं वाटतं यासाठी केला. त्यांना असं आढळून आलं की नितंब ते कंबर हे प्रमाण ६७% ते ८०% या दरम्यान असेल तर ते पुरुषांचं लक्ष सर्वांत जास्त प्रमाणात वेधून घेतं, त्यांना आकर्षित करतं.

प्रोफेसर सिंग यांनी एक चाचणी घेतली. त्यांनी पुरुषांच्या काही गटांना स्त्रियांची तीन प्रकारची वर्गवारी केलेली छायाचित्रं दाखवली. यामध्ये काही स्त्रियांचं वजन जास्त होतं, काहींचं कमी होत आणि

पुरुषांना आवडणाऱ्या सर्व गोष्टींचं मिश्रण 'कायली मिनोग'मध्ये दिसून येतं. लांब केस, उघडी मान, नितंब ते कंबर प्रमाण ७०%, उघडं ओलं तोंड, ओठ बाहेर काढलेले, झुकलेल्या भुवया, कपड्यातून बाहेर डोकावणारा वक्ष स्थळांचा उभार, गोलाकार नितंब आणि स्वत:ला स्पर्श करणाऱ्या आणि कमरेजवळ हात ठेवलेल्या हालचाली. पुरुषांना आणखी काय हवं असतं.

काहींचं सर्वसाधारण होतं. पुरुषांनी ही चित्रं पाहून स्त्रियांच्या आकर्षकपणाला गुण द्यायचे होते. सर्वसाधारण वजनाच्या ज्या स्त्रियांचं नितंब ते कंबर हे प्रमाण ७०% होतं, त्या स्त्रिया पुरुषांना सर्वांत जास्त आकर्षक वाटल्या. जास्त वजनाच्या आणि कमी वजनाच्या गटांमध्ये ज्या स्त्रियांची कंबर अगदी अरुंद आहे अशांना चांगली मतं पडली. या प्रयोगातील एक विलक्षण गोष्ट म्हणजे स्त्रियांचं वजन जास्त असलं तरी त्यांचं नितंब ते कंबर प्रमाण ७०% असेल तर त्यांना पुरुषांनी सर्वांत जास्त गुण दिले आहेत. याचाच अर्थ स्त्री जरी जाड असली तरी तिची ठेवण, नितंब ते कंबर प्रमाण ७०% अशी असेल तर पुरुषांची नजर तिच्याकडे पुन:पुन्हा वळू शकते.

१०. पर्स किंवा हँडबॅग कायम जवळ

स्त्रियांजवळ कायम असणाऱ्या तिच्या या बॅगमध्ये काय काय असतं हे बहुतेक पुरुषांनी कधीही पाहिलेलं नाही आणि अभ्यासातून असंही दिसून आलं आहे की, तिच्या या बॅगला स्पर्श करायलासुद्धा पुरुष घाबरतात. तिची तिला एकटीनंच ती उघडू देत असं त्यांना वाटतं. स्त्रियांची ही हँडबॅग ही तिची वैयक्तिक वस्तू असते आणि जणू काही तिच्या शरीराचाच तो विस्तारित भाग आहे असं मानलं जातं. अशी ही बॅग ती जेव्हा पुरुषाच्या जवळ ठेवते तेव्हा जवळीक दर्शवण्याचा, अत्यंत

सलगी दर्शवण्याचाच तो एक प्रबळ संकेत मानला जावा. स्त्रीला जर तो पुरुष विशेष आकर्षक वाटला असेल तर ती बॅगेला प्रेमानं कुरवाळते, हात फिरवत राहते. ती त्याला ती बॅग घ्यायला सांगते किंवा अगदी ती उघडून त्यातून काही शोधून काढून द्यायलासुद्धा सांगते. स्त्रीला जर तो पुरुष आवडत असेल तर ती बॅग त्याच्याजवळ ठेवते म्हणजे त्यानं तिच्याकडे (बॅगकडे) बघावं, तिला स्पर्श करावा असं तिला वाटतं. हेच जर तिनं ती बॅग त्याच्यापासून दूर ठेवली तर याचा अर्थ ती त्यांच्यात भावनिक अंतर आहे असं दर्शवते.

पुरुषाजवळ बॅग ठेवणं ही त्याचा स्वीकार केल्याची खूण आहे.

११. गुडघ्याने दिशा दाखवणे

एक पाय दुसऱ्या पायाखाली दुमडून ठेवणं आणि गुडघा तिला आवडलेल्या व्यक्तीच्या दिशेने ठेवणं हा एक प्रियाराधनाचा संकेत आहे. ही एक आरामत बसण्याची अवस्था असून यामुळे संभाषणातील औपचारिकपणा कमी होण्यास मदत होते आणि एक क्षणभर मांड्यांचं दर्शन घडवायची संधी मिळते.

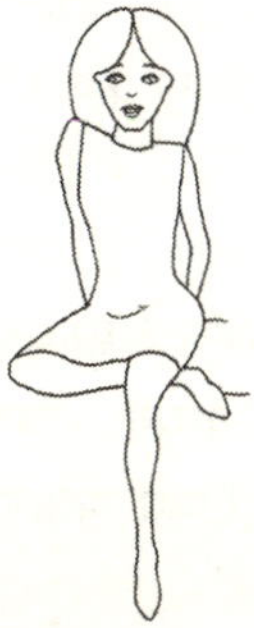

तिला सर्वांत आवडणाऱ्या व्यक्तीच्या दिशेनं गुडघा दाखवणं.

१२. बुटाशी किंवा सॅन्डलशी खेळणे

बूट किंवा सॅन्डल पावलाच्या शेवटी लोंबकळत ठेवणे ही पण एक आरामात बसण्याची स्थिती दर्शवते. शिवाय बुटात पाय घालणे आणि बाहेर काढणे ही क्रिया पुरुषाच्या लिंगाची आठवण करून देते. पुरुषाला या वेळी काय चाललंय हे कळत नाही पण ही कृती त्याला अस्वस्थ करते.

पादत्राणातून काही संकेत मिळणे.

१३. एका पायाने दुसऱ्या पायाला विळखा घालणे किंवा एक पाय दुसऱ्यावर ठेवणे

'लेग ट्वाईन' किंवा एक पाय दुसऱ्या पायावर टाकून बसणं ही स्त्रियांची बसण्याची स्थिती पुरुषांना सर्वांत आवडणारी स्थिती आहे. त्यांना ती आकर्षक वाटते आणि बहुतेक पुरुष हे मान्य करतील. आपल्या पायांकडे लक्ष वेधावं यासाठी स्त्रिया जाणीवपूर्वक अशा स्थितीत बसतात. अल्बर्ट शेफ्लेन असं म्हणतात की, एक पाय घट्टपणे दुसऱ्या पायावर ठेवल्यानं स्नायूंची स्थिती ठळकपणे जाणवते आणि पूर्वी उल्लेख केल्याप्रमाणे व्यक्ती ज्या वेळी लैंगिक कृती करण्यासाठी तयार होते त्या वेळीही शरीर अशा प्रकारची स्थिती घेतं.

स्त्रीनं एका पायावर दुसरा पाय ठेवून बसणे – पुरुषांना आवडणारी स्त्रियांची बसण्याची पहिल्या क्रमांकाची स्थिती

स्त्रिया वापरत असलेला पायांचा दुसरा संकेत म्हणजे पुरुषापुढे स्वतःचा पाय दुसऱ्या पायावर टाकायचा, परत काढून घ्यायचा, परत टाकायचा आणि मांड्या हळूवारपणे कुरवाळायच्या. या दोन्ही संकेतातून पुरुषानं स्पर्श करण्याची तीव्र इच्छा व्यक्त केली जाते.

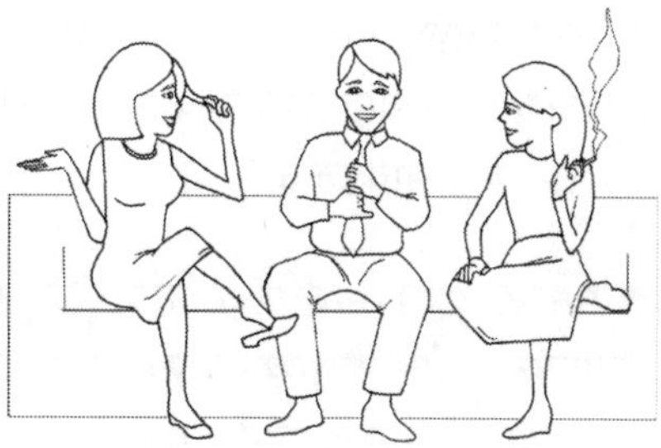

आत्तापर्यंत तुम्ही वाचलेल्या पुस्तकातील भागाचा संदर्भ पुन्हा न बघता वरील चित्रातून अनुनयाचे किती संकेत व हालचाली तुम्हाला ओळखता येतात? – ओळखा पाहू.

पुरुष स्त्रियांच्या शरीरांमध्ये काय पाहतात

आम्ही लिहिलेल्या *व्हाय मेन लाय ॲन्ड विमेन क्राय* या पुस्तकात आम्ही एक संशोधन सारांश रूपानं मांडलेलं आहे. संशोधनाचा विषय होता

स्त्री-पुरुष जेव्हा एकमेकांच्या शरीराकडे बघतात तेव्हा ते शरीराच्या कोणत्या भागांकडे बघतात. संशोधनातील निष्कर्ष स्पष्ट होते – ज्या स्त्रियांच्यात अगदी निरोगी पुनरुत्पादनाची क्षमता आहे आणि ज्या लैंगिकदृष्ट्या उपलब्ध आहेत हे दर्शवतात त्यांच्याकडे पुरुषांचे मेंदू आकर्षित होतात. शरीराच्या आकाराचा विषय येतो तेव्हा स्त्री आणि पुरुष दोघेही व्यायाम करून तंदुरुस्त असलेल्या व्यक्तीचीच निवड करतात. निवडीबाबत विचार करताना पुरुष निरोगी, व्यायामानं शरीर कमावलेला, मर्दानी असावा असा याचा संकेत आहे. तर स्त्रीच्या बाबतीत त्याची गुणसूत्रं पुनरुत्पादनाच्या क्रियेतून यशस्वीपणे पुढं नेण्याची तिची क्षमता असावी असा संकेत आहे.

काही पुराव्यांवरून असं स्पष्ट दिसून आलं आहे की, ज्या स्त्रियांचा चेहरा लहान मुलासारखा असतो, डोळे मोठे, नाक लहान, ओठ आणि गोबरे गाल असतात अशा स्त्रियांकडे पुरुष जास्त आकर्षित होतात. कारण हे सगळे संकेत बहुतेक पुरुषांच्या मनात त्या स्त्रीविषयी पितृत्वाची, संरक्षणाची भावना जागृत करतात. म्हणूनच सौंदर्यविषयक शल्यचिकित्सेसंबंधीच्या जाहिरातींमध्ये याच वैशिष्ट्यांवर भर दिलेला

असतो. याउलट दणकट जबडा, मोठ्या (जाड) भुवया आणि मोठं नाक अशी वैशिष्ट्यं असलेले, ज्यांच्यात संरक्षण करण्याची क्षमता आहे असे प्रौढ चेहऱ्याचे पुरुष स्त्रियांना आवडतात.

लहान मुलांसारखा चेहरा असलेल्या स्त्रियांमुळे पुरुषांमध्ये हार्मोन्स स्रवू लागतात आणि स्त्रियांचं संरक्षण करावं अशी भावना त्यांच्या मनात निर्माण होते.

आनंदाची बातमी अशी की, पुरुषाला आकर्षित करण्यासाठी स्त्री नैसर्गिकरीत्या सुंदरच असली पाहिजे असं नाही. अर्थात, सौंदर्य हे तिला इतर स्पर्धकांपेक्षा पुढे जाण्यासाठी सुरुवातीला उपयोगी पडतंच. परंतु ती उपलब्ध 'होऊ शकते' असा संकेत देण्याची क्षमता तिच्यात असणं जास्त गरजेचं असतं. कारण पुरुषांना आकर्षित करण्यासाठी हा संकेत महत्त्वाचा ठरतो. म्हणूनच काही स्त्रिया शारीरिकदृष्ट्या फारशा आकर्षक नसतानासुद्धा त्यांना लग्नाची मागणी घालणारे पुष्कळ जण असतात. एकूण काय, तर पुरुष हा स्त्रीच्या शारीरिक आकर्षकतेपक्षा ती उपलब्धतेचे संकेत कसे देते यावरून तिच्याकडे जास्त आकर्षित होतो. असे उपलब्धतेचे संकेत कसे द्यायचे हे तुम्ही शिकू शकता आणि त्याचा सराव करू शकता. आधुनिक पुरुष तिच्या बाह्यरूपाकडे पाहून आणि ती उपलब्ध आहे की नाही हे प्रथम बघून तिच्याकडे आकर्षित होतो. या कल्पनेनं काही स्त्रिया घाबरून जातील, त्यांना धक्का बसेल पण हे खरं आहे की ती बालसंगोपन कसे करील, ती संवाद कसा साधेल, ती गृहदेवता होऊ शकेल का किंवा तिला पियानो वाजवता येतो का हे प्रश्न पुरुषाच्या दृष्टीनं दुय्यम ठरतात. अशा प्रकारे स्त्रीच्या दिसण्यावर चर्चा करणं हे आधुनिक स्त्रियांना मानहानीकारक आहे असं या स्त्रियांना वाटतं.

पण गेल्या ६० वर्षांपेक्षा जास्त कालखंडात केल्या गेलेल्या आकर्षणविषयक अभ्यासाचे निष्कर्ष गेल्या सहा हजार वर्षांपेक्षा जास्त कालखंडात चित्रकार, कवी आणि लेखकांनी मांडलेल्या निष्कर्षांशी मिळतेजुळते आहेत. आणि ते म्हणजे स्त्रीचं दिसणं आणि तिचं शरीर आणि ती त्याच्या साहाय्यानं काय करू शकते याचंच पुरुषांना

जास्त आकर्षण वाटतं. आजच्या राजकीयदृष्ट्या योग्य (पॉलिटिकली करेक्ट) असलेल्या एकविसाव्या शतकातदेखील स्त्रीची बुद्धिमत्ता आणि इतर जमेच्या बाजूंपेक्षा तिच्या दिसण्याला पुरुष जास्त महत्त्व देतात. एकविसाव्या शतकातील पुरुषाला, त्याच्या पूर्वजांनी ज्या गोष्टी पहिल्या नजरेत स्त्रीमध्ये पाहिल्या त्याच गोष्टी स्त्रीकडून आज ताबडतोब हव्या आहेत. पण आमच्या *व्हाय मेन लाय अॅन्ड वुमेन क्राय* या पुस्तकात आम्ही म्हटल्याप्रमाणे, दीर्घ काळासाठी जर जोडीदार निवडायचा असेल तर त्यासाठीचे त्याचे निकष वेगळे आहेत.

खरं वास्तव हे आहे की, पुरुषाला तुमच्यातील अंतर्गत गुणांचा शोध लागण्यापूर्वीच तुम्ही त्याला आकर्षित करून घेणं आवश्यक आहे. तुम्ही ज्या वेळी मासेमारीसाठी जाता त्या वेळी मासे गळाला लागावेत यासाठी माशांना आवडणारं आमिष जाळ्याच्या हुकमध्ये अडकवता. या वेळी तुम्हाला काय आवडतं यापेक्षा माशांना काय आवडतं हे महत्त्वाचं ठरतं. तुम्ही कधी किड्यांची चव बघितलीत का? त्या विचारानंसुद्धा तुम्हाला तिटकारा येऊन तुम्ही तो झिडकारून टाकाल. पण माशाच्या दृष्टिकोनातून विचार केलात तर तो त्याचा आवडता पदार्थ असतो.

सुंदर लोकं वगळली का जातात

बहुतेक लोकांना असं वाटतं की, संभाव्य जोडीदाराला आकर्षित करण्यासाठी शारीरिक सौंदर्य हेच महत्त्वाचं असतं. पण ही कल्पना मुख्यत: टेलिव्हिजन, चित्रपट आणि प्रसारमाध्यमांनी वाढवली आहे. लोकांच्या मनावर बिंबवली आहे. खूप आकर्षक अशा व्यक्ती दुर्मीळ असतात आणि चुकीच्या पद्धतीनं त्यांचं महत्त्व वाढवलं जाऊन त्या दर्जाचे लोक आपल्याला मिळावेत अशी महत्त्वाकांक्षा आपण बाळगावी, हा त्यांचा उद्देश असतो. पण अनेक अभ्यासांतून असं आढळून आलं आहे की आपल्यातले बहुतेक जण सुंदर लोकांबाबत संशयी असतात. अभ्यासातून असं निष्पन्न झालं आहे की, आपण साधारणत: जोडीदार निवडताना आपल्या एवढ्याच आकर्षक व्यक्तीची निवड करतो. म्हणजे ती आपल्याबरोबर राहण्याची शक्यता असते. आपल्यापेक्षा चांगल्या

पर्यायाकडे ती लक्ष न देण्याची शक्यता असते. ही जी निवड आपण करतो किंवा विशिष्ट व्यक्तीस प्राधान्य देतो ती आपली सवय जन्मसिद्ध असते. कारण लहान बाळंसुद्धा सुंदर चेहऱ्यापेक्षा सामान्य चेहऱ्यांकडे जास्त पाहतात.

स्त्रीच्या शरीराचे कोणते अवयव पुरुषांना आवडतात

स्त्रीच्या शरीराचा कोणता भाग पुरुषांना सर्वांत जास्त आवडतो? सार्वत्रिकपणे याबाबतीत पुरुषांची तीन गटात समान विभागणी होते – वक्षस्थळं, नितंब आणि पाय.

या विभागात आपण स्त्री देहाच्या शारीरिक वैशिष्ट्यांचा अभ्यास करणार आहोत आणि स्त्रीच्या शरीराच्या प्रत्येक भागाचा पुरुषांच्या ज्ञानेंद्रियांवर इतका का परिणाम होतो हे पाहणार आहोत. स्त्री देहामध्ये एक कायमस्वरूपी, लैंगिक संकेताची पद्धत विकास पावलेली आहे. तिचा मुख्य उद्देश पुरुषांना पुनरुत्पादनासाठी आकर्षित करून घेणे हा आहे. या प्रकियेमध्ये नितंब, वक्षस्थळं आणि पाय महत्त्वपूर्ण भूमिका बजावतात. राजकीयदृष्ट्या हे बरोबर नसेल पण जीवशास्त्रीयदृष्ट्या बरोबर आहे.

१. नितंब

पुरुषांना स्त्रियांचे गोल, पीच फळाच्या आकारासारखे नितंब सर्वांत जास्त आकर्षक वाटतात. मानव प्राण्याच्या माद्यांचे नितंब इतर प्राण्यांच्या प्रगत जातीतील माद्यांपेक्षा वेगळे आहेत. इतर प्राण्यांच्या माद्या समागमासाठी तयार झाल्या की त्या त्यांचे नितंब मोठे, बाहेर काढून दाखवतात. मानव जातीतील माद्या कायमच त्यांचे मोठे नितंब दाखवतात आणि जवळजवळ सर्व काळ नरांसाठी त्या उपलब्ध आहेत असं दर्शवतात. कारण नियमित लैंगिक संबंध ठेवण्याचा एक महत्त्वाचा उद्देश म्हणजे त्या जोडप्यानं दीर्घ काळ एकत्र राहून त्यांच्यात एक बंध निर्माण व्हावा म्हणजे त्याचा यशस्वीपणे बालसंगोपन करण्यासाठी उपयोग होईल. प्राण्याच्या उच्च जातींमध्ये फक्त मानव प्राणीच समोरासमोर समागम करतात. इतर प्राण्यांच्या जातीमध्ये नर समागमाच्या वेळी मादीचे कुल्ले लाल आणि फुगलेले दिसले की, ती समागमासाठी तयार आहे हा संकेत समजून घेऊन

फक्त मानवजातीमधील माद्यांमध्ये कायस्वरूपी मोठे नितंब दिसून येतात.

मागून प्रवेश करतो. पुरुषाला स्त्रीच्या नितंबांचं इतकं आकर्षण का असतं याचं मुख्य कारण म्हणजे त्यातून ती त्याच्यासाठी उपलब्ध आहे अशी त्याची समजूत ती करून देत असते. स्त्रीच्या नितंबांचं महत्त्व इतरही दोन कारणांसाठी आहे. एक म्हणजे ते स्तनपानासाठी आवश्यक असणारे स्निग्ध पदार्थ साठवून ठेवतात आणि दुसरं म्हणजे उंट जसा मदारीमध्ये अन्न साठवून ठेवतो त्याप्रमाणे स्त्रिया संकटकाळी लागणाऱ्या अन्नाचा साठा नितंबामध्ये करून ठेवतात.

सध्या डिझायनर जीन्स घालणं लोकप्रिय होत आहे कारण त्यामुळे नितंबाचा घट्ट आणि गोल आकार ठळकपणे दिसून येतो. उंच टाचांच्या सॅन्डलसमुळे स्त्रीची मागची बाजू कमानीप्रमाणे बाकदार होते, तिचे नितंब मागे ढकलले जातात. चालताना त्यांना हेलकावे बसतात आणि या हालचालींकडे पुरुषांचं निर्विवादपणे लक्ष जातंच. मेरिलिन मन्रोनं तिच्या डावीकडच्या सॅन्डलच्या टाचा ३/४ भाग, तिचं नितंबांना हेलकावे देत चालणं जास्त दिसावं म्हणून कापून टाकला. किड्यांच्या अनेक जातींमधील माद्या संभाव्य नराचं लक्ष वेधून घेण्यासाठी त्यांच्यापुढे मागच्या भागाला हेलकावे देत चालतात.

२. वक्षस्थळं

गेल्या काही वर्षांत जगभरात बहुतेक ठिकाणी स्त्रियांच्या वक्षस्थळांबाबत प्रसिद्धीचा मोहोळ उठला आहे. या एकाच विषयानं सगळ्यांचं मन व्यापून टाकलं आहे. वक्षस्थळांची काळजी घेणं, दोन स्तनांमधील घळ, ते कृत्रिमरीत्या वाढवण्यासाठी करण्यात येणाऱ्या शस्त्रक्रिया हा आता अब्जावधी डॉलर्सचा व्यवसाय झाला आहे. खरं पाहता वक्षस्थळं म्हणजे

दुसरं-तिसरं काही नाही, तर मोठ्या झालेल्या घामाच्या ग्रंथी. त्याला इतकं महत्त्व मिळतं हे नवल आहे.

प्रत्येकीच्या छातीमध्ये स्निग्ध पदार्थांच्या उती (टिश्यू) असतात. त्यांच्यामुळे स्तनांना गोल आकार येतो, पण या बहुतेक उतींचा दूध निर्मितीमध्ये मात्र सहभाग नसतो.

एकूणातच, वक्षस्थळांना एक स्पष्ट हेतू आहे. तो म्हणजे 'लैंगिक संकेत देणं'. वक्षस्थळं स्त्रीच्या पार्श्वभागाप्रमाणेच (नितंबाप्रमाणे) दिसतात. जेव्हा मनुष्य प्राणी चार पायांवर चालत होता त्या काळातले काही अवशेष अजून शिल्लक आहेत. माकडं किंवा चिंपांझी जर समोरून दोन पायांवर चालत तुमच्याकडे आला तर तो नर आहे की मादी आहे हे तुम्हाला सांगता येऊ शकणार नाही. मानव प्राणी हा ताठ, सरळ दोन पायावर चालतो आणि त्याच्यातल्या मादीचे स्तन तिच्या पार्श्वभागाचे अनुकरण करत उत्क्रांत होत मोठे झालेले आहेत. अनेक चाचण्या घेण्यात आल्या यामध्ये स्त्रियांच्या नितंबांमधील फट आणि दोन स्तनांमधील घळ या दोन्हीची

प्रयोगातून असं दिसून आलं की स्तनांमधील फट (घळ) कोणती आणि नितंबांधील फट कोणती हे बहुतेक पुरुषांना ओळखता आले नाही

छायाचित्रे काही पुरुषांना दाखवण्यात आली. आणि त्यांना ती कशाची आहेत हे ओळखायला सांगितले. खात्रीलायकरीत्या असं सांगता येईल की, त्यातल्या बहुतेक पुरुषांना या दोन्ही फटींमधील फरक ओळखता आला नाही.

खोल गळ्याचे कपडे आणि 'पुशअप ब्रा' सारख्या विशिष्ट प्रकारच्या ब्रेसियर्समुळे दोन स्तनांमधील फट (घळ) हा संकेत जास्त ठसवला जातो. सुदैवाने बहुतेक सर्व लैंगिकता संशोधन सर्वेक्षणांमध्ये असं दिसून आलं आहे की, पुरुषांना स्त्रियांचे कोणत्याही आकाराचे, वेगवेगळी ठेवण असणारे स्तन आवडतात. स्तन, दोन स्तनांमधील फट त्यांना जास्त उद्दीपित करते. स्त्रियांचे स्तन भले लिंबाच्या आकाराचे असोत वा कलिंगडाच्या आकाराचे, पुरुषांना ते आवडतात. पण त्यांना जास्त आवडते ती दोन स्तनांमधील घळ. त्यांना त्यामध्ये खरा रस असतो. स्त्री जर एखाद्या पुरुषाकडे आकर्षित झाली असेल तर ती त्याच्यापुढे झुकते. तिचे दोन्ही हात शरीराजवळ आणते त्यामुळे तिचे दोन्ही स्तन दाबले जाऊन घळ (फट) निर्माण होते.

मोनालिसा पूर्वी

मोनालिसा नंतर

अमेरिकेत आल्यानंतर दोन आठवड्यानंतर दिसणारी मोनालिसा

स्त्री जेव्हा तिच्या लैंगिकतेच्या आणि पुनरुत्पादन क्षमतेच्या शिखरावर असते म्हणजे तिचं कुमारवय संपताना आणि विशीच्या कालखंडाची सुरुवात होताना त्या वेळचे तिचे स्तन पुरुषांना सगळ्यात जास्त आवडतात. या स्तनांचं दर्शन आपल्याला पुरुषांच्या नियतकालिकातील सेंटर फोल्डमध्ये किंवा कामुक नृत्य करणाऱ्या नर्तिकांमध्ये किंवा लैंगिकतेला प्राधान्य देऊन व्यापार करणाऱ्या जाहिरातींमध्ये घडतं.

अमेरिकेतील पर्ड्यू विद्यापीठात केलेल्या संशोधनावरून असं दिसून आलं की, बायकांनी पॅडिंग लावून त्यांच्या वक्षस्थळाचा आकार दोन इंचांनी वाढवला तर त्यांना रस्त्यावर लिफ्ट मिळण्याची शक्यता दुपटीनं वाढते.

जेव्हा कोणी गरमागरम 'हॉट स्टफ' होते

माणसाच्या शरीराचं तापमान सर्वसाधारणत: ९८.६ अंश फॅरेनाइट असतं. पण त्वचेचं तापमान मात्र आपल्या भावनिक अवस्थेनुसार बदलू शकतं. यापूर्वी उल्लेख केल्याप्रमाणे, ज्या लोकांचं वर्णन आपण 'थंड' आणि 'अलिप्त', 'तुसडा' असं करतो ते सामान्यत: खरंच शारीरिकदृष्ट्या थंड असतात. कारण ताणाशी एकतर लढून किंवा पळून जाऊन सामना करण्यासाठी त्यांचा रक्तपुरवठा पायाच्या आणि हाताच्या स्नायूंकडे आलेला असतो. म्हणूनच जेव्हा तुम्ही एखाद्याला 'थंड मासा' म्हणता तेव्हा ते भावनिक आणि शारीरिक पातळ्यांवर त्याचं केलेलं योग्य वर्णन असतं. याउलट एखादी व्यक्ती जेव्हा दुसऱ्या व्यक्तीकडे आकर्षित होते तेव्हा त्याचं रक्त उसळून त्वचेच्या पृष्ठ भागावर येतं आणि त्याची त्वचा गरम होते. म्हणूनच प्रेमिक प्रेमात पडले की उत्कट भावनाविष्कार करतात, त्यांच्या शरीरातून उष्ण प्रवाह वाहू लागतो. ते एकमेकाला उबदार मिठी मारतात आणि त्यातून धुमारे फुटू लागतात आणि एकूणच हा प्रसंग 'गरमागरम' होऊन जातो, 'हॉट स्टफ' होतो. काही स्त्रियांचं शरीराचं तापमान यामुळं वाढतं आणि त्यांची छाती लाल दिसू लागते किंवा छातीवर लाल डाग दिसू लागतात, गालही आरक्त होतात.

तुम्ही जर पुरुष असाल तर वरच्या परिच्छेदातून तुम्हाला हवं ते मिळालं आहे.

३. लांब पायांचे आकर्षण

पुरुषांना स्त्रियांचे लांब पाय आवडण्यामागे जीवशास्त्रीय कारण आहे. मुलगी जेव्हा यौवनावस्थेत पदार्पण करते, वयात येते तेव्हा तिच्या शरीरातील हार्मोन्सचं प्रमाण मोठ्या प्रमाणावर वाढायला लागतं आणि पायांची लांबीही वेगानं वाढते आणि त्यामुळे मुलीचं रूपांतर स्त्रीमध्ये होतं. तिचे जरा जास्तच लांब वाढलेले पाय पुरुषांना ती आता लैंगिकदृष्ट्या परिपक्व व्हायला लागली आहे आणि मुलं जन्माला घालण्याची क्षमता तिच्यात आली आहे, याचा शब्दांविना संकेत देतात. म्हणूनच लांब पायांचा संबंध कायम स्त्रीच्या सबल लैंगिकतेशी जोडला जातो.

सुपर मॉडेल आणि फिल्म स्टार्सची शरीराची ठेवण प्रमाणात नसली तरी यौवनावस्थेत वाढलेल्या त्यांच्या पायाची लांबी मात्र कायम राहते

पुरुषांना स्त्रियांनी उंच टाचांचे सॅन्डल (पादत्राणे) घातलेले आवडतात कारण त्यामुळे ती जननक्षम असल्याचा भ्रम निर्माण होतो. ती स्त्री पुनरुत्पादनासाठी योग्य आहे असं वाटतं. उंच टाचांच्या पादत्राणांमुळे पाय लांब दिसून स्त्रीचा लैंगिक आकार ठळक होतो. तिच्या पाठीमागे कमान होते, तिचे नितंब बाहेर येतात, त्यामुळे तिची पावलं छोटी दिसतात आणि ओटीपोटाचा भाग पुढे येतो. म्हणूनच स्त्रीचे सर्वांत उंच आणि बारीक अणकुचीदार टाच असलेले बूट 'स्टिलेटो', आजही बाजारात लैंगिकतेचे सर्वांत कार्यक्षम मदतनीस मानले जातात.

उंच टाचांमुळे स्त्रीचे पाय लांब दिसतात, तिला नितंबांना हेलकावे देता येतात आणि तिचे स्तन बाहेर आलेले दिसतात.

बऱ्याच पुरुषांना स्त्रियांच्या लांब आणि बारीक पायापेक्षा नीटस, बांधेसूद पाय आवडतात. कारण त्या जाड पायांमध्ये जी अतिरिक्त चरबी असते त्यामुळं स्त्री आणि पुरुषांच्या पायातील लैंगिक फरक ठळकपणे जाणवतो, आणि त्या चांगल्या प्रकारे स्तनपान देतील हेही यातून दर्शवलं जातं. स्त्रीचे पाय खेळाडूंसारखे असावेत असं पुरुषांना वाटतं, पण ती जर इंग्लंडसाठी फुटबॉल खेळू शकते अशी दिसत असली तर मात्र ते तिच्याकडे पाठ फिरवतील.

एलि मॅकफेरसन आणि रेचल हंटर यांसारख्या मॉडेल्सनी स्त्रीत्वाच्या आकर्षणाचे संकेत वापरून अक्षरशः लाखो डॉलर्सचा व्यवसाय केला

पुरुषांचे अनुनयाचे संकेत आणि हालचाली

पुरुष आपल्या हालचालींमधून सत्ता, संपत्ती आणि समाजातील त्यांचं स्थान यांचं दर्शन घडवत असतात. पुरुषांच्या अनुनयाच्या संकेताची आम्ही तशी सारांशरूपाने मांडणी केली आहे. ती वाचून तुम्ही जर स्त्री असाल तर तुमची कदाचित निराशा होईल. कारण स्त्रियांच्या तुलनेत पुरुषांच्या संकेताचं प्रमाण फारसं नाही. स्त्रिया कामुक दिसणारे पोषाख करतील, मेकअप करतील आणि मोठ्या प्रमाणावर अनुनयाचे संकेत देतील. तर पुरुष कारच्या इंजिनाची गती वाढवतील, ते किती (पैसा)

कमावतात याच्या बढाया मारतील आणि इतर पुरुषांना आव्हान देतील. नदीमध्ये उभा राहून एखादा माशाच्या डोक्यात मोठी काठी घालून त्याला पकडायचा प्रयत्न करत असेल, तर तो जितका परिणामकारक ठरेल, तशीच काहीशी अवस्था अनुनयाचा विधी पार पाडणाऱ्या बहुतेक पुरुषांची होते. पुरुषांनी कधी मिळण्याची आशा केली नव्हती असा मासा त्यांच्या गळाला अलगद उतरवण्याचं काम स्त्रिया करतात. कारण मासेमारीचे अनेक आकर्षक मार्ग आणि कौशल्यं त्यांना अवगत असतात.

या विभागात आपण सर्वसाधारणपणे सर्वत्र आढळणारे पुरुषांच्या देहबोलीचे संकेत पाहणार आहोत. यापैकी बरेचसे संकेत हे पुरुषांच्या पुढच्या भागाच्या, गुप्त/लैंगिक इंद्रियाशी संबंधित असे आहेत. समागमाच्या खेळात, संकेत पाठवायला किंवा त्यांचा स्वीकार करण्याबाबत पुरुष पारंगत नसतात आणि आधी पाहिल्याप्रमाणे या खेळाचं संपूर्ण नियंत्रण तर स्त्रियांकडे असतंच, पण खेळाचे नियमही त्याच बनवतात आणि जास्त गुण मिळवून गुण फलक (स्कोअर बोर्ड) आपल्याच ताब्यात घेऊन जिंकतातही त्याच. पुरुष फक्त जे जे संकेत पाहतात त्यांना प्रतिसाद देतात.

आपल्या दिसण्याकडे लक्ष देणाऱ्या पुरुषांची संख्या जास्त असल्यामुळे, पुरुषांच्या प्रियाराधनाच्या कौशल्यांमध्ये सुधारणा घडून येत आहे, अशी वाचकांची खात्री पटवण्याचा प्रयत्न काही नियतकालिकं करत असतात. पुरुषही आता फेशियल करतात, हाताच्या-पायाच्या नखांची निगा राखतात, केसांना मंद पण नाजूक रंगाची छटा देतात, दात सरळ करून घेतात, हेअर कंडिशनर वापरतात आणि चेहऱ्याचे क्रिम, चेहऱ्याची पावडरही वापरतात. इंग्लंडमध्ये २००४ मध्ये गिलेटी यांनी केलेल्या अभ्यासात असं दिसून आलं की, स्कॉटिश पुरुष हे ब्रिटनमधील स्वत:बद्दल भलताच गर्व असलेले, गर्विष्ठ पुरुष. ते दिवसातली सरासरी १६ मिनिटं आरशापुढे स्वत:ला ठीकठाक करण्यात घालवतात. पण पुरुषांचं अशा प्रकारचं बहुतेक वर्तन हे त्यांचा पोकळ गर्व वाढवणारं आहे, त्यामुळे स्त्रियांचे अनुनयाचे संकेत ओळखण्याच्या त्यांच्या क्षमतेत वाढ झाल्याचं काही आढळून आलं नाही.

एका अमेरिकन सर्वेक्षणातून (पाहणीतून) असं आढळून आलं की, स्त्रियांना त्यांच्या पुरुष जोडीदाराकडून काही शब्द ऐकणं फार आवडतं आणि ते म्हणजे 'मी तुझ्यावर प्रेम करतो' हे नसून 'तुझं वजन कमी झालंय, बरं का' हे असतात.

संभाव्य जोडीदाराचं प्रसंगामध्ये आगमन झालं की, इतर प्राण्यातील नरांप्रमाणे माणसातील नर नीटनेटकेपणा दाखवण्याचं आपलं वागणं सुरू करतो. आधीच उल्लेख केल्याप्रमाणं पुरुषांमध्ये स्त्रीला बघितलं की काही शारीरिक प्रतिक्रिया घडून येतातच. पण त्याचबरोबर तो स्वत:चा टाय सरळ करायला लागतो, शर्टची कॉलर नीट करतो, खांद्यावरची काल्पनिक धूळ झटकल्यासारखं करतो, शर्टच्या बाहीच्या कफलिंक्सना किंवा घड्याळाला स्पर्श करतो. शर्ट, कोट आणि इतर कपडे ठीकठाक करतो.

पुरुषाची टाय नीटनेटका करण्याची हालचाल

एखाद्या नात्याची सुरुवात पुरुषांच्या बोलण्यानं का होते

बहुतेक पुरुषांना हे कळतं की, स्त्रीशी जरा दीर्घ संभाषण करून स्वत:च्या किंवा तिच्या आयुष्यातील काही व्यक्तिगत आणि खाजगी तपशिलाबाबत चर्चा करण्यानंच त्याला काही गुण मिळतात आणि ती तिचं मन आणि ते सुद्धा त्याच्यापाशी मोकळं करण्याची शक्यता निर्माण होते. नातेसंबंधाच्या सुरुवातीला पुरुष नेहमी बोलण्याचं, व्यक्त करण्याचं धोरण अवलंबेल पण एकदा का मधुचंद्राचा कालावधी संपला की तो पुन्हा आपल्या स्टिरिओटाइप, ठरावीक साच्याचं जे 'न बोलण्याचं' वर्तन आहे त्याच्याकडे वळेल. मात्र जेव्हा कधी तो बोलेल तेव्हा फक्त

वस्तुस्थितीला चिकटून राहून समस्यांची माहिती घेऊन त्या सोडवण्याचे उपाय याबाबत बोलेल.

नरांची स्वत:च्या लिंगाचं प्रदर्शन करण्याची वृत्ती

पुरुष स्त्रीकडे बघून थेट लैंगिकता दर्शवणारी कृती करील आणि ती म्हणजे पँटच्या पट्ट्यातून आक्रमकपणे अंगठे बाहेर काढून, त्याचा पुढचा गुप्त भाग ठळकपणे दाखवेल. तो त्याचे शरीरही तिच्याकडे वळवेल आणि आपले पाऊल तिच्या दिशेने ठेवेल. तिच्याकडे सलगीच्या एकटक नजरेनं बघेल आणि तिची नजर नेहमीपेक्षा जास्त वेळ पकडून ठेवेल. जर तो बसलेला असेल तर किंवा मागे भिंतीला टेकून बसलेला असेल तर तो आपला पुढचा भाग दाखवण्यासाठी दोन्ही पाय फाकवण्याची शक्यता आहे.

बबूनच्या (कुत्र्यासारखे तोंड असलेला वानर) टोळ्यांमध्ये किंवा प्राण्याच्या इतर अनेक श्रेष्ठ जातींमध्ये नर स्वत:चं वर्चस्व शिश्न दाखवून सिद्ध करतात. काही नर पाय फाकवून त्यांच्या समागमाच्या साधनाचं, त्याच्या आकारमानाचं पूर्ण दर्शन घडवतात. याशिवाय वेळोवेळी ते शिश्न नीट करत असतात आणि सातत्यानं पुन:पुन्हा आपलं प्रबळ स्थान इतरांना ठासून सांगत राहतात. मानवी नरदेखील अशाच प्रकारे आपलं पौरुषत्व दाखवायचा प्रयत्न करतात. मात्र ते बबून्सपेक्षा जास्त सूक्ष्म असतं. कारण बबून्ससारखं वागलं तर मानवी समाजात कडक शिक्षा होऊ शकते.

पंधराव्या शतकात पुरुषांच्या विजारीला पुढच्या भागाला कापडाचा तुकडा फडफडवत ठेवण्याची किंवा छोटी बॅग लावण्याची पद्धत सुरू झाली आणि तो भाग झाकण्यापेक्षा ते दाखवण्याची पद्धत सुरू झाली. या जोडलेल्या तुकड्यामुळे पुरुषत्व दर्शवणाऱ्या या भागाचा आकार आणि त्यामुळे पुरुषाचं सामाजिक स्थान हेही दाखवायची पद्धत सुरू झाली. आज एकविसाव्या शतकातही न्यू गिनी इथं राहणारे लोक स्वत:च्या शिश्नाचं प्रदर्शन करतात तर पाश्चिमात्य पुरुष तोच परिणाम घट्ट पँट घालून साधतात किंवा लहान आकाराची, पोहण्याची चड्डी (ट्रंक)

घालतात. तर काही वेळा मोठ्या किल्ल्यांचा जुडगा पुढे अडकवून किंवा पट्ट्याचं शेवटचं टोक तसंच लटकवत ठेवून स्वत:च्या लिंगाचा भाग ठळकपणे दाखवतात.

अशा प्रकारची घट्ट पँट घातल्यावर पुरुष दुसरं काही घालत नाही

अशा प्रकारे काही वस्तू पुढे लटकवत ठेवल्या तर त्यानिमित्तानं पुरुषांना वेळोवेळी स्वत:च्या पुढच्या भागाला हात लावून तो नीट करता येतो. बहुतेक स्त्रिया असं सार्वजनिक ठिकाणी स्वत:चा खालचा भाग खाजवण्याची कल्पनासुद्धा करू शकत नाही आणि पुरुष ही खाजवण्याची गोष्ट बेफिकीरपणे आणि नियमितपणे करताना बघून आश्चर्यचकित होतात. प्राण्यांच्या इतर सर्वश्रेष्ठ जातीत नर अशाच प्रकारे हाच संदेश देतात. मात्र ते दर्शवण्याच्या त्यांच्या पद्धती वेगवेगळ्या असतात.

पट्ट्याला हात लावणे किंवा नृत्य करताना पुढच्या भागाला हात लावणे या लिंग दर्शनाच्या ढोबळ कृती आहेत

इरियन जाया येथील या मेक योद्‌ध्यानं शिश्नाचं संरक्षण करण्यासाठी पारंपरिक संरक्षक आवरण घातलं आहे. त्यातून तो देत असलेल्या संदेशाबाबत कोणाच्याच मनात गोंधळ नाही.

लिंग ठीकठाक करणे

सर्वसामान्यत: सार्वजनिक ठिकाणी स्वत:ची लैंगिकता प्रदर्शित करणारी पुरुषांची ही नेहमी आढळून येणारी हालचाल आहे. सगळीकडील स्त्रिया याबाबत तक्रार करताना दिसतात. त्या एखाद्या पुरुषाशी बोलायला लागतात आणि अचानक तो पुरुष सकृतदर्शनी कोणतंही कारण न दिसता त्याचं लिंग हाताळायला लागतो किंवा ठीकठाक करायला लागतो. पुरुषांचं लिंग हे इतकं मोठं आणि अवजड असतं की, त्याला होणाऱ्या रक्ताभिसरणात खंड पडू नये यासाठी पुरुषाला सतत तिकडे लक्ष द्यावं लागतं, असं अनुमान तो वारंवार लिंगाला हात लावण्याची क्रिया करतो यावरून काढता येईल.

पुरुषांबाबत सगळ्यात महत्त्वाची गोष्ट अशी की लिंग नीट करण्यासाठी त्याला खोली (रूम) सोडावी लागत नाही. तिथल्या तिथं, उघड्यावर तो ही क्रिया करून शकतो.

तरुण पुरुषांचे काही गट एकत्र असताना, विशेषत: जिथं मर्दानी, पुरुषी वृत्ती दाखवण्यासाठी प्रोत्साहन दिलं जातं म्हणजे खेळाडूंचे संघ वगैरे अशा ठिकाणी तुम्ही त्यांचं निरीक्षण करा. अशा ठिकाणी नकळतपणे स्वत:चं पुरुषत्व इतर पुरुषांपुढं ठासून सांगण्यासाठी ते लिंग सारखं

नीट करताना दिसतात. पुरुष जेव्हा लिंग ठीकठाक केलेल्या हातानेच तिच्यासाठी शीतपेय घेऊन येतो किंवा त्याच हाताने तो इतरांना भेटल्यावर हस्तांदोलन करतो हे बघून स्त्रिया भयचकित होतात.

टाय एका दिशेला घालणे

तुम्ही जर पुरुष असाल आणि तुम्ही कोणत्या स्त्रियांना आवडत आहात हे तुम्हाला ओळखून काढायचे आहे. अशा वेळी तुम्ही व्यवस्थित सूट आणि टाय घाला. पण टाय घालताना तो किंचित एका बाजूला वाकडा घाला आणि कोटाच्या खांद्यावर बारीकसा धागा, सूत पडेल असं बघा. जी स्त्री तुमच्याकडे आकर्षित झालेली असेल तर ती तुमचा खांदा साफ करण्याची आणि टाय नीट करण्याची कृती करण्यापासून स्वतःला थांबवू शकणार नाही. म्हणजेच पुढाकार घेऊन ती ही कृती करेल.

तुम्ही जर टाय मुद्दाम वाकडा घातला तर तुमच्यात रस असलेल्या स्त्रीला तो नीट सरळ करण्याची संधी त्यामुळे मिळते.

पुरुषांच्या शरीराकडे स्त्रिया सर्वांत जास्त कशामुळे आकर्षित होतात

अनेक सर्वेक्षणातून असं दिसून आलं आहे की स्त्रिया नेहमी पुरुषांच्या खोल, गंभीर आणि ओघवान, मनमिळाऊ आवाजाला पसंती देतात. आवाज हा थेट टेस्टोस्टेरॉनच्या पातळीशी जोडला गेलेला असतो. मुलांच्या आवाजामध्ये होणारा बदल लक्षात येण्यासारखा असतो. मुलं वयात यायला लागली की त्यांच्यातील पुरुषत्वाच्या हार्मोन्सचे प्रमाण वाढायला लागून त्यांचं पुरुषांमध्ये रूपांतर व्हायला सुरुवात होते आणि त्यांचा आवाज अक्षरशः एका रात्रीत 'फुटतो'. पुरुष जेव्हा त्याच्या आवडत्या स्त्रीच्या आसपास असेल त्या वेळी तो त्याचं पुरुषत्व दाखवण्यासाठी खोट्या गंभीर आवाजात बोलायला सुरुवात करण्याची

शक्यता असते. त्या वेळी त्याला प्रतिसाद देणारी स्त्री त्याच्या आवाजाच्या विरोधात तिचं स्त्रीत्व आणखी ठसावं म्हणून उच्च पट्टीत बोलण्याची शक्यता असते. १९६०मध्ये स्त्रीवादी चळवळींना सुरुवात झाल्यानंतर स्त्रिया पुरुषांचे व्यवसाय करायला लागल्या. अशा प्रकारची कामं करताना टेस्टेस्टोरॉनची निर्मिती होणं आवश्यक होतं. कारण या हार्मोन्समुळं काही तरी मिळवण्याची, साध्य करण्याची जिद्द निर्माण होते. म्हणून याचं वर्णन 'सक्सेस हार्मोन्स' (यशाची हार्मोन्स) असं केलं जातं. संशोधनातून आता असं दिसून आलं आहे की, अमेरिका, इंग्लंड (युनायटेड किंग्डम), ऑस्ट्रेलिया आणि न्यूझीलंड यासारख्या देशात जिथं स्त्रीवाद जास्त प्रभावी आहे, तिथल्या स्त्रिया आता जास्त आग्रही, अधिकारयुक्त (स्वतःच्या हक्कांची जाणीव असलेल्या) झाल्यानं त्यांचे आवाज (पुरुषांसारखे) खोल, गंभीर झालेले आहेत. याचाच पुढे परिणाम होऊन स्त्रियांची छातीही पुरुषांसारखी केसाळ होणार नाही, अशी आशा करू या.

तिला पाय, छाती की पार्श्वभाग आवडतो?

पुरुषांच्या शरीरातील काही भागांकडे बघितल्यावर स्त्रिया लैंगिक प्रतिसाद देतात. स्त्रियांना पुरुषांच्या शरीरातले कोणते अवयव जास्त आवडतात असा विचार केला तर त्याचीही सार्वत्रिकरीत्या तीन गटांत विभागणी केली जाते - पाय, कुल्ले (पार्श्वभाग) आणि छाती/बाहू. यामध्ये ४०% मतं मिळून कुल्ल्यांना पहिलं बक्षिस मिळालं आहे. या विभागात आपण फक्त पुरुषांची शारीरिक वैशिष्ट्यं अभ्यासणार आहोत आणि त्या प्रत्येक अवयवाचा स्त्रियांच्या ज्ञानेंद्रियांवर काय परिणाम होतो हे पाहणार आहोत.

एकूणच स्त्रियांनाही पुरुषांचं व्यायामाचं, तंदुरुस्त, धट्ट-कट्ट शरीर आवडतं. रुंद खांदे, पीळदार स्नायू, बाहू, भरदार छाती आणि घट्ट कुल्ले आवडतात. आज अगदी एकविसाव्या शतकातही स्त्रियांना प्राण्यांशी कुस्ती खेळू शकेल असा आणि हल्लेखोरांशी लढाई करू शकेल असा दिसणारा पुरुष आवडतो, असं अनेक सर्वेक्षणात दिसून आले आहे.

पुरुषांच्या शरीराची ठेवण प्राण्यांचा पाठलाग करणं, पकडणं आणि त्यांच्याशी कुस्ती करणं या उद्देशानं घडवलेली असते. ते जड गोष्टी उचलून नेऊ शकतात आणि कोळ्यांना मारू शकतात.

१. रुंद खांदे, भरदार छाती आणि पिळदार स्नायू

शिकार करणाऱ्या नराच्या शरीराचा वरचा भाग रूंद असतो आणि तो कुल्ल्यांच्या दिशेने निमुळता होत जाऊन कुल्ल्यांच्या (कटिप्रदेशाच्या) इथे अरुंद होतो. याउलट स्त्रीचं शरीर खांद्यांच्या इथं अरुंद असतं आणि कुल्ल्यांच्या (कटिप्रदेशाच्या) इथं रुंद होत जाते. जड शस्त्रास्त्रं लांब अंतरापर्यंत ओढून नेण्यासाठी आणि त्यांनी केलेली शिकार घरी नेण्यासाठी पुरुषांच्या शरीराची वैशिष्ट्यं अशा पद्धतीनं उत्क्रांत झाली आहेत.

स्त्रियांना पुरुषांच्या शरीराचा वरचा भाग भक्कम, बांधेसूद असणं आवडतं पण त्याचं दिसणं शरीरसौष्ठव स्पर्धेत पिळदार स्नायू दाखवतात तशा बॉडी बिल्डरसारखं असणं आवडत नाही. कारण तिला असं वाटतं की तिच्या सौदर्यात रस वाटण्यापेक्षा त्याला स्वत:चं सौदर्य जास्त आवडण्याची शक्यता असेल.

मोठ्या फुप्फुसांना सामावून घेण्यासाठी पुरुषाची छाती त्या पद्धतीनं विकसित झाली आहे. मोठ्या फुप्फुसांमुळे पुरुषाला पळताना आणि पाठलाग करताना ऑक्सिजनची जास्त प्रभावीपणे विभागणी होऊन, जास्त कार्यक्षमतेनं श्वासोच्छ्वास करता येतो. भूतकाळातील पिढ्यांमध्ये पुरुषाची छाती जेवढी मोठी (भरदार) तेवढा त्याच्याबद्दल लोकांना जास्त

आदर वाटायचा आणि तितका जास्त अधिकारही त्याला असायचा. आजही अस्तित्वात असलेल्या बहुतेक प्राचीन टोळ्यांमध्ये अशा प्रकारे पुरुषांना मान दिला जातो.

२. लहान घट्ट कुल्ले

सगळीकडील स्त्रियांना पुरुषांचे लहान आणि घट्ट कुल्ले आवडतात पण त्यातल्या फारच थोड्या जणींना त्यांचं चुंबकीय आकर्षण काय आहे हे माहीत असतं. संभोगाच्या वेळी पुरुषाकडून शुक्राणू (पुरुषबीज) यशस्वीपणे स्त्रीच्या शरीरात जाण्यासाठी त्याच्या पार्श्वभागाची जोरात पुढे घुसण्याची हालचाल होणे आवश्यक असते. अशी हालचाल घट्ट पीळदार पार्श्वभागामुळे होते, हे त्यामागचं खरं गुपित आहे. स्त्रियांनाही म्हणूनच लहान आणि घट्ट कुल्ले आवडण्याचं हे कारण आहे. जाडजूड किंवा विसविशीत पुरुषाला पुढची हालचाल करताना फार अवघड जातं आणि सामान्यत: स्त्रीच्या शरीरात घुसताना संपूर्ण शरीराचं वजन त्यावर टाकायची वृत्ती अशा जाड लोकांमध्ये दिसून येते. स्त्रियांसाठी ही परिस्थिती आदर्श नसते. कारण पुरुषाचं संपूर्ण वजन तिच्या अंगावर आल्यानं तिला ते त्रासदायक वाटू शकतं आणि त्यामुळं श्वासोच्छ्वास करणंही तिला अवघड जातं. याउलट लहान घट्ट पार्श्वभागामुळं हे सर्वच काम अतिशय परिणामकारकरित्या होण्याची शक्यता असते.

स्त्रियांना पुरुषांचे पार्श्वभाग (कुल्ले) बघून त्यातले चांगलं-वाईट ठरवता येण्यासाठी इंटरनेटवर अशी अनेक संकेतस्थळं उपलब्ध आहेत.

३. अरूंद कटीप्रदेश आणि पिळदार पाय

पुरुषांचे पाय जेव्हा मर्दानी ताकद आणि सहनशक्तीचे प्रतीक ठरतात तेव्हाच ते स्त्रियांना फार आकर्षक वाटतात. प्राण्यांच्या इतर श्रेष्ठ जातींमध्ये मानव नराचे पाय सर्वांत लांब, शक्तिशाली आणि कोन असलेले असतात. या पायांमुळे आणि अरूंद कटिप्रदेशामुळे तो लांब लांब अंतर वेगाने पळू शकतो, पाठलाग करू शकतो आणि शिकार करू शकतो. स्त्रियांचा कटिप्रदेश रुंद असल्यानं आणि शरीराचं वजन पेलण्यासाठी त्यांचे खालचे पाय आणि पावलं नेहमी बाहेरच्या बाजूला असल्यानं अनेक स्त्रियांना पळणं अवघड जातं. अमेरिकेतील प्रसिद्ध मज्जातंतू मानसशास्त्रज्ञानाचे प्रोफेसर डॉ. देवेंद्र सिंग यांनी असं शोधून काढलं की, स्त्रियांना पुरुषांचे कुल्ले जर त्याचं प्रमाण कंबर ते कुल्ले असं ८०% असेल तर जास्त आवडतात.

सारांश

सध्या समाजात लोक एकटे, अविवाहित राहण्याची साथ आली आहे. एकटेपणाच्या या साथीच्या रोगाच्या विळख्यात अनेक जण अडकत चालले आहेत. पाश्चिमात्य देशांमध्ये गेल्या १०० वर्षांतील लग्नाचं प्रमाण सध्या सर्वांत कमी आहे. २५ वर्षांपूर्वी जे लग्नाचं प्रमाण होतं ते आता निम्म्यावर आलं आहे. ऑस्ट्रेलिया सारख्या काही ठिकाणी कधीच लग्न न केलेल्या प्रौढांचं प्रमाण २८% आहे.

स्त्री आणि पुरुष सुरुवातीच्या काळात शारीरिक वैशिष्ट्यांमुळे प्रेरित होऊन एकमेकांकडे आकर्षित होतात. पण कालांतरानं त्यांना नाउमेद वाटू लागतं (संबंधाबाबत निराशा येते). खरं तर या प्रत्येक प्रकरणात जमेची बाजू असतेच. प्रत्येकाला त्याच्या दिसण्यात सुधारणा करण्याची संधी असते आणि भिन्नलिंगी व्यक्तीला आपल्याबद्दल आकर्षण वाटावं यासाठी जाणीवपूर्वक प्रयत्न करण्याचा निर्णय घेणं आवश्यक असतं. ज्यांनी आहे तसंच राहण्याचा निर्णय घेतला आहे त्यांच्यासाठी सर्वत्र ऑनलाइन डेटिंग, आय. टी. मॅचमेकिंग, फ्लर्ट-अ-थॉन्स, स्पीड डेटिंग यासारख्या जोडीदार निवडण्याच्या इव्हेन्टसूची चलती आहे. न्यू यॉर्क टाइम्सच्या

अंदाजानुसार २००३ मध्ये या व्यवसायात तीन अब्ज डॉलर्सची वार्षिक उलाढाल झाली. स्त्रियांपेक्षा पुरुषांना भिन्नलिंगी जोडीदार भेटणं जास्त अवघड असल्यानं, जगभरात प्रणयाचे खेळ शिकण्याच्या (फ्लर्टिंग) शिकवणीमध्ये पुरुषांची उपस्थिती स्त्रियांपेक्षा जास्त असते.

प्रकरण १६

स्वामित्व, प्रदेश आणि उंचीचे संकेत

जे आपलं आहे असं आपल्याला वाटत असतं, त्याच्यावर आपण शारीरिक मालकी हक्क सांगतो.

एखादी व्यक्ती किंवा वस्तू आपली आहे असा प्रादेशिकतेचा हक्क प्रस्थापित करण्यासाठी आपण त्या व्यक्तीकडे किंवा वस्तूकडे झुकतो. आपण ज्या वस्तूकडे झुकतो आहोत ती जर दुसऱ्याच्या मालकीची असेल तर त्या वस्तूवरचा आपला अधिकार प्रस्थापित करण्यासाठी किंवा ती वस्तू जिची आहे तिला घाबरवण्यासाठी वस्तूकडे झुकण्याची पद्धत वापरली जाते. उदाहरणार्थ, तुमच्या एखाद्या मित्रानं नवी कार, बोट किंवा काही वैयक्तिक गोष्टी खरेदी केल्या आहेत आणि तुम्ही त्या दोघांचा म्हणजे मित्राचा आणि त्यानं खरेदी केलेल्या वस्तूचा फोटो काढणार आहात. तर तो मित्र लगेच त्याच्या नव्या मालकीच्या वस्तूकडे झुकेल, त्याच्यावर पाय ठेवेल किंवा त्याच्याभोवती हात ठेवेल. जेव्हा तो त्याच्या मालमत्तेला स्पर्श करतो तेव्हा तो त्याच्या शरीराचाच वाढवलेला, विस्तारित भाग आहे असं वाटतं आणि तो अशा पद्धतीनं ती वस्तू माझी आहे हे इतरांना सांगतो.

सार्वजनिक ठिकाणी प्रेमिक एकमेकांच्या हातात हात घालून चालतात किंवा एकमेकांच्या भोवती हात टाकून चालतात तेव्हा त्यांच्या स्पर्धकांना सांगू इच्छितात की या व्यक्तीवर माझा मालकी हक्क आहे. बिझनेस एक्झिक्युटिव्हज किंवा व्यवसायातील उच्चपदस्थ आपल्या टेबलावर पाय ठेवून उभे राहतात किंवा कार्यालयाच्या दाराला टेकून उभे राहतात. या कृतीतून ते हे कार्यालय आणि फर्निचर, इतर सामानसुमानावर आपला मालकी हक्क आहे हे दाखवतात. एखादी स्त्री आपल्या नवऱ्याच्या खांद्यावरचा काल्पनिक धागा किंवा धूळ झटकल्यासारखी करते यातून तिला इतर स्त्रियांना सांगायचं असतं की, हा माझा आहे.

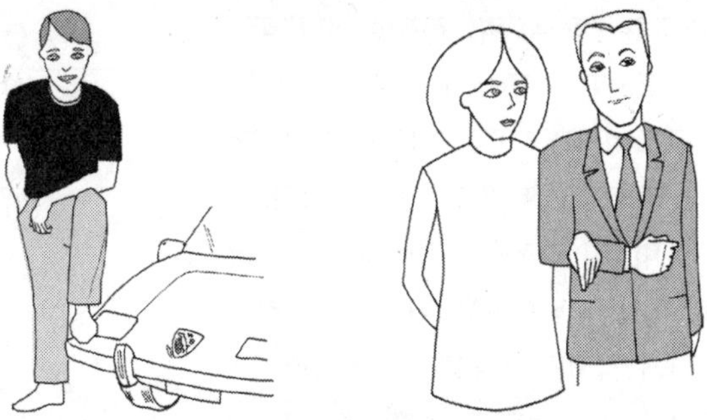

लोक त्या वस्तूचा आपल्या शरीराशी संबंध जोडून त्यावरचा आपला मालकी हक्क प्रस्थापित करतात.

एखाद्या व्यक्तीला सहजासहजी घाबरवण्याचा मार्ग म्हणजे त्याच्या परवानगीशिवाय त्याच्या मालकीच्या वस्तूवर झुकणं, बसणं किंवा त्याचा वापर करणं. याशिवाय दुसऱ्याच्या प्रदेशाचा आणि मालकीच्या वस्तूंचा उघड

व्हिक्टोरिया बेकहम, डेव्हिड बेकहमच्या छातीवर आपल्या हाताचा ठसा उमटवून त्याच्यावरील आपल्या मालकी हक्काला बळकटी आणत आहे.

दुरुपयोग करणं म्हणजे त्याच्या टेबलावर बसणं, त्याला न विचारता त्याची कार घेऊन जाणं अशी घाबरवण्याची ही आणि आणखी काही सूक्ष्म तंत्रं आहेत. एक म्हणजे दुसऱ्याच्या ऑफिसच्या दारावर झुकून उभं राहाणं किंवा दुसऱ्याच्या खुर्चीत बसणं.

विक्रेता जर एखाद्या ग्राहकाला घरी भेटायला गेला तर बसण्यापूर्वी त्यानं ग्राहकाला विचारावं की, 'तुमची खुर्ची कोणती आहे?' कारण तो जर चुकून त्या ग्राहकाच्या म्हणजेच मालकाच्या खुर्चीत बसला तर तो ग्राहक त्यामुळं घाबरून जातो आणि विक्रेत्याबद्दल त्याचं मत वाईट होऊन त्याला बाहेरचाच रस्ता धरावा लागतो.

दुसऱ्याच्या दारावर हात ठेवून त्याला घाबरवणारा

काही लोकांना दुसऱ्याच्या दारावर झुकायची किंवा हात ठेवण्याची सवयच असते आणि ती पहिल्या ओळखीपासून पुढं आयुष्यभर तशीच दुसऱ्याला घाबरवत राहील. अशा लोकांना सरळ उभा पवित्रा घेऊन हाताचे तळवे उघडे ठेवण्याचा सराव करण्यास सांगितलं जातं. त्यांच्या या स्थितीनं लोकांचं त्यांच्याबद्दलचं मत बदलतं आणि त्यांच्याविषयी चांगलं मत तयार व्हायला लागतं. एखाद्या व्यक्तीला आपण भेटलो तर पहिल्या चार मिनिटांतच त्यांचं आपल्याविषयी ९०% मत तयार होतं आणि पहिल्या भेटीत आपल्या भेटीचा ठसा उमटवायची संधी दुसऱ्यांदा मिळत नाही.

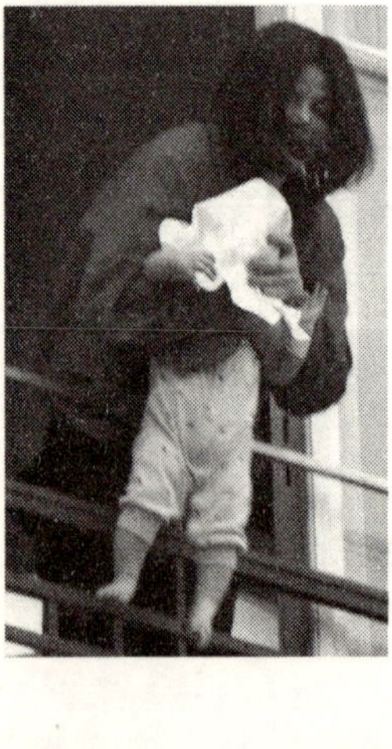
'बाळाला लटकत' ठेवण्याच्या या मायकेल जॅक्सनच्या कुप्रसिद्ध प्रसंगांमध्ये त्याचा उद्देश बाळाच्या आणि त्याच्या चाहत्यांमधील अंतर कमी करून त्यांना काही काळ तरी ते बाळ आपलं आहे अशी भावना निर्माण करणं हा होता. मात्र बाळ आणि जमीन यांच्यातील अंतर किती असावं हे काही त्याच्या लक्षात आलं नाही.

साहेबाच्या खुर्चीला जर हात नसतील (असं असणं असंभवनीय आहे, कारण सामान्यत: जो अभ्यागत असतो त्याच्या खुर्चीला हात नसतात) तर ते एक किंवा दोन्हीही पाय टेबलावर घेऊन बसलेले दिसतील. याच वेळी जर त्यांचा वरिष्ठ त्यांना भेटण्यास आला तर साहजिकच साहेब आता त्याच्यापुढे कनिष्ठ होतात. त्यामुळं ते टेबलावर पाय ठेवून तसंच बसून राहून प्रदेशावरील आपली मालकी दाखवत राहतील हे अशक्य आहे. पण कोठेतरी सूक्ष्मपणे आपली मालकी दाखवण्यासाठी साहेब टेबलाच्या तळातील ड्रॉवरवर (खणावर) आपले पाय ठेवून बसतील आणि जर टेबलला ड्रॉवर नसतील तर ते टेबलाच्या पायावर ठामपणे आपला पाय आडवा ठेवून आपलं स्वामित्व सिद्ध करण्याचा प्रयत्न करतील.

व्यक्ती टेबलावरील आपली मालकी सिद्ध करत आहे.

शरीर खाली झुकवणं आणि स्थान

इतिहासकाळापासून तुमचं शरीर दुसऱ्या व्यक्ती पुढे ताठ करणं किंवा खाली झुकवणं याचा वापर श्रेष्ठत्व किंवा कमीपणाचं नातं दर्शवण्यासाठी केला जातो. राजघराण्यातील व्यक्तींचा उल्लेख आपण 'युवर हायनेस' असा करतो आणि हीन कृत्य करतो त्याला आपण 'नीच', 'हलकट' किंवा 'हलक्या प्रतीचं जीवन जगणारे' असं म्हणतो. कोणालाही आपला उल्लेख तो 'संकुचित वृत्तीचा' आहे असा केलेला आवडत नाही. 'दुसऱ्याला खाली पाहाणं' किंवा 'उद्दिष्टपूर्तीमध्ये ते कमी पडले' असेही वाक्प्रचार आपण वापरत असतो. निषेध मोर्चातील वक्ता बोलताना इतरांपेक्षा जरा उंचावर (सोप बॉक्सवर) उभा राहातो. न्यायालयात न्यायाधीश

इतरांपेक्षा उच्चासनावर बसतात. ऑलिम्पिकमधील सुवर्णपदक विजेता इतर पदक विजेत्यांपेक्षा उंचावर उभा राहातो. गगनचुंबी इमारतीतील वरच्या मजल्यावर राहणारा, खाली जमिनीवर राहणाऱ्यापेक्षा जास्त अधिकार गाजवतो. काही संस्कृतींमध्ये 'उच्च वर्ग' आणि 'खालचा वर्ग' अशी समाजाची विभागणी केलेली असते. औषधं तयार करणारा आणि विकणारा इतरांपेक्षा १८ इंच जास्त उंचीवर उभा राहतो.

मोठ्या लोकांच्या वर्तनासंबंधी इंग्रजी भाषेत जे वाक्प्रचार आहेत त्यात 'हाय', 'राइझ', 'पेडेस्टेल' अशा शब्दांचा वापर मोठ्या प्रमाणावर आढळतो. देव-देवतासुद्धा कधीही ओबडधोबड घरात किंवा सपाटीवरच्या भागात राहत नाहीत, ना ते दरी खोऱ्यात राहातात. ते राहतात ऑलिम्पस पर्वतावर किंवा स्वर्गात वर. बैठकीवर किंवा सभेवर नियंत्रण मिळवायचे असेल तर उभं राहून बोलायला हवं हे प्रत्येकालाच माहीत असतं.

दुसऱ्यापुढे कमीपणा किंवा शरणागती दाखवायची असेल तर आपण झुकतो, उंची कमी करतो आणि जर आपल्याला स्थान आणि दर्जा हवा असेल तर उंची वाढवतो.

राजघराण्यातील व्यक्तींपुढे आपलं लहानपण दर्शवण्यासाठी स्त्रिया खाली झुकून, गुडघे वाकवून अभिवादन करतात तर पुरुष त्यांचे डोके खाली

झुकवतात किंवा त्यांची हॅट काढतात. सध्या केला जाणारा आधुनिक नमस्कार किंवा सॅल्यूट हा स्वत: लहान दिसण्यासाठी हॅट काढून केलेल्या कृतीचा अवशेष आहे. व्यक्ती प्रतिकात्मकरित्या हॅट काढायला जाते आणि त्याचा सॅल्यूट हा आधुनिक परिणाम घडून येतो. आजच्या हॅट न घालणाऱ्या जमान्यात पुरुष स्त्री दिसली की कपाळावर जो साधा हात ठेवतो ते म्हणजे त्याचे पूर्वज हॅट काढायचे त्या सवयीचाच हा उरलेला अवशेष आहे. समोरच्या व्यक्तीपुढे तुम्हाला किती नम्रता आणि कमीपणा दाखवायचा आहे त्या प्रमाणात तुम्ही तुमचे शरीर त्याच्यापुढे वाकवता.

काही लोकांना रॉजर हा संस्थेचा कणा आहे असं वाटतं.
इतर मात्र त्याची एवढी उंची मानायला तयार नाहीत.

जपानी उद्योग व्यवसायांनी परत एकदा त्यांच्या कर्मचाऱ्यांना 'झुकण्याच्या यंत्रा'ची ओळख करून दिली आहे. हे यंत्र कर्मचाऱ्यांना कोणापुढं नेमक्या किती कोनात झुकायचं याचं प्रशिक्षण देते. ग्राहक उत्पादनाकडे 'सहज नुसताच पाहणारा' असेल तर त्याच्यापुढे सामान्यत: १५ अंशांमध्ये झुकायचं आणि जर पुढचा उत्पादन 'विकत घेणारा' असेल तर त्याच्यापुढे ४५ अंशांपर्यंतच्या कोनात झुकायचं. उद्योग-व्यवसायात सामान्यपणे जो व्यवस्थापनापुढे झुकलेला असतो त्याला इतरांकडून 'बूट चाटणारा', 'लाळघोट्या', 'रांगणारा' अशी मानहानीकारक नावं ठेवली जातात.

गावातील ती बडी हस्ती आहे

राजकीयदृष्ट्या हे बरोबर नसेलही कदाचित पण अभ्यासांवरून खात्रीलायकरीत्या असं सिद्ध झालं आहे की, उंच लोक बुटक्या लोकांपेक्षा जास्त यशस्वी, निरोगी आणि दीर्घायुषी असतात. न्यूझीलंडमधील कॅन्टरबरी विद्यापीठाच्या प्रायोगिक मानसशास्त्राचे प्रमुख डॉ. ब्रूस एलिस यांना असं आढळून आलं की, उंच माणसांना बुटक्या माणसांपेक्षा पुनरुत्पादनाबाबत जास्त यश मिळतं. टेस्टोस्टेरॉनच्या वाढलेल्या पातळीचा आणि उंचीचा संबंध असतो हे एक तर त्याचं कारण आहेच याशिवाय स्त्रिया आपल्यापेक्षा उंच पुरुषांची जोडीदार

म्हणून निवड करतातही पण एक महत्त्वाची बाब आहे. उंच पुरुष हे जास्त काळजी घेणारे, संरक्षण करणारे वाटतात आणि त्यांचे हे गुण जीन्समधून (गुणसूत्रातून) पुढच्या पिढीकडे जातील, असंही त्यांच्याबद्दल वाटतं. आपल्या उंचीचा उघड फायदा घेऊन पुरुष आपल्यापेक्षा कमी उंचीच्या स्त्रियांना पसंती देतात.

तुम्ही उंचीने जेवढे कमी असाल तेवढे तुम्हाला पुरुषांकडून अधिक अडथळे येण्याची शक्यता असते, ते त्रास देण्याची शक्यता असते. आमची एक स्त्री ग्राहक, अकाऊंटिंगमधील एका मोठ्या कंपनीत वरिष्ठ व्यवस्थापक पदावर काम करत होती. या कंपनीत पुरुषांची संख्या जास्त होती. तिची उंची केवळ ५ फूट १ इंच (१.५५ मीटर) होती. व्यवसायविषयक बैठकीत तिचे सहकारी सातत्याने तिच्या बोलण्याच्या वेळी अडथळे आणतात अशी तिची तक्रार होती. त्यांच्या या त्रासामुळे क्वचितच तिला आपली कल्पना संपूर्णपणे मांडता यायची किंवा कधी कधी तर तिला तिची वाक्यंही पुरी करता यायची नाहीत. यातून मार्ग काढण्यासाठी आम्ही युक्तीनं एक धोरण आखलं. यामध्ये तिनं उभं राहायचं आणि कॉफी टेबलकडे जायचं असं ठरवण्यात आलं. जेव्हा ती परत आधी बसली होती त्या ठिकाणी आली त्या वेळी ती न बसता उभं राहूनच बोलली, तिचे विचार तिनं मांडले. या वेळी तिला जो सकारात्मक प्रतिसाद मिळाला त्यानं ती आश्चर्यचकित झाली. पूर्वी अशा प्रसंगात ती कधीच कॉफी प्यायची नाही. पण या प्रसंगात ती कॉफी पिण्यासाठी उभी राहिली आणि नंतर बोलण्यासाठी उभी राहिली. त्या वेळी इतर लोक बसलेले होते. त्यामुळं ती उंच वाटू लागली, तिच्या बोलण्यात अधिकार जाणवू लागला. अशा तऱ्हेनं, उंचीचा वेगळा विचार करून तिनं त्या परिस्थितीशी स्वत:ला जुळवून घेतल्यानं तिला यश मिळालं.

तुम्ही नेहमी उंच पुरुषांबरोबर बुटक्या स्त्रिया पाहता, पण याउलट उंच स्त्रियांबरोबर बुटके पुरुष असं क्वचितच पाहायला मिळतं.

आमच्या चर्चासत्रांतून आम्हाला असं आढळून आलं की वरच्या पातळीवरचे व्यवस्थापक इतरांपेक्षा विशेष उंच असतात. व्यवस्थापन संस्थांच्या सहकार्यानं आम्ही एक अभ्यास केला. कंपनीमध्ये संचालकपदासारख्या महत्त्वाच्या पदांवर काम करणाऱ्या २५६६ व्यवस्थापकांची उंची आणि पगार (वेतन) यांची आम्ही नोंद केली. आम्हाला यातून असं आढळून आलं की, व्यक्ती स्त्री किंवा पुरुष कोणीही असली तरी कंपनीच्या निकषापेक्षा जर त्यांची उंची जास्त असेल तर त्यांना पगार जास्त मिळत होता. म्हणजे उंची एक इंचाने जास्त असेल तर त्याच्या सॅलरी पॅकेजमध्ये जवळजवळ ४०० पौंडांची वाढ व्हायची. अमेरिकेतील एका संशोधनातून असं आढळून आलं की, उंचीचा आणि आर्थिक यशाचाही संबंध आहे. वॉल स्ट्रीटवर तर उंचीचा एक इंच वाढला की त्याला ३४० पौंड तरी जास्त मिळतात. खरं तर सरकारी विभागांमध्ये, विद्यापीठांमध्ये व्यक्तींची कार्यक्षमता, कौशल्यं, समानता याचा विचार करून लोकांना बढती द्यावी, उंचीच्या आधारे नाही असं गृहीत धरण्यात आलं आहे पण इथंही उंची आणि पगाराचा परस्परसंबंध असल्याचं आढळून आलं आहे. एका अमेरिकन अभ्यासातून असं दिसून आलं की, उंच लोकांना अमेरिकन कंपन्यांमध्ये सर्वोत्कृष्ट नोकऱ्या तर मिळाल्याच पण सुरुवातीपासून चांगला पगारही मिळाला. ज्यांची उंची ६ फूट २ इंचांपेक्षा (१.९ मी.) जास्त होती त्यांना सहा फुटांपेक्षा (१.८५ मी.) ज्यांची उंची कमी होती, त्यांच्यापेक्षा १२% जास्त पगार मिळाला.

काही लोक टीव्हीवर उंच का दिसतात

टीव्हीवर जे लोक उंच 'वाटतात' ते टीव्हीवरील राजकारणात चांगली कामगिरी करतात. टीव्हीच्या पडद्यावर आपल्याला एखादी व्यक्ती फक्त ६ इंच (१५ सेंमी) उंच आहे असं दिसतं आणि ती व्यक्ती खरी किती उंच आहे हे ठरवणं आपल्या सुप्त मनावर सोडलं जातं. त्यांनी आपण त्यांची जी उंची ठरवतो आणि त्यांना जे अधिकार देतो त्याचा त्यांनी टीव्हीवर आपल्यापुढे जे सत्ता आणि अधिकाराचं सादरीकरण

केलेलं असतं त्याच्याशी थेट संबंध असतो. म्हणूनच उंचीनं बुटके नट, राजकारणी, इतर काही महत्त्वाच्या व्यक्ती, टेलिव्हिजनवर चांगली कामगिरी बजावतात. उंच असल्याचा सहज अभिनय करून. उदाहरणार्थ, ऑस्ट्रेलियन पंतप्रधान जॉन हॉवर्ड यांना त्यांचं टेलिव्हिजनवरील सौम्य आणि शांत वागणं पाहून लोकांनी त्यांना 'लिटिल जॉनी' असं टोपण नाव ठेवलं होतं. आमच्या सर्वेक्षणातून असं दिसून आलं की मतदारांनी त्यांची उंची ५ फूट ६ इंच (१.६७ मी.) असावी असं सांगितलं होतं. साधारणत: पुरुषांच्या दृष्टीनं ही उंची कमी मानली जाते. खरं तर त्यांची प्रत्यक्षात उंची ५ फूट ९ उंच (१.७५ मी.) होती. त्यांच्या अनेक प्रतिस्पर्ध्यांपैकी एक माजी पंतप्रधान बॉब हॉक टिव्हीवर नेहमी स्वत:ला 'मोठं' दाखवत असल्याने ते ६ फुटांपेक्षा (१.८५ मी.) जास्त उंच आहेत असं वाटायचं. खरं तर ते ५ फूट ७ इंच (१.७ मी.) उंच होते.

टेलिव्हिजनवरची तुमची चांगली कामगिरी तुम्ही उंच आहात असं भासवते.

विल्सन यांनी (१९६८मध्ये) याबाबत पहिल्यांदाच केलेल्या संशोधनामध्ये ज्यांना असं आढळून आलं की, एक विद्यार्थी इतर विद्यार्थ्यांना उद्देशून बोलताना, तो ५ फूट ८१/२ इंच उंच असावा असं त्याचं ऐकणाऱ्या विद्यार्थ्यांना वाटलं. याच विद्यार्थ्याची ओळख त्या वेळी प्रोफेसर म्हणून करून देण्यात आली. तेव्हा ऐकणाऱ्यांनी त्याची उंची ६ फूट ३ इंच (१.९ मी.) असावी असं मत व्यक्त केलं. प्रभावी बोलणं किंवा छाप पडेल असं तुमचं स्थान असेल तर तुम्ही उंच आहात असं ऐकणाऱ्यांना वाटतं.

जमिनीवरील प्रयोग

उंचीबरोबर अधिकारही प्राप्त होतो, याची परीक्षा घेण्यासाठी तुमच्या मित्रावर एक प्रयोग करून बघा. प्रथम तुम्ही जमिनीवर झोपा आणि तुमच्यात आणि तुमच्या मित्राच्या उंचीत जास्तीत जास्त फरक जाणवण्यासाठी त्याला तुमच्या जवळ उभं राहायला सांगा. नंतर तुमच्या मित्राला शक्य तेवढ्या मोठ्यानं, जोरजोरात आणि ताकदीनं तुमच्यावर

ओरडायला सांगा. नंतर स्थिती बदला. त्याला झोपायला सांगा आणि तुम्ही उभे राहा आणि आधी जे तो तुम्हाला ओरडला होता ते त्याला परत ओरडायला सांगा. तुम्हाला असं लक्षात येईल की, तुमच्या मित्राला झोपून तसं बोलणं जवळजवळ अशक्य वाटतंय. त्याचा आवाज वेगळा यायला लागेल आणि तो आवाजातला अधिकारच गमावून बसेल.

उंचीचे दुष्परिणाम

उंचीमुळं सदैव फायदाच होतो असं मात्र नाही. तो नेहमी बोनस असतो असं नाही. उंच माणसांना बुटक्या माणसांपेक्षा जास्त मान मिळतो हे जरी खरं असलं तरी समोरासमोर होणाऱ्या संकटात जास्त उंची हानीकारक ठरू शकते. उदाहरणार्थ, 'समान पातळीवर चर्चा करायची असेल' किंवा 'समोरच्याच्या डोळ्यास डोळे भिडवून चर्चा करायची असेल तर' किंवा 'तुमची शक्ती जास्त आहे असं दुसऱ्याला वाटायला नको असेल तर या सगळ्याच वेळी जास्त उंची उपयोगी ठरत नाही.

ब्रिटनमध्ये फिलिप हेईनीसी या ६ फूट ८ इंच (२ मी.) उंचीच्या रासायनिक पदार्थ विक्रेत्याने उंच व्यक्तींचा एक क्लब सुरू केला. समाजातील उंच व्यक्तींच्या व्यावहारिक, वैद्यकीय आणि सामाजिक गरजा ओळखून त्यानुसार त्यांना मदत करणं, त्यांना प्रोत्साहन देणं हा या क्लबचा मुख्य उद्देश होता. त्याला असं आढळून आलं की, त्याच्या उंचीची ग्राहकांना भीती वाटायची, कोणीतरी आपल्यावर काहीतरी लादतोय असं त्यांना वाटायचं, त्यामुळे तो काय बोलतोय याच्यावर ते लक्ष केंद्रित करू शकत नव्हते. नंतर त्यांच्या असं लक्षात आलं की, त्यानं जेव्हा बसून विक्रीसंबंधीचं सादरीकरण केलं तेव्हा वातावरणात चांगला संवाद होण्याच्या दृष्टीनं उपयुक्त बदल घडून आला. त्याच्या शरीराचा लोकांना धाक वाटला नाही. उलट त्याला याचा प्रचंड फायदा होऊन त्याच्या विक्रीमध्ये ६२% नी वाढ झाली.

काही वेळा शरीर झुकवल्यानं स्वतःचं स्थान वाढतं

काही वेळा परिस्थितीच अशी निर्माण होते की त्यामध्ये तुमचं शरीर झुकवणं हा अधिकार दाखवण्याचा संकेत असतो. एखाद्या व्यक्तीच्या

घरी तुम्ही गेलात आणि खाली मान घालून त्यांच्याकडच्या आरामखुर्चीत बसलात आणि त्या वेळी घराचा मालक उभा असला तर वर उल्लेख केलेल्या स्थितीचा अनुभव येतो. या प्रसंगातील संपूर्णत: अनौपचारिक स्थितीत तुम्ही दुसऱ्या व्यक्तीच्या प्रदेशात जाऊन त्याच्यापुढे अधिसत्ता गाजवण्याची आणि आक्रमकतेची वृत्ती प्रकट करता.

व्यक्ती नेहमी स्वत:च्या मालकीच्या प्रदेशाबाबत विशेषत: त्याच्या घरात श्रेष्ठ व संरक्षक भूमिकेत वावरत असते. म्हणूनच त्याच्या घरात त्याच्या बरोबर वागताना स्वत:कडे कमीपणा घेणाऱ्या हालचालींचा आणि वर्तनाचा परिणामकारकरीत्या सराव करा, त्यामुळे ती व्यक्ती तुमच्या विरोधात न राहता तुमच्या बाजूने येईल.

टीव्हीवरील राजकारणी मतं कशी मिळवू शकतात

गेल्या तीन दशकांपेक्षा अधिक काळ आम्ही इतर लोकांना तुमचं वागणं विश्वासार्ह आणि विश्वसनीय कसं वाटेल यासंबंधी काय करायचं याचा सल्ला देतो. यामध्ये रॉकस्टारपासून ते राजकारणी लोकांपर्यंत आणि हवामान अंदाज सांगणाऱ्यापासून ते पंतप्रधानापर्यंतच्या सर्व थरांतील, सर्व प्रकारच्या लोकांचा समावेश आहे. एका प्रसंगात राजकारणातील दोन नेत्यांना टेलिव्हिजनवरील दोन चर्चांसाठी बोलावण्यात आलं. विषय होता की ते देश कसा चालवतील? एक उमेदवार त्याला आपण 'अ' म्हणू या – तो ५ फूट ९ इंच होता (१.७५ मी) पण त्याच्या सौम्य, शांत वृत्तीमुळं मतदारांना तो कमी उंचीचा (बुटका) वाटला. याउलट त्याचा प्रतिस्पर्धी 'ब' ६ फूट २ इंच (१.९ मी.) उंच होता आणि त्याच्या आग्रही आणि अधिकार गाजवण्याच्या वृत्तीमुळं मतदारांना तो आहे त्यापेक्षा आणखी जास्त उंच वाटला. टीव्हीवरच्या पहिल्या चर्चेनंतर, उंच व्यक्तीपेक्षा बुटक्या व्यक्तीला फारच कमी मतं पडली (उंच व्यक्तीपेक्षा बुटक्या व्यक्तीच्या कामगिरीला लोकांचा नकारात्मक प्रतिसाद मिळाला). त्यामुळे 'अ' उमेदवारानं आमची भेट घेतली आणि आम्हाला याबाबत सल्ला विचारला. आम्ही त्याला अनेक उपाय सुचवले. यामध्ये तो बोलायला ज्या पोडियमसमोर उभा राहत होता,

त्याचा ४ इंच (१० सेंमी) भाग कापायला सांगितलं. त्यामुळे पोडियमच्या वरच्या भागातून बघितलं तर त्या टेबलाच्या वरच्या भागातील आणि त्याच्या हनुवटीतील अंतर 'ब' उमेदवाराइतकंच वाटायला लागलं. आम्ही 'अ'ला टिव्ही कॅमेरा किंचित खालच्या बाजूला करायची सूचना केली त्यामुळं तो कॅमेरा वरच्या वरच्या दिशेनं चित्रीकरण करायला लागला आणि त्यामुळं 'अ' उंच वाटू लागला आणि त्याला सांगितलं की मतदारांना जो संदेश तुला द्यायचा असेल तो थेट कॅमेऱ्याकडे बघून दे, म्हणजे तू त्यांच्याशी वैयक्तिकरीत्या बोलतो आहेस असं त्यांना वाटेल. या सगळ्या सूचनांचा फायदा झाला आणि या दुसऱ्या चर्चेनंतर 'अ' स्पष्टपणे विजयी होत असल्याचं दिसून आले. प्रसारमाध्यमांनी त्याचं वर्णन केलं की 'त्याच्यात आता अधिकाराची आणि नेतृत्वाची नवी जाणीव दिसून येत आहे.' निवडणुकीनंतर 'अ' निवडून येऊन देशाचा नेता बनला. यातून शिकण्यासारखे धडे हे की निवडणुकीच्या काळातील चर्चांमध्ये राजकारणी लोक काय म्हणतात याच्यात मतदारांना खूपसा असा रस नसतो आणि राजकारणी लोक काय बोलले हे ही ते फारसे लक्षात ठेवत नाहीत. मतदार, अंतिमत: देशाचा नेता बनण्यास जी व्यक्ती योग्य आहे असा विश्वास त्याला वाटतो तिलाच मत देते.

रागावलेल्या माणसाला शांत कसं करावं

समोरच्या माणसांच्या तुलनेत जाणीवपूर्वक स्वत:ला लहान समजून वागल्यास इतरांना आपली भीती वाटणार नाही. आता आपण एक उदाहरण घेऊ ज्यामध्ये तुम्ही वाहन चालवताना किरकोळ गुन्हा केला आहे. अशा प्रसंगात देहबोलीच्या काय काय हालचाली होतात, हे पाहू या. गुन्हा अगदी साधा असेल की तुम्ही 'थांबा' असा संकेत दिला असताना थांबला नाहीत किंवा दुसऱ्या वाहनाला जायला वाट करून दिली नाहीत किंवा वेगानं गाडी चालवत आहात आणि या वेळी पोलिस तुम्ही काय केलंय हे बघतो आणि तो अधिकारी तुमच्या वाहनाकडे येतो. तो आता तुम्हाला प्रतिपक्षी (शत्रू) समजायला लागला आहे. अशा परिस्थितीत इतर चालक त्यांच्या कारमध्येच थांबणं पसंत करतात. अशा

वेळी तुम्ही कारची काच खाली करता आणि स्वत:च्या समर्थनार्थ काही सबबी सांगायला लागता किंवा मी गुन्हा केलाच नाही असं म्हणता. अशा वेळी नकारात्मक देहबोली अशा प्रकारे असते –

१. पोलिस अधिकाऱ्याला त्याचा प्रदेश (म्हणजे गस्त घालणारं त्याचं वाहन) सोडून तुमच्या प्रदेशाकडे (म्हणजे तुमच्या वाहनाकडे) यावं लागतं.
२. तुम्ही दोषी असाल हे त्यानं तात्पुरतं गृहीत धरलेलं असल्यानं, तुम्ही ज्या वेळी सबबी सांगायला लागता तेव्हा पोलिस अधिकाऱ्याला तो त्याच्यावरील हल्ला वाटतो.
३. तुम्ही कारमध्येच थांबून राहिल्यानं तुमच्यात आणि पोलिस अधिकाऱ्यांच्यात अडथळा निर्माण होतो.

एकूण परिस्थितीचा विचार करता या प्रसंगात पोलिस अधिकारी तुमच्यापेक्षा वरचढ ठरतो आणि तुम्ही जर त्याच्याशी तुम्ही आत्ता जसे वागता तसे वागलात तर परिस्थिती आणखी बिघडत जाऊन तुमचं तिकीट कटण्याची शक्यता वाढणार आहे. पोलिसांनी तुम्हाला बघितलं अशा परिस्थितीत तुम्ही खालीलप्रमाणे वागायचा प्रयत्न करा –

१. तुम्ही कारमधून (तुमच्या प्रदेशातून) लगेच बाहेर या आणि पोलिस अधिकाऱ्याच्या कारकडे (त्याच्या प्रदेशाकडे) जा. त्यामुळं त्याला त्याची जागा सोडावी लागणार नाही. म्हणजे त्याची गैरसोय होणार नाही. (अमेरिकेत मात्र असं करू नका कारण तिथं असं अचानक उतरून अधिकाऱ्याकडे जाताना 'लिड पॉयझनिंग' होण्याची शक्यता असते).
२. पोलिस अधिकाऱ्यापुढे तुमचे शरीर थोडे वाकवून मान खाली करून उभे राहा म्हणजे त्याच्यापेक्षा तुम्ही लहान दिसाल.
३. तुम्ही किती बेजबाबदार आहे हे सांगून तुमचं स्थान तुम्ही खाली आणा आणि त्यांनी तुमची चूक दाखवून दिल्याबद्दल त्यांचे आभार माना आणि तुमच्यासारख्या मूर्खाबरोबर त्यांना

व्यवहार करावा लागणं, हे किती अवघड काम आहे हे तुम्हाला कळलं आहे, असं सांगून त्याचं स्थान मोठं करा.

४. तुमचे दोन्ही तळवे त्याच्यापुढे उघडे करा आणि थरथरत्या आवाजात तुम्हाला तिकीट देऊ नका असं त्याला सांगा. तुम्ही जर स्त्री असाल आणि अधिकारी जर पुरुष असेल तर खूप हसा, वारंवार डोळे मिचकवा आणि उच्च पट्टीत बोला. पण जर तुम्ही पुरुष असाल आणि तोही पुरुष असेल तर तिकीट घ्या आणि मुकाट्यानं दंड भरा.

प्लिज, कृपया माझं तिकीट फाडू नका आणि दंड भरायला लावू नका.

तुम्ही जर अशा प्रकारे नम्रपणे वागलात तर पोलिस अधिकाऱ्याला तुमचा धाक वाटणार नाही आणि त्याला आई-वडील ज्याप्रमाणे मुलाला रागावतात तशी भूमिका घेण्यास प्रोत्साहन मिळेल आणि तो तुम्हाला कडक ताकीद देऊन, तुमचा पुढचा रस्ता धरायला सांगेल. तिकीट फाडणार नाही. आम्ही सांगितल्याप्रमाणे जर तुम्ही हे तंत्र वापरलंत तर तुमचं तिकीट फाडण्यापासून तुम्ही वाचण्याची ५०% पर्यंत शक्यता असते आणि ५०% पोलिसांनी तुम्हाला खेचून घेऊन जाण्याची शक्यता असते.

अशाच प्रकारे हेच तंत्र जर एखादं गिऱ्हाईक (ग्राहक) तावातावानं काही दोष असलेल्या वस्तू परत करायला किरकोळ विक्रीच्या दुकानात (स्टोअरमध्ये) किंवा कशाविषयी तक्रार करायला आलं तर त्या वेळी वापरता येतं. या घटनेत स्टोअर काऊंटर हा ग्राहक आणि दुकानातील कर्मचाऱ्यामधील अडथळा ठरतो. कर्मचारी जर काऊंटरपलीकडेच थांबले तर गिऱ्हाईकाला शांत करणं अवघड होऊन बसतं आणि त्यामुळे 'तू

विरुद्ध मी' अशी परिस्थिती निर्माण होते. त्यामुळे ग्राहक आणखीनच रागावतो. हेच जर कोणी कर्मचारी काऊंटरच्या पलीकडून बोलण्यापेक्षा ग्राहकाच्या बाजूला येऊन स्वतःचं शरीर थोडं झुकवून नम्रपणे बोलला आणि त्यानं हाताचे तळवे त्याला दाखवले आणि जे तंत्र आपण पोलिस अधिकाऱ्याबाबत वापरलं तर ते रागावलेलं गिऱ्हाईक शांत होण्याची शक्यता असते. टेबलाच्या किंवा काऊंटरच्या मागेच थांबल्यामुळे राग आणखी वाढण्याची शक्यता असते. अशा प्रकारे अनेक ठिकाणी हे तंत्र वापरून रागावलेल्या माणसांना शांत करता येतं.

प्रेमाचा आणि उंचीचा काय संबंध असतो

पोलिश मानववंशशास्त्रज्ञ डॉ. बोगुस्लाव पावलोवस्की यांना असं आढळून आलं की, आदर्श नातेसंबंधात, दोघांच्या उंचीतील फरकाचे प्रमाण १:१.०९ असं असणं सर्वात जास्त महत्त्वाचं असतं. त्याच्यापुढे विश्वास, पैसा आणि मान-सन्मान या गोष्टीही कमी महत्त्वाच्या ठरतात. सन २००४मध्ये त्यांनी केलेल्या अभ्यासावरून असं दिसून आलं की वैवाहिक जीवनातील शाश्वत सुखासाठी पुरुष त्याच्या जोडीदारापेक्षा १.०९ पट उंच असला पाहिजे. या सूत्राप्रमाणे उंची नसल्यामुळे प्रेमप्रकरणं अपयशी झाल्याची अनेक उदाहरणं आहेत. त्यातलं एक उदाहरण म्हणजे निकोल किडमन (५ फूट ११ इंच, १.८ मी) आणि टॉम क्रूज (५ फूट ७ इंच, १.७ मी.) यांचं प्रेमप्रकरण.

या प्रमाणात जी जोडपी योग्य प्रकारे बसली ती यशस्वी झाली. त्यामध्ये खालील जोडप्यांचा समावेश आहे :

चेरी ब्लेअर आणि टोनी ब्लेअर = १.१०
जेनिफर ॲनिस्टन आणि ब्रॅंड पीट = १.११
व्हिक्टोरिया बेकहम आणि डेव्हिड बेकहम = १.०९

आणि तांत्रिकदृष्ट्या या प्रमाणात न बसलेली जोडपी :

कॅमिला पार्कर-बॉवल्स आणि प्रिन्स चार्लस = १.०१
पेनी लॅंकेस्टर आणि रॉड स्टुअर्ट = ०.९७

उंच आहे असं दाखवण्याचे काही उपाय

तुम्ही जर बुटके-कमी उंचीचे असाल तर तुम्हाला घाबरणाऱ्या उंच माणसाची शक्ती कमी करण्यासाठी, त्यांचा प्रभाव कमी करण्यासाठी तुम्हाला काही उपाय योजता येतील. स्त्रियांच्या बाबतीत तर हे फार महत्त्वाचं ठरतं कारण स्त्रिया पुरुषांपेक्षा सरासरी २ इंचांनी (५ सेंमी.) बुटक्या असतात. तुमचं ज्यावर नियंत्रण राहील अशा जागेची तुम्ही निवड करा, तिथं वेगवेगळ्या उंचीच्या खुर्च्या ठेवा आणि उंच माणसांना कमी उंचीच्या खुर्च्यांवर बसायला सांगा. बसल्यानंतर उंचीचा प्रभाव कमी जाणवतो आणि जर (विश्वास बसणार नाही असा) जाड माणूस कमी उंचीच्या सोफ्यावर बसला तर तो अगदीच शक्तिहीन वाटायला लागतो. टेबलाच्या विरुद्ध बाजूला शेवटी बसल्यानं तसंच एखाद्याच्या ऑफिसमध्ये तो बसलेला असताना त्याच्या ऑफिसच्या दारावर झुकून उभं राहण्यानंही खूप फरक पडतो. बारमध्ये, गर्दीत, कारमध्ये किंवा विमानासारख्या सार्वजनिक ठिकाणी बोलताना उंच सहकाऱ्यांच्या युक्त्या-प्रयुक्त्यांना मर्यादा पडते. कोणी तुमच्यावर शिरजोरी करण्याचा प्रयत्न करत आहे किंवा तुम्ही बसलेले असताना तो उभा राहिला असेल तर तुम्ही उठून उभे राहा आणि एखाद्या प्रश्नावर चर्चा चालू असताना खिडकीजवळ जाऊन बाहेर पाहायला लागा. त्यामुळे चर्चेबाबत तुम्ही खूप सखोल विचार करत आहात असं वाटतं आणि अशा वेळी उंच माणूस बसलेला असल्यानं आणि तुम्ही त्याच्याकडे बघत नसल्यानं त्याला अशा वेळी उंचीचा काहीच फायदा होणार नाही. शेवटी तुम्ही जर निश्चयी आणि आग्रही भूमिका घेतली तर उंचीतील फरक आणखी कमी जाणवतो. या उपायांचा वापर केल्यास तुम्हाला घाबरवणाऱ्या उंच माणसांवर तुम्ही मात करू शकाल आणि तुमच्यापेक्षा आम्ही एक दोरी वर आहोत, असं दाखवणाऱ्यांनाही तुम्ही धडा शिकवाल आणि तुमच्या कृतीनं तुम्ही 'सर्वांपेक्षा उंच' आहात हे सिद्ध कराल.

सारांश

उंचीतील फरकांचा नातेसंबंधांवर जरी महत्त्वपूर्ण परिणाम होत असला तरी उंची आणि अधिकार या नेहमीच आपल्या दृष्टिकोनावर अवलंबून असलेल्या गोष्टी आहेत. बुटके लोक त्यांच्या राहण्यातून आणि कृतीतून त्यांची उंची वाढवू शकतात. कमी उंचीच्या लोकांनी जर गडद रंगाचे कपडे घातले, तसंच त्यांनी जर पीन स्ट्रिपड् सूट किंवा ट्राऊजर सूट घातले, सौम्य शांत मेकअप (स्त्रियांसाठी) केला आणि मोठ्या आकाराची घड्याळं घातली तर त्या व्यक्ती उंच आहेत असंच लोकांच्या लक्षात राहील. घड्याळाचा आकार जितका लहान तितका त्या व्यक्तीचा प्रभाव कमी दिसून येतो. सरळ, ताठ उभं राहणं, ताठ बसणं, उंच असल्यासारखं चालणं यामुळे तुमच्या दिसण्यात आत्मविश्वास येईल आणि आत्मविश्वासामुळे तुमच्या उंच दिसण्याच्या हालचाली आणखी प्रभावीपणे होतील. कारण आणि परिणामाच्या नियमानुसार हालचाली प्रभावी झाल्याने तुम्ही आत्मविश्वासपूर्ण दिसाल.

प्रकरण १७

बसण्याच्या पद्धती – कोठे बसावे आणि का

हं! नि:संकोच, स्वत:चं घर असल्यासारखं बसा आणि बोला

इतर लोकांच्या संदर्भात तुम्ही कोठे बसता यावरून तुम्हाला त्यांच्याकडून परिणामकारक सहकार्य मिळणार की नाही हे ठरतं. तुमच्या संदर्भात ते कुठे बसतात यावरून त्यांच्या स्वभावाचे तुमच्याबाबतचे दृष्टिकोन काय आहेत हेही ठरतं.

आम्ही १९७०, १९८० आणि १९९० मधील चर्चासत्रात सहभागी झालेल्या प्रतिनिधींचं सर्वेक्षण केलं. आम्ही त्यांना असं विचारलं की, एखाद्या विशिष्ट वृत्तीबाबत दुसऱ्याशी संवाद साधायचा असेल तर टेबलावर कुठे बसल्यानंतर त्याचा सर्वोत्कृष्ट परिणाम दिसून येईल. आम्ही चर्चासत्रात सहभागी झालेल्यांना या प्रयोगासाठी निवडलं होतं आणि आमच्याकडील माहितीच्या आधारे सर्वेक्षणाच्या प्रश्नावल्या तयार केल्या होत्या. बसण्याच्या या स्थितीबाबतचा पहिला मुख्य अभ्यास कॅलिफोर्निया विद्यापीठाचे मानसशास्त्रज्ञ रॉबर्ट सॉमर यांनी केला. त्यांनी विविध भौगोलिक, आर्थिक थरातील विद्यार्थी आणि मुलं निवडली आणि ती बार आणि रेस्टॉरंटसारख्या सामाजिक ठिकाणी कोठे बसतात याचा अभ्यास केला. सॉमर यांनी या अभ्यासातून बसण्याच्या स्थितीबाबत जे

निष्कर्ष काढले त्यांचाच आम्ही उद्योग व्यवसायाच्या ठिकाणी आणि वाटाघाटीसंदर्भात वापर केला आणि ते प्रत्यक्ष व्यवहारात आणलं. विविध संस्कृतींमध्ये आणि लोकांच्या परस्परसंबंधांबाबत आम्हाला फारसे फरक आढळून आले नाहीत. म्हणून मग आम्ही साधारणत: तुम्हाला बहुतेक ठिकाणी आणि बहुतेक वेळा बसण्याच्या स्थितींबाबत ज्या प्रसंगांना तोंड द्यावं लागतं त्या काही स्थिती सारांशरूपाने इथे देण्याचा प्रयत्न केला आहे.

व्हरमॉन्ट विद्यापीठाच्या मार्क नॅप्प यांनी त्यांच्या *नॉन व्हर्बल कम्युनिकेशन इन ह्युमन इंटरॲक्शन* या पुस्तकात असं लिहिलं आहे की, बसण्याच्या स्थितीचा अर्थ लावण्याचं जरी सर्वसाधारण सूत्र असलं तरी आपण जी जागा निवडतो त्यावर पर्यावरणाचाही परिणाम होण्याची शक्यता आहे. मध्यम वर्गातील लोकांबाबत एक संशोधन करण्यात आलं त्यावरून असं दिसून आलं की सार्वजनिक बारमध्ये बसण्याची पद्धत आणि उच्च दर्जाच्या रेस्टॉरंटमध्ये बसण्याची पद्धत या दोन्हींमध्ये फरक असतो. बसायच्या खुर्च्यांची (आसनांची) दिशा कोणती आहे आणि दोन टेबलांमधील अंतर किती आहे याचा बसण्याच्या वर्तनावर विपर्यस्त परिणाम घडून येण्याची शक्यता असते. उदाहरणार्थ, एकमेकांशी अतिशय सलगी असलेल्या जोडप्यांना शक्य असेल तिथं एकमेकांच्या शेजारी शेजारी बसायला आवडतं. पण गर्दी असलेल्या उपाहारगृहात जिथं टेबलं एकमेकांजवळ जवळ ठेवलेली असतात तेव्हा असं बसणं शक्य नसतं आणि मग त्यांना नाइलाजानं समोरासमोर बसावं लागतं. खरं तर असं बसणं ही सामान्यत: संरक्षणात्मक अवस्था आहे.

हे लक्षात घेऊनच, कामाच्या ठिकाणी किंवा इतरत्र वेगवेगळ्या परिस्थितीत आपण बसण्याच्या कोणत्या पद्धतींची मुख्यत: निवड करतो, ते आता आम्ही आपल्यापुढे मांडणार आहोत.

टेबलापाशी बसण्याची योग्य जागा निवडणे–

तुम्ही असं गृहीत धरा की तुम्ही 'अ' नावाच्या व्यक्तीबरोबर आयताकृती टेबलावर बसणार आहात, आणि तुम्ही 'ब' व्यक्ती आहात. तर खालील परिस्थितीमध्ये तुम्ही बसण्यासाठी कोणत्या जागेची निवड कराल :

- एका लहानशा मैत्रीपूर्ण वातावरण असलेल्या कंपनीत नोकरीसाठी अर्ज केलेल्या उमेदवाराची तुम्ही मुलाखत घेणार आहात.
- तुम्ही एखाद्याला कोडं सोडवायला मदत करणार आहात.
- तुम्ही एखाद्याबरोबर बुद्धिबळ खेळणार आहात.
- तुम्ही एखाद्या सार्वजनिक वाचनालयात आहात आणि तुम्हाला कशातही न गुंतता वाचन करायचं आहे.

पुढील उदाहरण पाहा.

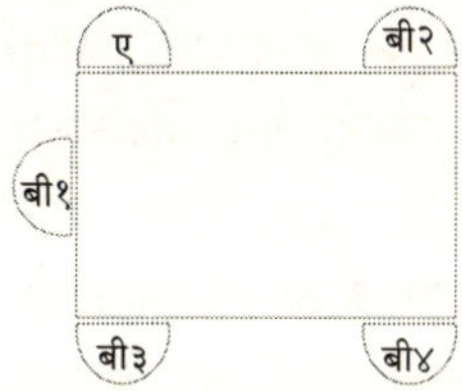

बसण्याच्या मूळ (मूलभूत) पद्धती

तुमची संभाव्य उत्तरं अशी असतील- -

- तुम्ही मुलाखत घेण्यासाठी 'बी१' ही जागा निवडाल. कारण या जागेवरून तुम्ही व्यक्तीकडे नीट बघू शकता. तुम्ही जर 'बी३' जागा निवडलीत तर तुम्ही स्पर्धात्मक किंवा आक्रमक दृष्टीने व्यक्तीकडे बघता असं वाटू शकेल. आणि 'बी२' जागा जर तुम्ही निवडलीत तर त्या व्यक्तीशी तुमचा फारच परिचय आहे असे वाटेल.
- कोडं सोडवताना मदतीची आवश्यकता असते म्हणून सहकार्य करणाऱ्या 'बी२' जागेची तुम्ही निवड कराल. कारण या जागी बसूनच आपल्याला मदत करता येईल, दुसऱ्याबरोबर भावबंध निर्माण करता येईल.
- समोरील व्यक्तीबरोबर बुद्धिबळ खेळताना तुम्ही 'बी३' ही जागा निवडाल. ही स्पर्धात्मक किंवा बचावात्मक स्थिती आहे. कारण बुद्धिबळ खेळताना समोरची व्यक्ती आपली प्रतिस्पर्धी असते आणि त्याच्याबरोबर समोर बसल्यानं आपल्याला त्याचा पूर्ण चेहरा आणि तो काय काय करतो आहे हे पाहता येतं.

- शेवटी वाचनालयात तुम्ही कर्णरेषेसारखी तिरपी 'बी४' ही जागानिवडाल. कारण तुम्हाला या स्थितीतून तुम्ही स्वतंत्र आहात आणि सर्वांपासून अलिप्त आहात, तुम्हाला कशातही गुंतायचं नाही हे इतरांना सांगायचं असतं.

कोपऱ्यातील जागा (बी१)

सहजगत्या आणि मैत्रीपूर्ण गप्पा चालल्या असतील तर लोक या जागेची निवड करतात. यामुळे दुसऱ्याच्या डोळ्यांशी चांगल्या प्रकारे संपर्क साधता येतो. आपल्याला बोलताना अनेक हालचाली करता येतात आणि दुसऱ्याच्या हालचालींचं निरीक्षण करता येतं. टेबलाचा कोपरा दोघांच्यामध्ये असल्यानं, जर दुसरी व्यक्ती आपल्याला धमकवायला लागली तर कोपऱ्याचा उपयोग अंशत: अडथळा म्हणून होतो. आणि ही स्थिती अशी आहे की त्यामुळे टेबलाची प्रादेशिक विभागणी होऊ शकत नाही. 'बी'च्या दृष्टीनं धोरणात्मकदृष्ट्या ही अत्यंत यशस्वी जागा असून 'ए' व्यक्ती श्रोता आहे असं गृहित धरून 'बी' चांगल्या प्रकारे इथून सादरीकरण करू शकतो. सहजपणे खुर्ची 'बी१' या स्थितीत आणून तुम्ही वातावरणातला ताण हलका करू शकता आणि त्यामुळे त्याचा सकारात्मक परिणाम होण्याची शक्यता वाढते.

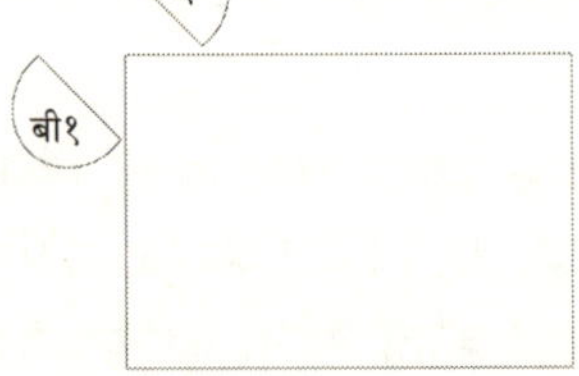

कोपऱ्यातली जागा

सहकार्य करण्याची जागा (स्थिती) (बी२)

जेव्हा दोन व्यक्ती एकाच प्रकारे विचार करतात किंवा दोघंजण एकच काम एकमेकांच्या विचाराने एकत्रितपणे करीत असतील तर अशा प्रकारच्या स्थितीत नेहमी बसलं जातं. जेव्हा लोकांना दुसऱ्या व्यक्तीबरोबर काम करायला सांगितलं जातं तेव्हा ५५% लोक या जागेची निवड एकमेकांना सहकार्य करण्याची चांगली स्थिती म्हणून किंवा अंतर्ज्ञानाने करतात.

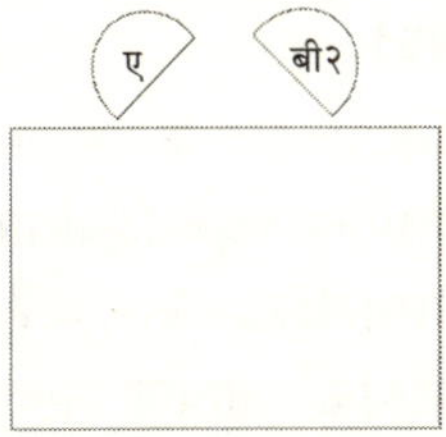

सहकार्याची स्थिती

तुमचं म्हणणं मांडण्यासाठी आणि तिचा स्वीकार होण्यासाठी ही सगळ्यात चांगली स्थिती आहे. या स्थितीत एकमेकांच्या डोळ्यांशी संपर्क तर साधता येतोच पण एकमेकांचं अनुकरण करण्याचीही संधी मिळते. मात्र 'बी'ला या जागेची निवड जरा युक्तीनंच करावी लागेल कारण ही स्थिती घेताना 'ए'च्या जागेवर आक्रमण होत आहे असं त्याला वाटता कामा नये. 'बी'नं ओळख करून दिलेला तिसरा पक्ष ही या बोलण्यात सहभागी होण्यासाठी ही चांगली स्थिती आहे. उदाहरणार्थ, विक्रेता ग्राहकाला दुसऱ्यांदा भेटत आहे आणि तो त्याची ओळख तांत्रिक तज्ज्ञाशी (तिसऱ्या व्यक्तीशी) करून देतो. अशा वेळी खालील धोरण उपयोगी पडू शकते.

यामध्ये तांत्रिक तज्ज्ञ (व्यक्ती, ग्राहक 'ए'च्या समोर बसेल आणि विक्रेता ग्राहकाच्या शेजारी 'बी२' याठिकाणी (सहकार्याच्या स्थितीत) किंवा 'बी१' (कोपऱ्याशी) बसेल. या स्थितीत विक्रेता 'ग्राहकाच्या बाजूनं' असेल आणि तो ग्राहकाच्या वतीनं 'सी' ला प्रश्न विचारू शकेल. या स्थितीला विरोधकाच्या बाजूने असंही म्हणतात.

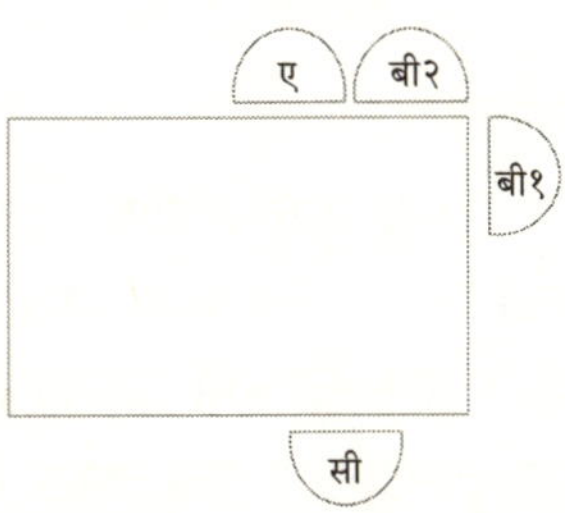

तिसऱ्या व्यक्तीचा संभाषणात सहभाग

स्पर्धात्मक/बचावात्मक स्थिती (बी३)

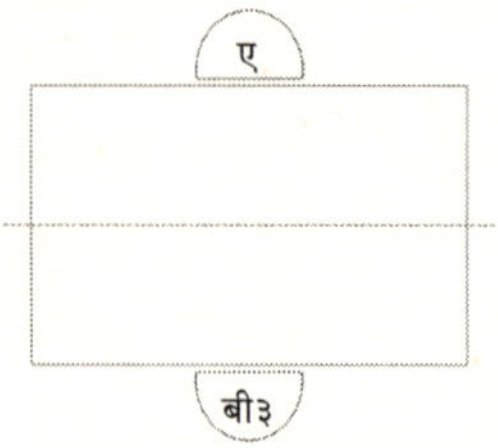

स्पर्धात्मक/बचावात्मक स्थिती

या स्थितीत स्पर्धक समोरासमोर असतात. पाश्चिमात्य बंदूकधाऱ्यांसारखे. टेबलच्या समोरासमोर बसल्याने व्यक्ती बचावात्मक स्पर्धात्मक वातावरण निर्माण करू शकते. त्याचप्रमाणे दोन्ही बाजूंमध्ये टेबलाचा अडथळा असल्याने प्रत्येक व्यक्ती त्याच्या त्याच्या दृष्टिकोनातून खंबीर भूमिका घेऊ शकते.

व्यवसायाच्या ठिकाणी ५६% लोकांनी या स्थितीचं स्पर्धात्मक असं वर्णन केलं, पण उपाहारगृहासारख्या सामाजिक ठिकाणी ३५% लोकांना ही स्थिती संभाषणात्मक वाटली. डेटिंगसाठी, प्रेमातील भेटीगाठीसाठी तर ही सामान्यत: सर्वत्र आढळणारी स्थिती आहे. पण याचं कारण हॉटेलातले वेटरच त्यांना अशा पद्धतीनं बसवतात. उपाहारगृहात आलेल्या जोडप्यांना ही स्थिती योग्यच वाटते कारण यामुळे त्यांना एकमेकांच्या डोळ्यात डोळे घालून बोलता येतं आणि एकमेकांच्या समोर बसल्यानं हे दोघे भिन्न लिंगाचे आहेत ही गोष्ट सूचित होते. कामाच्या ठिकाणी मात्र, एकमेकांच्यात स्पर्धा असणारे किंवा एकजण दुसऱ्याला ताकीद देत असेल, रागावत असेल तर या स्थितीची निवड केली जाते 'ए'च्या जागेत जर हा प्रसंग घडत असेल तर अधिकाराची भूमिका घ्यायची की शरणागतीची हे 'ए'ला ठरवता येते.

काही साहेब लोकांना का आवडत नाहीत?

व्यवसायाच्या ठिकाणी स्पर्धात्मक बचावात्मक स्थितीत लोक मोजक्याच शब्दांत बोलतात. याचं कारण जे बोललं गेलं त्यातलं फारच थोडं त्यांना आठवतं आणि काही विधानांतून वादही निर्माण होण्याची शक्यता असते.

ए.जी. व्हाइट यांनी डॉक्टरांच्या दवाखान्यात एक प्रयोग केला. डॉक्टर आणि पेशंट याच्या दरम्यान टेबल असण्याचा आणि नसण्याचा रुग्णाला मोकळं वाटण्यावर परिणाम होतो की नाही, याचा त्यांनी अभ्यास

केला. टेबल असताना आणि डॉक्टर पलीकडे बसलेले असताना फक्त १०% रुग्णांना सहज वाटणाऱ्या रुग्णांच्या संख्येत टेबल काढून टाकल्यावर ५५% इतकी वाढ झाली.

आम्ही एक प्रयोग (पीज ॲन्ड पीज, १९९०) केला. त्यामध्ये आम्ही २४४ वरिष्ठ व्यवस्थापकांना आणि १२७ कनिष्ठ/मध्यम दर्जाच्या व्यवस्थापकांना त्यांची कार्यालयं ज्या नव्या इमारतीत जाणार होती, तिथं टेबल, खुर्च्या आदी फर्निचर कशा पद्धतीनं असावं असं त्यांना वाटतं याचा आराखडा, कच्ची रूपरेषा काढायला सांगितली. वरिष्ठ व्यवस्थापकांपैकी ७६% (१८५) व्यवस्थापकांनी जी कच्ची रूपरेषा काढली त्यामध्ये त्यांच्यात आणि त्यांच्या हाताखाली काम करणाऱ्यांच्यामध्ये टेबल असावं असं सांगितलं. तर कनिष्ठ व्यवस्थापकांपैकी फक्त ५०% (६४) व्यवस्थापकांनी, त्यांच्यात आणि इतरांच्यामध्ये टेबल असावं असा आराखडा काढला होता. स्त्रियांपेक्षा पुरुषांमध्ये असं टेबल असावं सांगण्याचं प्रमाण दुप्पट जास्त होतं.

ज्या व्यवस्थापकांनी कर्मचारी आणि स्वत:मध्ये टेबलाचा अडथळा ठेवला नव्हता ते व्यवस्थापक इतर कर्मचाऱ्यांना कसे वाटले हे पाहणं मनोरंजक ठरेल. कर्मचाऱ्यांनी या व्यवस्थापकांचं वर्णन प्रामाणिक, सरळ, न्याय्य पद्धतीनं वागणारे, इतरांच्या बोलण्यावर टीका न करता त्यांची बाजू ऐकून घेणारे, नि:पक्षपाती असे वाटले, असं केलं.

थेट एकमेकांसमोर बसण्यानं एकमेकांच्यात वाईट कंपनं निर्माण होतात.

'बी' जर 'ए'चं मन वळवायचा प्रयत्न करत असेल तर स्पर्धात्मक पद्धतीनं बसण्यामुळे ही बोलणी यशस्वी होण्याची शक्यता कमी असते. मात्र पूर्वनियोजित धोरणाचा भाग म्हणून 'बी' जर जाणीवपर्वूक 'ए'च्या विरुद्ध बाजूला बसलेला असेल तर गोष्ट अलाहिदा. उदाहरणार्थ 'ए' व्यवस्थापक आहे आणि 'बी' या कर्मचाऱ्याला त्याला ताकीद द्यायची आहे तर अशा स्पर्धात्मक पद्धतीनं बसण्यानं त्याच्या बोलण्याला वजन प्राप्त होतं. (या उलट 'बी'ला 'ए'हा श्रेष्ठ आहे असं 'ए'ला वाटावं यासाठी 'बी' जाणीवपूर्वक 'ए'च्या बरोबर समोर बसेल.)

तुम्ही कोणत्याही व्यवसायात असाल आणि तुमचा लोकांबरोबर व्यावहारिक संबंध येत असेल आणि दुसऱ्याचं मत काय आहे हे जाणून घेणं हे तुमचं उद्दिष्ट असेल तर स्पर्धात्मक पद्धतीनं बसण्यानं बोलणी यशस्वी होऊ शकत नाहीत. याउलट सहकार्याची किंवा कोपऱ्यातली जागा निवडली तर समोरच्याला सहज वाटून तो तुमच्याशी योग्य प्रकारे बोलणी करू शकेल. स्पर्धात्मक स्थितीतील बोलणीही नेहमी थोडक्यात आणि मुद्याला धरून असतात.

स्वतंत्र स्थिती (बी४)

लोकांना ज्या वेळी एकमेकांशी बोलायचं नसतं त्या वेळी त्यांच्याकडून ही स्थिती घेतली जाते. दोन अनोळखी व्यक्ती, वाचनालयात, उद्यानात किंवा उपाहारगृहात भेटल्या तर अशा स्वतंत्रपणे बसतात. जेव्हा आपल्याला आपण एखाद्या कल्पनेच्या पूर्णपणे विरोधात आहोत असं सांगायचं असतं त्या वेळी आपण या स्थितीमध्ये बसतो. आम्ही जेव्हा या स्थितीत बसण्याचा अर्थ विचारला तेव्हा ४२% जणांनी यातून 'व्यक्तीला रस वाटत नाही' असा संदेश मिळतो असं सांगितलं, तर काहींनी यातून विरोधी आणि बेपर्वाईची भावना व्यक्त होते असं वाटले. तुम्हाला ज्या वेळी लोकांच्यात खुली चर्चा व्हावी असं वाटतं त्या वेळी अशा स्वतंत्र पद्धतीनं बसणं टाळा.

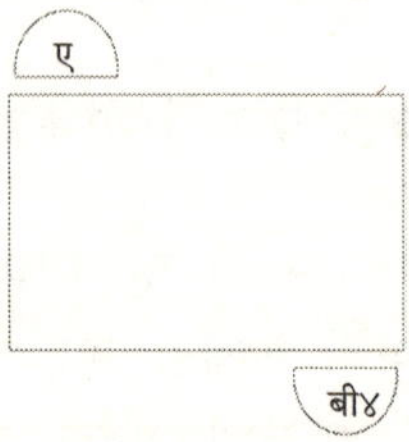

तुम्ही अशा प्रकारे स्वतंत्रपणे बसल्यामुळे, 'तुम्हाला कशातही गुंतायचं नाही' असं इतरांना वाटतं.

तुम्ही काय म्हणता यापेक्षा कोठे बसता हे महत्त्वाचे

आम्ही आधी म्हटल्याप्रमाणे आयताकृती टेबलांमुळे प्रत्येक व्यक्तीला समान जागा, समान दर्शनी भाग आणि समान टेबलाची कड मिळाल्याने त्यांच्यात स्पर्धात्मक आणि बचावात्मक संबंध निर्माण होतात. यामुळे प्रत्येकाला दिलेल्या विषयावर स्वत:ची अशी 'स्थिती' घेता येते आणि

टेबलापलीकडील व्यक्तीशी थेट डोळ्याला डोळे भिडवून संपर्क साधता येतो. थोडक्यात आणि मुद्देसूद संभाषणासाठी किंवा वरिष्ठ अथवा कनिष्ठ नातेसंबंध निर्माण होण्यासाठी चौकोनी टेबल आदर्श ठरतात. आपल्या शेजारी आणि विशेषत: डाव्या बाजूपेक्षा उजवीकडे बसलेल्या व्यक्तीकडून आपल्याला सर्वांत जास्त सहकार्य मिळतं.

ऐतिहासिक काळापासून, आपल्या उजवीकडे बसलेला माणूस त्याच्या डाव्या हाताने काही घातपाती कृत्य यशस्वीपणे करू शकत नाही हे आपण गृहीत धरलेलं आहे. म्हणून आपल्या जास्त आवडत्या माणसाला 'उजव्या हाताचा माणूस' म्हणतात. इतरही नकळतपणे उजवीकडील व्यक्तीला डाव्या बाजूच्या व्यक्तीपेक्षा जास्त अधिकार आहेत असं मानतात. सगळ्यात जास्त विरोध आपल्याला आपल्या थेट समोर (विरुद्ध) बसलेल्या 'गनस्लिंगर'स्थितीत व्यक्तीकडून होतो; म्हणूनच टेबलाभोवती जेव्हा चार व्यक्ती बसतात, तेव्हा प्रत्येकीच्या विरोधात दुसरी व्यक्ती बसलेली असते.

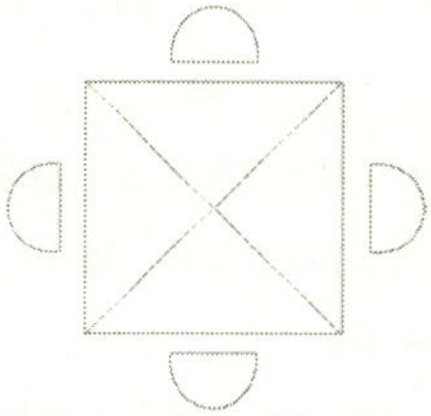

चौकोनी टेबलावर प्रत्येकाला स्पर्धात्मक आणि कोपऱ्यातील स्थितीत बसता येतं.

किंग आर्थरची कल्पना

प्रत्येकाला समान अधिकार आणि स्थान मिळावं या उद्देशानं किंग आर्थर त्याच्या सरदारांना गोल टेबलाभोवती बसवायचा. परस्परांच्यात आरामदायी अनौपचारिक वातावरण निर्माण होण्यासाठी, गोल टेबलाभोवती बसणं ही आदर्श स्थिती आहे. असं बसल्यामुळे समान स्थानाच्या व्यक्तींना, टेबलावर समान जागेसाठी हक्क सांगता येतो आणि एकमेकांशी मनमोकळेपणानं चर्चा करता येते. गोल आकार किंवा वर्तुळ हे जगभरात शक्तीचं प्रतिक मानलं जातं आणि अशाप्रकारे गोलाकार बसल्यानं त्याच भावना अनुभवता येतात. दुर्दैवानं किंग आर्थरला हे कळलं

नाही की बसलेल्यांपैकी गटातील एकाचं स्थान इतरांपेक्षा उच्च असेल तर गटाच्या अधिकाराचं गणित संपूर्णतः बदलून जातं. राजाकडे सर्वांत जास्त अधिकार होते. (खालील चित्रात दाखवल्याप्रमाणे) याचा अर्थ नकळतपणे त्याच्या दोन्ही बाजूला बसलेल्या सरदारांकडे राजानंतर सर्वात जास्त अधिकार आहेत. त्यातही राजाच्या उजव्या बाजूला बसलेल्याला त्याच्या डाव्या बाजूला बसलेल्यापेक्षा जास्त अधिकार आहेत असं मानलं गेलं. त्यामुळं राजापासून जितक्या दूर अंतरावर इतर सरदार बसले त्या प्रमाणात त्यांचे अधिकार कमी कमी होत गेले.

गोल टेबलाभोवती बसलेल्यांपैकी उच्च स्थान असलेल्या व्यक्तीमुळं अधिकाराची विपर्यस्त प्रमाणात विभागणी होते.

परिणामी राजाच्या बरोबर समोर बसलेला सरदार स्पर्धात्मक बचावात्मक स्थितीमध्ये बसला जातो आणि त्यामुळेच तो जास्त त्रास देण्याची शक्यता निर्माण होते. आम्ही सगळ्या स्थितीबाबत या लोकांची प्रतिक्रिया विचारल्यानंतर ६८ लोकांनी गोल टेबलाभोवती त्यांच्याबरोबर विरुद्ध दिशेला बसलेली व्यक्ती त्यांना जास्त स्पर्धात्मक आणि जास्त वादविवाद करेल असं वाटल्याचं सांगितलं. ५६ लोकांनी असंही मत व्यक्त केलं की, वाचनालयात जसं स्वतंत्रपणे बसतात, तसं जर त्यांच्याबरोबर समोरची व्यक्ती बसली तर याचा अर्थ ती सगळ्यापासून अलिप्त आहे. तिला कशात रस नाही असं दाखवण्यासाठी तिनं अशी जागा निवडण्याची शक्यता आहे. याउलट व्यक्तीच्या दोन्ही बाजूला जवळ बसलेल्या व्यक्तींमध्ये आणि त्याच्यात मित्रत्वाचं संभाषण चालू आहे किंवा त्यांच्यात एकमेकांना सहकार्य करण्याची भावना आहे असं मत ७१ लोकांनी व्यक्त केलं.

आज व्यवसाय क्षेत्रातील अनेक वरिष्ठ अधिकारी (एक्झिक्युटिव्हज), आयताकृती चौकोनी आणि गोल टेबल वापरताना दिसतात. आयताकृती टेबलाचा वापर व्यवसायविषयक कामासाठी, काही लहानशा

संभाषणासाठी, कोणाला ताकीद द्यायची असेल तर आणि इतर कामांसाठी केला जातो. गोल टेबल हे मुख्यत: कॉफी टेबल म्हणून वापरलं जातं. त्याच्या भोवती बसण्याची व्यवस्था असते किंवा कमी उंचीच्या खुर्च्या ठेवलेल्या असतात. याचा उपयोग अनौपचारिक, आरामशीर वातावरण निर्माण करण्यासाठी किंवा कोणाचं मन वळवण्यासाठी केला जातो. अशा प्रकारची गोल टेबलं कुटुंबातही लोकशाही वातावरण निर्माण करण्यासाठी किंवा वर्चस्व गाजवणारे आई-वडील नाहीत हे दर्शवण्यासाठी वापरली जातात. कॅन्टीनमध्ये चौकोनी टेबलं ठेवलेली असतात.

दोन्हीही व्यक्तींना बोलण्यात सहभागी करून घेणे

तुम्ही असं गृहित धरा की, तुम्ही 'सी' व्यक्ती आहात आणि तुम्ही 'ए' आणि 'बी' व्यक्तींबरोबर गोल टेबलावर पण त्रिकोणी अवस्थेत बसला आहात (चित्रात दाखवल्याप्रमाणे). हे ही गृहित धरा की, 'ए' व्यक्ती खूप बडबडी आहे, तर 'बी' व्यक्ती पूर्ण वेळ शांतपणे बसून आहे. आता 'ए' जेव्हा तुम्हाला प्रश्न विचारतो, त्या वेळी त्याचं उत्तर देताना 'बी'ला आपल्या संभाषणातून वगळलं आहे असं वाटून कसं काय चालेल? अशा वेळी हे एक साधं पण परिणामकारक तंत्र वापरा आणि 'बी'ला त्यात सामावून घ्या. जेव्हा 'ए' तुम्हाला प्रश्न विचारतो तेव्हा तुम्ही 'ए'कडे बघून उत्तर द्यायला सुरुवात करा, मग 'बी'कडे बघा, मग परत 'ए'कडे बघा, परत 'बी'कडे बघा, तुमचं शेवटचं विधान होईपर्यंत असं चालू ठेवा मात्र वाक्याचा शेवट 'ए'कडे बघून करा.

या तंत्रामुळे 'बी'ला आपल्याला संभाषणात सामावून घेतलं गेलं आहे असं वाटेल आणि 'बी' जर तुमच्या बाजूनं यावा असं तुम्हाला वाटत असेल तर या तंत्राचा विशेष उपयोग होईल.

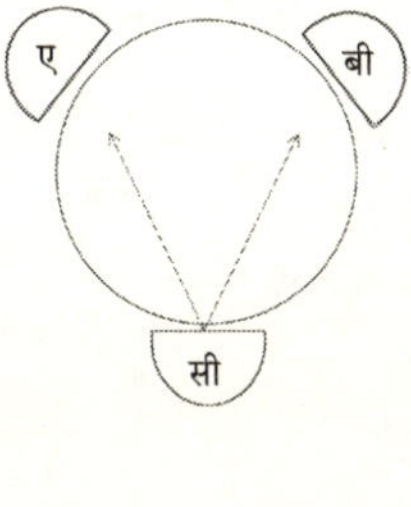

उत्तर देताना दोन्ही बाजूंना सामावून घेतल्यानंतर

कंपनीतील महत्त्वाच्या लोकांच्या बैठकीसाठी असलेली बोर्ड टेबल

आयताकृती टेबलावर 'ए' व्यक्ती जिथं बसते तेव्हा तिच्याबरोबर बसलेल्या इतर व्यक्ती या समान दर्जाच्या असल्या तरी 'ए' व्यक्तीकडे सर्वात जास्त अधिकार आहेत असं मानलं जातं. साधारणपणे कंपनीच्या वरिष्ठ अधिकारी मंडळाची बैठक (बोर्ड मीटिंग) अशा प्रकारे होते. 'ए' व्यक्ती सर्वात प्रभावी मानली जाते कारण दाराकडे त्याची पाठ नसते.

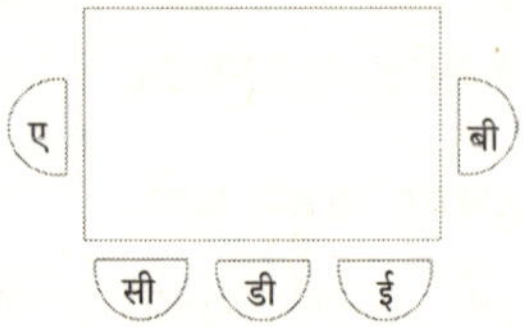

आयताकृती टेबलावरील सत्तास्थान

जर 'ए'ची पाठ दाराकडे असेल तर 'बी' या जागी बसलेली व्यक्ती सर्वात जास्त वजनदार असून ती 'ए'ची प्रबळ प्रतिस्पर्धी ठरू शकते. स्ट्रॉडबेक आणि हूक यांनी प्रायोगिक तत्त्वावर पंचांची एक साधक-बाधक चर्चा घडवून आणली. यातून असं दिसून आलं की, प्रमुख पदाच्या जागेवर जी व्यक्ती बसलेली असते, विशेषत: ती जर उच्च आर्थिक वर्गातील आहे असं वाटलं तर तिलाच अर्थपूर्णरित्या नेता म्हणून निवडतात. सत्ता स्थानामध्ये 'ए' सर्वोच्च अधिकार स्थानावर असेल तर 'बी' त्याच्यानंतरच्या अधिकार पदावर असतो. त्यानंतर अधिकारानुसार 'डी' आणि नंतर 'सी' अशी सत्ता स्थानं दिली जातात. 'ए' आणि 'बी' ही सत्तास्थानं कामाच्या स्वरूपावरून दिली जातात. 'डी' हे स्थान भावनिक नेतृत्व करणाऱ्याला, बऱ्याच वेळा स्त्रीला दिलं जातं. या पदावरील व्यक्तीला गटातील परस्पर संबंधांबद्दल आस्था असते आणि सर्वांनी कामकाजात, निर्णय प्रक्रियेत सहभागी व्हावं असं तिला वाटतं. या माहितीच्या आधारे बैठकीच्या सत्ता खेळामध्ये कोण कसं प्रभावी ठरेल याचा अंदाज घेऊन तुम्ही त्यांच्या बसण्याच्या जागा ठरवून त्याच्यावर त्यांच्या नावाचे बिल्ले (बॅज) चिकटवा. त्यामुळे बैठकीत काय घडू शकेल याचा अंदाज येऊन तुमचं त्याप्रमाणात त्यावर नियंत्रण राहू शकेल.

शिक्षकांचा आवडता विद्यार्थी डावीकडे का बसतो

ओरेगॉन विद्यापीठातील संशोधकांनी असं सिद्ध केलं की, लोकांच्या दृष्टीच्या उजव्या बाजूच्या क्षेत्रात घडलेल्या घटनेबाबतची माहिती, डाव्या क्षेत्रात घडलेल्या घटनांपेक्षा तीन पट जास्त लक्षात राहते. त्यांच्या अभ्यासातून त्यांनी असं सूचित केलं आहे की, तुम्ही ज्या वेळी एखादी माहिती इतरांपुढे सादर करता त्या वेळी तुमच्या चेहऱ्यापुढं 'चांगली बाजू' आणा. त्यांच्या संशोधनानुसार तुमची चांगली ही तुमची डावी बाजू असते कारण तुमची डावी बाजूही दुसऱ्या व्यक्तीचं उजवं दृष्टिक्षेत्र असतं.

अभ्यासातून असं निष्पन्न झालं आहे की, तुमच्या चेहऱ्याची डावी बाजू ही सादरीकरणाकरिता सर्वोत्तम बाजू असते.

शिक्षण क्षेत्रात काम करणाऱ्या 'ओन्टॅरिओ इन्स्टिट्युट फॉर स्टडीज'चे डॉ. जॉन क्रेशनर यांनी शिक्षकांचा अभ्यास केला. त्यांनी शिक्षक शिकवताना प्रत्येक १५ मिनिटांपैकी ३० सेकंद ते कोठे बघतात याची नोंद केली. त्यांना असं आढळून आलं की, शिक्षक त्यांच्या उजव्या बाजूच्या विद्यार्थ्यांकडे जवळजवळ दुर्लक्ष करतात. अभ्यासातून असं दिसून आलं की, शिकवताना शिक्षक एकूण वेळेच्या ४४% वेळ सरळ पुढे बघत असतात, ३९% वेळ डावीकडे आणि उजवीकडे फक्त १७% वेळ पाहतात. त्यांना असंही आढळून आलं की, शिक्षकांच्या डावीकडे बसलेल्या विद्यार्थ्यांनी उजव्या बाजूच्या विद्यार्थ्यांपेक्षा स्पेलिंगच्या चाचणी परीक्षेत चांगली कामगिरी केली. शिक्षकांच्या उजवीकडील विद्यार्थ्यांना डाव्या बाजूकडील विद्यार्थ्यांपेक्षा कमी स्पेलिंग नेमकी निवडता आली. आमच्या संशोधनातून असं आढळून आलं की, जेव्हा विक्रेता ग्राहकाच्या उजव्या बाजूपेक्षा डाव्या बाजूला बसतो तेव्हा व्यवसायविषयक अनेक व्यवहार यशस्वी होतात. तर जेव्हा तुमच्या मुलाला तुम्ही शाळेत पाठवाल तेव्हा त्याला शिक्षकांच्या नज़रेच्या डाव्या बाजूस काही युक्त्या-प्रयुक्त्या करून कसं बसता येईल हे शिकवा आणि ते जेव्हा प्रौढ होतील आणि

बैठकींना उपस्थित राहतील, तेव्हा त्यांना सांगा की ज्यांना विशेष ग्रहण शक्ती आहे अशा त्यांच्या साहेबांच्या उजव्या बाजूला बसा.

घरातील शक्ती प्रदर्शन

कुटुंबातल्या जेवणाच्या टेबलाच्या आकारावरून कुटुंबात सत्तेची विभागणी कशी आहे याचा अंदाज करता येतो. यामध्ये दोन गोष्टी गृहित धरल्या आहेत. एक म्हणजे जेवणाच्या खोलीत कोणत्याही आकाराचे टेबल सामावले जाईल एवढी जागा आहे आणि दुसरं म्हणजे टेबलाचा आकार कसा असावा याबद्दल आधी नीट विचार करण्यात आलेला आहे. 'खुल्या', 'मनमोकळ्या' वातावरणातील कुटुंबांमध्ये गोल टेबल असते. 'बंदिस्त' स्वभावाची कुटुंबं चौकोनी टेबलाची निवड करतात आणि 'अधिकारयुक्त' प्रकारची कुटुंबं आयताकृती टेबलांची निवड करतात.

पुढील वेळी तुम्ही कधी कोणाकडे 'डिनर पार्टी'ला गेलात, संध्याकाळच्या मेजवानीसाठी गेलात तर हा प्रयोग करून बघा. आलेल्या पाहुण्यांमधला जो अगदी लाजाळू, बुजरा आणि अंतर्मुख पाहुणा असेल त्याला दरवाजापासून दूर, भिंतीकडे पाठ करून, टेबलाच्या प्रमुख ठिकाणी बसवा. तुम्हाला आश्चर्य वाटेल की केवळ शक्तिशाली स्थानावर व्यक्तीला बसवलं तर ती व्यक्ती लाजाळूपणा सोडून इतरांशी बोलायला – अधिकारवाणीनं बोलायला – सुरुवात करते आणि इतर लोकही तिचं बोलणं लक्षपूर्वक ऐकायला लागतात.

श्रोत्यांना कसे रडवाल

द बुक ऑफ लिस्टस् नावाचं एक वार्षिक आहे, ज्यात मानवी स्वभावाच्या वागण्याच्या विविध बाबींची निरीक्षणं करून एक यादी दिलेली आहे. या पुस्तकात सांगितल्याप्रमाणे माणसाच्या मनात सार्वजनिक सभेत भाषण करण्याची भीती ही नेहमी पहिल्या क्रमांकावर असते आणि सर्वसाधारणपणे मृत्यूची भीती क्रमांक सातवर. (याचा अर्थ असा होतो की लोक कामाच्या ठिकाणी सर्वांसमोर सादरीकरण करण्याचं दिव्य करण्यापेक्षा मरण पत्करणं पसंत करतील.) याचा अर्थ असा की, तुम्ही जर एखाद्याच्या अंत्ययात्रेत असाल, तर तिथं अंत्यसंस्काराच्या आधी

गेलेल्या व्यक्तीबद्दल श्रद्धांजलीपर बोलण्यापेक्षा आपल्यालाच मरण आलं तर बरं! सार्वजनिक ठिकाणी बोलण्याच्या भीतीमुळं असा विचार तर तुमच्या मनात चमकून जाणार नाही ना?

तुम्हाला ज्या वेळेस श्रोत्यांना उद्देशून बोलायचं असतं त्या वेळी तुम्ही देत असलेली माहिती ते कशी स्वीकारतात आणि कशा प्रकारे ग्रहण करतात आणि साठवतात हे समजावून घेणं महत्त्वाचं असतं. बोलताना लक्षात ठेवायची पहिली गोष्ट म्हणजे तुम्ही कसे घाबरला आहात किंवा तुमची तयारी नाही; हे कधीही त्यांना सागायला जाऊ नका, तुमची अस्वस्थता दाखवू नका, कारण मग ते तुमच्या सर्व देहबोलीकडेच त्या दृष्टीनं पाहायला लागतील आणि तुम्ही घाबरला आहात, अस्वस्थ आहात असंच त्यांना वाटेल. दुसरी गोष्ट म्हणजे तुम्ही जरी घाबरलेले असाल तरीही बोलताना आत्मविश्वास दर्शवणाऱ्या हालचाली करा. हातांचा मनोरा (हातांची घुमटाकार रचना), हातांचे तळवे उघडणे-बंद करणं, काही वेळा अंगठे बाहेर काढणं, हात मोकळे ठेवणं अशा हालचाली करून स्वत:वरील ताण हलका करा. श्रोत्यांकडे निर्देश करणं, हातांची घडी घालणं, चेहऱ्याला स्पर्श करणं, व्यासपीठावरील टेबलाला घट्ट धरणं अशा कृती टाळाव्यात. अभ्यासांवरून असं दिसून आलं आहे की, जे लोक पुढच्या रांगेत बसतात, ते कार्यक्रम, सभेत चाललेल्या गोष्टी जास्त लक्ष देऊन ऐकतात. समोरच्या रांगेतल्या व्यक्ती, वक्त्याचं म्हणणं नीट ऐकतात कारण त्यांना शिकण्याची आवड असते आणि समोरच असल्यानं त्यांना प्रश्न विचारले जाण्याची शक्यता जास्त असते.

समोरच्या रांगेतल्या व्यक्तींना जास्त चांगलं आकलन होतं, कार्यक्रमातही त्या समरसून सहभागी होतात आणि त्या जास्त उत्साही असतात.

मधल्या भागात बसलेल्या व्यक्ती पुढच्या रांगेतल्या व्यक्तींच्या खालोखाल लक्ष देतात आणि जास्तीत जास्त प्रश्न विचारतात. मधल्या भागात बसल्यामुळे त्यांच्या सर्व बाजूला इतर व्यक्ती बसलेल्या असल्यानं हा भाग जास्त सुरक्षित समजला जातो. बाजूला बसलेल्या आणि

मागे बसलेल्या व्यक्ती वक्त्याला कमीत कमी प्रतिसाद देतात आणि कार्यक्रमाकडे त्यांचं फारसं लक्षही नसतं. जेव्हा तुम्ही श्रोत्यांच्या डाव्या हाताला म्हणजेच व्यासपीठाच्या उजव्या हाताला उभं राहून बोलता तेव्हा श्रोत्यांच्या मेंदूच्या उजव्या भागावर, जो भाग बहुतेक लोकांमध्ये जास्त भावनाप्रधान असतो त्या भागावर तुमच्या बोलण्याचा जास्त परिणाम होतो. याउलट श्रोत्यांच्या उजव्या बाजूला आणि व्यासपीठाच्या डाव्या बाजूला उभं राहून बोलणाऱ्याच्या भाषणाचा परिणाम श्रोत्यांच्या मेंदूच्या डाव्या भागावर होतो. त्यामुळेच व्यासपीठाच्या डाव्या बाजूला उभं राहून बोलणाऱ्यांनी विनोद सांगितला तर श्रोते त्याला जास्त वेळा आणि जास्त हसून प्रतिसाद देतात. याउलट व्यासपीठाच्या उजव्या बाजूने उभे राहून तुम्ही भावनात्मक आवाहन केले, भावनात्मक गोष्टी सांगितल्या तर ते जास्त परिणाम साधू शकतं. विनोदी कलाकार वर्षानुवर्षे याचाच फायदा घेतात. श्रोत्यांच्या डाव्या बाजूला उभे राहून त्यांना हसवतात, तर उजव्या बाजूला उभे राहून त्यांना रडवतात.

लक्ष देण्याचे क्षेत्र

रॉबर्ट सॉमर आणि ॲडम्स आणि बिडल या संशोधकांचे निकष (पॅरॅमीटर्स) वैशिष्ट्यं वापरून आम्ही श्रोत्यांविषयी एक अभ्यास केला. चर्चासत्रात सहभागी झालेले प्रतिनिधी चर्चासत्राच्या वेळी कक्षामध्ये कोठे बसले होते आणि सादरीकरण केलेल्यानं सांगितलेल्या माहितीपैकी त्यांना किती माहिती आठवत होती यावरून या प्रतिनिधींचा चर्चासत्रात किती सहभाग होता याचा एकंदर अंदाज घेणं हा या अभ्यासाचा उद्देश होता. रॉबर्ट सॉमर यांनी अशा प्रकारचा प्रयोग जरी विद्यार्थ्यांवर केला होता आणि आम्ही तो प्रौढांवर केला तरी लक्षणीयरीत्या आमचे निष्कर्ष रॉबर्ट सॉमर यांच्या मूळ अभ्यासाशी मिळतेजुळते असेच आले. मात्र आम्हाला ऑस्ट्रेलियन, सिंगापोरीयन, दक्षिण आफ्रिकी, जर्मन, ब्रिटिश, फ्रेंच किंवा फिन्स लोकांमध्ये काही सांस्कृतिक भिन्नता आढळून आली. बहुतेक ठिकाणच्या उच्च अधिकारपदावरील व्यक्ती विशेषत: जपानमधील व्यक्ती पुढच्या (समोरच्या) रांगेमध्ये बसल्या होत्या आणि जपानमधील

प्रतिनिधींनी चर्चासत्रात सर्वात कमी सहभागी झाल्याचे दिसून आले. म्हणून मग आम्ही सर्वसाधारणत: समान दर्जाच्या (अधिकाराच्या) श्रोत्यांच्या माहितीची नोंद केली. यातून दिसून आलेल्या परिणामाला आम्ही 'फनेल इफेक्ट' - *'नरसाळ्यासारखा परिणाम'* असं नाव दिलं.

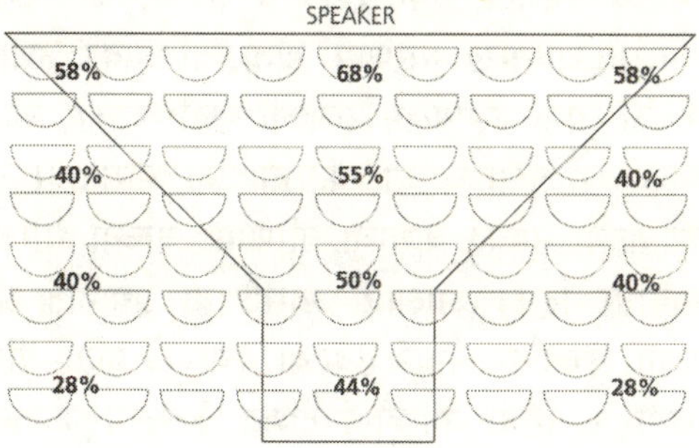

प्रतिनिधींनी बसण्याच्या ज्या जागा निवडल्या होत्या त्यानुसार त्यांच्या माहिती धारण करण्याचे आणि सहभागाचे प्रमाण (पीज, १९८६)

जेव्हा चर्चासत्रात सहभागी झालेले प्रतिनिधी शाळेच्या वर्गासारख्या पद्धतीनं (क्लासरूम) बसले तेव्हा त्यांचं 'शिकण्याचं क्षेत्र' 'नरसाळ्याच्या आकाराचं' दिसत आहे. म्हणजे हे क्षेत्र पहिल्या रांगेच्या मध्यभागापासून खाली गेलेलं आहे आणि समोर विस्तारलेलं दिसत आहे. या नरसाळ्याच्या आकारामध्ये जे बसले होते त्यांचा सर्वात जास्त सहभाग दिसून आला, सादर करणाऱ्याबरोबर त्यांनी चर्चा केली आणि चर्चा करण्यात आलेले मुद्दे त्यांना चांगल्या प्रकारे लक्षात राहिले आणि आठवले. ज्यांनी चर्चात्रात कमी सहभाग नोंदवला ते एकतर मागे बसले होते किंवा बाजूला बसले होते. या लोकांच्यात नकारात्मक, उघड विरोध करण्याची भावना दिसून आली आणि त्यांना सर्वात कमी मुद्दे लक्षात राहिले. अगदी मागच्या जागेवर जे बसले होते त्यांना, मनात काही दुसराच विचार चालू असताना कागदावर रेघोट्या काढण्याची, झोपण्याची किंवा मागच्या मागे सटकण्याची चांगली संधी होती.

शिकण्याबाबत प्रयोग– (प्रभावी शिकवणं आणि शिकणं)

आपल्याला माहीत आहे की, शिकण्याबाबत जे अतिउत्साही असतात ते पुढे आणि बोलणाऱ्याच्या अगदी जवळ बसतात आणि याबाबत ज्यांना कमी उत्साह असतो ते मागे किंवा बाजूला बसतात. आम्ही या 'फनेल इफेक्ट' संदर्भातच आणखी एक प्रयोग केला. हा जो 'फनेल इफेक्ट' होता किंवा 'नरसाळ्यासारखा परिणाम' होता, तो नेमका कशाचा परिणाम होता? त्यांनी जी जागा बसायला निवडली होती त्याचा, की त्यांना त्या विषयात कितपत रस होता त्याचा, की तो ज्या आसनावर बसला होता त्याचा, याच्यातल्या नेमका कशाचा परिणाम त्यांच्या धारणा शक्तीवर आणि सहभागावर दिसून आला? आम्ही या प्रयोगात प्रतिनिधींच्या नावाच्या पाट्या खुर्च्यांवर लावून ठेवल्या, त्यामुळे प्रतिनिधींना आपल्या नेहमीच्या जागी न बसता आम्ही निर्देशित केलेल्या जागांवरच बसावं लागलं. आम्ही जाणीवपूर्वकच उत्सुकतेनं ऐकणाऱ्या व्यक्तींना बाजूला आणि मागे बसवलं. आणि मागे बसणाऱ्या व्यक्तींना समोरच्या बाजूला बसवलं. आम्ही आमच्या धोरणात केलेल्या या बदलामुळे पुढं बसलेल्या, नकारात्मक, लक्ष न देणाऱ्या प्रतिनिधींचा सहभाग आणि त्यांना गोष्टी पुन्हा आठवण्याचं, लक्षात राहण्याचं प्रमाण वाढल्याचं दिसून आलं. एवढंच नाही तर नेहमी समोर बसणाऱ्या, उत्साही, सकारात्मक प्रतिनिधींचा सहभाग ते मागे बसल्यानं कमी झाल्याचं दिसून आलं आणि त्यांना चर्चेतील मुद्दे आठवण्याचं प्रमाणही कमी झाल्याचं दिसून आलं. यामुळे शिकवण्याबाबतचं धोरण ठळकपणे स्पष्ट होतं आणि ते म्हणजे समोरच्या व्यक्तीपर्यंत खरोखरच तुमचा संदेश पोहोचावा असं तुम्हाला वाटत असेल तर त्यांना समोरच्या रांगेमध्ये बसवा. सादरीकरण करणारे आणि प्रशिक्षण देणारे काहीजण 'शाळेच्या वर्गासारखी' रचना न निवडता, 'हॉर्स शू' म्हणजे घोड्याच्या नालेसारखी अर्ध वर्तुळाकार किंवा उघड्या चौकोनाच्या म्हणजे 'ओपन स्क्वेअर'च्या रचनेचा अवलंब. छोट्या गटांना प्रशिक्षण देताना करतात. यामुळे सभासदांचा सहभाग आणि सांगितलेल्या गोष्टी लक्षात ठेवण्याची क्षमता वाढते. कारण या रचनेमुळे जास्तीत जास्त श्रोत्यांची आणि वक्त्याची थेट नजरानजर होऊ शकतं. घोड्याच्या नालेसारख्या रचनेत तर सर्वच जण पहिल्या रांगेत असतात.

निर्णय आपल्या बाजूनं होण्यासाठी जेवण एक निमित्त

माणसांचे प्रदेशाबाबतचे, आणि ते चौकोन, आयत आणि गोल टेबलांचा उपयोग कसा करतात याबाबतचे आधीचे मुद्दे लक्षात ठेवून आपण आता तुमच्या प्रस्तावाला समोरच्या व्यक्तीकडून होकार मिळवणं हा तुमचा उद्देश मनात ठेवून तुम्ही जे उपाहारगृहातील जेवणाचं आयोजन करता, त्या मागचं नेमकं चलनवलन (डायनॅमिक्स) काय आहे आणि जेवण देऊन तुम्ही काय साध्य करू इच्छिता हे पाहूया.

भोजनाच्या निमित्तानं तुम्ही व्यवसायाविषयक बोलणं करणार असाल तर जेवण येण्यापूर्वीच तुम्ही तुमचं संभाषण संपवणं हे शहाणपणाचं धोरण ठरेल. एकदा का लोक जेवायला लागले की तुमचं संभाषण थांबेल आणि मद्यही त्याचा प्रभाव दाखवायला लागेल. त्यांचा मेंदू मद्यामुळे तितकासा कार्यक्षम राहणार नाही. एकदा तुमचं खाणं झालं की, खाल्लेल्या अन्नाचं पचन होण्यासाठी पोट, मेंदूकडून रक्तपुरवठा मागतं, त्यामुळे स्पष्टपणे विचार करणं लोकांना अवघड जातं. काही डेटमध्ये प्रेमाच्या उद्देशानं जेव्हा ते स्त्रीला भेटतात तेव्हा जेवणानंतर स्त्रीची जर अशी मंद, स्पष्टपणे विचार न करणारी अशी अवस्था झाली तर त्यांना ती हवीहवीशी वाटते, पण व्यवसायदृष्ट्या अशा प्रकारची स्थिती अनर्थकारक ठरू शकते. मानसिकदृष्ट्या जेव्हा लोक जागरूक, सतर्क असतील तेव्हाच तुमचे प्रस्ताव सादर करा.

खात असताना कोणीही निर्णय घेऊ शकत नाही. तोंडात घास ठेवून कधीही कोणीही व्यावसायिक निर्णय घेत नाही.

एक लाख वर्षांपूर्वी आपला पूर्वज दिवसभर शिकार केल्यानंतर संध्याकाळी त्याने जे मारलेले प्राणी असायचे ते घेऊन तो परतायचा आणि तो आणि त्याची टोळी ते ज्या गुहेत एकत्र राहायचे तिथे आणून आपापसात वाटून खायचे. गुहेच्या प्रवेशद्वारापाशी आग लावून जाळ केला जायचा म्हणजे दुसरे प्राणी मारून जगणारे प्राणी ते पाहून गुहेजवळ फिरकायचे नाहीत आणि आगीमुळे वातावरणही उबदार राहायचं. गुहेत राहणारा माणूस

जेवण करताना गुंगून गेल्यामुळे त्याच्यावर कोणी मागून हल्ला करू नये म्हणून गुहेच्या भिंतीला तो पाठ टेकवून बसायचा. खाताना दात चावण्याचा आणि कुरतडण्याचा आणि आगीत जळणाऱ्या लाकडांचा, काटक्या कुटक्यांचा कडकडण्याचा, तडतड असा आवाज सोडल्यास बाकी कोणतेही आवाज ऐकू यायचे नाहीत. संध्याकाळी पूर्ण अंधार पडायच्या आधी शेकोटीपुढे बसून सगळ्यांनी अन्न एकमेकांच्यात वाटून खायची ही प्राचीन पद्धत आजच्या सामाजिक जेवण्याच्या समारंभाची सुरुवात होती. आधुनिक माणूस बार्बेक्युज, कुक आऊटस, किंवा डिनर पार्ट्यांचं आयोजन करून आपल्या पूर्वजांच्या या आठवणी पुन्हा जाग्या करतो. जेवणाच्या या कार्यक्रमात आधुनिक माणूसदेखील एक लाख वर्षांपूर्वीचा प्राचीन माणूस जशा प्रतिक्रिया द्यायचा आणि वागायचा तसाच आजही वागतो.

आता परत एकदा आपण आपल्या उपाहारगृहातील संध्याकाळच्या मेजवानीकडे येऊ या. जेव्हा दुसरी व्यक्ती आरामशीर बसलेली असते आणि त्याचे बचावात्मक अडथळे कमी असतात, तेव्हा ही तुमच्या बाजूनं निर्णय होण्यासाठी चांगली परिस्थिती असते. नेमके याच वेळी, तुमचं उद्दिष्ट पूर्ण करण्यासाठी आपण जे आपल्या पूर्वजांबद्दल आधी म्हटलं होतं ते लक्षात ठेवून काही साध्या नियमांचं पालन करा.

एक म्हणजे तुम्ही घरी जेवत असाल किंवा उपाहारगृहात जेवत असाल तर भिंत किंवा पडदा अशा मजबूत वस्तूला ती पाठ टेकून बसेल अशी व्यवस्था करा. संशोधनातून असं दिसून आलं आहे की, व्यक्ती जर उघड्या जागेत, जिथे इतर माणसं ये-जा करत आहेत अशा ठिकाणी बसली तर तिचा श्वासोच्छ्वास, हृदयाची धडधड, मेंदूलहरींची वारंवारिता आणि रक्तदाब यांच्यात वेगानं वाढ होते. व्यक्तीची पाठ जर जमिनीच्या पातळीवर, उघड्या दाराकडे किंवा खिडकीकडे असेल तर ताण आणखी वाढतो. जर तुम्हाला एखाद्याला दुबळं करायचं असेल किंवा चिडवायचं असेल तर त्याला बसवायला ही चांगली जागा आहे. पुढची गोष्ट म्हणजे आपल्या ज्ञानेंद्रियांना आरामदायी वाटण्यासाठी जेवणाच्या ठिकाणी मंद दिवे असावेत आणि मंद पार्श्वसंगीत असावं. आजकाल

बऱ्याचशा प्रसिद्ध उपाहारगृहांमध्ये प्राचीन गुहेतील मेजवानीचं वातावरण निर्माण करण्यासाठी भिंतीत बसवलेली शेकोटी किंवा शेकोटीची प्रतिकृती प्रवेशद्वारांपाशी केलेली असते. इतर व्यक्तींबाबत तुम्ही आमंत्रित केलेल्या व्यक्तीचं, पाहुण्यांचं मत काय आहे हे जाणून घ्यायचं असेल तर गोल टेबलावर जेवणाचं आयोजन करणं अधिक योग्य ठरेल आणि त्याच वेळी जर तुम्हाला इतरांनी तुमच्याकडे लक्ष द्यावं असं वाटत नसेल तर आमंत्रित केलेल्या व्यक्तीमध्ये आणि इतरांमध्ये एखादा पडदा किंवा मोठ्या हिरव्या झाडाची कुंडी ठेवा म्हणजे ती व्यक्ती (पाहुणा) इतरांना अस्पष्ट दिसेल आणि तुमच्यावर पाहुण्यांचे लक्ष केंद्रित होईल आणि तुम्हाला दोघांना बोलता येईल.

मोठमोठी उपाहारगृहे 'आरामदायी वातावरण देतो' या नावाखाली सामान्य पदार्थ देऊन ग्राहकांकडून पैसे उकळून त्यांचे खिसे रिकामे करत असतात आणि गेली हजारो वर्ष पुरुष त्यांच्या स्त्रियांसाठी प्रेमाचं, रोमॅन्टिक वातावरण निर्माण व्हावं म्हणून अशा उपाहारगृहात घेऊन जात असतात. आपल्या बाजूनं किंवा आपल्या मनासारखा निर्णय होण्यासाठी उपाहारगृहातील या पोषक वातावरणाचा उपयोग होतो. तुम्ही जर साध्या उपाहारगृहात गेला तर तिथे झगमगीत दिवे असतात, उघड्यावरच टेबल-खुर्च्या मांडलेल्या असतात आणि सातत्यानं बश्या, चमचे, काटे चमचे, सुऱ्या यांचे मोठमोठे आवाज ऐकू येत असतात.

सारांश

बसण्याची व्यवस्था हा काही अपघात नसतो तर विशिष्ट व्यक्तींना, विशिष्ट जागी बसवून बैठकीचा अपेक्षित परिणाम साधण्यासाठी जाणीवपूर्वक केलेली ती एक कृती असते. पुढच्या वेळी तुम्ही जेव्हा एखाद्याबरोबर बैठकीसाठी जाल तेव्हा स्वत:लाच विचारा, की तुम्हाला कोणावर सर्वात जास्त प्रभाव टाकायचा आहे आणि तो टाकण्यासाठी कोणती जागा योग्य ठरेल? कोण तुमच्याशी वाद घालेल आणि तुम्हाला विरोध करेल? प्रमुख पदावर नेमलेली अशी कोणी व्यक्ती नसेल तर स्वत:कडेच सर्वाधिकार आहेत असा दावा सांगणारी व्यक्ती प्रमुख

पदाच्या आसनावर बसली असेल तर ती कोण आहे हे जाणून घ्या. आणि तुम्हालाच जर बैठकीवर नियंत्रण ठेवायचं असेल तर तुम्ही कुठं बसलं पाहिजे? या सर्व प्रश्नांची उत्तरं तुमच्या व्यक्तिमत्त्वाला एक विशेष धार निर्माण करतील आणि तुमच्या प्रभावीपणे परिस्थिती हाताळण्यामुळं इतरांना बैठकीवर वर्चस्व किंवा नियंत्रण मिळण्यापासून परावृत्त करतील.

प्रकरण १८

मुलाखती, सत्तेचे खेळ आणि कार्यालयीन राजकारण

अॅडमची मुलाखत संपल्यावर ती विशेष चांगली झाली नसल्याची त्याला जाणीव झाली. काय चुकलं होतं? तो विचार करत होता. तो काही चुकीचं बोलला का? त्यांना त्याचं बोलणं आवडलं की नाही? की त्याचे कपडे योग्य नव्हते की कपडे वेगळ्या रंगाचे घालायला हवे होते, की त्याची बोकड दाढी चांगली दिसत नव्हती की, त्याचे वाढलेले केस आणि कानातल्या रिंगा यांनी त्याच्याबद्दल वाईट मत निर्माण केलं की जरा अतीच भरलेली त्याची बॅग योग्य नव्हती? नक्की काय चुकलं? की फक्त तो चुकीच्या खुर्चीत बसला होता?

नोकरीच्या बहुतेक मुलाखती निष्फळ असतात कारण अभ्यासातून असं दिसून आलं आहे की, मुलाखतकाराला उमेदवार किती आवडला आणि त्याला नोकरी मिळाली की नाही यात फार घट्ट संबंध असतो. उमेदवाराचा बायोडाटा, जो खरं तर उमेदवाराच्या कामगिरीचा आढावा असतो. तो विस्मरणात जातो. लक्षात राहते ती उमेदवारानं मुलाखतकारावर उमटवलेली पहिली छाप!

उद्योग जगतात प्रथमदर्शनी घडणारं व्यक्तिमत्त्वाचं दर्शन 'प्रथमदर्शनी प्रेमाइतकं' महत्त्वाचं असतं.

टोलेडो विद्यापीठाचे प्रोफेसर फ्रँक बर्निएरी यांनी नोकरीसाठी अर्ज केलेल्या विविध वयोगटातील वेगवेगळ्या पार्श्वभूमीच्या उमेदवारांनी मुलाखतीच्या पहिल्या २० मिनिटात केलेल्या कामगिरीचा अभ्यास केला. या मुलाखती दरम्यान मुलाखतकारांना प्रत्येक उमेदवाराची महत्त्वाकांक्षा, बुद्धिमत्ता आणि कार्यक्षमता यांसारख्या स्वभाव वैशिष्ट्यांना गुण द्यायला लावले. नंतर निरीक्षकांच्या एका गटाला यातील प्रत्येक मुलाखतीचं फक्त पहिल्या १५ सेकंदाचं व्हिडिओ चित्रीकरण बघायला सांगितलं. यातून असं दिसून आलं की, निरीक्षकांनी १५ सेकंदात उमेदवाराबद्दल जी मतं बनविली होती, त्यांच्यावर उमेदवाराची जी छाप पडली होती ती आणि मुलाखतकारांची मतं जवळजवळ सारखीच होती. या अभ्यासातून परत एकदा हेच सिद्ध झालं की, प्रथमदर्शनी जी छाप पडते तेच आपल्याविषयीचं मत बनवतं ते आपल्याला पुन्हा सुधारण्याची दुसरी संधी मिळत नाही आणि आपली जी प्रथमदर्शी छाप दुसऱ्या व्यक्तीवर पडते त्यामध्ये तुम्ही त्याला सामोरे कसे जाता, हस्तांदोलन कसं करता आणि तुमची एकूण देहबोली कशी आहे हे घटक महत्त्वाची भूमिका बजावतात. म्हणून आपल्या प्रथमदर्शनी प्रतिमेकडे लक्ष देणे आवश्यक आहे.

जेम्स बॉन्ड शांत, स्थिरवृत्ती आणि अविचलित का वाटतो?

भाषाशास्त्राच्या क्षेत्रातील एका संशोधनातून असं आढळून आलं की, व्यक्तीचं स्थान, अधिकार आणि प्रतिष्ठा आणि त्याच्या शब्दसंग्रहाचं प्रमाण यामध्ये थेट संबंध दिसून आला. सामाजिक किंवा व्यवस्थापन क्षेत्रात व्यक्ती जितक्या उच्च पदावर, शिडीच्या वरच्या पायरीवर असते तितकी ती शब्दांचा आणि वाक्प्रचारांचा चांगला उपयोग करून संवाद साधू शकते. देहबोलीवर झालेल्या संशोधनातून असं दिसून आलं आहे की, व्यक्तीचं बोलण्यावरील प्रभुत्व आणि त्याच्या हालचालीचं प्रमाण याचा संबंध असून तो संदेश कशा प्रकारे लोकांपर्यंत पोहोचवतो यातून ते दिसून येतं. उच्चपदस्थ व्यक्ती हातवाऱ्यांपेक्षा त्याच्या शब्द सामर्थ्यातून त्याचं म्हणणं काय आहे हे प्रभावीपणे व्यक्त करेल. याउलट निम्नपदस्थ, कमी कौशल्य असलेला व्यक्ती शब्दांपेक्षा हातवारे आणि

इतर हालचालीतून त्याला काय म्हणायचं आहे हे इतरांपर्यंत पोहोचवेल. त्याच्याकडे एवढी शब्दसंख्या नसल्यानं तो शब्दांऐवजी हातवाऱ्यांचा वापर जास्त करतो. सामाजिक, आर्थिक स्तर जसजसा उंचावतो तसतशी व्यक्ती हातवारे आणि शारीरिक हालचाली कमी प्रमाणात करते असा सर्वसाधारण नियम दिसून येतो.

स्पेशल एजंट जेम्स बॉण्ड ही तत्त्वं परिणामकारकतेनं पाळताना दिसतो. तो जेव्हा दबावाखाली असतो तेव्हा तो कमीत कमी शारीरिक हालचाली करतो. दुष्टप्रवृत्तीचे लोक त्याच्यावर हल्ला करतात, त्याला धमक्या देतात, त्याचा अपमान करतात, त्याच्यावर गोळ्या झाडतात, पण तो त्यांच्या तुलनेत फारशी हालचाल न करता अविचल, शांत असतो आणि अगदी मोजकी, पण वेचक वाक्यं एकसारख्या स्वरात उच्चारतो.

जेम्स बॉन्ड एवढा शांत असतो की, दहा–दहा खलनायकांना लोळवून, परत लगेच तो रमणीबरोबर प्रेम करायला मोकळा असतो.

उच्च पदस्थ व्यक्ती या नेहमी 'शांत' म्हणजेच कमीत कमी भावना व्यक्त करताना दिसतात. जिम कॅरीसारखे नट याच्याविरुद्ध वागणारे असतात. 'मास्क' हा त्याचा गाजलेला चित्रपट. त्यात ते फार जास्त शारीरिक हालचाली (ॲनिमिटेड) करतात. त्यातून त्यांना त्यांच्या भूमिकेतील व्यक्तीचा भित्रेपणा, दौर्बल्य दाखवायचं असतं.

प्रथमदर्शनी छाप पाडण्याच्या नऊ महत्त्वाच्या बाबी

तुम्ही असं गृहित धरा की, तुम्ही एका मुलाखतीसाठी चालला आहात आणि प्रथमदर्शनी स्वत:ची खूप चांगली छाप तुम्हाला पाडायची आहे. हे लक्षात ठेवा, इतर जण तुमच्याबद्दलचं ९०% मत पहिल्या चार मिनिटांतच बनवतात आणि तुम्ही ६० ते ८०% प्रभाव, न बोलताच त्यांच्यावर टाकू शकता.

अशा आहेत या नऊ महत्त्वाच्या गोष्टी, ज्या तुम्ही मुलाखतीला गेल्या गेल्याच समोरच्याच्या लक्षात येऊन त्याच्यावर प्रथमदर्शनी छाप पडली पाहिजे.

१. स्वागत कक्ष

तुम्ही येताना ज्या काही गोष्टी घेऊन आला असाल त्या स्वागतिकेकडे, स्वागतकक्षातील काऊंटरवरील व्यक्तीस विचारून तिच्याकडे सुपूर्द करा. कार्यालयात जाताना अव्यवस्थितपणाने, गबाळेपणाने जाऊन गडबडल्यासारखे करू नका. त्यामुळे तुम्ही हास्यास्पद ठरण्याची शक्यता असते. तुम्ही रिसेप्शनिस्टच्या आसपासच्या परिसरात उभे राहा, कधीही बसू नका. रिसेप्शनिस्ट (स्वागतिका) तुम्हाला बसण्याचा आग्रह करेल पण एकदा का तुम्ही कुठेतरी जाऊन बसलात की तम्ही आहात हेच ती विसरून जाण्याची शक्यता असते. उभे राहताना नेहमी पाठीमागे हातात हात घालून (आत्मविश्वासाने) उभे राहा आणि किंचित स्वत:ला मागे पुढे हेलकावे द्या. यातून तुमचा आत्मविश्वास प्रगट होईल व तुम्ही नियंत्रित आहात हेही दिसेल. कधी कधी हातांचा मनोरा केलात तरी चालेल या देहबोलीच्या हालचालींमुळे तुम्ही तिथे आहात आणि आत बोलावण्याची वाट पाहत आहात हे इतरांना कळेल मात्र कर कार्यालयात अशा प्रकारे कधीच वागू नका.

२. प्रवेश

तुमच्या नुसत्या प्रवेश करण्यातूनच इतरांनी तुम्हाला कसं वागवलं पाहिजे हे कळायला हवं. एकदा का रिसेप्शनिस्टनी तुम्हाला आत जा असा हिरवा सिग्नल दिला, की तुम्ही नि:संकोचपणे द्विधा मन:स्थिती न बाळगता सरळ आत जा. एखादा खोडकर मुलगा मुख्याध्यापकांना भेटायला थांबतो तसं दारात उभं राहू नका. एकदा का तुम्ही दारातून कार्यालयात प्रवेश केलात की ज्या वेगानं आलात तोच वेग कायम ठेवा. ज्यांच्यात आत्मविश्वास कमी असतो ते एकदम गियर बदलून तिथंच थबकल्यासारखं करतात आणि चुळबुळ करायला लागतात.

३. आगमन

तुम्ही कार्यालयात प्रवेश केल्यानंतर ज्यांना भेटायला आला आहात ती व्यक्ती जर फोनवर बोलत असेल, ड्रॉवरमध्ये काही शोधत असेल, त्याच्या बुटाची नाडी बांधत असेल तरी थेटपणे आणि आत्मविश्वासानं त्याच्यापुढं नीट उभे रहा. तुमची ब्रीफकेस किंवा तुमच्या हातात फोल्डर

वगैरे काही असेल तर ते खाली ठेवा, व्यक्तीला हस्तांदोलन करा आणि लगेच स्थानापन्न व्हा. समोरच्या व्यक्तीला असं जाणवू द्या की तुम्हाला अशा प्रकारे आत्मविश्वासानं दुसऱ्यांच्या कार्यालयात जाण्याची सवय आहे आणि दुसऱ्यानं तुम्हाला वाट पाहत, ताटकळत ठेवणं तुम्हाला अपेक्षित नाही. जे लोक हळूहळू आत येतात किंवा लांब ढांगा टाकीत आत येतात, त्यांच्या चालण्यातून त्यांना भरपूर वेळ आहे असं तरी वाटतं किंवा इथं जे काही ते करत आहेत त्यात त्यांना रस नाही असं वाटतं आणि त्यांना दुसरं काही करण्यासारखं नव्हतं म्हणून ते इथं आले आहेत असंही वाटतं. निवृत्त झालेल्या लक्षाधीशांनी किंवा फ्लोरिडा आणि क्वीन्सलँडमध्ये राहणाऱ्यांनी असं वागलं तर चालतं पण ज्याला स्वत:ची सत्ता, अधिकार किंवा क्षमता सिद्ध करायची आहे किंवा संभाव्य निरोगी म्हणून कोणाचा तरी सोबती व्हावं असं वाटतंय, त्याला असं वागून चालणार नाही. प्रभावी व्यक्ती आणि ज्यांना आपल्याकडे इतरांचं लक्ष वेधून घ्यायचं आहे ते चपळपणे मध्यम गती ठेवून, मध्यम लांबीच्या टांगा टाकत चालतात.

४. हस्तांदोलन

हस्तांदोलन करताना तुमच्या हाताचा तळवा सरळ ठेवा आणि हातांवर जेवढा दबाव समोरच्या व्यक्तीकडून जाणवतो आहे तेवढाच दबाव तुम्हीही द्या. हस्तांदोलन करणं कधी थांबवायचं हे दुसऱ्या व्यक्तीला ठरवू द्या. आयताकृती टेबल असेल तर हस्तांदोलन करायला जाताना हाताचा तळवा खाली करून हस्तांदोलन करणं टाळण्यासाठी टेबलाच्या डावीकडे जाऊन हस्तांदोलन करा. पहिल्या १५ सेकंदात व्यक्तीचं नाव दोनदा उच्चारा आणि एका वेळी ३० सेकंदापेक्षा जास्त वेळ बोलू नका.

५. तुम्ही बसता तेव्हा

तुम्हाला जर कमी उंचीच्या खुर्चीवर आणि समोरच्या व्यक्तीच्या थेट समोर बसणं भाग पडलं तर खुर्ची व्यक्तीपासून ४५ अंश कोनात फिरवा म्हणजे ती व्यक्ती तुम्हाला ताकीद देते आहे, रागावते आहे अशी स्थिती निर्माण होणार नाही. खुर्चीचा कोन जर तुम्ही बदलू शकला नाहीत तर तुमच्या शरीराच्या दिशेचा कोन बदलून बसा.

६. बसण्याचे क्षेत्र (ठिकाण)

व्यक्तीनं तिच्या कार्यालयात तुम्हाला कॉफी टेबलसारख्या अनौपचारिक ठिकाणी बसण्यासाठी आमंत्रित केलं तर हा सकारात्मक संकेत समजा. कारण व्यवसायविषयक ९५% प्रस्ताव हे टेबलाच्या मागून नाकारले जातात. कॉफी टेबलावर अशी शक्यता नसते. गुबगुबीत, कमी ऊंची असलेल्या सोफ्यावर कधीही बसू नका. कारण त्याच्यात बसल्यानं तुम्ही एकदम खाली दबले जाऊन बुडल्यासारखे होऊन तुमचे दोन्ही पाय वरती येऊन अवाढव्यपणे लोंबकळत राहतात आणि पायांमधून डोकं एकदम लहान दिसतं. सोफ्यावर बसण्यावाचून दुसरा पर्याय नसेल तर सोफ्याच्या कडेवर सरळ, ताठ बसा त्यामुळं तुम्हाला तुमच्या देहबोलीवर आणि हालचालींवर नियंत्रण ठेवता येतं. इथंही बसताना तुम्ही व्यक्तीपासून ४५ अंश कोनाच्या अंतरावर बसा.

७. तुमच्या हालचाली

जे लोक शांत, स्थिरवृत्ती, अविचलित असतात आणि ज्यांचं भावनांवर नियंत्रण असतं ते स्पष्ट, गुंतागुंतीच्या नसलेल्या आणि विचारपूर्वक हालचाली करतात. प्राचीन काळापासून काही फायदा व्हावा म्हणून करण्यात आलेली ही युक्ती आहे की – ज्यांच्याकडे सत्ता आहे त्यांना फारशी काही हालचाल करावी लागत नाही. लक्षात ठेवा की पूर्व युरोपातील लोक पश्चिम युरोपातील लोकांपेक्षा हाताच्या कोपराच्या खालच्या बाजूच्या जास्त हालचाली करतात आणि दक्षिण युरोपातील लोक संपूर्ण हातांच्या आणि खांद्यांच्या हालचाली जास्त करतात. योग्य वाटेल त्या वेळी दुसऱ्या व्यक्तीच्या हातवाऱ्यांचं, हालचालींचं आणि चेहऱ्यावरील हावभावांचं अनुकरण करा.

८. अंतर

दुसऱ्या व्यक्तीच्या वैयक्तिक अवकाशाचा आदर करा. भेटीच्या पहिल्या काही मिनिटांमध्ये ते सर्वात जास्त असतं. भेटीच्या सुरुवातीलाच तुम्ही जर त्याच्या अगदी जवळ गेलात तर तो लगेच मागे सरकतो, किंवा मागे झुकतो. किंवा बोटांनी ठेका धरण्यासारख्या हालचाली पुन:पुन्हा करायला लागतो.

असा नियमच आहे की परिचित व्यक्तीच्या जवळ तुम्ही जाऊ शकता, पण नव्या लोकांपासून जरा दूरच थांबावं. स्त्रियांबरोबर काम करताना सामान्यत: पुरुष त्यांच्याजवळ येतात तर स्त्रिया पुरुषांबरोबर काम करताना साधारणत: मागे सरकतात. समवयस्कांच्या जवळ जाऊन तुम्ही काम करू शकता मात्र तुमच्यापेक्षा जास्त वयस्क व्यक्ती असतील किंवा लहान व्यक्ती असतील तर मात्र त्यांच्यापासून जरा लांब उभे राहूनच काम करा.

९. निर्गमन (बाहेर जाणे)

शांतपणे तुमच्या वस्तूंची आवराआवर करा आणि निघताना जाणीवपूर्वक, जर शक्य असेल तर हस्तांदोलन करा, मागे वळा, बाहेर पडा. तुम्ही प्रवेश केल्यानंतर दरवाजा बंद झाला असेल तर तुम्ही बाहेर पडल्यानंतर तो परत लावून घ्या. तुम्ही जर पुरुष असाल तर बुटाच्या मागच्या भागालाही पॉलिश करण्याचे विसरू नका. बरेच पुरुष अशा गोष्टीकडे दुर्लक्ष करण्याची शक्यता असते. स्त्रियांचं मात्र याबाबत विशेष लक्ष असतं आणि त्या टीकाही करतात.

स्त्री जेव्हा निघायचा विचार करते तेव्हा ती तिचं पाऊल दरवाज्याच्या दिशेने दर्शवते आणि मागचे कपडे नीट करते, केस ठीकठाक करते म्हणजे ती जेव्हा बाहेर पडते तेव्हा तिचा पार्श्वभागाची चांगली छाप पडावी याची ती काळजी घेते. यापूर्वी उल्लेख केल्याप्रमाणे लपवलेल्या कॅमेऱ्यामधून केलेल्या चित्रीकरणातून असं दिसून आलं की, तुम्हाला आवडो अथवा न आवडो, पण तुम्ही जर स्त्री असाल तर तुम्ही जाताना इतरजण तुमच्या पार्श्वभागाकडे नीट निरखून पाहतात. जेव्हा तुम्ही दरवाजापर्यंत जाल तेव्हा हळूच मागे वळा आणि स्मितहास्य करा. तुमच्या पार्श्वभागापेक्षा तुमचा हसरा चेहरा त्यांच्या लक्षात राहणं कधीही चांगलं.

जेव्हा तुम्हाला कोणी तिष्ठत ठेवतं

कोणी जर तुम्हाला २० मिनिटांपेक्षा जास्त काळ तिष्ठत ठेवलं तर एकतर ती व्यक्ती बेशिस्त, अव्यवस्थित आहे किंवा स्वत:चं वर्चस्व दाखवून देण्याच्या प्रयत्नात आहे असं समजावं. अशा प्रकारे एखाद्याला तिष्ठत ठेवणं ही दुसऱ्याला कमी लेखून स्वत:चं महत्त्व वाढवण्याची,

त्या व्यक्तीची प्रभावी पद्धत ठरते. जे लोक उपाहारगृहात किंवा चित्रपटाच्या रांगेत ताटकळत उभे असतात त्यांनाही असाच अनुभव येतो पण प्रत्येक जण स्वत:शी असा विचार करतो की अशी वाट बघणं नक्कीच योग्य असणार, कारण नाहीतर एवढे सगळे जण कशासाठी ताटकळले असते.

तुमच्याबरोबर नेहमी पुस्तक, पीडीए (आयफोन), लॅपटॉप, मोबाईल किंवा कार्यालयीन कामकाज बरोबर घेऊन जा म्हणजे तुम्हीही कामात गुंतलेले आहात आणि असा वाट बघण्यात वेळ घालवणं तुम्हाला सोयिस्कर नाही हे जिनं तिष्ठत ठेवलं आहे तिला कळू द्या. ज्या व्यक्तीनं तुम्हाला वाट बघायला लावली ती ज्या वेळी तुम्हाला भेटायला येते त्या वेळी तिला पहिल्यांदा बोलू द्या. तुमच्या कामातून तुमचं डोकं हळूच वर करा, तिचं स्वागत करा आणि हळुवारपणे, आत्मविश्वासानं तुमच्या कामकाजाच्या सगळ्या गोष्टी आवरून नीट ठेवा. वाट बघत असताना तुम्ही आणखी एक चांगली धोरणात्मक कृती करू शकता. ती म्हणजे तुमच्या बॅगमधून आर्थिक कागदपत्रं काढा, कॅलक्युलेटर काढा आणि हिशोब करायला लागा. जेव्हा ती व्यक्ती तुम्हांला बोलवेल त्या वेळी म्हणा की, 'मी जरा हातातले हे एवढे हिशोब पूर्ण करतो आणि थोड्याच वेळात तुमच्याशी बोलतो.' किंवा या मिळालेल्या वेळात तुम्ही तुमच्या मोबाईल फोनवरून इतरांशी संपर्क साधून तुमची कामं करू शकता. या सगळ्यातून तुम्हाला असा संदेश त्यांना द्यायचा आहे की त्यांनी तुम्हाला वाट बघायला लावून जी बेशिस्त दाखवली आहे त्यानं तुमच्या इतर कामात अडथळा आला नाही. कारण तुम्हाला करायला ही एवढी सगळी कामं आहेतच. स्वत:चा वरचष्मा दाखवण्यासाठी ती व्यक्ती हा सगळा खेळ खेळत आहे, असा जर का तुम्हाला संशय आला तर तुमच्या भेटीमध्ये तुम्हाला तातडीचा फोन येईल अशी व्यवस्था करा. फोन घ्या आणि फोनवरून मोठमोठ्या रकमांचा, आर्थिक व्यवहारांचा, एक-दोन प्रसिद्ध व्यक्तींच्या नावाचा उल्लेख करा. आणि त्याला सांगा की तुम्हाला सर्वोत्कृष्ट तेच लागतं, त्याबाबत तुम्ही कोणतीही तडजोड करत नाही. त्यामुळं या व्यवहाराबाबत त्यानं लवकरात लवकर तुमच्याशी संपर्क

साधावा. फोन ठेवा. तुमच्या संभाषणात अडथळा आल्याबद्दल माफी मागा आणि जणू काहीच घडलं नाही असं दाखवत संभाषण पुढे चालू ठेवा. हेऽऽ, जेम्स बॉन्ड जर अशा पद्धतीनं वागून यशस्वी होतो तर तुम्ही का नाही होणार?

तुमची बैठक चालू असताना जर दुसऱ्या व्यक्तीला फोन आला किंवा तिसरी व्यक्ती आणि त्या दोघांमधील संभाषण बराच काळ चालणार असं तुम्हाला जाणवलं तर तुमचं काम (होमवर्क) करायला लागा, किंवा पुस्तक काढा- वाचायला लागा. यामुळं त्यांनाही बोलायला एकांत मिळतो आणि तुम्हाला वेळ वाया घालवायला आवडत नाही हेही त्यांना कळतं. हे सगळं ती दुसरी व्यक्ती जाणीवपूर्वक करते आहे असं जर तुम्हाला वाटलं, तर तुमचाही मोबाईल काढा आणि आधी व्यवसायाविषयक ज्या धाडसी महत्त्वाच्या योजनांबाबत तुम्ही फोनवर बोलला होता त्याचा पाठपुरावा करण्यासाठी एकापाठोपाठ एक असे धडाधड फोन करायला सुरुवात करा.

तुम्ही यशस्वी होईपर्यंत तुमची भूमिका खरी वाटेल अशी वठवत राहा

तुम्ही जर हात तोंडावरून फिरवणं यासारखी हालचाल टाळलीत आणि सतत खुलेपणाचे संकेत दाखवत बोललात याचा अर्थ तुम्ही काहीतरी मोठं असत्य सांगू शकाल आणि ते इतरांना कळणारही नाही? नाही... असं होईलच असं नाही. कारण तुम्ही जरी खुलेपणा दर्शवणाऱ्या हालचाली केल्यात आणि तुम्हाला माहीत आहे की तुम्ही खोटे बोलत आहात तर अशा वेळी तुमच्या तळव्यांना घाम येण्याची शक्यता असते, तुमच्या गालांचे स्नायू नकळत आखडण्याची शक्यता असते, तुमच्या डोळ्यांच्या बाहुल्या आकुंचित होण्याची शक्यता असते आणि या सगळ्या हालचालींवरून तुम्ही खोटं बोलत आहात हे कळण्याची शक्यता आहे. ज्या व्यक्तींना आपण खोटं बोलण्याचा अभिनय करतो आहोत आणि त्या खोटं बोलण्यावर त्यांचा खरोखरच विश्वास बसून जर ते खोटं बोलण्याचा अभिनय करत असतील तर ते सक्षम खोटं बोलणारे आहेत असं मानलं जातं. व्यावसायिक नटच अशा प्रकारे खोटं बोलू शकतात

आणि त्यांच्या अभिनयाला ऑस्कर पुरस्कारही दिला जातो. याचा अर्थ आम्ही तुम्हाला खोटं बोला असं सुचवत नसून आमच्याकडे याचा सबळ पुरावा आहे की, आम्ही या संपूर्ण पुस्तकात ज्या सकारात्मक कौशल्यांविषयी माहिती दिली आहे त्याचा जर तुम्ही सराव केलात तर ती तुमच्या नैसर्गिक स्वभावात भर टाकतील आणि त्याचा तुम्हाला उर्वरित आयुष्यभर उपयोग होईल.

वैज्ञानिकांनी 'तुम्ही यशस्वी होईपर्यंत खोटे बोलत राहा' या कल्पनेचा वापर करून काही पक्ष्यांवर प्रयोग केला. पक्ष्यांच्या अनेक जातींमध्ये जे वर्चस्व गाजवणारे पक्षी असतात त्यांची पिसं जास्त गडद रंगांची असतात. गडद रंगाचे पक्षी अन्न आणि समागमासाठी जोडीदार मिळवण्याच्या रांगेत पहिल्या क्रमांकावर उभे राहतात. संशोधकांनी काही फिक्या रंगाचे, दुर्बल पक्षी घेतले आणि त्यांची पिसं गडद रंगांनी रंगवली आणि त्यांना 'खोटंच' भासवायला सांगितलं की इतर गडद रंगाच्या पक्ष्यांसारखे तेही वर्चस्व गाजवणारे आहेत. पण याचा परिणाम असा दिसून आला की जे खोटा रंग लावलेले पक्षी होते त्यांच्यावर खऱ्या वर्चस्व गाजवणाऱ्या पक्ष्यांनी हल्ला केला. कारण जरी या पक्ष्यांना गडद रंग लावला तरी त्यांची देहबोली ही पूर्वीसारखीच दुर्बल, शरणागती पत्करणारी राहिलेली होती. त्यामुळे त्यांना लगेच ओळखून प्रबळ पक्ष्यांनी त्यांच्यावर हल्ला केला. पुढच्या काही प्रयोगांमध्ये दुर्बल पक्ष्यांमधील दोघांनाही, नर आणि मादी यांनाही केवळ गडद रंगानं रंगवलं नाही तर त्यांच्यात वर्चस्व गाजवण्याची वृत्ती निर्माण व्हावी म्हणून त्यांना टेस्टोस्टेरॉन हार्मोन्सची इंजेक्शनंही देण्यात आली. या वेळी मात्र 'खोटे' पक्षी आत्मविश्वासानं वावरायला लागले, श्रेष्ठत्व दाखवू लागले, त्यामुळं वर्चस्व गाजवणारे खरे पक्षी त्यांना ओळखू शकले नाहीत. खोट्या पक्ष्यांनी त्यांना मूर्ख बनवलं. या सगळ्या गोष्टींचं सार काय? तर सर्वांचा विश्वास बसेल अशा पद्धतीनं मुलाखत देणाऱ्याच्या भूमिकेत तुम्ही शिरकाव करा. मानसिकदृष्ट्या आधीच सराव करा आणि अशी विश्वासार्ह भूमिका वठवण्याची तयारी करा की मुलाखतीच्या वेळी इतर जण तुम्हाला गंभीरपणे घेतील आणि तुमची मुलाखत यशस्वी होईल.

तुमच्या व्यक्तिमत्त्वाला विशेष धार येण्यासाठीचे सात साधे उपाय

१. उभे राहून बैठक घेणे

अल्प काळासाठी काही निर्णय घ्यायचे असतील तर त्यासंबंधीची बैठक उभ्यानेच आयोजित करावी. अभ्यासातून असं दिसून आलं आहे की, उभ्यानं केलेली संभाषणं ही बसून केलेल्या संभाषणांपेक्षा कमी कालावधीची असतात. बसून बैठक घेणाऱ्या व्यक्तीपेक्षा उभं राहून बैठक घेणाऱ्या व्यक्तीचं स्थान अधिक उच्च आहे असं लोकांना वाटतं. तुम्ही उभे असतानाच बाहेरचे कोणी तुमच्या कार्यक्षेत्रात आले तर तेही वेळेची बचत करणारं ठरतं. त्यामुळं तुमच्या कार्यक्षेत्रात अभ्यागतांसाठी खुर्च्या हा प्रकारच न ठेवण्याचा तुम्ही विचार करा. उभ्याने घेतलेले निर्णय हे जलद आणि मुद्देसूद असतात. अशा वेळी इतर लोक उगाच इतर सामाजिक विषयांवर गप्पा मारण्यात किंवा तुमचं कुटुंब कसं काय आहे असे प्रश्न विचारण्यात वेळ घालवत नाहीत.

२. तुमच्या स्पर्धकांना त्यांची पाठ दाराकडे करून बसवा

याआधी चर्चा केल्याप्रमाणे अभ्यासातून असं दिसून आलं आहे की, जेव्हा आपली पाठ खुल्या जागेकडे असते तेव्हा आपल्याला ताण येतो, रक्तदाब वाढतो, हृदयाचे ठोके जलद पडू लागतात, आपल्या मेंदू लहरींची वारंवारता वाढते आणि आपला श्वासोच्छ्वास जलद गतीनं होतो. कारण आपल्या पाठीला आधार नसल्यानं मागून कोणीतरी हल्ला करील अशी शक्यता वाटून आपलं शरीर अशी स्वत:ची तयारी करतं. सावधगिरीच्या पावित्र्यात जातं. म्हणूनच तुमच्या विरोधकांना बसवायला अशी जागा सर्वोत्कृष्ट ठरते.

३. तुमची बोटे जुळवून ठेवा

लोक जेव्हा हातांच्या साहाय्यानं बोलतात, बोटं बंद करतात आणि हात हनुवटीच्या खाली आणतात तेव्हा ते जास्त लक्ष वेधून घेतात. मोकळी बोटं आणि हात हनुवटीच्या वर आणलेल्या व्यक्ती तितक्याशा प्रभावी वाटत नाहीत.

४. तुमच्या हाताचे कोपरे बाहेर ठेवा

तुम्ही जेव्हा खुर्चीवर बसता तेव्हा तुमचे कोपरे बाहेर किंवा खुर्चीच्या हातांवर ठेवा. कमजोर, भित्र्या व्यक्ती स्वत:चं संरक्षण करण्यासाठी कोपरे आत ठेवतात त्यामुळे त्यांना भीती वाटते आहे हे त्यांच्याकडे पाहणाऱ्यांना लगेच कळतं.

५. वजनदार शब्द वापरा

कॅलिफोर्निया विद्यापीठात केलेल्या अभ्यासावरून असं दिसून आलं की बोली भाषेत मन वळवण्यासाठी वापरण्यात येणारे बहुतेक शब्द – शोध, हमी, प्रेम, सिद्ध झालेले परिणाम, बचत करणं, वाचवणं, सहज, आरोग्य, पैसा, नवीन, सुरक्षितता आणि तू, तुम्ही असे आहेत. ते वापरायचा सराव करा. सिद्ध झालेल्या या शब्दांच्या शोधामुळे तुम्हाला नवीन परिणाम दिसून येतील. हे शब्द तुम्हाला अधिक प्रेमाची, चांगल्या आरोग्याची हमी देतील. तुमच्या पैशाची बचत करतील आणि ते संपूर्णत: सुरक्षित असून वापरायला सोपे आहेत.

६. चपट्या आकाराची ब्रीफकेस (बॅग) वापरा

कॉम्बिनेशन लॉक म्हणजे अक्षरांची अगर अंकांची योग्य जुळवणी केली तरच उघडणारे कुलूप असलेली चपट्या आकाराची बॅग, ब्रीफकेस वापरणारी व्यक्ती महत्त्वाची मानली जाते आणि अगदी महत्त्वाच्या तपशिलांसंबंधी ती जागरूक असते. मोठ्या अवजड बॅग वापरणारे लोक सर्व कामं स्वत:च करतात आणि ते तितकेसे शिस्तशीर, व्यवस्थित आणि वेळेवर गोष्टी करणारे नाहीत असंच इतरांचं त्यांच्याबद्दल मत होतं.

७. त्यांच्या कोटाची बटणे बघा

जेव्हा दोन गट समोरासमोर येतात तेव्हा त्यांच्यात काय घडतं यासंबंधीच्या चित्रफितींच्या अभ्यास करण्यात आला. उदाहरणार्थ, कामगार संघटना आणि व्यवस्थापन बोलणी करण्यासाठी समोरासमोर आल्यानंतर जर त्यांच्यातल्या बहुतेक लोकांच्या कोटाची बटणं लावलेली नसली तर त्यांच्यात करार होण्याची जास्त शक्यता असते. जे लोक हाताची घडी

घालून छातीवर ठेवतात त्यांच्या जाकिटाची बटणं लावलेली असतात आणि ते नकारात्मक वृत्तीचे असतात. बैठक किंवा बोलणी चालू असताना जर व्यक्तीनं अचानक जाकिटाची बटणं सोडली तर तुम्ही असं गृहित धरा की त्यानं त्याच्या मनाची कवाडंही उघडली आहेत.

सारांश

कोणत्याही महत्त्वाच्या मुलाखतीत किंवा कोणाला भेटायला, किंवा बैठकीला जाण्याआधी पाच मिनिटे शांत बसा. मनातल्या मनात तुम्ही या गोष्टी करता आहात आणि चांगल्या पद्धतीनं करता आहात असा विचार मनात आणा आणि त्याचा सराव करा. जेव्हा तुमच्या मनाला या गोष्टी स्पष्टपणे दिसतील तेव्हा तुमचं शरीर ते प्रत्यक्षात करून दाखवेल आणि इतर जण त्याप्रमाणे त्याला प्रतिसाद देतील.

कार्यालयीन राजकारण

असं कधी झालं आहे की तुम्ही व्यवसायानिमित्त एखाद्या चर्चेसाठी गेलात आणि पाहुण्यांसाठी (अभ्यागतांसाठी) असलेल्या खुर्चीवर बसल्यावर तुम्हाला असाहाय्य वाटलं किंवा दडपण आल्यासारखं झालं? जिथं मुलाखतकार किंवा ज्याला तुम्ही भेटायला गेला आहात तो मोठा आणि त्याचं दडपण येईल असं वातावरण आहे आणि तुम्ही अगदी लहान, नगण्य आहात असं तुम्हाला वाटलंय अशी शक्यता आहे की या व्यक्तीनं स्वत:चा अधिकार आणि स्थान वाढवण्यासाठी, आणि भेटायला आलेल्यांचं स्थान कमीच ठेवण्यासाठी धूर्तपणे त्यांच्या कार्यालयाची अशी रचना केली आहे. म्हणजे स्थान, अधिकारानुसार खुर्च्या वापरायच्या काही पद्धती आणि बसण्याच्या व्यवस्थेमुळं अशा प्रकारचं वातावरण कार्यालयात निर्माण केलं जातं.

आपलं स्थान आणि अधिकार वाढवण्यासाठी, इतरांना ते जाणवण्यासाठी जेव्हा खुर्च्यांचा वापर केला जातो तेव्हा त्यामध्ये तीन घटक महत्त्वाचे ठरतात. खुर्चीचा आकार आणि तिची उपसाधनं (ॲक्सेसरीज), जमिनीपासून खुर्चीची उंची आणि इतर व्यक्तींच्या तुलनेत खुर्चीचं स्थान.

१. खुर्चीचा आकार आणि वापरलेली उपसाधनं

खुर्चीच्या पाठीच्या उंचीवरून व्यक्तीच्या अधिकाराची कल्पना येते. जेवढी पाठ उंच तेवढी त्यात बसलेल्या व्यक्तीचा अधिकार मोठा असं समजलं जातं. राजे, राण्या, पोप आणि उच्च स्थानांवरील व्यक्तींच्या सिंहासनाची किंवा त्यांच्या अधिकृत खुर्चीची उंची ८ फूट (२.५ मीटर) किंवा त्यापेक्षा जास्त असते. इतरांपेक्षा त्यांचं स्थान मोठं आहे हेच त्यातून दाखवायचं असतं. वरिष्ठ कार्यकारी अधिकाऱ्यांची (सिनियर एक्झिक्युटिव्ह) खुर्ची उंच पाठीची लेदरची असते, आणि त्यांना भेटायला येणाऱ्या व्यक्तींसाठी ठेवलेल्या खुर्च्यांची पाठ कमी उंचीची असते. कल्पना करा, राणी किंवा पोप जर नेहमी एखाद्या पियानो समोर ठेवतात तसल्या लहान स्टुलावर बसले तर त्यांचा अधिकार जाणवेल का?

फिरत्या खुर्चीत बसलेल्यांना तणावाखाली असताना अधिक हालचालींची संधी मिळते त्यामुळे फिरत्या खुर्च्या स्थिर खुर्चीपेक्षा जास्त अधिकार आणि उच्च स्थानाची जाणीव करून देतात. स्थिर खुर्च्यांमुळे फारच कमी हालचाली किंवा काहीच हालचाली करता येत नाहीत. या हालचाली करता येत नसल्याची उणीव, खुर्चीत बसलेली व्यक्ती शरीराच्या काय हालचाली करते आणि त्यातून तिच्या वृत्ती आणि भावना कशा प्रकारे व्यक्त होतात हे पाहायला मिळाल्यानं भरून पावते. ज्या खुर्च्यांना हात असतात, मागे आरामात टेकता येतं, ज्यांना चाकं असतात त्या खुर्च्या अधिक अधिकार दर्शवितात.

२. खुर्चीची उंची

उंचीचा वापर करून अधिकार कसे मिळवता येतात हे आपण १६व्या प्रकरणात पाहिलं आहे. पण हेही लक्षात ठेवायला हवं की, इतर व्यक्तीपेक्षा आपल्या खुर्चीची उंची जमिनीपासून जास्त असेल तर आपल्याला उच्च स्थानाचा लाभ मिळतो. जाहिरात क्षेत्रात काम करणारे काही अधिकारी बऱ्याच वेळा मुद्दाम स्वत:ची उंच पाठीची खुर्ची उंच जागी ठेवतात आणि समोरच्या व्यक्तीची खुर्ची बचावात्मक पद्धतीनं मांडतात किंवा त्यांना बसायला दिलेला सोफा (कोच) किंवा खुर्च्या

इतक्या कमी उंचीच्या असतात की त्यांची नजर सहजपणे फक्त या व्यक्तीच्या (फक्त) टेबलापर्यंतच पोहोचते.

३. खुर्चीचे स्थान

बसण्याच्या पद्धती या प्रकरणात उल्लेख केल्याप्रमाणे जेव्हा अभ्यागताची खुर्ची बरोबर समोर विरुद्ध दिशेला, स्पर्धात्मक स्थितीमध्ये ठेवली जाते तेव्हा समोरच्या व्यक्तीच्या अधिकाराची जास्तीत जास्त जाणीव त्यातून करून दिली जाते. सत्ता खेळातील आणखी एक नेहमी दिसून येणारी गोष्ट म्हणजे अभ्यागताची खुर्ची एक्झिक्युटिव्हच्या टेबलापेक्षा शक्य तेवढी लांब, सामाजिक किंवा सार्वजनिक क्षेत्रात ठेवली जाते. त्यामुळे तर अभ्यागताचं स्थान आणखी कमी होतं.

टेबलाच्या 'स्वामित्वाची' अदलाबदल

जेव्हा दोन व्यक्ती टेबलावर बरोबर एकमेकांच्या विरुद्ध बाजूला बसतात तेव्हा ते नकळतपणे बरोबर दोन समान भागात जागेची (प्रदेशाची) वाटणी करतात. प्रत्येक जण आपापल्या या अर्ध्या भागावर स्वत:ची मालकी आहे असं समजायला लागतो आणि दुसऱ्यानं जर त्यावर अतिक्रमण करण्याचा प्रयत्न केला तर ते परतवून लावलं जातं.

काही प्रसंग असे असतात की, तुमची बाजू मांडण्यासाठी तुम्हाला कोपऱ्याची जागा निवडणं अवघड असतं किंवा अयोग्य, प्रसंगास न शोभणारं असतं. असं गृहीत धरा की, तुमच्याकडे एखादा फोल्डर, पुस्तक किंवा प्रस्ताव किंवा एखादा नमुना आहे जो तुम्हाला आयताकृती टेबलाच्या मागे बसलेल्या व्यक्तीला दाखवायचा आहे आणि त्यासाठी सर्वात योग्य जागा कशी निवडायची हा तुमच्या पुढचा प्रश्न आहे. सर्व प्रथम ती वस्तू टेबलवर ठेवा. समोरची व्यक्ती पुढे झुकेल आणि तिच्याकडे बघेल. ती तिथून उचला आणि हळूच तुमच्या क्षेत्रात ढकला.

दोघांमधील अदृश्य प्रादेशिक रेषेवर ठेवलेला कागद

तो ती वस्तू बघण्यासाठी पुढे झुकेल, पण उचलणार नाही. तुम्हाला तुमच्या जागेवरूनच वस्तूविषयी माहिती सांगणं भाग पडेल कारण तुम्ही टेबलाच्या त्याच्या बाजूच्या क्षेत्रात आलेलं त्याला आवडणार नाही. असं जर घडलं तर तुमचं शरीर ४५ अंश कोनात वळवा आणि तुमचं म्हणणं मांडा. त्यानंतर जर त्यानं ती वस्तू, कागद आपल्या (बाजूला) हातात घेतला तर ही संधी साधून तुम्ही त्याच्या क्षेत्रात जाण्याची परवानगी त्याला मागू शकता आणि मग कोपऱ्यातली किंवा सहकार्याची जागा निवडू शकता.

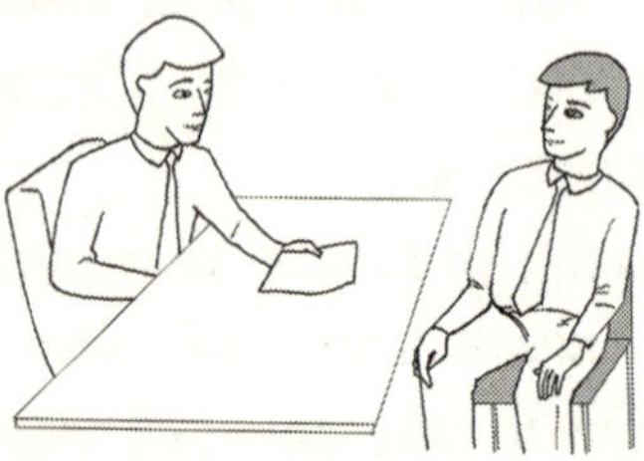

कागद त्याच्या क्षेत्रात घेणं हा त्यानं न बोलता तुमचा प्रस्ताव स्वीकारण्याचा दिलेला संकेत आहे.

न बोलता त्याच्या क्षेत्रात येण्याला त्यानं दिलेली मान्यता

जर त्यानं कागद परत तुमच्या दिशेनं (ढकलला) सरकवला तर मात्र तुम्ही तुमच्या जागेवरच थांबा. दुसरी व्यक्ती बोलण्यातून किंवा न बोलता जोपर्यंत तिच्या प्रदेशात येण्याची परवानगी देत नाही तोपर्यंत कधीही त्याच्या क्षेत्रावर अतिक्रमण करू नका.

सीटेड बॉडी पॉईंटिंग

आता आपण एक प्रसंग पाहू. असं समजा की या प्रसंगात तुम्ही पर्यवेक्षक (सुपरवायझर) आहात आणि तुमच्या हाताखाली काम करणाऱ्या व्यक्तीचं काम अपेक्षेबरहुकूम होत नाही. अशा वेळी तो तुमचं मार्गदर्शन, सह्या घ्यायला तुमच्याकडे आला आहे. तुम्हाला असं वाटतं की आपण याला थेट प्रश्न विचारण्याची गरज आहे आणि त्याच्याकडून थेट उत्तरं येणं अपेक्षित आहे. पण अशा प्रश्न विचारण्यामुळं त्याच्यावर दबाव येण्याची शक्यता आहे असंही तुम्हाला वाटतं. तसंच त्या व्यक्तीला कधी कधी सहानुभूती दाखवण्याची आणि वेळोवेळी त्याच्या विचारांना आणि कृतीला सहमती दर्शवण्याची गरज आहे असंही तुम्हाला वाटतं.

आता तुमच्या या भेटीत प्रश्न विचारण्याचं तंत्र जरा बाजूला ठेवा आणि पुढील मुद्दे विचारात घ्या :- (१) या सल्ला मसलतीचं ठिकाण तुमचं कार्यालय राहील; (२) ती जी कनिष्ठ पदावरील व्यक्ती आहे ती स्थिर पाय असलेल्या आणि हात नसलेल्या खुर्चीवर बसेल. त्यामुळं त्याला शारीरिक हालचाली करता येतील आणि बसण्याची स्थिती बदलता येईल. तुम्हाला त्याचा स्वभाव, वृत्ती कळण्याच्या दृष्टीनं हे आवश्यक आहे; आणि (३) तुम्ही फिरत्या, हात असलेल्या खुर्चीत बसाल जेणेकरून तुम्हाला गोल फिरता येईल आणि तुमच्या काही हालचाली त्याला दिसू शकणार नाहीत.

तुम्ही यासाठी तीन मुख्य कोनांचा वापर तुमच्या या बोलण्याच्या वेळी बसण्यासाठी करू शकता. उभ्या त्रिकोण अवस्थेत म्हणजे समोरच्या व्यक्तीपासून ४५ अंशांचा कोन साधून बसल्यास एक अनौपचारिक, आरामदायी आणि मोकळं वातावरण तयार होतं आणि सल्ला देण्याच्या या सत्राची सुरुवात चांगली होते.

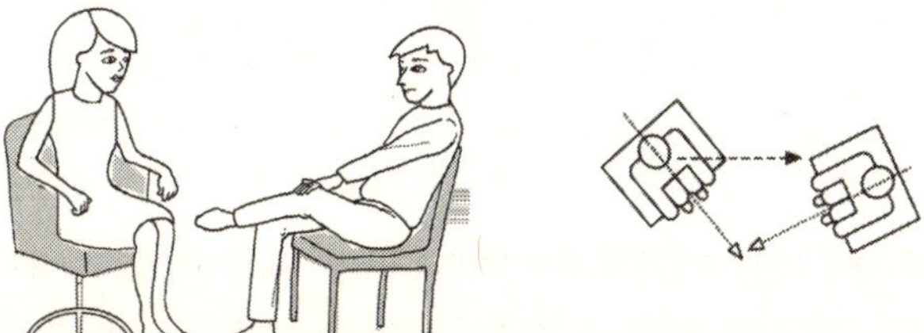

सत्राची सुरुवात ४५ अंशाच्या कोनात बसून केल्यास वातावरणात मोकळेपणा येतो.

न बोलता (तोंडातून चकार शब्द न काढता) या पद्धतीनं बसून तुमच्या कनिष्ठांच्या हालचाली आणि हातवाऱ्यांचे अनुकरण करून तुम्ही, त्यांच्याशी असलेली तुमची सहमती दर्शवू शकता. अशा कोनात बसल्यामुळे त्यांची शरीरं तिसरा बिंदू दर्शवतात आणि त्यामुळं त्रिकोण तयार होतो त्यातून सहमतीच दर्शवली जाते.

तुमची खुर्ची वळवून तुमचं शरीर ज्या वेळी तुम्ही थेट समोरच्या व्यक्तीच्या दिशेनं आणता याचा अर्थ न बोलता तुम्ही त्याला सांगू इच्छिता की, तुमच्या थेट प्रश्नांना त्यानं थेट उत्तरं देणं अपेक्षित आहे.

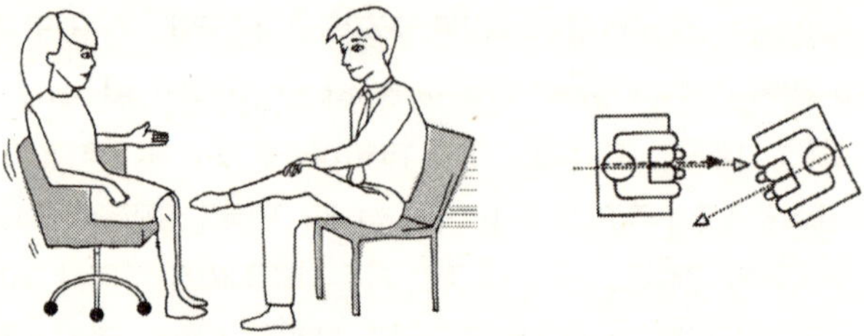

शरीराची थेट दिशा बाब गंभीर आहे असं दर्शवते

जेव्हा तुम्ही समोरच्या व्यक्तीशी ४५ अंशाचा कोन साधून बसता तेव्हा मुलाखतीतला बराचसा ताण कमी करू शकता. काही नाजूक आणि नकोसे अडचणीचे प्रश्न विचारायला ही बसायची पद्धत सोयीची आहे. समोरच्या व्यक्तीवर उत्तर देण्याचा ताण येऊ न देता त्या प्रश्नाची उत्तरं मिळवण्यासाठी या पद्धतीने तुम्ही उत्तेजन देऊ शकता.

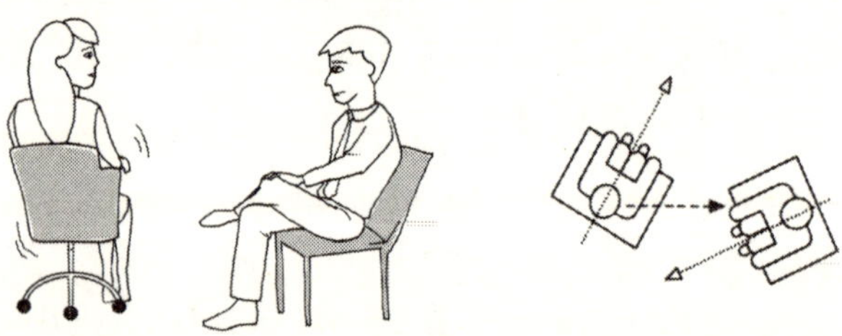

उजवीकडे वळून समोरच्या व्यक्तीपासून दूर ४५ अंशाच्या कोनात बसणे

कार्यालयाची पुनर्मांडणी

आतापर्यंत हे पुस्तक वाचल्यामुळे तुमच्या कार्यालयाची रचना कशा प्रकारे करायची हे तुम्ही आता ठरवू शकाल. तुम्हाला ते अधिकार, प्रभाव, वर्चस्व किंवा नियंत्रण दाखवणारं हवं आहे की, जिथं आरामदायी, मैत्रीपूर्ण, मोकळं आणि अनौपचारिक वातावरण असेल असं हवं आहे याचं नियोजन करण्याची क्षमता तुमच्यात हे पुस्तक वाचल्यानं नक्कीच आली असेल. आता आपण वानगीदाखल एक उदाहरण घेऊ या. यामध्ये आम्ही एकाला त्याच्या कार्यालयातील कर्मचाऱ्यांच्या तक्रारींचं निवारण करणारा व्यवस्थापक आणि कर्मचारी यांच्या संबंधाबाबत जे प्रश्न होते ते सोडवण्यासाठी कार्यालयाची पुनर्रचना पुनर्मांडणी केली.

जॉन एका मोठ्या भांडवली कंपनीत काम करत होता. त्याला बढती देऊन व्यवस्थापक करण्यात आलं आणि त्याला स्वतंत्र कार्यालयही मिळालं. काही महिन्यानंतर जॉनला असं आढळून आलं, इतर कर्मचारी त्याच्याबरोबर व्यवहार करण्यास, काम करण्यास नाखूष होते. त्यामुळे त्याचे त्यांच्या बरोबरचे संबंध विशेषत: ते त्याच्या कार्यालयात आले की नेहमी तणावपूर्ण होऊ लागले. त्याने दिलेल्या सूचनांचं पालन त्यांच्याकडून करवून घेणं त्याला दिवसेंदिवस अवघड जाऊ लागलं, त्याला असं ही कळलं की ते त्याच्या मागं त्याच्यासंबंधी काही बाही बोलत असतात. जॉनची अशी कोंडी होण्याचं काय कारण आहे याचा आम्ही अभ्यास केला तेव्हा असं आढळून आलं की, हे कर्मचारी त्याच्या कार्यालयात आले की, त्यांचे संबंध आणखी वाईट व्हायचे आणि यामुळं त्यांच्यातील संवाद तुटत चालला होता.

आपल्या या उदाहरणात आपण जॉनच्या व्यवस्थापन कौशल्यांकडे दुर्लक्ष करणार आहोत आणि या समस्येच्या बोलण्याव्यतिरिक्त ज्या इतर बाजू आहेत त्यांच्यावर लक्ष केंद्रित करणार आहोत. जयंतच्या कार्यालयाच्या रचनेबाबतची आमची निरीक्षणं आणि निष्कर्ष सारांशरूपानं पुढं देत आहोत.

१. अभ्यागतांसाठीची खुर्ची जयंतच्या बरोबर समोर स्पर्धात्मक स्थितीत ठेवलेली होती.

२. त्याच्या कार्यालयाला जाड जाड भिंती होत्या आणि बाहेरचं दिसणारी एकच खिडकी होती आणि एक काचेचं पार्टीशन होतं. यातून त्याला एकूण कार्यालयाचा भाग दिसायचा आणि इतर सर्व कर्मचाऱ्यांना तो दिसायचा. ज्या सहजपणे जॉनला त्यांच्या जागेवरून ते बघू शकत होते त्यामुळे जॉनच्या स्थानाचं महत्त्व कमी होऊ लागलं. याउलट कोणत्याही कनिष्ठ कर्मचाऱ्याची ताकद जेव्हा तो जॉनसमोरील अभ्यागताच्या खुर्चीत बसायचा तेव्हा वाढायची कारण त्या खुर्चीच्या बरोबर मागेच बाकीच्या कर्मचाऱ्यांची बसण्याची जागा होती आणि काचेच्या पार्टीशनमुळं हे कर्मचारी अभ्यागताच्या खुर्चीत बसलेल्या कनिष्ठ कर्मचाऱ्याच्या पाठीशी आहेत असं वाटायचं. त्यामुळे जॉनपेक्षा त्याची ताकद वाढायची.

३. जॉनच्या टेबलाचा पुढचा भाग घनरूप व झाकलेला असल्यानं त्यातून पलीकडचे काही दिसत व्हतं. त्या टेबलाआड त्याच्या शरीराचा खालचा भाग झाकला जात असल्याने, त्याच्या कनिष्ठ सहकाऱ्यांना त्याच्या शरीराच्या या भागातल्या हालचाली काय होत आहेत हे कळायचंच नाही त्यामुळं त्याच्या नेमक्या भावना काय आहेत, त्याला काय वाटते हे ते जाणून घेऊ शकत नव्हते.

४. अभ्यागताची खुर्ची अशी ठेवली होती की त्यामुळं त्याची पाठ उघड्या दरवाजाकडे असायची.

५. कनिष्ठ कर्मचारी जॉनला भेटायला जायचे त्या वेळी तो एकतर दोन्ही हात वर करून डोक्यामागे घेऊन बसलेला त्यांना दिसायचा किंवा खुर्चीच्या हातावर पाय ठेवून बसलेला किंवा दोन्हीही स्थितीत बसलेला दिसायचा.

६. जॉनची खुर्ची फिरती होती, तिला उंच पाठ होती, निवांत ठेवायला खुर्चीला हात होते आणि खुर्चीला चाकं होती.

अभ्यागताची खुर्ची साधी, कमी उंचीची पाठ असलेली, स्थिर होती आणि तिला हात नव्हते.

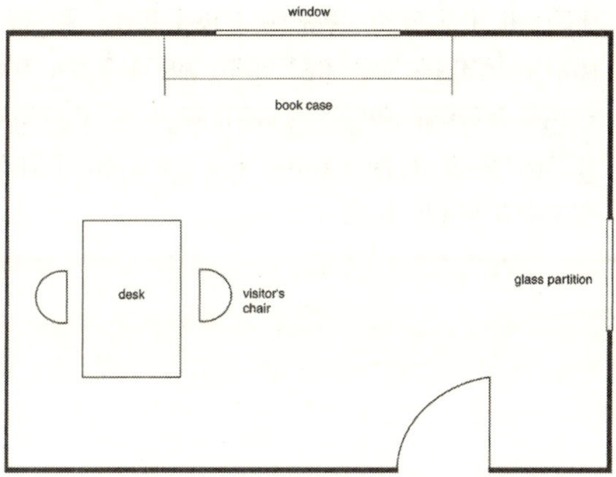

जॉनच्या कार्यालयाची सुरुवातीची मांडणी

वापरणाऱ्याशी मैत्री करणारी आणि शब्दांविना संवाद साधणारी या दोन्हीही दृष्टिकोनातून जॉनचं कार्यालय अनर्थकारक, भयावह होतं. कोणत्याही व्यक्तीनं त्याच्या कार्यालयात प्रवेश केला की कोणत्याही अर्थानं तिथलं वातावरण त्याला मैत्रीपूर्ण वाटायचं नाही. म्हणूनच जॉनच्या व्यवस्थापन कार्यशैलीला प्रोत्साहन देऊन ती अधिकाधिक मित्रत्वाची कशी वाटेल यासाठी आम्ही त्याच्या कार्यालयाची खालीलप्रकारे पुनर्मांडणी केली :

१. आम्ही जॉनच्या टेबलची मांडणी काचेच्या पार्टीशनसमोर केली. त्यामुळं त्याचं कार्यालय मोठं वाटू लागलं आणि आत प्रवेश करणाऱ्याला जॉन दिसू लागला. अशा प्रकारे त्याच्या कार्यालयात येणाऱ्या अभ्यागतांचं स्वागत जॉनचं टेबल न करता तो स्वत: करू लागला.
२. भेटायला येणाऱ्याची खुर्ची 'हॉट सीट' जॉनच्या टेबलाच्या कोपऱ्यात ठेवली त्यामुळं संवाद खुलेपणानं होऊ लागला. शिवाय ज्या कर्मचाऱ्यांना असुरक्षित वाटायचं त्यांना आता

टेबलाच्या कोपऱ्याचा अंशतः अडथळा निर्माण झाल्यानं सुरक्षित वाटू लागलं.

३. काचेच्या पार्टीशनला आरशाचं स्वरूप दिलं. त्यामुळं जॉनला बाहेरचं दिसायचं पण बाहेरच्यांना आतलं दिसणं बंद झालं, त्यामुळं जॉनच्या स्थानात सुधारणा घडून आली, त्याचा प्रदेश सुरक्षित झाला आणि त्याच्या कार्यालयात जास्त जवळिकीचं वातावरण निर्माण झालं.

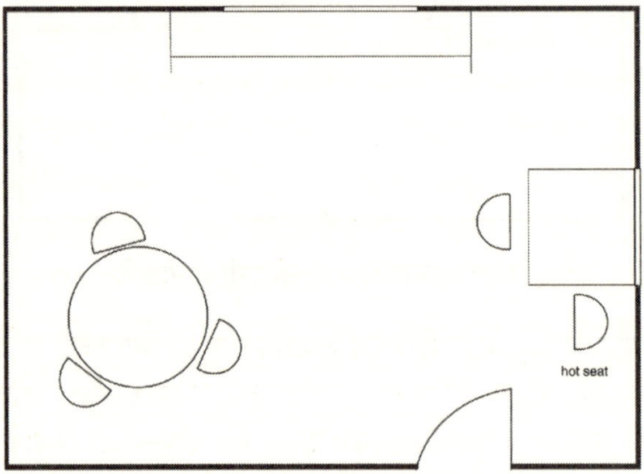

जॉनच्या कार्यालयाची सुधारित मांडणी

४. त्याच्या कार्यालयात दुसऱ्या बाजूला शेवटी एक कमी उंचीचं गोल टेबल ठेवलं, त्याभोवती तीन सारख्या फिरत्या खुर्च्या ठेवल्या. अनौपचारिक बैठका किंवा बोलणी आता या जागी होऊ लागली.

५. आधीच्या मांडणीप्रमाणे, जॉनच्या टेबलाची अर्धी जागा अभ्यागताला वापरायला दिली जायची. परंतु नव्या मांडणीमुळंजॉनला टेबलावरची संपूर्ण जागा परत वापरता येऊ लागली.

६. जॉननं त्याच्या हालचालीत आणि हातवाऱ्यातही बदल केले. इतर लोकांशी बोलताना तो आता मोकळेपणानं बसू लागला,

> हातांच्या मनोऱ्यासारख्या सूक्ष्म हालचाली करू लागला, जाणीवपूर्वक हातांचे तळवे दाखवू लागला.

याचे परिणाम काय झाले? व्यवस्थापक आणि कर्मचाऱ्यांच्या संबंधात लक्षणीय सुधारणा घडून आली. आता काही कर्मचारी जॉनचं वर्णन 'मनमोकळा', 'कशाची विशेष खंत न करणारा' असं करू लागले. त्याच्याबरोबर काम करताना आरामशीर सहज वाटतं असं म्हणू लागले.

कार्यालयात किंवा घरात तुमचं स्थान उंचावण्यासाठी तुमच्या अधिकारात वाढ होण्यासाठी, तुमची परिणामकारकता वाढवण्यासाठी जरा डोक्याला खुराक देऊन, मेंदूला व्यायाम घडवून विचारपूर्वक कार्यालयातील किंवा घरातील मांडणीत बदल करा. यासाठी शब्दांची, बोलण्याची आवश्यकता नाही. शब्दांविना हे करता येऊ शकतं. दुर्दैवानं, बऱ्याच वरिष्ठ अधिकाऱ्यांच्या कार्यालयांची रचना जॉनचं कार्यालय आधी जसं होतं तशीच असते. याचं कारण म्हणजे ही रचना कार्यालयाची संकल्पना तयार करणाऱ्यांकडून, डिझाइनरकडून यांत्रिक पद्धतीनं केली जाते. मानवी नातेसंबंध, मानसिकता, त्याच्या परस्परांतील क्रिया- प्रतिक्रिया समजणाऱ्या लोकांचा विचार या रचना करताना घेतला जात नाही. क्वचितच नकारात्मक शब्दांविना जे संकेत असतात त्यांचा विचार करून नकळतपणे ते इतरांपर्यंत पोहोचवले जातात.

तुमच्या कामाच्या ठिकाणाच्या मांडणीचा अभ्यास करा आणि याआधी दिलेल्या माहितीचा वापर करून आवश्यक ते सकारात्मक बदल घडवून आणा.

सारांश

अधिकाराच्या, सत्तेच्या खेळाबाबत आणि कार्यालयीन राजकारणाबाबत महत्त्वाची गोष्ट अशी आहे की यामध्ये काय काय घडू शकतं याचा आपल्याला आधीच अंदाज येतो, त्यामुळं तुम्हीही तुमचं याबाबतचं नियोजन आधीच करू शकता. ॲडमला हे कधीच माहिती नव्हतं की, पाश्चिमात्य संस्कृतीमध्ये चॉकलेटी रंगाचा सूट घालणारे पुरुष बघून स्त्रिया दिशा बदलून दुसऱ्या दिशेने जातात. बोकड दाढी ठेवणं हा फॅशनचा

प्रकार असू शकतो, फॅशनबाबतचं विधान असूं शकतं. पण वृद्ध व्यक्तींना त्यांच्याकडे बघून त्यांचा तिरस्कार वाटतो कारण नकळतपणे ते त्या दाढीचा संबंध, सैतानाशी जोडतात आणि कानातल्या रिंगा, सामानाने भरून वाहणारी ब्रीफकेस... होय, शब्दांच्या माध्यमातून नव्हे, पण इतर कोणत्याही मार्गाने पुरेशी माहिती न मिळवलेले लोक मुलाखतीला या सर्वांसहित सामोरे जातात.

प्रकरण १९
सर्व एकत्रितपणे

चटकन नजर टाकलीत तर वरची प्रतिमा, हे हत्तीचं चित्र आहे हे तुम्ही ओळखाल. जेव्हा तुम्ही गोष्टी काटेकोरपणे, जवळून नीट पाहता, निरीक्षण करता तेव्हा तुमच्या असं लक्षात येईल गोष्टी जशा दिसतात तशा त्या नसतात. जेव्हा लोक इतरांकडे पाहतात तेव्हा ते फक्त व्यक्तीकडे पाहतात, पण तिच्यातले अनेक तपशील दिसत असूनही त्यांच्या लक्षात येत नाही. आपण जेव्हा त्यांच्या निदर्शनास आणतो त्या वेळी ते म्हणतात, अरे हे इतकं उघड असताना आपल्या कसं लक्षात आलं नाही. देहबोलीबाबत ही असंच घडलं.

देहबोलीच्या माध्यमातून गेली लाखो वर्षं आपण संवाद साधत आहोत पण त्याचा शास्त्रीयदृष्ट्या अभ्यास मात्र अगदी अलीकडे विसाव्या शतकाच्या अखेरीस सुरू झाला. जगभरात देहबोलीचा नव्यानं 'शोध' लागला आणि आता तो सर्वत्र औपचारिक शिक्षणाचा आणि व्यावसायिक प्रशिक्षणाचा महत्त्वाचा भाग बनला आहे. हे शेवटचं प्रकरण सामाजिक आणि व्यावसायिक चित्र स्पष्ट करणारं आणि मुख्यत: त्यातील परिस्थितीवर भर देणारं आहे. आत्तापर्यंतच्या प्रकरणांतून तुम्ही देहबोलीबाबत जे शिकलात, त्यामुळे आता तुम्ही किती चांगल्याप्रकारे शरीराचे, देहबोलीचे संकेत ओळखू लागला आहात, त्याची परीक्षा घेण्याची संधी तुम्हाला या प्रकरणात मिळणार आहे. प्रत्येक चित्राजवळ दिलेलं टिपण वाचण्यापूर्वी तुम्ही त्या प्रत्येक चित्राचा नीट अभ्यास करा, त्यात कोणता क्रम आहे हे पाहा आणि तुम्ही या पुस्तकात वाचल्याप्रमाणे देहबोलीचे किती संकेत त्या

चित्रात आहेत ते ओळखा आणि प्रत्येक मुख्य संकेत ओळखल्यास एक गुण याप्रमाणे गुण द्या. तुम्हाला एकूण किती गुण मिळाले याचं मूल्यांकन शेवटी तुम्हाला कळेल. या पुस्तकामुळे तुमच्या 'आकलनशक्तीत' एवढी सुधारणा झाल्याचं बघून तुम्ही आश्चर्यचकित व्हाल. मात्र एक लक्षात ठेवा की इथं आपण फक्त स्थिर अवस्था बघणार आहोत. त्यांचा अभ्यास करत आहोत. एरवी आपण ज्या वेळी हालचाली बघू त्या वेळी त्या एकत्रितपणे बघायला हव्यात, कोणत्या संदर्भात त्या घडत आहेत हेही लक्षात घ्यायला हवं आणि सांस्कृतिक भिन्नतेचा मुद्दाही विसरून चालणार नाही.

प्रत्येक घटनेतला गर्भितार्थ तुम्हाला कळतो की नाही?

१. या चित्रातले तीन प्रमुख संकेत सांगा.

उत्तर : ....

खुलेपणा दर्शवणाऱ्या एकत्रित हालचालींचा समूह या चित्रात चांगल्या प्रकारे दाखवण्यात आला आहे. शरणागती दर्शवणाऱ्या या स्थितीमध्ये हाताचे तळवे संपूर्ण दाखवण्यात आले आहेत आणि बोटं पसरून ठेवली आहेत. त्यामुळं मवाळपणा दिसून येतो. आक्रमकपणा दिसून येत नाही. संपूर्ण शरीर तो दाखवत आहे आणि काहीही लपवलेलं नाही असं सांगत आहे. हा माणूस मोकळेपणा आणि न धमकावणारी वृत्ती दर्शवत आहे.

२. या चित्रातले पाच प्रमुख संकेत सांगा.

उत्तर : ....

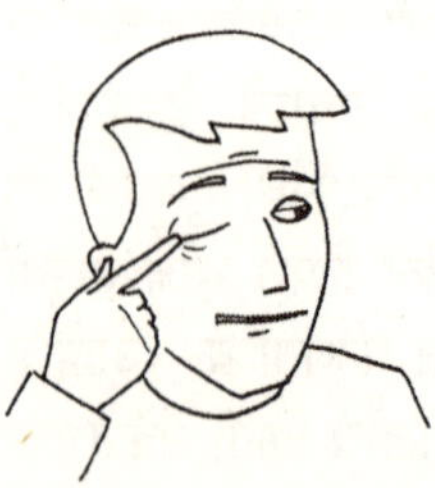

या एकत्रित हालचालींचा समूह उत्कृष्टपणे लबाडी हा संकेत दर्शवत आहे. एक डोळा चोळत असताना, दुसऱ्या डोळ्यातून तो तिरक्या नजरेनं पाहत आहे. दोन्ही भुवया उंचावलेल्या आहेत. ही अविश्वास, खोटेपणा व्यक्त करणारी

स्थिती आहे. त्याचं डोकं वळलेलं आणि किंचित खाली झुकलेलं आहे आणि त्यातून नकारात्मक भाव व्यक्त होत आहेत. तो ओठ घट्ट मिटून ढोंगी, कपटी स्मित हास्य करत आहे.

३. तीन प्रमुख संकेत कोणते आहेत?

उत्तर : ....

उघडपणे या चित्रातून विसंगती दर्शवणाऱ्या हालचाली व्यक्त होत आहेत. पुरुष जरी आत्मविश्वासपूर्ण हसण्याचा प्रयत्न करत असला तरी तो एका हातानं दुसऱ्या हातातील घड्याळ नीट करून त्याच्या शरीराला अंशत: प्रतिबंध निर्माण करत आहे. त्याच्या हसण्यात भीती दडलेली आहे. यातून त्याला स्वत:बद्दल किंवा परिस्थितीबद्दल खात्री वाटत नाही हे लगेच कळून येत आहे.

४. पाच प्रमुख संकेत कोणते?

उत्तर : ....

ही स्त्री ज्याच्याकडे पाहत आहे त्याच्याबद्दल ती नापसंती दाखवत आहे. यासाठी तिनं तिचं डोकं किंचित खाली झुकवून (नापसंती दर्शवत) ती तिरक्या नजरेनं त्याच्याकडे पाहत आहे. भुवया किंचित खाली झुकलेल्या असून त्यातून राग व्यक्त होत आहे आणि तिनं दोन्ही हातांची घडी घालून बचावात्मक पवित्रा घेतला आहे. तिच्या तोंडाचे कोपरे खाली वळलेले आहेत.

५. चार मुख्य संकेत कोणते आहेत?

उत्तर : ....

वर्चस्व, श्रेष्ठत्व आणि प्रादेशिक अधिकार यातून उघडपणे व्यक्त होत आहे. दोन्ही हात वर करून डोक्यामागे घेऊन बसणं (कॅटापल्ट) यातून 'मला सगळं माहीत आहे' असा आढ्यताखोर भाव व्यक्त होतो. टेबलावर पाय ठेवून त्या जागेवर माझी मालकी आहे हे ठासून सांगितलं आहे. त्याचा अहंकार आणखी फुलवत ठेवण्यासाठी, त्याचं उच्च स्थान दर्शवणारी चाकं असणारी, हात असणारी आणि इतर सोयी असणारी खुर्ची आहे. याशिवाय तो बचावात्मक/स्पर्धात्मक स्थितीतही बसला आहे.

६. या चित्रातून दिसणारे तीन प्रमुख संकेत कोणते?

उत्तर : ....

कमरेवर हात ठेवलेला हा मुलगा स्वत:ला वयानं मोठं दाखवायचा आणि दुसऱ्याला धाक दाखवायचा, धमकवण्याचा प्रयत्न करत आहे. उर्मटपणा आणि बेपर्वा वृत्ती दाखवण्यासाठी त्यानं हनुवटी बाहेर काढली आहे. दात दाखवण्यासाठी तोंडाचा मोठा 'आऽऽ' केला आहे. एकूण प्राणी हल्ला करण्यापूर्वी जी तयारी करतो ती सगळी या मुलामध्ये दिसत आहे.

७. पाच प्रमुख संकेत कोणते?

उत्तर : ....

या हालचालींच्या समूहाचं एका शब्दात वर्णन म्हणजे त्या 'नकारात्मकता' दर्शवतात. फोल्डरचा वापर प्रतिबंध म्हणून केला आहे. अस्वस्थतेतून आणि बचावात्मक भावनेतून हातांची घडी घातलेली आहे आणि पाय एकमेकांवर ठेवलेले आहेत. कोटाची बटणं त्यानं लावलेली आहेत. उन्हात वापरायच्या काळ्या गॉगल्समुळे त्याचे डोळ्यांचे किंवा डोळ्यांच्या बाहुल्यांचे संकेत इतरांना दिसू शकत नाहीत. व्यक्तीकडे बघितलं की पहिल्या चार मिनिटांतच त्याच्याबद्दलचं ९०% मत लोक बनवतात, असं जर गृहित धरलं तर दुसऱ्या व्यक्तीच्या तुलनेत या व्यक्तीला पहिलं स्थान मिळणं अशक्य आहे.

८. सहा प्रमुख संकेत कोणते?

उत्तर : ....

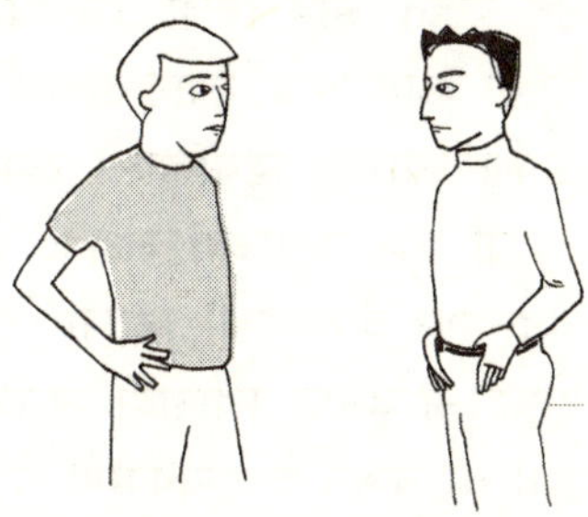

दोघांच्याही उभं राहण्यातून आणि हालचालीतून आक्रमकता आणि तयारी दिसत आहे. डावीकडच्या माणसानं 'कमरेवर हात ठेवणं' ही तर उजवीकडच्या माणसानं कमरेच्या पट्ट्यामध्ये 'अंगठे ठेवणं' ही स्थिती घेतली आहे. डावीकडचा माणूस उजवीकडील माणसाच्या तुलनेत कमी आक्रमक दिसत आहे. कारण डावीकडचा माणूस थोडा मागे झुकलेला दिसतो आहे आणि त्याचं शरीरही उजवीकडच्या माणसापासून किंचित दूरची दिशा दाखवत आहे. याउलट, उजवीकडचा माणूस सरळ, ताठ पवित्र्यात उभा आहे आणि त्यानं त्याचं शरीर समोरच्याच्या दिशेनं ठेवलेलं आहे. आपल्या या

स्थितीमुळे समोरची व्यक्ती घाबरली आहे. याचा त्याला अंदाज आलेला आहे. त्याच्या चेहऱ्यावरील भाव त्याच्या शरीराच्या हालचालींशी मिळते-जुळते आहेत आणि त्याचं तोंड खाली झुकलेलं आहे.

९. खालील चित्रातील तेरा प्रमुख संकेत सांगा.

उत्तर : ....

....

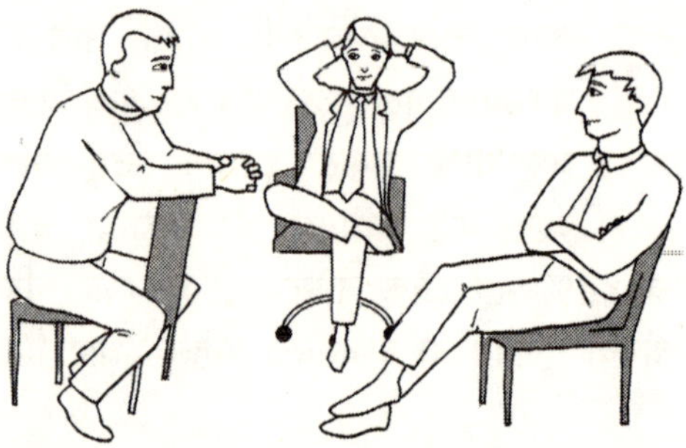

डावीकडला माणूस खुर्चीवर उलटा, दोन्ही बाजूला पाय टाकून घोड्यावर बसतात तसा बसला आहे आणि एकतर तो चर्चेवर स्वत:चं नियंत्रण ठेवू पाहत आहे किंवा उजवीकडच्या माणसावर वर्चस्व गाजवण्याचा प्रयत्न करत आहे. त्यानं हातांची बोटं एकमेकांत घट्ट आवळली आहेत आणि त्याच्या खुर्चीखाली त्यानं पाय एकमेकांत अडकवले आहेत. त्याचा मुद्दा इतरांच्या लक्षात येणं कठीण दिसतंय हे बघून त्याच्या चेहऱ्यावर वैफल्याची भावना दिसत आहे. मध्ये बसलेला माणूस इतर दोघांपेक्षा वरिष्ठ स्थानावर असावा असं वाटतं आहे. कारण तो दोन्ही हात वर करून ते डोक्यामागे घेऊन बसला आहे. त्यानं पायाची इंग्रजी फिगर ४ ही स्थिती घेतली आहे. याचा अर्थ तो स्पर्धात्मक वृत्ती दाखवू शकतो किंवा तो वाद घालायची शक्यता आहे. त्याची खुर्ची उच्च स्थान दर्शवणारी, फिरती आहे. तिच्यावर मागे टेकून बसता येतं, तिला चाकं आहेत आणि हात आहेत. उजवीकडचा माणूस कमी उंचीच्या आणि कमी स्थान दर्शवणाऱ्या खुर्चीवर बसला आहे. त्याची खुर्ची स्थिर आहे

आणि तिला इतर उपसाधनं नाहीत. त्यानं हातांची आणि पायांची घट्ट घडी घातली आहे. यातून त्याची बचावात्मक स्थिती दिसत आहे. त्याचं शरीर दूरची दिशा दाखवत आहे म्हणजे जे चाललं आहे त्याच्यात त्याला रस वाटत नाही आणि ते ऐकण्याची त्याची इच्छा नाही.

१०. कोणते चौदा मुख्य संकेत या चित्रातून दिसतात?

उत्तर : ....

....

स्त्री अनुनयाच्या अभिजात हालचाली करत आहे. तिच्यापासून दूर अगदी डावीकडील पुरुषाच्या दिशेनं तिनं एक पाऊल पुढं टाकलं आहे. तिला तो आवडला आहे, हे ती यातून सांगत आहे. तिनं हात कमरेवर ठेवला आहे आणि अंगठा पट्ट्यात घातला आहे. या दोन्ही हालचाली एकत्रितपणे करून स्वत:चा निश्चयीपणा आणि तयारी दाखवत आहे. ती डावं मनगट दाखवून कामातुर (विषयासक्त) आहे हे सांगतानाच हातातल्या सिगारेटचा धूर वरच्या दिशेनं सोडून आत्मविश्वास आणि सकारात्मकताही दर्शवत आहे. अगदी डावीकडच्या पुरुषाकडे ती तिरक्या नजरेने पाहात आहे आणि तो ही त्याच्या गळ्यातील टाय नीटनेटका करून तिच्या प्रियाराधनाच्या हालचालींना प्रतिसाद देत आहे. त्याचं पाऊलही तिच्याकडे निर्देश करत आहे. त्याचं डोकं वर आहे याचा अर्थ त्याला ती आवडली आहे असं तो सांगत आहे. मध्ये

असलेल्या पुरुषाला डावीकडचा पुरुष अजिबात आवडलेला नाही हे तो त्याच्या शरीराची दिशा त्याच्यापासून मागे घेऊन आणि तिरक्या नजरेनं त्याच्याकडे आक्रमकपणे बघत सांगत आहे. त्याचा एक हात खिशात असून तो तळवा दिसत नाही आणि दुसऱ्या हातात सिगारेट असल्यानं तो तळवाही उघडा नाही. सिगारेटचा धूर तो खालच्या दिशेनं सोडून नकारात्मकता दर्शवत आहे. तो भिंतीला मागे टेकला आहे आणि त्यातून प्रदेशाविषयीची, त्या जागेबाबतची आक्रमकता दर्शवत आहे.

११. बारा मुख्य संकेत कोणते आहेत?

उत्तर : ....

....

डावीकडचा पुरुष श्रेष्ठत्व दाखवणाऱ्या हालचाली करत आहे आणि त्याच्या विरुद्ध दिशेला बसलेल्या पुरुषाबाबत त्याचा उद्धट आणि त्याला तुच्छ लेखणारा दृष्टिकोन आहे. आपल्या डोळ्यांच्या संकेतानं त्यानं समोरच्याचे डोळे कैद करून ठेवले आहेत आणि डोकं तिरपे करून तो त्याला खाली पाहात आहे. समोरच्या माणसानं दोन्ही हातानं वाईनचा ग्लास धरून स्वत:पुढे अडथळा निर्माण केला आहे. दोघांच्या या संभाषणातून त्यांनी मधल्या माणसाला वगळलं आहे. त्याला आपल्या बोलण्यात सहभागी करून घेण्यासाठी त्यांनी त्रिकोणी रचना केलेली नाही. तसाही तो अलिप्त दिसत आहे आणि जाकिटाच्या खिशातून अंगठे बाहेर काढून तो श्रेष्ठत्व दाखवत आहे. तो खुर्चीवर मागे टेकून बसला आहे आणि बसताना दोन्ही पाय फाकवून बसल्यानं पुढच्या गुप्तभागाचं दर्शन

घडवत स्वत:चा मर्दानीपणा दाखवत आहे. उजवीकडच्या माणसाच्या कृतीतून आत्तापर्यंत खूप ऐकून घेतलं, आता बास असं म्हणून तो तिथून निघायच्या तयारीत आहे हे दिसून येतंय आणि त्याचं पाऊल आणि शरीर जवळच असलेल्या बाहेर पडण्याच्या मार्गाची दिशा दाखवत आहेत. त्याचं डोकं थोडं खाली झुकलेलं आहे. त्यातून त्याची नापसंती व्यक्त होताना दिसत आहे.

१२. कोणते अकरा प्रमुख संकेत पुढील चित्रातून व्यक्त होताना दिसत आहेत?

उत्तर : ....

....

चित्रात डावीकडचा आणि उजवीकडचा पुरुष शरीर बंद करून घेतलेल्या स्थितीत उभे आहेत. मधल्या पुरुषाच्या हालचालीतून श्रेष्ठत्व आणि उपहास व्यक्त होताना दिसत आहे. कोटाच्या कॉलरच्या पुढच्या घडीला त्यानं पकडलं आहे आणि हाताचा अंगठा वर आहे. यातून तो स्वत:चं श्रेष्ठत्व सिद्ध करण्याचा प्रयत्न करत आहे आणि याबरोबरच दुसऱ्या हाताचा अंगठा डावीकडल्या पुरुषाकडे दाखवून त्याची चेष्टा करत आहे. उजवीकडील पुरुषानं एका पायावर दुसरा पाय ठेवून बचावात्मक प्रतिसाद दिलेला आहे आणि एका हातानं दुसऱ्या हाताच्या कोपराचा वरचा भाग धरून एकीकडे स्वत:वर नियंत्रण ठेवण्याचा प्रयत्न करत

तो आक्रमकपणा दाखवत त्याच्याकडे तिरक्या नजरेनं बघत आहे. डावीकडच्या पुरुषालाही मधल्या पुरुषाचं बघणं आवडलेलं नाही. एक पाय दुसऱ्यावर टाकून बचावात्मक पवित्र्यात उभा आहे. उजवा हात खिशात ठेवून तो संभाषणात सहभागी होण्याची अनिच्छा प्रकट करत आहे आणि त्याच वेळी मानेजवळ काहीतरी दुखतंय असं वाटून तिथं हात लावण्याची हालचालही करत आहे.

१३. बारा प्रमुख संकेत कोणते आहेत?

उत्तर : ....

....

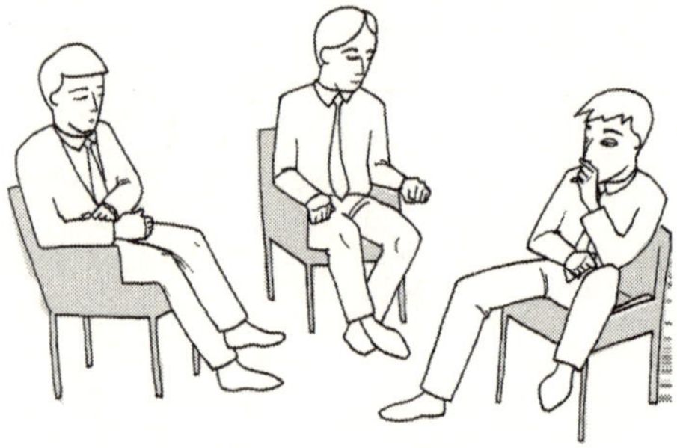

पुढील चित्रातून वातावरणात ताण आहे हे दिसत आहे. तिघंही जण आपापल्या खुर्चीत मागे टेकून एकमेकांच्यात जास्तीत जास्त अंतर ठेवून बसले आहेत. उजवीकडच्या पुरुषाच्या एकत्रित नकारात्मक हालचालींवरून त्यानंच हा प्रश्न निर्माण केला असावा असं वाटतं आहे. तो बोलत आहे आणि त्यानं नाकाला हात लावण्याची हालचाल केली आहे. यातून त्याची काहीतरी लबाडी आहे असं दिसतंय आणि त्यानं उजवा हात आडवा ठेवून अंशत: प्रतिबंध निर्माण करून बचावात्मक पवित्रा घेतला आहे हे ही लक्षात येतंय. त्यानं ज्या पद्धतीनं पाय खुर्चीच्या हातावर ठेवला आहे, स्वत:चा गुप्त भाग तो दाखवतो आहे. या सगळ्या हालचालींवरून तो इतरांच्या मतांची फारशी फिकीर करत नाही असं दिसत आहे. उजवीकडचा पुरुष जे बोलत आहे ते डावीकडच्या पुरुषाला

पटत नाही, हे तो कपड्याचा धागा उचलण्याची कृती वापरून दाखवतो आहे. एकावर एक पाय टाकण्यातून त्यानं बचावात्मक पवित्रा घेतला आहे आणि चाललेल्या गोष्टीत आपल्याला रस नाही, हे दाखवण्यासाठी त्याच्या पायाची दिशा त्या दोघांपासून दूर असा निर्देश करत आहे. मधला पुरुष काही बोलायच्या विचारात आहे पण तो स्वत:चं मत व्यक्त करण्यापासून स्वत:लाच परावृत्त करत आहे आणि हे आत्मसंयमन तो खुर्चीचे हात घट्ट धरून आणि पायाचे घोटे एकमेकांत अडकवून करत आहे. त्याचबरोबर शरीराची दिशा उजवीकडील पुरुषाच्या दिशेनं करून न बोलता तो त्याला आव्हानही देत आहे.

१४. आठ प्रमुख संकेत कोणते आहेत?

उत्तर : ....

वरील प्रसंगात डावीकडचा पुरुष आणि उजवीकडील स्त्री एकमेकांच्या हालचालींचं अनुकरण करत आहेत. जोडप्यातील दोघंही एकमेकांना खूप आवडले आहेत आणि ते दर्शवण्यासाठी त्यांनी हात असे ठेवले आहेत, की त्यामुळं दोघांचीही मनगटं एकमेकांना दिसतील. दोघांनीही पायांची घडी घालून ते एकमेकांच्या दिशेने ठेवले आहेत. मध्ये बसलेल्या पुरुषानं ओठ घट्ट मिटून स्मितहास्य केलं आहे आणि दुसरा पुरुष जे बोलत आहे ते ऐकण्यात आपल्याला रस आहे असं दाखवण्याचा तो प्रयत्न करत आहे. पण हे त्याच्या चेहऱ्यावरील आणि शारीरिक हालचालींशी विसंगत वाटत आहे. त्याचं डोकं खाली झुकलेलं आहे आणि त्यातून नापसंती व्यक्त होत आहे. त्याच्या तोंडाचा कोपरा खाली वळलेला आहे आणि

भुवयाही खाली पडलेल्या आहेत यातून त्याला राग आला आहे हे स्पष्ट दिसत आहे. तो दुसऱ्या पुरुषाकडे तिरक्या नजरेनं बघत आहे. त्यानं हातांची आणि पायांची घट्ट घडी घालून बचावात्मक पवित्रा घेतला आहे. या सगळ्या गोष्टींवरून हे सिद्ध होतं की सध्या तिथं जे चाललं आहे त्याबद्दल त्याचा अगदी नकारात्मक दृष्टिकोन आहे.

१५. खालील चित्रात कोणते पंधरा प्रमुख संकेत दिसून येतात?

उत्तर : ....

....

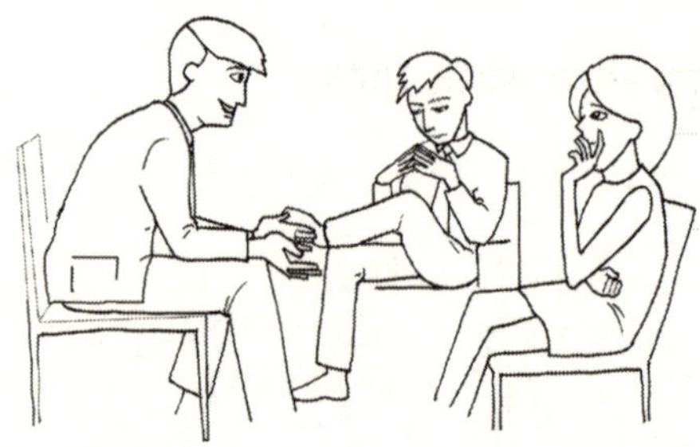

डावीकडील पुरुष स्वत:चा मोकळेपणा आणि प्रामाणिकपणा दर्शवण्यासाठी एकत्रित हालचालींचा समूह वापरत आहे. त्याच्या हातांचे तळवे उघडे आहेत, एक पाय त्यानं पुढं ठेवला आहे. डोकं वर आहे, कोटाची बटणं लावलेली नाहीत. हात आणि पाय अलग ठेवले आहेत, तो पुढे झुकलेला आहे आणि हसत आहे. या सर्व हालचालींचा समावेश त्याच्या वागण्यात दिसून येत आहे. दुर्दैवाने, त्याच्या गोष्टींचा इतरांवर काही परिणाम झालेला दिसत नाही. स्त्रीनं तिच्या खुर्चीत मागे बसून पाय एकमेकांवर टाकले आहेत आणि ती बचावात्मक पवित्रा दर्शवत आहे. हीच तिची बचावात्मक स्थिती तिनं एक हात पोटावर आडवा ठेवून जो अंशत: अडथळा निर्माण केला आहे, त्यातून दिसून येत आहे. त्याच हाताची तिनं घट्ट मूठ केली आहे त्यातून तिच्या मनातील ताण व्यक्त होतो. तिचं डोकं खाली झुकलं आहे आणि एक हात चेहऱ्यावर ठेवून ती टीकात्मक मूल्यमापन हालचाल ती करत आहे. मध्ये बसलेला पुरुष

हातांचा उभा मनोरा करून आत्मविश्वास किंवा स्वसंतुष्ट वृत्ती प्रकट करीत आहे आणि 'फिगर फोर' (इंग्रजी चार आकाराच्या स्थितीत बसून) या स्थितीत आपली वृत्ती स्पर्धात्मक किंवा वादविवाद प्रिय आहे हे ही तो सांगत आहे. तो खुर्चीत मागे बसलेला आहे, त्याचं डोकं खाली झुकलेलं आहे. एकूणात त्याची वृत्ती नकारात्मक आहे याचा आपल्याला अंदाज येतो.

१६अ. कोणते नऊ मुख्य संकेत आहेत?

बचाव, आक्रमकता आणि अनुनय या प्रातिनिधिक, वैशिष्ट्यपूर्ण एकत्रित हालचालींचं दर्शन पुढे दिलेल्या तीन प्रसंगातून घडतं.

उत्तर : ....

संभाषणाची सुरुवात

या पहिल्या प्रसंगात, तिघांनीही – दोन पुरुष, एका स्त्रीनं – हातांची घडी घातली आहे. दोघांनी एक पाय दुसऱ्या पायासमोर आडवा ठेवला आहे आणि बचावात्मक स्थिती घेतली आहे. तिघांचीही शरीरं एकमेकांपासून लांब आहेत. तिघांच्याही वागण्यावरून ते पहिल्यांदाच भेटत आहेत असं निदर्शनास येतं. उजवीकडच्या पुरुषाला ती स्त्री आवडली असावी असं वाटतं. कारण त्यानं उजव्या पायाचं पाऊल वळवून तिच्या दिशेने ठेवलं आहे. तो तिच्याकडे तिरक्या नजरेने पाहत आहे आणि त्याच वेळी

त्यानं भुवया उंचावल्या आहेत. या दोन्ही हालचाली एकत्रितपणे यातून आपल्याला तिच्यात रस आहे हे तो दाखवतो आहे. चेहऱ्यावर हसू आहे. शरीराच्या वरच्या भागातून तो तिच्याकडे झुकला आहे. आता या क्षणी तिनं दोन्हीही पुरुषांसाठी आपल्या मनाची कवाडं बंद केली आहेत.

१६ब. कोणते अकरा मुख्य संकेत आहेत?

उत्तर : ....

....

पाच मिनिटांनंतर

स्त्रीनं पायाची घडी काढली आहे आणि ती आता 'दक्ष' अवस्थेत उभी आहे. डावीकडच्या पुरुषानंही पायांची घडी काढली आहे. तिच्यात आपल्याला रस निर्माण झाला आहे, हे दर्शवण्यासाठी त्यानं एक पाऊल तिच्या दिशेने ठेवले आहे आणि तो थोडा तिच्याकडे झुकला आहे. त्यानं हातांचे दोन्ही अंगठे पट्ट्यामध्ये ठेवले आहेत. याचे दोन उद्देश असावेत, एक म्हणजे दुसऱ्या पुरुषासाठी जर तो संकेत असेल तर ती स्पर्धात्मक स्थिती म्हणजे आक्रमकता दर्शवणं ही हालचाल आहे आणि जर तो संकेत स्त्रीसाठी असेल तर स्वत:च्या लैंगिकतेचं दर्शन घडवणं हा असेल. आपण मोठे दिसावे यासाठी तो सरळ, ताठ उभा राहिला आहे. त्याच्या या पवित्र्यानं उजवीकडचा पुरुष घाबरला आहे असं वाटत आहे. त्यानं

हातांची घडी घातली आहे, तो दुसऱ्या माणसाकडे तिरक्या नजरेनं पाहतो आहे आणि त्याच्या भुवया खाली झुकल्या आहेत. त्यातून तो नापसंती दर्शवत आहे. या दोन्ही हालचाली त्यानं एकत्रितपणे केल्या आहेत. त्याचं हसूही मावळलं आहे.

१६क. पंधरा प्रमुख संकेत कोणते आहेत?

उत्तर : ....

....

पंधरा मिनिटांनंतर

आता या तिघांचा कल, भाव भावना त्यांच्या देहबोलीतून स्पष्टपणे दिसू लागला आहे. डावीकडच्या पुरुषानं कमरेच्या पट्ट्यामध्ये अंगठे ठेवले आहेत, एक पाऊल स्त्रीच्या दिशेनं केलं आहे. यातून संपूर्णत: तिचा अनुनय, प्रियाराधन करण्याची हालचाल तो दाखवत आहे. आता त्यानं अंगठ्यांनी पट्टा घट्ट पकडला आहे, जेणेकरून त्याच्याकडे लक्ष जावं. त्याचं शरीर आणखी सरळ, ताठ झालेलं आहे. ती स्त्री डावीकडच्या पुरुषाच्या अनुनयाच्या कृतीला प्रतिसाद देत आहे आणि तिलाही तो आवडला असल्याचं ती दाखवत आहे. तिनं हातांची घडी काढली आहे आणि शरीर त्याच्या दिशेनं वळवलं आहे, एक पाऊल त्याच्या दिशेने ठेवलं आहे. अनुनय दर्शवताना ती केसांना हात लावत आहे, मनगटं

दाखवत आहे, वक्ष:स्थळांमधली फट (घळ) दाखवत आहे, चेहऱ्यावर सकारात्मक भाव आहे. सिगारेटचा धूर वर सोडत ती आत्मविश्वास प्रकट करत आहे. उजवीकडचा पुरुष त्याला इतर दोघांनी दूर ठेवल्यामुळं दु:खी झाला आहे. कमरेवर हात ठेवून तो आक्रमकता आणि तयारी दर्शवत आहे. उभं राहून तो पुढचा भाग दर्शवून नाराजी व्यक्त करत आहे.

थोडक्यात, डावीकडच्या पुरुषानं स्त्रीचं मन जिंकलं आहे, त्यामुळे उजवीकडच्या पुरुषानं आता हिमालयात फिरायला जायला हरकत नाही.

तुम्हाला किती गुण मिळाले?

१३० ते १५० गुण

तुमची अंतर्ज्ञान शक्ती खूपच चांगली, बॅटमॅनच्या तोडीची आहे. तुम्ही अत्यंत प्रभावी संवाद साधणारे आहात आणि तुम्ही इतरांच्या भावनांबद्दल संवेदनशील आहात.

१०० ते १३० गुण

तुम्ही लोकांशी खूपच चांगल्या प्रकारे वागता आणि सर्वसामान्यपणे काय चाललं आहे याची तुम्हाला 'जाणीव' असते. चिकाटी आणि सरावानं तुम्ही उच्च दर्जाचे (टॉप-नॉच) संवादक बनू शकता.

७० ते १०० गुण

लोकांच्या काही वस्तूंबाबतच्या भावना काय आहेत किंवा त्यांना एकमेकांबद्दल काय वाटतं हे तुम्हाला कधी कधी चटकन समजून येतं, पण इतर वेळी ते खूप दिवसांनी लक्षात येतं. म्हणूनच देहबोली जाणून घेण्यासाठी तुम्ही परिश्रमपूर्वक सराव करण्याची गरज आहे.

७० पेक्षा कमी

तुम्ही हे पुस्तक वाचलंत आणि तरीसुद्धा तुम्हाला ७० गुणसुद्धा पडू शकले नाहीत? तुम्ही संगणक क्षेत्रात, लेखा विभागात किंवा डॉक्टरांची स्वागतिका म्हणून तुमची कारकीर्द निवडा, अशी आम्ही तुम्हाला सूचना करतो. कारण तिथं लोकांशी संवाद करण्याच्या कौशल्याची गरज नसते.

जा, परत एकदा संपूर्ण पुस्तक वाचा. पुस्तक वाचून होईपर्यंत घरातून बाहेर पडू नका, अगदी टेलिफोनसुद्धा घेऊ नका.

सारांश

संशोधनातून खात्रीलायकरीत्या असं दिसून आलं आहे की, जर तुम्ही देहबोलीत बदल केलात तर जीवनाकडे बघण्याच्या दृष्टिकोनातील अनेक गोष्टींमध्ये बदल घडून आणू शकता. बाहेर पडण्याच्या आधी तुम्ही मन:स्थितीत बदल करून बाहेर पडू शकता. तुम्हाला काम करताना जास्त आत्मविश्वासपूर्ण वाटायला लागेल. तुम्ही इतरांना आवडायला लागाल आणि इतरांचं मन वळवायचा प्रयत्न कराल, त्यांची खात्री पटवाल. जेव्हा तुम्ही तुमच्या देहबोलीत बदल कराल तेव्हा तुम्ही लोकांशी वेगळ्या प्रकारे वागू लागाल आणि ते ही तुम्हाला वेगळ्या प्रकारे प्रतिसाद द्यायला लागतील.

जेव्हा तुम्ही पहिल्यांदा देहबोली विषयाची तुमची जाणीव वाढवायला लागाल तेव्हा तुम्हाला कदाचित सहजपणा वाटणार नाही, जरा लाजही वाटेल पण एकदा का देहबोलीबाबतची कौशल्यं तुम्ही मिळवलीत की तुम्ही व्यक्त करत असलेल्या जवळजवळ प्रत्येक भावनेची तुम्हाला जाणीव असेल. तुमचं तुम्हालाच आश्चर्य वाटेल की तुम्ही एवढ्या हालचाली कशा काय करू शकता. काही वेळा तुमचा वेळ फुकट जातोय असंही तुम्हाला वाटेल आणि इतरांनाही ते तसंच वाटतंय असंही तुम्हाला वाटेल. पण लक्षात ठेवा, बहुतेक लोकांना त्यांची शरीरं काय करत आहेत याची अजिबात जाणीव नसते. तुमच्यावर छाप पाडण्यात ते इतके व्यग्र असतात की तुम्ही काय करत आहात हे त्यांच्या विशेष लक्षात येत नाही. तुम्ही जर या आधी आयुष्यभर खिशात हात ठेवत असाल, हातांची घडी घालत असाल किंवा दुसरीकडे बघत असाल आणि देहबोलीची जाणीव झाल्यानंतर जर जाणीवपूर्वक तुम्ही हाताचे तळवे उघडे ठेवायला लागलात, लोकांच्या थेट डोळ्यांत बघायला लागलात तर ते पहिल्यांदा बघायला विचित्र, चमत्कारिक वाटेल. तुम्ही विचारू शकता, 'मी स्वत:च्या देहबोलीबाबत विचार करत असताना दुसऱ्याच्या

देहबोलीकडे कसं काय बघणार आणि शिवाय हे करून आम्ही जे बोलत आहोत त्याच्यावर कसं काय लक्ष केंद्रिंत करणार?' तर एक लक्षात ठेवा, तुमच्या मेंदूमध्ये देहबोलीचे अनेक संकेत अगोदरच संग्रहित केलेले असतात, हे संकेत कसे ओळखायचं हेही मेंदूला माहीत असतं. तुम्हाला फक्त जाणीवपूर्वक हे संकेत आणि संदेश कसे ओळखायचे हे शिकायचं असतं. हे म्हणजे सायकलवर पहिल्यांदा बसायला शिकण्यासारखं असतं. सुरुवातीला सायकलवर बसायची तुम्हाला भीती वाटते, पहिल्यांदा अंदाज येईपर्यंत सायकलवर बसताना ती डगमगते, अंदाज चुकतो, नियंत्रण सुटतं आणि तुम्ही खाली पडता. पण हळूहळू तुम्हाला तोल साधता येतो, सायकलवर नियंत्रण ठेवता यायला लागतं आणि थोड्याच दिवसांत तुम्ही सराईतपणे सायकल चालवायला लागता.

काही लोकांना अशा प्रकारे देहबोलीची कौशल्यं शिकणं हे लबाडीचं, ढोंगीपणाचं वाटू शकतं. पण ही कौशल्यं शिकून ती ओळखण्यात प्राविण्य संपादन करणं हे तुमच्याकडे लक्ष वेधावं म्हणून तुम्ही विशिष्ट प्रकारचे कपडे घालणे, विशिष्ट प्रकारची भाषा वापरणं किंवा काही गोष्टी सांगणं याच्यापेक्षा वेगळं नाही. इथं फरक एवढाच आहे की देहबोलीची कौशल्यं शिकणं ही अजाणतेपणी घडून येणारी कृती नाही. जेव्हा तुम्ही जाणीवपूर्वक ती आत्मसात कराल तेव्हा इतरांवर तुमचा प्रभावी ठसा उमटेल. लक्षात ठेवा, तुम्ही जर पुरुष असाल तर तुम्हाला कळो अथवा न कळो, स्त्रिया तुमच्या देहबोलीकडे लक्ष देऊन तुमच्या हालचाली पाहत असतात, त्याचा अर्थ लावत असतात. म्हणून त्याचा जर तुम्ही आधीच अभ्यास केलात आणि शिकलात तर तुम्ही त्यांची बरोबरी करू शकाल. तुम्ही जर प्रभावीपणे देहबोली वापरली नाही तर तुमची अवस्था विचित्र होऊ शकते. इटलीमध्ये चित्रपट अगदी स्वस्तात बनवतात. त्याच्यातल्या पात्रांच्या ओठांच्या हालचाली आणि शब्द यांचा मेळच बसत नाही. त्यामुळे प्रेक्षक नेहमी गोंधळून जातात किंवा ते चॅनल बंद करून टाकतात.

शेवटी, आपल्या देहबोलीचा इतरांवर सकारात्मक ठसा उमटवण्यासाठीचे काही महत्त्वाचे मुद्दे सारांश रूपाने देत आहोत.

आकर्षक देहबोलीची सात गुपितं

१. **चेहरा :** चेहरा उत्साही, चैतन्यानं भरलेला ठेवा. चेहरा नेहमी हसरा ठेवा. तो तुमच्या व्यक्तिमत्त्वाचा नेहमीचा भाग बनवा. हसताना तुमचे दात दिसतील याकडे लक्ष द्या.

२. **हालचाली :** अर्थपूर्ण भावना व्यक्त करा. पण भावनांचा अतिरेक टाळा. तुम्ही हालचाली करत असताना बोटं मिटा, तुमचे हात हनुवटीच्या खालच्या पातळीवर ठेवा. हातांची किंवा पायांची घडी घालणं, हात किंवा पाय एकमेकांवर ठेवणं टाळा.

३. **डोक्याच्या हालचाली :** बोलताना तीनदा होकारार्थी मान हालवा आणि ऐकताना डोकं तिरपं करा. हनुवटी वर ठेवा.

४. **डोळ्यांशी संपर्क :** प्रत्येकाला सहज, सुखदायक वाटेल अशा पद्धतीनं त्यांच्याकडे बघा. डोळ्यांशी संपर्क साधा. काही संस्कृतीमध्ये असं बघणं योग्य नसेल तर त्या वेळी त्याचा विचार करा. पण इतरत्र, दुसऱ्यांकडे बघून बोलणारे लोक, न बघून बोलणाऱ्यांपेक्षा जास्त विश्वासार्ह वाटतात.

५. **शरीर स्थिती, शरीराची ढब :** ऐकताना नेहमी पुढे झुका. बोलताना नेहमी, सरळ, ताठ उभे राहा.

६. **प्रदेश/जागा :** तुम्हाला आरामदायी, सहज वाटेल अशा पद्धतीनं दुसऱ्या व्यक्तीच्या शक्यतो जवळ उभे राहा. पण जर ती व्यक्ती मागे सरकली तर, तुम्ही परत पुढे जाऊ नका.

७. **अनुकरण :** सूक्ष्मपणे इतरांच्या देहबोलीचे अनुकरण करा.